आनंदाचं पासबुक

आयुष्याच्या पासबुकात फक्त जमेच्याच नोंदी असणाऱ्या व्यक्तिमत्त्वाचे अनुभव...

श्याम भुर्के

मेहता पब्लिशिंग हाऊस

Please contact us at **Mehta Publishing House,** 1941, Madiwale Colony, Sadashiv Peth, Pune 411030.

✆ +91 020-24476924 / 24460313

Email : info@mehtapublishinghouse.com
production@mehtapublishinghouse.com
sales@mehtapublishinghouse.com

Website : www.mehtapublishinghouse.com

- *या पुस्तकातील लेखकाची मते, घटना, वर्णने ही त्या लेखकाची असून त्याच्याशी प्रकाशक सहमत असतीलच असे नाही.*

ANANDACHA PASSBOOK by SHYAM BHURKE

आनंदाचं पासबुक : श्याम भुर्के / आत्मकथन

२०४, गंगातारा अपार्टमेंट, ९१७/७, गणेशवाडी, फर्ग्युसन रोड,
पुणे – ४११००४ ✆ : ०२०-२५६५२४६१
E-mail : shyam@izeltech.com

प्रकाशक : सुनील अनिल मेहता, मेहता पब्लिशिंग हाऊस,
१९४१, सदाशिव पेठ, माडीवाले कॉलनी, पुणे – ४११०३०.

मुखपृष्ठ : चंद्रमोहन कुलकर्णी

प्रकाशनकाल : फेब्रुवारी, २०११ / फेब्रुवारी, २०१३ /
पुनर्मुद्रण : सप्टेंबर, २०१८

P Book ISBN 9788184982022
E Book ISBN 9789353171063
E Books available on : play.google.com/store/books
www.amazon.in

समाजसेवेसाठी मला प्राप्त झालेले माध्यम
बँक ऑफ महाराष्ट्र होते.
त्या बँकेस ही शब्दपूजा अर्पण करीत आहे.

आनंदाचं पासबुक

शोभादर्शक अर्थात कॅलिडोस्कोपमधून पाहिल्यावर काचेच्या तुकड्यांची छानशी आकृती झालेली पाहताना मन आनंदून जातं. शोभादर्शक जरा फिरवलं की, पुन्हा नवी आकृती तितकीच आल्हाददायक दिसते. हा खेळ किती छान आहे नाही? क्षणाक्षणाला नवा आनंद मिळवायला शिकविणारा हा खेळ. कधीही न संपणारा. पाहाल तितक्या नव्या आकृती. साऱ्याच आनंददायी!

माझ्या आयुष्यातील आठवणींकडे मी असंच शोभादर्शकातून पाहतोय. जसं डोळ्यापुढं दृश्य दिसेल तसं इथं मांडलंय. बँक ऑफ महाराष्ट्रमध्ये क्लार्क म्हणून मी नोकरीला लागलो ते उपसरव्यवस्थापक या पदापर्यंत पोहोचलो. सहाशे कोटीपर्यंत व्यवसाय असणाऱ्या पुणे, कोल्हापूर, सोलापूर यांसारख्या क्षेत्रांचा प्रमुख या नात्याने कार्य पाहिलं. बँकेच्या माध्यमातून समाजसेवा केली. याची नोंद म्हणून बिझनेस एक्सप्रेसने अर्थश्री पुरस्कार प्रदान केला. बँक ऑफ महाराष्ट्रने 'महाबँकभूषण' पदवी दिली.

कॅलिडोस्कोप जरा फिरविला की, साहित्यक्षेत्रातल्या आठवणी मनात रुंजी घालू लागल्या. बँकिंग आणि साहित्य या विषयावर पंधरा पुस्तकं लिहिली. अखिल भारतीय मराठी साहित्य संमेलनात पाच वेळा वक्ता म्हणून बोलविण्यात आलं. अ.भा. दैवज्ञ साहित्य संमेलनाचं अध्यक्षपद भूषवलं. पुणे मराठी ग्रंथालयाचा

उत्कृष्ट साहित्य पुरस्कार मिळाला. नाथमाधव साहित्य पुरस्काराने सन्मानित झालो. सोलापूर महानगरपालिकेने साहित्य सन्मान केला. एकूण शंभरहून अधिक सन्मान मिळाले.

जरा पुन्हा कॅलिडोस्कोप फिरवला, तर व्याख्यानांच्या आठवणींचं दृश्य दिसू लागलं. साहित्य, व्यवस्थापन, बँकिंग या विषयावर २०००वर व्याख्यानं दिली.

पुन्हा कॅलिडोस्कोप फिरवल्यावर सामाजिक कार्यातल्या स्मृतींना उजाळा मिळू लागला. या मोहक स्मृतींची चित्रं इथं मांडलीत.

माझं हे आठवणींचं पासबुक आहे. यात जमा बाजू अधिक आहे. कटू आठवणींची नावं, बाजू कमी आहे. त्यामुळे आनंदाची भरपूर शिल्लक आहे. हा आनंद व्याख्यानांतून, गप्पांतून साऱ्यांना सांगत राहिलो. ठेवीवर तिमाही व्याज जमा होतं, तशाच या आनंदाच्या ठेवीही इतरांना सांगितल्याने वृद्धिंगत झाल्या.

कोण देतं हा आनंद? माझ्या सभोवतालचे सर्व जण! घर, बँक, विविध संस्था, समाज यातल्या माणसांमुळेच तर या सुखाच्या आठवणी निर्माण झाल्या. त्या साऱ्यांप्रति कृतज्ञता!

हा आनंद सर्वदूर पसरवण्याचे कार्य स्वीकारल्याबद्दल मेहता पब्लिशिंग हाऊसचे मन:पूर्वक आभार! श्री. अविनाश पंडित यांनी लेखनामध्ये मार्गदर्शन केलं, त्यांना धन्यवाद!

– श्याम भुर्के

अनुक्रमणिका

आनंदाचं पासबुक

अर्थश्री

दुपारी ठीक तीन वाजता श्री पुरस्कार प्रदान करणारा कार्यक्रम सुरू झाला. स्थळ होतं विष्णुदास भावे नाट्यमंदिर, सांगली. कार्यक्रमाला प्रचंड गर्दी झाली होती. नाट्यमंदिरात प्रवेश न मिळालेल्या श्रोत्यांसाठी बाहेर सभामंडपात बसण्याची व्यवस्था केली होती. व्यासपीठावरच्या सजावटीत ' 'फेडरेशन ऑफ असोसिएशन्स ऑफ महाराष्ट्र', मुंबई व 'बिझनेस एक्सप्रेस' यांच्या वतीने श्री पुरस्कार वितरण' ही अक्षरं उठून दिसत होती. व्यापार दिनाचा मुहूर्त साधला होता.

एक-एक पुरस्कार जाहीर होत होते. नामदार विलासराव पाटील उंडाळकर यांच्या हस्ते ते दिले जात होते.

कलाश्री	-	ज्येष्ठ अभिनेत्री सुलोचना.
सहकारश्री	-	नामदार अनंतराव थोपटे.
साहित्यश्री	-	हास्यकवी फ. मुं. शिंदे.
अर्थश्री	-	बँकेच्या माध्यमातून समाजसेवा करणारे बँक ऑफ महाराष्ट्राचे सहायक महाप्रबंधक श्याम भुर्के

टाळ्यांच्या कडकडाटात मी पुरस्कार स्वीकारला. शाल, श्रीफल, मानचिन्ह, सन्मानपत्र आणि अकरा हजार रुपये!

सूत्रसंचालन करणाऱ्याने निवेदन केले

"बँकेची नोकरी समाजसेवेचे साधन आहे याची जाण श्री. भुर्के यांनी ठेवली. साक्षरता प्रसाराचे कार्य बँकेतल्या कर्मचाऱ्यांना बरोबर घेऊन केले. 'बचत हवी खातं उघडा, अंगठा नको सही करा' हा संदेश दिला. नंदुरबार येथे राहून मागास जमातीच्या विद्यार्थ्यांना बँकिंग सर्व्हिस रिक्रुटमेंट बोर्ड परीक्षेचे मार्गदर्शन केले. भूकंपग्रस्तांना प्रत्यक्ष साहाय्य तर केलेच, शिवाय भूकंपग्रस्तांसाठी एका जीपमधून फिरती बँक सुरू केली. तपोवन, अमरावती येथे कुष्ठरोग्यांच्या वसाहतीमध्ये बँकेची शाखा सुरू करून कुष्ठरोग्यांना अर्थसाहाय्य केले. शेतकऱ्यांना कमी व्याजदराने लघुसिंचन योजनेद्वारे कर्ज देऊन व्याजात साखर कारखान्यांकडून अनुदान मिळण्याची योजना राबविली. महिला बचत गटांना कार्यप्रवृत्त केले...."

सत्कारास मी उत्तर दिले

"बँकेतला माणूस पैशाशी व्यवहार करणारा असतो. चांगलं वागा सांगताना 'बाबा रे, पैशाच्या मागे लागू नकोस' असे कीर्तनकार रंगवून सांगत असतो; परंतु हे सांगणाऱ्या कीर्तनकारालाही प्रवचनानंतर आरतीचे ताट फिरवावे लागतेच. त्या ताटात धन जमा झाले, तरच पुढच्या प्रवचनास जाण्याचे त्याच्यामध्ये बळ येणार! तेव्हा पैशालाही महत्त्व देऊन संयोजकांनी अर्थश्री पुरस्कारासाठी बँकरची निवड केली असावी!"

"धरण बांधून पाणी अडविले जाते. छोट्या छोट्या ओहोळातून पाणी नदीस मिळते. या पाण्यावर धरण बांधल्याने गरजेच्या वेळी पाणी मिळते; वीज मिळते. जर धरण बांधून हे पाणी अडविले नसते, तर ते वाया गेले असते. त्या पाण्यात शक्ती निर्माण झाली नसती. बँकेचे असेच आहे. बँक म्हणजे खातेदारांच्या छोट्या छोट्या रकमा एकत्र साठविलेले धरणच होय. खातेदाराकडील पैशात बँकेमुळे एक प्रचंड शक्ती निर्माण झाली. विविध क्षेत्रांना कर्जपुरवठा करून बँकेने समृद्धी निर्माण केली. बँकेमध्ये जेव्हा मी कर्जपुरवठा करीत असे तेव्हा 'अनेकांना आपण रोजगाराच्या संधी निर्माण करून देत आहोत' अशी मनामध्ये भावना निर्माण होई. ही समाजसेवाच आहे. ती करण्याची संधी मला बँक ऑफ महाराष्ट्रने दिली याबद्दल मी बँकेप्रति कृतज्ञता व्यक्त करतो. बँकेच्या बोधचिन्हामध्ये 'मुद्रेयं लोकमङ्गला' असे शब्द आहेत. ही मुद्रा लोकांच्या कल्याणाचा संदेश देते. बँकेत नोकरी करतानाच समाजसेवा करायला मिळणारी ही टू इन वन संधी आहे...."

संयोजकांनी मला दहा मिनिटे दिली होती. माझं मनोगत श्रोत्यांना खूपच आवडलं होतं. माझ्या बऱ्याच विधानांना ते टाळ्यांचा कडकडाट करून मला प्रोत्साहित करीत होते.

मी भाषणानंतर अतिशय आनंदाने जागेवर जाऊन बसलो. माझ्या मनात विचार येत होते. अर्थश्री पुरस्कार बहुधा बँकेच्या चेअरमनना मिळतो. हा पुरस्कार पूर्वीच्या युनायटेड वेस्टर्न बँकेच्या चेअरमन पी. एन. जोशी यांना मिळाला होता. देना बँकेचे चेअरमन ए. जी. जोशी, रत्नाकर बँकेचे चेअरमन श्री. पाटील यांना मिळाला होता. या रांगेत मी असिस्टंट जनरल मॅनेजर मग कसा येऊ शकलो?

मला उत्तर मिळालं. हा पुरस्कार आपल्याबरोबर ज्यांनी बँकेत काम केलं त्या साऱ्या कर्मचाऱ्यांना आणि अधिकाऱ्यांना मिळालाय. त्यांच्या श्रमामुळे आपण अनेक योजना पार पाडल्या. त्यात ग्राहकांचेही योगदान आहे. हा पुरस्कार त्यांनाही आहे. हा पुरस्कार 'अर्थश्री' असला तरी तो बँकेतील समाजकार्यामुळे मिळाला असल्यामुळे आपण पुरस्काराची रक्कम स्वीकारावी का नाही याबद्दल मन दोलायमान होते. रक्कम न स्वीकारणे म्हणजे व्यासपीठावरून आपण विनाकारण मोठेपणा घेणे होय. शिवाय आपण 'नको' असे जाहीर केल्यावर अन्य सत्कारमूर्तींची पंचाईत व्हायची. त्यामुळे मी तो पुरस्कार स्वीकारला व साखर कामगारांच्या साखरशाळेसाठी वापरा, असे सांगून संयोजकांना परत केला. पण मी हे जाहीर केलेले नसल्याने मित्र, नातेवाईक हे 'अकरा हजार रुपये मिळालेत, तर पार्टी द्यायला हवी हं!' अशी प्रेमळ मागणी करू लागले!

कार्यक्रम संपल्यावर अभिनंदन करण्यासाठी झुंबड उडाली होती. अनंतराव थोपटे मंत्री असल्याने भोरहून एक बस भरून त्यांचे चाहते आले होते. माझे अभिनंदन बँकेतील सहकारी, सांगली येथील समाजबांधव यांनी तर केलेच, पण अभिनेत्री सुलोचना यांनीही 'चांगलं काम करीत आहात. भाषणही आवडलं.' या शब्दात कौतुक केलं. मी त्यांना बँक ऑफ महाराष्ट्रशी त्यांचे असलेले संबंध सांगितले. कोल्हापुरातील बँकेची पहिली शाखा – लक्ष्मीपुरी ही त्यांच्या जागेत होती. त्यांनाही जुन्या आठवणी आवडल्या.

कार्यक्रम आटोपून मी सांगलीहून कोल्हापूर मुक्कामी येण्यास निघालो. मन भूतकाळात गेलं. मी बँकेत कसा लागलो? नोकरी मिळणं आत्ताच्या तुलनेत तेव्हा किती सोपं होतं! त्या आधी काय काय केलं?

पेट्रोल पंपावरची नोकरी

ज्याला काही करायचं आहे त्याला स्वस्थ बसून चालत नाही. सतत प्रयत्न करावे लागतात. एकीकडे नाही जमलं, तर दुसरीकडे खटपट करावी लागते. न्यू इंग्लिश स्कूल, सातारा येथून मी १९६३ मध्ये एस. एस. सी. परीक्षा उत्तीर्ण झालो. कॉलेज सुरू होईपर्यंत आपण काही पैसे मिळवावेत असं मनात आलं. माझ्या

नात्यातले भय्यासाहेब भुर्के यांचा सातारा-पुणे रस्त्यावर पेट्रोल पंप होता. मी त्यांच्या संमतीने पेट्रोल पंपावर हिशेब लिहिण्याचं काम स्वीकारलं.

सकाळी आठ वाजता घरी सारे आटपून सायकलवरून बरोबर डबा घेऊन मी जात असे. घरापासून पाच किलोमीटर्सवर पंप होता. मी डिझेल, पेट्रोल, ऑईल-विक्रीच्या पावत्या लिहून देत असे. काचेच्या केबिनमध्ये बसून येणारी-जाणारी वाहने, श्रीमंतांच्या कार्स, त्यातून रुबाबात जाणारे प्रवासी, मळक्या कपड्यातले ट्रक-ड्रायव्हर्स दिसत. त्या वेळी डिझेल तीस पैसे लीटर, तर पेट्रोल नव्वद पैसे लीटर होते. मी पावत्या फाडून पैसे घेत असे. एखादे वेळी गर्दी झाली आणि पेट्रोल द्यायला माणूस जागेवर नसला, तर गाड्यांमध्ये पेट्रोलही घालत असे. सकाळी साडेआठ ते सायंकाळी चार वाजेपर्यंत मी मन लावून काम करीत होतो. माणसांशी बोलायचं कसं, एकाच वेळी अनेक गोष्टींवर लक्ष कसं ठेवायचं हे मी शिकलो होतो. सर्वात महत्त्वाचं म्हणजे ग्राहकाला काय हवं हे जाणून स्वत:मध्ये बदल करण्याची जाण आली. पेट्रोल पंपावरील चाळीस दिवसांच्या नोकरीचे एकशेएक रुपये चेकने मिळाले. बँकेत खाते उघडले. माझ्याकडील काही शिल्लक व ह्या चेकची रक्कम असे रुपये दोनशे दीर्घ मुदतीने बँकेत ठेवले. त्याचे साधारणत: दर पाच वर्षांनी दुप्पट होत गेले. कितीही अडचणी आल्या, मोह झाला तरी त्या रकमेला हात लावला नाही. ही लक्ष्मीदेवीची खऱ्या अर्थाने पूजा आहे, हा भाव मनी राखला. चक्रवाढ व्याजाचे सामर्थ्य मनामध्ये बिंबवले. आज त्या दोनशे रुपयांचे एक लाखावर रुपये झाले आहेत.

पोस्टल बँकेत मुलाखत

छत्रपती शिवाजी महाविद्यालय, सातारा मधून १९६७मध्ये बी.कॉम. झाल्यानंतर अनेक ठिकाणी मी नोकरीसाठी अर्ज पाठविले. दैनिक 'सकाळ'मध्ये एक जाहिरात आली होती. 'पोस्टल बँकेसाठी मॅनेजर हवा. पात्रता बी. कॉम.' मी संतोष हॉटेलचे मॅनेजर भाऊ जोशी यांना भेटलो. ते माझे खरे मार्गदर्शक होते. स्वत: पदवीधर नसताना लहानमोठी कामे करीत करीत ते मोठे झाले. संतोष हॉटेलची व्यवस्था पाहू लागले. उद्योजकता ही त्यांच्या रक्तातच भिनली होती. घरची गरिबी असताना माणसे स्वकर्तृत्ववान व मोठी कशी होऊ शकतात हे मला त्यांच्या रूपाने प्रत्यक्ष पाहायला मिळाले. इडली, भाजणी इ. तयार पिठे विकण्याचा 'अभिरुची' हा त्यांचा व्यवसाय नावारूपाला आला. त्यानंतर बाहेरून शिक्षण घेत ते पदवीधरही झाले. मी भाऊ जोशी यांना *'सकाळ'*मध्ये आलेली जाहिरात दाखविली. मी फक्त बी. कॉम. होतो. बँकेचा मला काहीही अनुभव नव्हता. माझे वय केवळ वीस पूर्ण होते. पुण्याला जायचं आणि बँकेच्या मॅनेजर पदासाठी

मुलाखत द्यायची, हा सारा प्रकार हास्यास्पद होता.

"मी या मुलाखतीला जाऊ का?" मी भाऊ जोशींना विचारलं.

"अवश्य जा. निवड झाली तर उत्तम. नाही झाली तरी मुलाखतीचा तरी अनुभव मिळेल."

त्यांनी मला विश्वास दिला.

मी अर्ज केला. मुलाखतीसाठी बोलावणे आलेदेखील! मी तयारीनिशी पुण्यास गेलो. माझ्याबरोबर मुलाखतीला आलेले अन्य उमेदवार पन्नास वर्षांच्या पुढील दिसत होते. माझी मुलाखत चांगली झाली. बाहेर इतरांशी बोलताना समजले की, या बँकेच्या शाखेत आधीच मॅनेजर आहेत. त्यांना कायम करण्यासाठी त्यांच्यासह काहींना मुलाखतीला बोलवलं होतं. तसंच झालं. मला ही नोकरीची संधी मिळू शकली नाही. आपण मोठे होऊ शकू असा आत्मविश्वास मात्र वाढला.

■

शाळेचा टोल माझ्या हाती

'आपण मोठं होऊ शकू' असं म्हणू शकणारं मन घडवतं तेच खरं शिक्षण होय.

मला असंच शिक्षण साताऱ्यात मिळालं.

सातारा नगरपालिकेच्या चार नंबरच्या शाळेत मी पहिली ते चवथी शिकलो. वर्षातून एकदा शाळा रंगवायचा कार्यक्रम असायचा. पिवडीचा स्वस्त रंग असायचा. तो लोखंडी बादल्यांतून भरभरून वर्गावर्गात यायचा. सारी मुलं त्या रंगकामात भाग घ्यायची. आपण आपली शाळा रंगविल्याचा आनंद मिळायचा. त्यामुळे 'बाळू गाढव आहे' असं काही पेन्सिलीने भिंतीवर कोणी खरडायचं नाही. शाळेच्या भिंतींचे कधीही शिलालेख व्हायचे नाहीत. शेणानं जमीन सारवण्याच्या त्रैमासिक कार्यक्रमातही आमचा सक्रिय सहभाग असायचा.

शाळेत मधल्या चौकात छोटीशी बाग होती. तिची निगाही मुलं आळीपाळीने राखत.

शाळेत जवळजवळ सर्व सण साजरे होत. गुढीपाडव्याला पाटीवर चारही बाजूंना सरस्वतीची नक्षी काढली जायची. मध्यावर मोठी सरस्वती असायची. ही सरस्वती म्हणजे वीणावादन करणारी सरस्वतीदेवी नसायची. तर एक-एकचे आकडे काढून त्याखालून चिन्हांनी बनविलेली सरस्वती असायची. गुढीपाडवा ही अक्षरे व स्वस्तिकाची शुभचिन्हे लिहिली जात.

ही पाटी सजवायला घरी आजी मदत करीत असे. हळदकुंकू, गूळखोबरे हे वेगवेगळ्या पुड्यांतून शाळेत आणले जाई. मग शाळेत पूजा केली जाई.

नागपंचमीच्या आधी मी मातीचा नाग तयार करत असे. हाही आजीने शिकविला होता. दोन अंगठ्याने दाबून मऊ मातीच्या गोळ्यातून नागाचा फणा तयार व्हायचा. त्याच्या शेपटीच्या वेटोळ्यात पाच-सहा नागाच्या पिल्लांची तशीच तयार केलेली तोंडे असायची. बाजूला तळे. नागाला सावली मिळावी म्हणून कोय मातीत रोऊन वर आंब्याचे रोपटे असे. हाच नाग घरात पूजेला असायचा. नागाला डोळे म्हणून मसुराची लाल डाळ लावली जायची, तर अंगावरचे खवले म्हणून तांदूळ लावले जात.

मी स्वातंत्र्यदिनाच्या आधी कागदावर भारताचा नकाशा काढत असे. पेन्सिलने काढलेल्या नकाशावर डिंक लावला आणि मग त्यावर रंगीत डाळ चिकटवली की नकाशा तयार होई. हस्तकलेच्या तासाला कागदी विमाने, होड्या, हार असे विविध प्रकार तयार होत. दिवाळीसाठी चित्रे, गणेशोत्सवासाठी गाणी अशी सतत तयारी शाळेत चालू असे. हस्ताक्षर, पाठांतर यावर भर असे.

शाळा सकाळी सुरू झाल्यापासून सायंकाळी संपेपर्यंत तासातासाला घंटेचे टोल पडत. हे टोल देण्याचे काम रोज नव्या विद्यार्थ्याला मिळे. ज्याच्याजवळ टोल असे त्याचा काय रुबाब असायचा! टोल आपल्याकडे आहे हे तो अभिमानाने सर्व मित्रांना दाखवायचा. मलाही तो टोल वर्षातून एक दिवस मिळायचा. जणूकाही त्या दिवशी मीच शाळा चालविली असे वाटायचे! अभ्यासाचा, परीक्षेचा घरी फारसा विषय नसायचा. फार मोठा बाऊ तर अजिबातच केला जायचा नाही. सर्व उपक्रमात ती परीक्षाही होऊन जायची. मी पास होत जात असे.

पाचवीला सुतारकाम

पाचवीमध्ये मी 'न्यू इंग्लिश स्कूल – सातारा' या शाळेत दाखल झालो. मोठ्या दगडी इमारतीमुळे या शाळेला दगडी शाळा असेही नामाभिधान होते. चार नंबरच्या मराठी शाळेत मुलं अनवाणी यायची, तर इथं पायात चपला किंवा बूट घालायची. पाचवीला मला सुतारकाम हा विषय होता. मला हा तास फार आवडत असे. विटीदांडू, रॅकेट, खेळातली बॅट तयार करायला मिळायची. दाराची चौकट किंवा खिडकी तयार करताना एका लाकडात दुसरे लाकूड जोडले जाते. त्याला कुसव आणि विंधी म्हणत. ते करायला येणे म्हणजे सुतारकामाची शेवटची वार्षिक परीक्षा असे. त्या वर्गात तगारे सरांबरोबर रंधा ओढायला मिळणे म्हणजे कौतुकाची गोष्ट असे.

तगारे सरांच्या अधिपत्याखाली स्काउट विभागात मी बालवीर म्हणूनही दाखल झालो. पूर्ण खाकी पोशाख, गळ्यामध्ये हिरवा स्कार्फ, खांद्यामध्ये शिट्टीची दोरी, डोक्यावर खाकी कॅप, पायामध्ये कॅनव्हासचे शूज अशा

पोशाखात मी रुबाबदारपणे चालत असे. खिशात एक डायरी असायची. त्यात रोज एक सत्कृत्य लिहायचे असे.

एकदा माझा मित्र व मी चाललो होतो. समोरून एक बाई ज्वारीची पिशवी घेऊन चालली होती. त्या पिशवीचा बंद तुटला व ज्वारी रस्त्यावर सांडली. आता ती ज्वारी भरून द्यायला आपल्याला मिळणार व त्याद्वारे आपल्या डायरीत सत्कृत्य लिहायला मिळणार म्हणून मित्राला एवढा आनंद झाला म्हणून सांगू! रस्त्यात पडलेली काच उचलून टाकली, घसरून पडलेल्या मुलाच्या कोपरावरील जखमेवर कुडकुडीच्या पाल्याचा रस लावला अशा सत्कृत्यांनी माझी वही भरत होती. दुसऱ्यासाठी काही करत राहा हे सांगणारे ते शिक्षण होते. स्काउट शिबिरात दोरीच्या विविध प्रकारच्या गाठी मारायला शिकवलं होतं. त्या गाठी सहजपणे कशा उकलायच्या हेही शिकवलं. पुढे जीवनात अनेक कठीण प्रसंगातून निभावून जाण्यास या प्रवृत्तीचा उपयोग झाला.

आठवीला मला टायपिंग हा विषय होता. त्या यंत्रावर बसून टायपिंग करण्यात इतका आनंद वाटायचा की, त्या तासाला आम्ही टायपिंग वर्गाकडे पळत जात असू. एकदा डॉ. प्र. चि. शेजवलकर, मॅनेजमेंट गुरू, पुणे यांचं आम्हाला व्याख्यान ठेवलं होतं. त्यांच्या विचारांनी प्रेरित होऊन सुट्टीत फटाके विक्रीचं शिक्षण आम्हाला मिळालं. जादूगार रघुवीरांच्या भाषणानं रशिया व इतर देशांत लोक कसे राहतात हे समजलं. चित्रकलेसाठी प्रशस्त स्वतंत्र हॉल होता. ढवळे आणि बक्षी सर आमच्याकडून चित्र काढून घ्यायचे. एकदा एका मुलानं खूप दंगा केला, तर ढवळे सरांनी त्याला हातात झाडू घेऊन पुढं उभ केलं आणि साऱ्या वर्गाला त्याचं चित्र काढायला सांगितलं! शास्त्र विषयासाठी नव्या इमारतीत सुसज्ज प्रयोगशाळा होती. त्या इमारतीला आम्ही पाकिस्तान म्हणत असू. थत्ते सरांच्या मार्गदर्शनाखाली तालीमशाळा होती. भूगोल वर्गामध्ये म. ग. भुरके सर सूर्यग्रहण, चंद्रग्रहण हे तर दाखवायचेच, शिवाय फोटोग्राफीही शिकवायचे.

मला शाळेतला प्रत्येक शनिवार आवडायचा. मुळात फक्त सकाळी म्हणजेच अर्धाच दिवस शाळा. सकाळचा तास पी.टी.चा म्हणजे कवायतीचा. पुन्हा जोडून दुसरा तास सामुदायिक कवायतीचा. मधल्या सुट्टीत कबड्डी खेळायची. त्यानंतरच्या तासात वर्गातल्या मारुतीरायापुढे नारळ फोडून सर्वांना प्रसाद वाटायचा. एखादा तास मराठीचा. बाकी रूक्ष विषय नाही. अहाहा! हा शनिवार इतका छान असायचा की, तो मला पूर्ण सुट्टीच्या रविवारपेक्षाही जास्त हवाहवासा वाटायचा! पंडित आवळीकर 'माझी बाहुली' कविता तल्लीनतेने शिकवीत. गायनाच्या तासाला मटंगे सर सुरेख गाणी म्हणवून घेत. कवी गिरीशांची कविता गं. ना.जोगळेकर शिकवित. विशेष म्हणजे एकदा कवी गिरीशांनाच शाळेत आमंत्रित केलं होतं. द्रविड सरांनी

हिंदीच्या तासाला 'चौदहवीका चाँद' हे गाणंही म्हटलं होतं.

शाळेच्या हीरक महोत्सवाच्या निमित्ताने नवीन 'प्रेक्षागृह - नाट्यगृह' बांधलं गेलं. त्याच्या बांधकामाच्या वेळी आम्ही मुलांनी वेळापत्रकाप्रमाणे श्रमदान केलं. या प्रेक्षागृहाच्या रंगमंचावर 'ज्ञानेश्वरी भिंत' नावाची सरकती भिंत आहे. मी आठवीपासून कॉमर्स घेतलं असल्यानं बुककिपिंग, शॉर्टहँड या विषयात कंग्राळकर, वैद्य व सौ. बक्षी यांचं मार्गदर्शन लाभलं. द. न. गोखले यांचा व्याकरणाचा तास अकरावीच्या पाचही तुकड्यांसाठी एकत्र व्हायचा. ते ध्वनिक्षेपक लावून बोलायचे.

शाळेत कुलपद्धती होती. गणेशोत्सवात रोज एका कुलातर्फे कार्यक्रम होत असत. पाच कुलांचे पाच दिवस कार्यक्रम. मजाच मजा. एका विद्यार्थ्याने गणेशमूर्तीही केलेली असायची. त्याची एक कथाच आहे. म. ग. भुरके सर एकदा वर्गात शिकवित असताना त्यांच्या लक्षात आलं की, एक मुलगा झोपला आहे. त्यांनी त्या मुलाला तास संपल्यावर वर्गशिक्षकांच्या कक्षात बोलावून घेतलं.

"तू वर्गात का झोपतोस?"

"माझ्या घरचा धंदा कुंभाराचा आहे. वडील वारल्यावर मडकी, डेरे आई बनवते. रात्रभर काम चालतं. मी तिला मदत करतो."

"छान! तू आपल्या शाळेसाठी गणपती बनवशील का?"

"मला जमेल का?"

"नक्की जमेल. मी तुला शिकवीन." सर हे म्हणून थांबले नाहीत. ते त्याच्या घरी गेले. गणपतीप्रमाणे मांडी घालून बसले. त्याला गणपती तयार करायला मदत केली. सुरेख अशी श्री गजाननाची मूर्ती रंगवून तयार झाली.

गणेश चतुर्थीला शाळेची बाराशे मुलं त्याच्या घराजवळ जमली. सरांनी त्या विद्यार्थ्याचा व त्याच्या आईचा सत्कार केला. विडा, सुपारी आणि पंचवीस रुपये त्याला दिले. शाळेच्या बँड पथकाच्या तालात मिरवणूक सुरू झाली. 'गणपती बाप्पा मोरया'च्या घोषणांनी वातावरणात उत्साह पसरला होता. त्या विद्यार्थ्याच्या आयुष्याला सरांनी फार मोठा अर्थ दिला होता.

शिक्षकांचेही सामने भरायचे. शाळेच्या स्नेहसंमेलनातला तो एक महत्त्वाचा कार्यक्रम असायचा. कबड्डीमध्ये गद्रे सर, गं. ना. जोगळेकर सर, श्रोत्री सर सुरेख पकडी करायचे. रस्सीखेचच्या वेळच्या प्रेक्षकांच्या आरोळ्या एवढ्या उत्साहवर्धक असायच्या की, त्याची तुलना 'लगान' चित्रपटातील क्रिकेट मॅच जिंकताना सिनेमातल्या आणि थिएटरमधील प्रेक्षकांच्या आनंददायी कल्लोळाशीच करावी लागेल!

■

आचार्य अत्रे यांना स्पर्श

शाळेच्या मैदानावर 'अखिल भारतीय मराठी साहित्य संमेलन' भरलं होतं. आपल्याला सर्व साहित्यिकांच्या जवळ जाता यावं म्हणून मी स्वयंसेवक म्हणून नाव नोंदवलं. स्वयंसेवकाला बरेच फायदे असतात. जसं व्यासपीठावरही कामानिमित्त वावरता येतं, तसंच कार्यक्रम रटाळ चाललाय वाटलं तर उठूनही जाता येतं! मी संमेलनात मुक्तपणे वावरत होतो. प्रेक्षागृहाजवळच्या ओट्यावर बसलेल्या मंगेश पाडगावकर आणि वसंत बापट या कविश्रेष्ठांच्या सह्या घेतल्या. शाहीर अमर शेख लेंगा झब्ब्यामध्ये रुबाबदार दिसत होते. त्यांच्या हातात मोठ्या पेनच्या आकाराची छोटी कुऱ्हाड होती. कुऱ्हाडीच्या पात्याला वाघाच्या कातड्याचं कव्हर होतं. त्यांचीही स्वाक्षरी मिळवली.

या संमेलनात एक परिसंवाद सुरू झाला. विषय होता 'साहित्यातील श्लील आणि अश्लील!' संमेलनाध्यक्ष काकासाहेब गाडगीळ यांनी प्रास्ताविक केलं. आचार्य अत्रे बोलायला उभे राहिले तेवढ्यात पत्रकार कक्षातून एक जण अत्रेंना उद्देशून ओरडला, "मुद्याला धरून बोला." त्यावर अत्रे भडकले. एकदम ओरडून म्हणाले, "इथं विषयांतर होतं का नाही हे पाहायला अध्यक्ष आहेत. शेषाच्या मदतीला सरड्याची गरज नाही!" नंतर पुन्हा पुढं भाषण सुरू करताच व्यासपीठावरील श्री. के. क्षीरसागर म्हणाले, "कार्यक्रमपत्रिकेप्रमाणे माझा क्रमांक आहे. मी आधी बोलणार." काकासाहेब गाडगीळांच्या हस्तक्षेपानंतर श्री. के. क्षी. बोलायला उभे राहिले. श्री. के. म्हणाले, "साहित्यात तसं मुळात श्लील-अश्लील

काहीच नसतं. ते पाहणाऱ्याच्या दृष्टिकोनावर अवलंबून असतं. एक स्त्री स्नानगृहामध्ये स्नान करीत आहे, यामध्ये काहीही अश्लील नाही, पण ते जर बाहेरून कोणी पाहण्याचा प्रयत्न करीत असेल तर अश्लील होय....'' असंच ते काहीसं प्रतिपादन करीत होते.

''त्यानंतर अत्रे बोलायला उभे राहिले. साहित्यातील श्लील-अश्लील आपण नंतर बघू या. प्रथम या सभेतील सर्व साहित्य रसिकांनी असा ठराव पास करावा की, या वयामध्ये श्री. के. क्षीं. नी असं 'दुसऱ्याच्या स्नानगृहामध्ये' डोकावून पाहत बसू नये!'' हास्याचा धबधबाच कोसळला!

सभेनंतर अत्रेंच्या भोवती चाहत्यांची गर्दी जमली होती. तेव्हा माझ्या मित्राला मी म्हणालो, ''हे बघ, मी अत्रेंना हात लावतोय.''

''का रे?'' त्यानं विचारलं.

''अरे, मोठेपणी आपल्याला कोणी भाषणाला बोलावलं तर सांगता येईल, मी अत्रेंना हात लावला होता.''

अशी कितीतरी मोठी माणसं या शाळेमुळे भेटली. शंभरी ओलांडलेले महर्षी धोंडो केशव कर्वे भेटले. तसेच त्यांचे चिरंजीव डॉ. कर्वेही शाळेत आलेले. शाळेच्या ज्या नवीन इमारतीला पाकिस्तान म्हणायचे त्या इमारतीतील प्रयोगशाळेचे उद्घाटन डॉ. कर्व्यांनी केले. शाळेतले शिक्षकही कर्तृत्वानं मोठे होते. त्यांना समाजातही मान होता. डॉ. द. न. गोखले हे चरित्रकार आणि मराठीचे अभ्यासक म्हणून सुप्रसिद्ध होते. डॉ. गं. ना. जोगळेकर 'साहित्य परिषद' पुणे शाखेचे अध्यक्ष होते. ग. वा. करंदीकर, पंडित आवळीकर साहित्यिक म्हणून सुपरिचित आहेत. बहुतेक साऱ्या सरांनी समाजामध्ये लक्षणीय कार्य केले.

सात ताऱ्यांचा सातारा

सातारच्या माणसाला दुरून अजिंक्यतारा किल्ला दिसला की, 'आपलं गाव आलं' या भावनेने भरून येतं. सात ताऱ्यांचा म्हणजेच डोंगरांच्या मध्ये, साताऱ्यात वसलेला हा किल्ला. सातारकरांच्या शौर्याचं हे प्रतीक आहे. सज्जनगड, जरंडा, यवतेश्वर, जानाई, मानाई, चंदन, वंदन अशा डोंगरांनी या गावासाठी सुरेख कोंदण केलंय.

कोणी पाहुणे आले की, त्यांना जलमंदिरात नेऊन छत्रपती शिवाजी महाराजांनी अफजलखानाचं पोट फाडताना वापरली ती वाघनखं दाखवायची. महाराजांची व आमची ओळख आहे हे सांगून वाघनखं हातात घालून बघायची. वाघनखं म्हणजे दोन अंगठ्या व त्यांना जोडणारी एक पट्टी आहे. या पट्टीवर वाघाच्या नखाच्या

आकाराची चार लोखंडी नखे. या साऱ्याला पूर्वी म्हणे सोनेरी मुलामा होता. हातात वाघनखं चढवली की, बाहेरून फक्त दोन अंगठ्या बोटात आहेत असे वाटे. मुठीमध्ये मात्र वाघनखं असत.

महाराजांची ओळख आहे म्हणण्याचं कारण म्हणजे छत्रपती सुमित्राराजे भोसले यांचे पती व माझे वडील चांगल्या परिचयाचे होते. भोसले आणि भुर्के या आडनावामुळे मॅट्रिक परीक्षेत त्यांचे क्रमांक जोडून होते. परीक्षा द्यायला ते एकत्रच पुण्याला गेले. महाराजांना शिकारीची आवड होती. परीक्षेला जातानाही वाटेत खंडाळ्याच्या घाटात थांबून त्यांनी शिकार केली होती.

शाळेत असताना माझा मोठा भाऊ मोहन व मी अदालत वाड्यात खेळायला जात असू. लपाछपीचा डाव रंगात यायचा. ज्याच्यावर राज्य आहे त्याने आरसेमहालाच्या दाराबाहेर उभं राहायचं. त्या दाराला एक छिद्र होतं. त्यातून आत पाहून कोण कोठे आहे हे सांगायचं. त्यासाठी प्रत्यक्ष किंवा आरशातील प्रतिमा पाहून ओळखायचं. बाहेर मी उभा असताना माझी फसगत व्हावी म्हणून अभयसिंह महाराजांनी लेंगा काढून तो वर चेहरा झाकायला वापरला व फक्त अंडरवेअरवर इकडून तिकडे गेले! हत्तीखान्यापासून ते अदालत वाड्यापर्यंत अभयसिंह महाराज, शिवाजी महाराज घोड्यावर बसून रपेट करीत. आम्ही दारात येऊन ते पाहत असू.

माझे वडील मदनराव हे सराफ होते. राजवाड्यातील कामे त्यांच्याकडे येत. राजवाड्यातील लग्नसमारंभाच्या तयारीमध्ये त्यांचाही सहभाग असायचा. जलमंदिरामधील चोरीमध्ये देवीची सोन्याची मूर्ती व इतर मौल्यवान वस्तू चोरीला गेल्यावर सर्व सातारकरांना वाईट वाटले होते. तिथे नंतर चांदीच्या देवांची प्रतिष्ठापना केली. हे सर्व देव माझ्या वडिलांनी तयार करवून दिले.

क्रांतिसिंह नाना पाटील

सातारा शहरातील सभेसाठी सर्वात मोठं मैदान म्हणजे गांधी मैदान. ते श्रोत्यांनी भरून गेलं होतं. त्याचं कारण होतं, क्रांतिसिंह नाना पाटलांचं भाषण! स्वातंत्र्यलढ्यातील झुंजार लढवय्ये व पत्री सरकारचे प्रणेते म्हणून क्रांतिसिंह नाना पाटलांचा नावलौकिक होता. अशा या आपल्या वाटणाऱ्या नेत्याचं भाषण ऐकायला खेड्यापाड्यातनं माणसं आली होती.

समारंभाचं वातावरण निर्माण केलं ते शाहीर अमर शेख यांच्या पोवाड्यांनी. त्यानंतर नाना पाटील बोलायला उभे राहिले. ते सातारा लोकसभा मतदारसंघातले शेतकरी कामकरी पक्षाचे उमेदवार होते. त्यांच्याविरुद्ध उभे होते काँग्रेसचे किसन वीर. त्या वेळी शाहीर अमर शेख उपस्थित साऱ्या जनसमुदायाकडून काँग्रेसच्या

बैलजोडी खुणेवर टीका करणारं गाणं म्हणवून घ्यायचे.

काँग्रेसच्या बैलाला मत द्या म्हणता,
बैलाला मत कसं द्यायचं?
बैलाला मत देऊन का आम्ही
बैलोबा म्हणून घ्यायचं?

नाना पाटील यांनी पहेलवानाच्या थाटात आपलं भाषण सुरू केलं. त्यांनी दंड थोपटले. शड्डू मारला आणि बोलायला सुरुवात केली.

"या निवडणुकीच्या कुस्तीत काँग्रेसला चारी मुंड्या चीत करायचंय. हे काँग्रेसचं सरकार लई बेणं. बामणं त्याला हरळी म्हणत्यात. हातनं काढलं की तथं उगवतं. त्याला पुरं नाहीसं करायचं असलं, तर ब्रिटिश सरकारला जसं घालवलं तसं भूमिगत होऊन घालवाया लागतं. पर आता भूमिगत न व्हता मतपेटीतून त्याला इंगा दाखवा. हे काँग्रेसवाले म्हणतात, "हा नाना पाटील फार शिकलेला नाही. दगड आहे. याला लोकसभेत पाठवून काय उपयोग?" अरे, मी लोकसभेत गेलो, तर पंडित नेहरूला एकदातरी या दगडावर आपटून ठेच लागंल का नाय?" *प्रचंड टाळ्या अन हशा.*

"आबा स्वत:ला फार शिकलेले समजतात. परवा एक तरुण मुलगा माझ्याकडे आला. नोकरीला लावा म्हणाला. मी म्हटलं मी विरोधी पक्षात हाय. तुला नोकरी कुठून देणार? तू आबांकडं जा. तो किसन वीरांकडं गेला. 'नोकरी द्या' म्हटला. आबांनी विचारलं, "किती शिकलास?" तो म्हणाला, "एम. ए. झालो." तर आबा म्हणाले, "आधी बी. ए. हो, मग नोकरीचं बघू!" *प्रचंड हशा.*

राजघराण्याप्रमाणेच अन्यत्रही मोठी माणसं पाहायला मिळत. कर्मवीर भाऊराव पाटील हे रोज त्यांच्या सोमवार पेठेतील घरापासून राजवाड्याशेजारील जुन्या पोस्ट ऑफिस येथील रयत शिक्षण संस्थेच्या कार्यालयात पायी येत. अनवाणी चालत. हातात जाड काठी असे. एकदा तत्कालीन मुख्यमंत्री मोरारजीभाई देसाई यांनी रयत शिक्षण संस्थेस भेट दिली होती. मराठी व महाराष्ट्र याची बाजू न घेणारे एक विधान मुख्यमंत्र्यांनी करताच हातातील सोटा टेबलावर आपटून कर्मवीर आप्पांनी आपला असंतोष व्यक्त केला होता.

नेहरू चाचा

पंडित जवाहरलाल नेहरूंच्या सभेचा पुढील भागाचा पास वडिलांनी मिळवला होता. मी त्यांच्याबरोबर गेल्याने नेहरूंनाही पाहायला मिळाले. त्यांच्या सातारा मुक्कामात ते भाऊसाहेब सोमणांच्या घरी गेले होते. तेव्हा ते त्यांच्या घरात माडीवर जाताना जिना पळत चढले. माडीवर गेल्यावर खुंटीला लोंबकळून पुलअप्स

काढले! दिवसभराचा शीण नाहीसा करण्यासाठी त्यांनी हा व्यायामप्रकार स्वीकारला असावा. नाष्ट्यामध्ये कलिंगड आवडीने खाल्ले. पंडित नेहरूंच्या सातारा भेटीच्या अशा कथा बरेच दिवस चर्चेत राहिल्या.

आपल्याविरुद्ध बदनामीकारक मजकूर दैनिक 'मराठा'त छापल्याबद्दल बोराळे फौजदार यांनी सातारा कोर्टात आचार्य अत्रे यांच्याविरुद्ध खटला दाखल केला होता. निकाल आचार्य अत्रे यांच्या बाजूने लागला. तेव्हा कोर्टाबाहेर अत्रेसाहेब आले ते गांधी मैदानाच्या व्यासपीठावरच गेले व विजयोत्सव म्हणून तिथून भाषण केले. भाषणाची सुरुवात करताना ते म्हणाले -

"कुठं आहे तो बोराळ्या? त्याला म्हणावं निकाल ऐकायला जमलेली ही गर्दी बघ. जनताजनार्दनाच्या साक्षीनं हा निकाल माझ्या बाजूनं लागलाय!" पुन्हा अत्रेसाहेबांनी बोराळे फौजदाराची खरडपट्टी काढली.

अठराशे सत्तावन्नच्या स्वातंत्र्ययुद्धाचे शताब्दी वर्ष साताऱ्यात मोठ्या प्रमाणावर साजरे केले गेले. श्रीमंत छत्रपती प्रतापसिंह महाराजांचा ब्राँझचा पुतळा राजवाड्यासमोर बसविण्यात आला. राजाराम महाराजांच्या काळातील टेहळणीचा वाडा पडून त्याच्या फक्त चार भिंती शिल्लक राहिल्या होत्या. त्या चार भिंतींमध्ये एक स्तंभ उभा करून त्यावर झाशीची राणी लक्ष्मीबाई, तात्या टोपे, रंगो बापूजी गुप्ते आदींच्या प्रतिमा लावण्यात आल्या. हा कार्यक्रम पाहताना मन देशप्रेमाने भरून गेले होते.

स्वातंत्र्यलढ्यात सहभागी झालेले भाई नाथ घाणेकर यांना ब्रिटिशांनी मारहाण करून आमच्या घराजवळील काटेरी निवडुंगामध्ये टाकून दिले होते. दीड दिवसांनी शुद्धीवर आल्यावर ते सापडले व लोकांनी त्यांना बाहेर काढले. पुढे संयुक्त महाराष्ट्राच्या चळवळीमध्ये ते एकटे घोषणा देत - "मुंबई, बेळगाव, कारवारसह संयुक्त महाराष्ट्र झालाच पाहिजे!" हे मी घराच्या दारात उभं राहून पाहत असे. त्यांचे नाव कालांतराने यादोगोपाळ पेठेतील चौकाला दिलं गेलं.

व्ही. शांताराम

भोरच्या पंत सचिवांचा वाडा आमच्या पेठेत होता. माझी मुंज या वाड्यात १९५५ साली मोठ्या थाटात झाली होती. तीन दिवस वाडा भाड्याने घेतला होता. याच वाड्यात एकदा 'राजकमल चित्र'ची मंडळी उतरली होती. चित्रपती व्ही. शांताराम, संध्या यांना पाहायला मी गेलो होतो. 'झनक झनक पायल बाजे' या चित्रपटाच्या चित्रीकरणासाठी ते मुंबईहून बेंगळुरूला चालले होते. वाटेत त्यांनी साताऱ्याला मुक्काम केला. यवतेश्वर डोंगरात गोपीकृष्ण व संध्या यांच्या नृत्याचे

शूटिंग झाले. गोपीकृष्ण एक ऊस तोडून त्याचा धनुष्य करतो असे दृश्य होते, पण प्रत्यक्ष चित्रपटात म्हैसूरच्या वृंदावन गार्डनमधील नृत्यामध्ये तो शॉट वापरल्याचे दिसले. भोरकर वाड्यात गाद्या व त्यावर पांढरेशुभ्र पलंगपोस अंथरले होते. व्ही. शांताराम तिथे बसले होते. नंतर वरच्या हॉलमध्ये गोपीकृष्ण व संध्या यांच्या नृत्याचा सराव झाला. हे सारं पाहताना आम्ही आम्हालाच विसरून गेलो होतो.

साताऱ्याची दिवाळीदेखील स्मरणीय होती. दसऱ्याला सोनं लुटलं की, दिवाळीची तयारी सुरू व्हायची. आम्ही सर्व भावंडं मोहन, मीना, अरुण कामाला लागायचो. दारात खडी, माती टाकून चांगलं अंगण तयार करायचं. लाकडी चोपण्यानं माती चोपायची, वर शेणसडा घालायचा. सकाळ-संध्याकाळ वेगवेगळ्या रांगोळ्या काढायच्या. शुभ दीपावली, भाऊबीज, लक्ष्मीपूजन अशी अक्षरे रांगोळीने रेखाटायची. दिवाळीतला किल्ला तयार करायचा. बुरुज रंगवायचे. विटकराच्या पुडेने लालबुंद रस्ते आखायचे. कागदी घरं तयार करून मांडायची. साताऱ्याजवळचा बोगदा दाखवायचा. किल्ल्यात शिवाजी महाराजांचे चित्र मांडायचे. किल्ल्यावर पेरलेले अहळीव दिवसेंदिवस वाढत जाऊन किल्ला हिरवागार दिसू लागायचा. रोटरी क्लबने आयोजित केलेल्या किल्ल्यांच्या स्पर्धांत एकशेआठ किल्ल्यांनी भाग घेतला होता. त्यात आम्हाला पुरस्कार मिळाला.दिवाळीतील फराळ घरी तयार केला जाई. दिवाळीत अंघोळीची मजा असे.

रोज बाजारात जाऊन फटाक्याच्या दुकानात उभे राहून सर्व फटाके बारकाईने न्याहाळत होतो. मोठा लक्ष्मी छाप फटाका, रॉकेट फटाका, डबीतून जळत बाहेर पडणारा नाग, लवंगी फटाके, लांबीच्या फुलबाज्या, केपा उडवायची पिस्तुले... अहाहा, ते पाहण्याइतके जगात अन्य सुख नाही! वडिलांनी फटाके घरी आणले की, त्याचे भावंडांत वाटे होत. वडील थोडे फटाके गरीब मुलांना देण्यासाठी बाजूला काढत. आमच्या वाट्याचे फटाके ताब्यात आले की, आम्ही त्याचे दुकान थाटायचो.

आम्ही कागदी आकाशदिवे तयार करत असू. त्यामध्ये तयार केलेल्या तारेच्या स्टँडवर कापडी बोळा बांधत असू. आकाशदिवा म्हणजे मोठा कागदी डबा व्हायचा. कापडी बोळा तेलात बुडविलेला असायचा. तो पेटविला की, गरम हवेने कागदी डबा भरून जायचा. हळूहळू वरवर जायचा.

पानशेत पूर

मी नववीमध्ये होतो तेव्हा बातमी आली, 'पानशेत धरण फुटलं. पुणं वाहून गेलं.' दुसऱ्या दिवशी वडिलांच्याबरोबर मी पुण्यास आलो. लोकांमध्ये एवढी घबराट होती की, 'पुन्हा पानशेत धरण फुटलं' अशी अफवा पसरली व लोक नदीपासून

दूर धावू लागले. आम्हाला मामाच्या घरी जायचे होते. जागोजागी सुरक्षा म्हणून अडवत होते. पुढे जाऊ देत नव्हते, पण वडील समजावून सांगायचे त्यामुळे आम्ही कसेबसे नारायण पेठेत पोहोचलो. सर्वत्र पडलेली घरे, वाडे, मरून पडलेली जनावरे, उंदीर, कुत्री, कुजलेले धान्य, कपडे असे भयानक दृश्य होते.

आम्ही मामाच्या घराजवळ आलो तर अष्टभुजा दुर्गादेवीच्या देवळाचा कळस वाहून गेला होता. घराचा वरचा मजला पाण्याच्या वेगाने वाहून गेला होता, तर खालचा मजला माती, गाळ, चिखल यांत गाडला गेला होता. त्या ढिगावर गोंधळेकर, माणकीकर यांच्या घरातील लोक मिळेल ते सामान एकत्र करीत होते. आम्ही साताऱ्याहून मदतकार्य म्हणून काही सामान बरोबर आणले होते. सातारच्या म. ग. भुरके सरांनीही मेणबत्त्या, काडेपेट्या, पीठ, तांदूळ असे साहित्य दिले होते. त्याचे वाटप केले.

पानशेत पुरात बँक ऑफ महाराष्ट्रची डेक्कन जिमखाना शाखा पूर्ण पाण्याखाली गेली होती. बरेच रेकॉर्डही खराब झाले होते. शाखा अठरा दिवस बंद होती. सर्व कर्मचाऱ्यांनी जिद्दीने पुन्हा कार्य सुरू केले. लोकांच्या ठेवीची रक्कम बॅलन्स बुकात उतरविली. लोकांकडे असलेल्या पासबुकातील नोंदीचाही आधार घेतला. खातेदारांचा बँकेवरील विश्वास इतका मोठा होता की, बँकेच्या ठेवींची व लोकांच्या हिशेबाची रक्कम जुळली. एकाही खातेदाराने बँकेकडे रेकॉर्ड नाही म्हणून जादा ठेवींची मागणी केली नाही.

गाभुळलेल्या चिंचा

छत्रपती शिवाजी कॉलेजमध्ये बी.कॉम.साठी प्रवेश घेतला. घरून बसने पोवई नाक्यापर्यंत येत असे. तिथून कॉलेजपर्यंत चालत यायचं असा कार्यक्रम असायचा. एकदा काही मुलींनी प्रिन्सिपॉल उनउने यांच्याकडे मुलं टाँटिंग करतात, कागदी बाण फेकून मारतात अशी तक्रार केली. त्यावर उपाय म्हणून कॉलेजमध्ये बोर्डवर नोटीस लावण्यात आली, 'मुलांनी मुलींची छेड काढू नये. बाण मारणारास दोन रुपये दंड, तर टाँटिंग करणारास एक रुपया दंड!' हे वाचून मुलांना हसावे का रडावे हेच कळेना.

मी या प्रसंगावर लिहिलेली कथा चांगलीच गाजली. 'पोवई नाक्यावर बसने ब्रेक दाबले. मुलं-मुली त्यातून आनंदानं उतरले. पुढे मुली अन् मागे मुलं हे दृश्य तेथील छत्रपती शिवाजी महाराजांच्या पुतळ्याने पाहिले. त्यांचा राग अनावर झाला. त्यांनी त्या मुलांची तोफगोळ्यांनी खांडोळी करण्याचे ठरविले. त्यांचा हात तोफेवर गेला. पण तोफेतून उडणाऱ्या त्या भयंकर गोळ्यामुळे मुलंच काय त्यांच्यापुढे चाललेल्या

मुलीसुद्धा मृत्युमुखी पडतील हे ध्यानात येताच त्यांनी या चावट मुलांचा शिरच्छेद करण्यासाठी एक हात तलवारीकडे नेला. हे दृश्य पाहून मी महाराजांना विनंती केली की, एवढी कठोर शिक्षा नको. मी प्रिन्सिपॉलना योग्य ती कारवाई करायला सांगतो. त्यावर त्यांनी काही दिवस थांबण्याचे मान्य केले. तो पुतळा अजूनही तसाच आहे. मी प्रिन्सिपॉलना महाराजांचा निरोप सांगितल्यावर त्यांनी बाण मारणे व टाँटिंग करणे यासाठी दंड जाहीर केला.' असं काहीसं हे कथानक होतं. कॉलेजच्या गॅदरिंगसाठी आम्ही वात्रटिकांचा कार्यक्रम बसविला. भाऊसाहेब पाटणकर, मंगेश पाडगावकर यांच्या चार चार ओळींच्या कविता निवडल्या होत्या. प्राचार्यांना जाऊन विचारले,

''आम्ही गॅदरिंगसाठी एक कार्यक्रम बसविला आहे.''

''कोणता?''

''वात्रटिका.''

''छे छे! असला नको. तीन हजार मुलं दंगा करतील. तुम्ही दुसरा कोणतातरी चांगला कार्यक्रम बसवा. मोठ्या लोकांची चरित्र सांगा!''

मी हे सारं ऐकून परत फिरलो. कार्यक्रमाची प्रॅक्टिस चालूच होती. दोन दिवसांनी पुन्हा प्राचार्यांना भेटलो.

''सर, तुमच्या सूचनेप्रमाणे आम्ही कार्यक्रम बदललाय.''

''कोणता नवा कार्यक्रम आहे?''

''आम्ही साहित्यिक असा नवा कार्यक्रम बसवलाय.''

''नाव काय?''

''गाभुळलेल्या चिंचा!''

''ठीक आहे!''

मी संमती मिळवून आनंदाने परतलो. तोच कार्यक्रम, केवळ नाव बदलून सादर केला. आम्ही पाच मित्र वेगवेगळ्या पोशाखात होतो. एकामागून एक वात्रटिका सादर करीत होतो.

तिरप्या तिच्या नजरेवरी
बेहद्द आहे खूश मी
आज पण कळले मला
ती ऐसेच पाहते नेहमी

एकदम हास्याचे फवारे उडाले.

स्वयंपाकघरात बटाटा
एकदम उठून म्हणाला टा टा,
तेव्हा दुधावरची साय

हळूच म्हणाली बाय बाय!
कार्यक्रम रंगत चालला होता.
इंग्रजीच्या मास्तरांना खूपच शब्द येतात
कारण ते उशाखाली डिक्शनरी घेऊन झोपतात!

मराठीचे मास्तर
कविता करू लागले
म्हणून म्हणतात त्यांचे
लग्नसुद्धा मोडले.

एक होता पोपट
तो करी सारखी वटवट
तिथं आल्या मास्तरीणबाई
आणि पोपटाला बोलायला वेळच नाही....

कार्यक्रमाला हशा आणि टाळ्यांची उत्स्फूर्त दाद मिळाली. मी विंगेत गेल्यावर हेमंत जोशी या मित्राला कडकडून मिठी मारली. आपल्याला गर्दीपुढे कार्यक्रम करता येतो हा विश्वास प्राप्त झाला होता.

एकांकिका यशस्वी व्हायची असेल तर पु. ल. देशपांडे यांनी लिहिलेली एकांकिका निवडत असू. आम्ही 'सारं कसं शांत शांत' ही एकांकिका सादर केली. छान झाली. 'फुलपाखरे' या तीन अंकी नाटकातही मी काम केले. 'मी पाहिलेला नेफा' या माझ्या प्रवास-वर्णनास त्या वेळचे महाराष्ट्राचे अर्थमंत्री यशवंतराव मोहिते यांच्या शुभहस्ते पारितोषिक मिळाले. अभिनय आणि लेखन याची सुरुवात झाली.

युद्धात झोप

कराडजवळच्या रेठरे बुद्रुक येथे आमचा एनसीसीचा कॅम्प होता. 'परेड तेज चल' असा हुकूम झाला आणि आम्ही चालायला लागलो. अंगात खाकी शर्ट, फुल पँट, पायात जाडजूड लेदर शूज. त्याला अगदी घासूनपुसून काळं चकचकीत पॉलिश केलेलं. डोक्यावरच्या आर्मी कॅम्पमध्ये 'एन. सी. सी.' अक्षरं असलेला चंदेरी बिल्ला. वर पक्ष्यांच्या हिरव्या, निळ्या व गुलाबी पिसांचा फुलोरा. सर्वात महत्त्वाचे म्हणजे खांद्यावर जाडजूड खरी रायफल. याशिवाय पाठीवरच्या हॅवरसॅकमध्ये सामान.

कित्येक किलोमीटर्स चालत होतो. सुरुवातीस अगदी लेफ्ट राईट लेफ्ट असं शिस्तीत चालणं झालं. पुढे पुढे नुसते चालणे असा प्रकार सुरू झाला. एक एक रेल्वे स्टेशन मागे पडत होते. दह्यारी, दुधारी, ताकारी, लोणारी, सारी दुग्धजन्य पदार्थांची नावे! शेवटी रात्र झाल्याने थांबलो. चालूनचालून काहींच्या पायाला फोड आले होते. रायफल धरून धरून हातालासुद्धा फोड आले होते. रात्री हॅवरसॅकमधला झुणका आणि चपात्या खाल्ल्या. उघड्या मैदानातच, पण एका बंद मालगाडीच्या आडोशाला आम्ही केव्हा झोपी गेलो ते कळलेच नाही.

पहाटे थंडीत अंग थाडथाड उडू लागलं. जवळ पांघरूण नाही. अति थंडीत थोडा तरी आधार म्हणून रायफलीचा लाकडी भाग अंगाजवळ धरून अंगाची मुरकुटी केली.

किंचित तांबडं फुटायला लागलं तेव्हा एकदम हुकूम झाला, 'शत्रूचा हल्ला झाला आहे. त्यावर तुटून पडा.' त्यात भर म्हणजे पाऊस पडायला लागला. मालगाडीच्या मागून शत्रू आमच्यावर चाल करीत आले. आम्ही रायफलीतून फक्त दारूगोळा उडण्याचे आवाज काढले. त्यात खरी काडतुसे नव्हती, पण फटाके उडाल्याप्रमाणे आवाज होऊन ठिणग्या बाहेर पडायच्या.

शत्रू म्हणजे एन.सी.सी. मधलीच दुसरी तुकडी होती. आदला दिवस पूर्ण चाललेलो. रात्र थंडीत कुडकुडत काढलेली. सकाळी पाऊस सुरू झालेला. त्यात युद्ध करावे लागले. जवानांचे जीवन कसे असते याचा पुरेपूर अनुभव घेतला.

नंतर दोन्ही तुकड्या एकत्र येऊन कमांडरनी गिनती घेतली. आमच्या तुकडीतील एक कॅडेट कमी भरला. रात्री झोपताना तर सर्व होते. युद्धात एक कमी कसा काय झाला म्हणून शोधाशोध सुरू झाली. तर विलास चावरे नावाचा माझा मित्र झोपेतच होता. एवढे युद्ध होऊनही त्याला जाग आली नाही, असा तो आधुनिक कुंभकर्ण होता. पण पाऊस वाढत गेला तेव्हा त्याला जाग आली!

कॉलेजमध्ये प्रा. भोपळे सर इंग्रजीच्या तासाला 'दी एंपरर ऑफ महाराष्ट्रा, शिवाजी भोसला' असं खास इंग्रजी उच्चारात बोलायचे. मराठीच्या तासाला प्रा.संभाजीराव भोसले म्हणाले -''जर भोसले याचा उच्चार प्रा.भोपळे इंग्रजीमध्ये 'भोसला' करीत असतील तर 'भोपळे' याचा उच्चार 'भोपळा' का करू नये!'' अकाउंटन्सीच्या तासाला प्रा. सराफ वर्गातल्या आम्हा विद्यार्थ्यांनाही चहा मागवायचे. त्यामुळे त्यांच्या शिकवण्याशिवायही ते आमचे अधिक 'चहाते' बनले होते. प्रा.बलवंत देशमुख 'भा. रा. तांब्यांची कविता शंभर नंबरी सोन्यासारखी आहे' अशी वाक्ये इतक्या उत्साहाने म्हणत की, सारा वर्ग त्यामध्ये गुंगून जाई. प्रा. द. ता. भोसले अतिशयोक्तीचा वापर करून वर्गात हास्याचे फुलोरे निर्माण करीत. पणशीकर बाई जाडजूड खादीचे कपडे परिधान करून गंभीरपणे अर्थशास्त्र

शिकवित. त्यांनी सुरू केलेल्या 'प्लॅनिंग फोरम'चा मी सेक्रेटरी झालो. येथे अर्थशास्त्राच्या अभ्यासाचा पाया रचला गेला.

एका आठवड्यात एलएल.बी.

नोकरी करत करत एक्स्टर्नल विद्यार्थी म्हणून मी कोल्हापूर विद्यापीठातून एम.कॉम. केलं. कालांतराने १९८०मध्ये नागपूरला असताना माझे मित्र पुरुषोत्तम कराडकर म्हणाले, "अनिल ढवळेला एलएल.बी.ला ॲडमिशन घ्यायचीये. फॉर्म आणायला बरोबर चल." मी गेलो. कॉलेजमध्ये काय झाले कुणास ठाऊक, पण मीही ॲडमिशन घेऊन टाकली. पहिली दोन वर्षे पार पडली. पुण्यास बदली झाल्यामुळे आय. एल. एस. कॉलेजला प्रवेश घेतला, पण पुन्हा अमरावतीला बदली झाल्यामुळे एलएल.बी. विसरून गेलो होतो.

एक दिवस पुण्याहून कराडकरचा फोन आला, "तू उद्या पुण्यास ये. तुझी एलएल.बी.ची ट्युटोरिअल्स पुरी करून घेता येतील. मग कॉलेजची टर्म पुरी होईल. परीक्षेस केव्हाही बसता येईल."

"येतो." म्हणून फोन खाली ठेवला.

दुपारचे बारा वाजले होते. अडीच वाजता अमरावतीहून निघून बडनेऱ्याला महाराष्ट्र एक्सप्रेस पकडायला हवी होती. नोकरीच्या ठिकाणी रजा मिळवायला हवी होती. पुण्यास गेल्यावर घरी सातारला जाऊन आई-वडिलांना भेटता येईल या विचाराने मी 'हो' म्हटले होते. धावतपळत सगळं साधलं.

सकाळी पुण्यास लॉ कॉलेजमध्ये गेलो.

सरांनी प्रश्न विचारले

"तुमची कॉलेजमध्ये उपस्थिती नव्हती. तुम्ही प्रॅक्टिकल्सही पूर्ण केलेली नाहीत. तुम्हाला लॉमधलं व्यवहारी ज्ञान आहे हे मी कसं समजायचं?"

"सर नोकरीतील बदल्यांमुळे मी कॉलेजमध्ये उपस्थित राहू शकलो नाही. मी बँकेत मॅनेजर म्हणून काम करीत असल्यामुळे कर्जासाठी कागदपत्रं करून घेत असतो. त्यामुळे कॉन्ट्रॅक्ट ॲक्टची मला चांगलीच माहिती आहे. थकीत कर्जाबाबत मी कोर्टात बँकेतर्फे दावे दाखल केले आहेत. मी स्वत: कोर्टात गेलो आहे. या माझ्या अनुभवाचा विचार व्हावा."

माझी प्रॅक्टिकल्स पूर्ण झाली. टर्म मंजूर झाली. आता मी सोईने कोणत्याही वर्षी परीक्षेस बसू शकणार होतो. मी सातारला जायला स्वारगेट स्टेशनवर आलो. कराडकर मला पोहोचवायला आले होते. ते म्हणाले, "आता टर्म पूर्ण झाली

आहेच, तर परीक्षेलाही बैस. परीक्षा अजून चार दिवसांनी सुरू होईल. तू सातारला जाऊन ये.''

''मला परीक्षेचे विषय माहिती नाहीत. मी एकही पुस्तक वाचलं नाही.''

''मी टाइमटेबल आणि परीक्षेच्या तयारीसाठी प्रश्नोत्तरांची छोटी छोटी पुस्तकं अप्पा बळवंत चौकातून आणून ठेवतो. प्रयत्न करायचा.''

''येतो. परीक्षेच्या आदले दिवशी येतो.''

मी रोज रात्री दुसऱ्या दिवशीच्या विषयाचं पुस्तक वाचत असे. पास झालो तर उत्तम; नाही झालो तरी वाईट वाटणार नव्हतं, कारण मी वर्षभर अभ्यास केलेला नव्हता. त्यामुळे अगदी तणावविरहित अवस्थेत पेपर लिहिले. 'मॉयनार' या विषयावर टीप लिहिताना 'मेजर प्रॉब्लेम्स ऑफ मायनॉर' असे आकर्षक शीर्षक दिले. माणसानं योग्य कसं वागावं याचा विचार करून उत्तर लिहिले की, ते कायद्याच्या दृष्टीने योग्य ठरतं. तसंच झालं असावं. मी एलएल.बी. शेवटचे वर्ष उत्तीर्ण झालो!

'मी पास होणार' अशी मनाला सूचना दिलेली असली, तर सारं शरीर अणि मन त्या दृष्टीनं प्रयत्नाला लागतं. यश प्राप्त होतं.

श्रावणबाळाच्या भूमिकेत मी

माझे वडील सातारा नगरपालिकेवर नगरसेवक म्हणून दोन वेळा निवडून आले होते. आई महिला मंडळाची अध्यक्षा होती. एक शाळा चालवित होती. त्यामुळे जनमानसामध्ये मिळून-मिसळून राहण्याचे बाळकडू मला घरातूनच मिळाले होते. शाळा-कॉलेजमधलं माझं शिक्षण 'दुसऱ्यासाठी काही करा' असं सांगणारं होतं. त्यामुळे मी 'विजय मंडळ' स्थापन करण्यात पुढाकार घेतला. कबड्डी व क्रिकेट हे खेळ नियमितपणे सुरू केले. घरची फावडी, कुदळी घ्यायची. प्रथम झुडपं काढून मैदान तयार करायचं. यातच जास्त श्रम होत. मग खेळ.

याच मंडळातर्फे आम्ही मित्रांनी सार्वजनिक गणपती बसवायचा निर्णय घेतला. वर्गणीसाठी पावतीपुस्तके छापून घेतली. पेठेत चार-पाच जण मिळून घरोघरी फिरू लागलो. सार्वजनिक काम काय असतं याचा अनुभव घेऊ लागलो. वर्गणी मागताच पुढील प्रतिक्रिया असायच्या,

''पुन्हा या.''

''कार्यक्रम काय करणार ते आधी सांगा.''

''पेठेत खूप गणपती झालेत. तिथेही वर्गणी द्यावी लागते.''

''आय वील नॉट गीव्ह यू मोअर दॅन टू आनाज!''

एका बाईचे लग्न झालेले नव्हते. तरीही वर्गणी मागताच त्या म्हणाल्या, ''ते घरात नाहीत!''

त्यावर माझा मित्र बाबू बाकरेने विचारले,

''केव्हा येतील?''

त्या बाईंनी दाराआडूनच चार आणे देऊन टाकले.

साधारणत: चार किंवा आठ आणे प्रत्येक घरी मिळायचे. एका गृहस्थांनी दोन रुपयाची कोरी नोट पहिल्याच मागणीत दिली. (एवढी मोठी रक्कम देणाऱ्या त्या गोरे नावाच्या सद्गृहस्थांचे अजूनही मला स्मरण होते.)

वर्गणी जमा करण्याचे चिकट काम चालू असतानाच गणपती मूर्ती तयार करण्याची ऑर्डर ओळखीतल्या मूर्तिकाराला दिली. ठरलेल्या मूर्तीच्या किमतीतून त्याचे दोन रुपये वर्गणी म्हणून कापून घेतले. मूर्ती घडविण्याचे काम कोठपर्यंत आले हे मी रोज पाहत असे.

गणेशोत्सवातील विविध गुणदर्शन कार्यक्रमासाठी मुलामुलींची नावे गोळा केली होती. त्यांच्या कार्यक्रमाचा सराव रोज चाले. 'प्रपंच' हा चित्रपट त्या वेळी गाजला होता; पण सरकारदरबारी तो 'कुटुंब नियोजन' या विषयावर असल्यामुळे वितरणासाठी मोफत दिला जाई. तो आपल्या गणपतीपुढे दाखवावा म्हणून त्या कार्यालयात ओळख काढण्याचे काम सुरू केले. गणेशमूर्ती आणणे व विसर्जन करणे या दोन्ही वेळा पुढे लेजीम खेळण्यासाठी आम्हा मित्रांचा सराव सुरू झाला.

पुढे मॅनेजमेंटमध्ये 'पर्क चार्ट' म्हणून शिकलो. एकाच वेळी अनेक गोष्टी सुरू करून त्यामध्ये सुसूत्रता कशी आणायची हे या परफॉर्मन्स चार्टमध्ये दाखविले जाते. त्याचे प्रात्यक्षिक लहानपणी या गणेशोत्सवात झाले हे आता लक्षात येते. ज्याला मॅनेजमेंट विषयच शिकायचाय त्याने सार्वजनिक गणेशोत्सवात महत्त्वपूर्ण काम करावे. केवळ दीडशे रुपये वर्गणीत मी दहाही दिवस कार्यक्रम राबवले. रोज वेगळी आरास. एक दिवस शिवरायांची स्वराज्याची शपथ. न हलता आम्हीच त्या पोशाखात उभे राहत असू. दुसरे दिवशी श्रावणबाळ. कधी खेळांच्या स्पर्धा तर कधी विविध गुणदर्शन कार्यक्रम. एक दिवस प्रपंच चित्रपट. या चित्रपटाची रिळे आणायला महाराष्ट्र शासनाच्या प्रसिद्धी खात्यात गेलो. रिळे देण्याचे मंजुरीपत्र तेथील कारकुनास दाखविले. तो म्हणाला, ''ही फिल्म दुसऱ्या मंडळाला दिली आहे.''

''अहो, पण आम्हाला तुमच्या ऑफिसनं आधीच मंजुरी दिलीये.''

''मागणी जास्त असल्यामुळे एका दिवशी दोन मंडळांना दिली गेलीये.''

''आता काय करायचे. सिनेमासाठी लोकांनी गर्दी केलीये.''

''तुम्ही त्या दुसऱ्या मंडळातून तिथे फिल्म दाखवून झाली की, एक एक रिळ

घेऊन जा. तीन टप्प्यांत तुमच्याकडे सिनेमा दाखवून होईल.''

''ठीक आहे.''

मी आमच्या मंडळात अर्धा तास करमणुकीचे कार्यक्रम ठेवले व नंतर तीन कार्यकर्त्यांनी प्रत्येकी पाऊण तासाच्या अंतराने ती रिळे आणली. सिनेमा प्रदर्शन पूर्ण झाले. रस्त्यावर लावलेल्या पडद्याच्या दोन्ही बाजूंनी लोकांनी सिनेमा पाहिला.

मिरवणुकीसाठी परवानगी मिळण्यासाठी पोलीस ठाण्यावर जाऊन अर्ज दिला.

''पासष्ट पैशांचं तिकीट लावलंय का?''

''हो.''

''अध्यक्षांची सही झालीये?''

''हो.''

''दुपारी या.''

''बरं.''

पुन्हा दुपारी गेल्यावरही लगेच परवानगी मिळेना. मग मी इतर मंडळाचे लोक काय करत आहेत हे पाहिलं. ते एक नारळ अर्जासोबत देत होते. मी बाहेर जाऊन नारळ आणून दिला. परवानगी मिळाली. मोठ्या लोकांचा, अधिकाऱ्यांचा मान राखावा लागतो. श्रीफल देणं हे आदराचं लक्षण होतं. राजाकडे कधी रिकाम्या हाताने भेटू नये असं म्हणतात, ते मी शिकलो.

आफळेबुवांचे प्रॉम्प्टिंग

गणेशोत्सवात एक दिवस ह. भ. प. गोविंदस्वामी आफळे यांचं कीर्तन ठेवलं होतं. जवळच असलेलं गांधी क्रीडा मंडळाचं मैदान घेतलं होतं. आकाशात नभ दाटून आले होते. आता कीर्तनावर पाणी पडणार असं वाटत होतं. पण पाऊस पडला नाही. कीर्तन खूपच रंगलं. मी आभार मानायला उठणार तोच गोविंदस्वामी म्हणाले,

''आभारात परमेश्वराचेही पाऊस न पाडल्याबद्दल आभार मान.''

''ठीक आहे.''

मी गोविंदस्वामींपासून ते ध्वनिक्षेपक व्यवस्थापकापर्यंत सर्वांचे आभार मानत होतो. समोर तीन हजार लोक होते. मी आपलं हे छोटंसं आभाराचं गोड काम पूर्ण करीत आणलं होतं. आता मी शेवटचे ईश्वराचे आभार मानणार होतो, तोच गोविंदस्वामींनी मला आठवण केली,

''परमेश्वराचे आभार.''

त्यावर मी म्हटलं,

"पाऊस न पाडल्याबद्दल ईश्वराचे आणि परमेश्वराचे आभार मानतो."

एवढ्या मोठ्या श्रोतृवृंदाकडून प्रचंड हशा झाला!

गणेशोत्सवासाठी आम्ही पु. ल. देशपांडे लिखित एकांकिका बसविली होती.

एकांकिका करण्याची तारीख जाहीर झाली. त्याच्या आदल्या दिवशी पुण्यात गणपती मूर्तीजवळ घाण टाकल्याने हल्या नावाच्या माणसाला अटक झाली. मोठी दंगल उसळली. जाळपोळ सुरू झाली. साताऱ्यातही सार्वजनिक ठिकाणी कार्यक्रम करण्यावर बंदी आली. वातावरण निवळल्यावर आम्ही ती एकांकिका सादर करण्याची तारीख पुन्हा जाहीर केली. या वेळी पोलिसांची आडकाठी नको म्हणून कार्यक्रम विश्वेश्वर मंदिरात ठेवला. माझा मित्र गुलाब शेख त्या एकांकिकेपूर्वी गीतरामायणातील काही गीते गाणार होता. ही बातमी मंदिराच्या मालकांना कळल्यावर त्यांनी विचारले, "कोणी शेख इथे गाणार आहे का?"

मला त्यांच्या प्रश्नाचा रोख लक्षात आला.

"गीतरामायणाचा कार्यक्रम आहे."

"तरीही शेख चालणार नाही."

"ठीक आहे."

मी गुलाब शेख ऐवजी त्याच्या संमतीने एस. गुलाब असे नामाधिकरण करून कार्यक्रम केला. देवळात एकांकिका करायलाही पोलिसांची परवानगी घेतलेली नव्हतीच. घ्यायला गेलो असतो, तर त्या वातावरणात ती मिळाली नसतीच. मग विचारणा झालीच तर 'खासगी जागेत कार्यक्रमाला परवानगी लागत नाही.' या समजुतीने कार्यक्रम केला असे सांगायचे ठरले. मी सुरवार कुडत्यामधील वेशभूषेत होतो. पोलीस येतील काय ही धास्ती होती. पोलीस चौकशी करू लागले. कार्यक्रमाची रंगीत तालीम आहे असे सांगितले. कार्यक्रम निर्विघ्न पार पडला. अडचणीतून मार्ग काढण्याचे प्रात्यक्षिक या कार्यक्रमाच्या आयोजनातून शिकलो. इव्हेंट मॅनेजमेंटचा जणूकाही कोर्सच पुरा करीत होतो.

घराजवळच खडकेश्वर मंदिर होते. या मंदिरातील खांबांच्या आधाराने आम्ही मित्रमंडळी खांबशिवणी खेळायचो. लपाछपीचा डावही रंगायचा. त्रिपुरी पौर्णिमा जवळ आली की, आमची मंदिरावर पणत्या लावण्याची योजना सुरू व्हायची. घरोघरी फिरून 'एकशेआठ पणत्या', 'एकवीस पणत्या', 'अकरा पणत्या' असे ठरवून घेत असू. काही जण फक्त तेल द्यायचे. त्रिपुरी पौर्णिमेला मंदिर दिव्यांनी उजळून निघायचे.

एफ.वाय.ला पहिला

एफ.वाय.बी.कॉम.ला बुककिपिंगचा पेपर अवघड गेल्याने बरीच मुले नापास झाली. त्यामुळे मी कमी गुण असूनही सर्व विषयांत पास झाल्यामुळे एफ.वाय.ला सातारा केंद्रात पहिला आलो! एक दिवस अ. भा. विद्यार्थी परिषदेचे कार्यकर्ते माझ्याकडे आले. त्यांनी मला सातारा केंद्रात पहिला आलो म्हणून अभिनंदनाचं पत्र दिलं आणि सर्वप्रथम विद्यार्थी सत्कार समारंभास उपस्थित राहण्यास सांगितले. पुण्याच्या फर्ग्युसन महाविद्यालयाचे प्राचार्य महाजन यांच्या हस्ते पाठक हॉल सातारा येथे मी प्रशस्तिपत्र स्वीकारलं. या कार्यक्रमाची आखणी इतकी देखणी होती की, या संघटनेकडे मी केव्हा आकृष्ट झालो हेच कळले नाही. मी विद्यार्थी परिषदेसाठी एक-एक कार्यक्रम करत गेलो.

सैनिक स्नेह

सातारा-कराड रस्त्यावर बोरगावजवळ अपशिंगे नावाचं एक छोटं गाव आहे. या गावाचं वैशिष्ट्य म्हणजे या गावातील प्रत्येक घरटी एक माणूस सैन्यात आहे. चीन-भारत युद्धात या गावातील अनेक सैनिक धारातीर्थी पडले. आम्ही पंधरावीस विद्यार्थी संक्रांतीला सायकलवरून या गावात जात असू. गावकऱ्यांना तिळगूळ वाटत असू. त्यांच्यासमवेत छोटी सभा घेऊन संक्रांतीचा संदेश सांगत असू. पुन्हा दसऱ्याला जाऊन सोनं लुटत असू. आमचा सैनिक स्नेह वृद्धिंगत होत होता. सैनिकांना आपल्या पाठीशी आपले बांधव आहेत याची जाणीव होत होती.

मोहन रानडे मुक्ती प्रचार

एकदा आम्हा विद्यार्थ्यांच्या बैठकीत शिवशाहीर बाबासाहेब पुरंदरे आणि संगीतकार सुधीर फडके आले. त्यांनी आवाहन केले, ''गोवामुक्ती संग्रामात भाग घेतलेले मस्कारेहन्स आणि मोहन रानडे हे दोघे अजूनही पोर्तुगालमध्ये अटकेत आहेत. त्यांच्या सुटकेसाठी जोरदार प्रयत्न करा. गावोगावी जाऊन जनमानस तयार करा. त्यामुळे भारत सरकारच्या प्रयत्नांना गती येईल.''

आम्ही त्यांच्या आवाहनाने इतके भारावून गेलो की, सायकलीवरून गावोगाव फिरून प्रचारसभा घेतल्या. आपले बांधव अजूनही पोर्तुगालमध्ये अटकेत आहेत, हेच लोकांना माहिती नव्हते. असाच कार्यक्रम भारतभर राबवला गेला होता. भारत सरकारच्या प्रयत्नांना यश आलं. गोवावीर मोहन रानडे पोर्तुगीजांच्या कोठडीतून सुटले. भारतात त्यांचे जागोजागी सत्कार होत होते. आम्ही त्यांच्या सत्काराचा जंगी

कार्यक्रम साताऱ्यातील गांधी मैदानावर ठेवला होता. आमच्या कॉलेजचे प्राचार्य उनउने सरांचे भाषण झाले. आमचे विद्यार्थी परिषदेचे सातारा येथील अध्यक्ष व न्यू इंग्लिश स्कूलचे मुख्याध्यापक दा. सी. देसाई यांचे देशभक्तीने ओथंबून भरलेले व्याख्यान झाले. दहा हजार लोकांनी टाळ्यांचा कडकडाट केला. एका मोठ्या सभेच्या आयोजनाचा अनुभव मला प्राप्त झाला होता.

नेताजी सुभाषचंद्र बोस यांचे भाषण

अभ्यासाला म्हणून मी घराजवळच असलेल्या हेमंत जोशी या मित्राच्या खोलीवर जात असे. अभ्यास परीक्षेच्या वेळी व्हायचा. बाकी वर्षभर इतर कोणते कार्यक्रम करायचे याच्या योजना चालायच्या. बरोबर मुक्कामास खोलीवर भारत जाधव, अरुण चिडगोपकर असे मित्र असायचे. एक दिवस असे ठरविले की, आपण नेताजी सुभाषचंद्र बोस यांची जयंती मोठ्या प्रमाणावर साजरी करू या. साताऱ्यातील सर्वात मोठ्या अशा गांधी मैदानावर कार्यक्रम घ्यायचा.

दुसऱ्या दिवशी कामाला लागलो. साताऱ्यात कॉम्रेड गायकवाड नावाचे वकील होते. त्यांच्याकडे नेताजी सुभाषचंद्रांच्या एका व्याख्यानाची रेकॉर्ड होती. ती आम्ही मिळविली. ती वाजवून पाहिली तर नीट वाजेचना. ती रेकॉर्ड थोडी वाकडी झाली होती. आम्ही ती उन्हात ठेवून सरळ केली. आता ती वाजली. मग आम्ही जाहिरात केली, ''ज्या गांधी मैदानावर नेताजी सुभाषचंद्रांचे पूर्वी व्याख्यान झाले होते, त्याच मैदानावर त्यांचा आवाज ऐका.'' त्याला जोडून रक्तदानाचा कार्यक्रम ठेवला.

जनतेत नेताजींच्या व्याख्यानाबद्दल उत्सुकता होती. शाळांतून या कार्यक्रमाचा प्रचार केला. नेताजींचे पुस्तकातील चित्र पाहून त्यावरून मी एक मोठे चित्र तयार केले. गावातून मोठी मिरवणूक काढली. गांधी मैदानावर रक्तदान कार्यक्रमास इतकी गर्दी झाली की, रक्त घेण्याची डॉक्टरांची क्षमता संपली. 'तुम मुझे खून दो, मै तुम्हे आझादी दूँगा' या नेताजींच्या वाक्याचा श्रोत्यांवर चांगलाच परिणाम झाला. पुन्हा एकदा नेताजींच्या भाषणाची रेकॉर्ड गांधी मैदानावर दुमदुमली!

स्वामी विवेकानंद स्मारक

साधारण १९६५ हे साल असावं. स्वामी विवेकानंदांचे स्मारक कन्याकुमारी येथे उभे करण्यासाठी स्वामी विवेकानंद स्मारक समितीची स्थापना झाली होती. बंगालमधील योद्धा स्वामी विवेकानंदांचे स्मारक तामिळनाडूमध्ये उभे करण्यासाठी

संपूर्ण भारत देशातून निधी गोळा करण्याचे ठरले होते. प्रत्येक राज्यात जिल्हावार समित्या स्थापन झाल्या होत्या.

सातारा जिल्हा समितीच्या अध्यक्षा होत्या छत्रपती सुमित्राराजे भोसले राणीसाहेब. प्रमुख कार्यवाह होते फलटणचे प्राचार्य शिवाजीराव भोसले. त्यांना मदतनीस म्हणून, सहकार्यवाह म्हणून मी काम पाहत होतो.

प्राचार्य शिवाजीरावांचे व्याख्यान आयोजित करायचे, प्रास्ताविक करायचे, प्राचार्यांचे श्रोत्यांना मंत्रमुग्ध करणारे भाषण व्हायचे, शेवटी स्वामी विवेकानंदांचे व संभाव्य विवेकानंद स्मारकाचे चित्र असलेले कार्ड एक रुपयाला एक याप्रमाणे विकायचे असे कित्येक दिवस चालले होते.

एकदा मी प्राचार्य शिवाजीरावांना फलटणहून सातारला व्याख्यानासाठी बोलवले. कार्यक्रम संपताच मी त्यांना मानधन म्हणून पैशाचे पाकीट दिले. त्यात फक्त आठ रुपये होते. हे लक्षात येताच प्राचार्य दा. सी. देसाई मला म्हणाले,

"अरे, अकरा रुपये तरी द्यायचे."

"फलटण-सातारा एस.टीचे जातायेता भाडे फक्त दिले. हे पैसेही प्रत्येकी पंचवीस पैसे याप्रमाणे काही कार्यकर्त्यांकडून जमा केलेले आहेत."

मानधनासाठी प्राचार्यांनी कधीही नाराजी व्यक्त केली नाही.

एकदा प्राचार्य शिवाजीरावांचे व्याख्यान कराडला होते. कृष्णा-कोयनेच्या पवित्र संगमावर वसलेल्या गावामधील ही घटना आहे. व्याख्यान इंजिनिअरिंग कॉलेजमध्ये होते. शिवाजीराव म्हणजे पट्टीचे वक्ते. पण इंजिनिअरिंगच्या विद्यार्थ्यांनी मजा म्हणून असे ठरविले की, हे व्याख्यान उधळवायचे. त्यांना त्या वेळी शिवाजीरावांच्या वक्तृत्वाची फारशी कल्पना नव्हती. प्राचार्य बोलायला उभे राहिले. पहिलेच वाक्य दमदारपणे त्यांच्या मुखातून बाहेर पडले, "साहित्य सोनियाच्या खाणीतला मी एक मजूर. तुम्हा तांत्रिक आणि यांत्रिक विद्यार्थ्यांपुढे हा शब्दांचा मांत्रिक काय बोलणार?"

या वाक्याने श्रोत्यांच्या मनाची पकड घेतली. टाळ्यांचा कडकडाट झाला. सारे विद्यार्थी व्याख्यानात रस घेऊ लागले.

साताऱ्यात सरांची वरचेवर व्याख्याने होऊ लागली. एका व्याख्यानात ते म्हणाले, "पाहुण्याची वस्त्रे परिधान करून या शाहूनगरीत प्रवेशलो तर अपरिचित कुणीच भासेना. सारेच परिचित. सातारकरांना माझ्याबद्दल असलेला लळा, मला असलेला त्यांच्याबद्दलचा जिव्हाळा, त्यातून पिकलाय हा प्रेमाचा मळा!"

स्वामी विवेकानंदांनी भारतभ्रमण केल्यावर ते चिंतनासाठी कन्याकुमारीच्या खडकावर गेले. हे सांगताना समुद्राच्या लाटांप्रमाणे सरांच्या मुखातून एक-एक वाक्य येई, "विवेकानंदांना या भारतमातेच्या वैभवाची आस होती. तो भास नव्हता. तो आभास नव्हता. तो हव्यास होता. तो ध्यास होता! "

एक-एक रुपयाची विवेकानंदांची कार्डे विकून आम्ही सातारा जिल्ह्यातून एक लाखावर निधी गोळा केला.

चांगल्या कार्याला हातभार लागला याचे मानसिक समाधान तर मिळालेच, पण त्याहून मोठा लाभ झाला. सतत सभांमधून वावरावे लागल्याने सभेची भीती कमी झाली. सभाशास्त्र नीट समजलं. मी १९६५ पासून छोटी-मोठी व्याख्याने देऊ लागलो. सरासरीने प्रत्येक आठवड्यात व्याख्यान दिले. महाराष्ट्रातल्या बहुसंख्य व्याख्यानमालांतून भाषणे दिली. पुण्याच्या वसंत व्याख्यानमालेपासून दिल्लीच्या बृहन्महाराष्ट्र मंडळापर्यंत व्याख्याने दिली.

एकोणीसशे एक्क्याण्णवमध्ये कन्याकुमारीस जाण्याचा योग आला. होडीने स्मारकावर पोहोचलो. एकोणीसशे पासष्टपासूनच्या साऱ्या आठवणी दाटून आल्या. आपण एक-एक रुपया गोळा केला त्याचे केवढे स्मारक उभे राहिले हे पाहून मन आनंदाने भरून गेले.

भूकंपात एकांकिका स्पर्धा

पुण्यामध्ये विविध संस्थांतर्फे एकांकिका स्पर्धा होत. त्याची माहिती वृत्तपत्रांमध्ये वाचायला मिळे. 'अशी स्पर्धा साताऱ्यात का होऊ नये? आपणच भरवू या' असा विचार आम्हा मित्रांच्या मनात आला आणि आम्ही कामाला लागलो. शाहू कला मंदिराचं दोन दिवसांसाठी आरक्षण केलं. सातारा जिल्हा महाविद्यालयीन एकांकिका स्पर्धा जाहीर केल्या. नटवर्य बाळ कोल्हटकर व चित्तरंजन कोल्हटकर हे मूळचे सातारचेच. त्यांच्या भेटी घेतल्या व या स्पर्धेला 'नटवर्य चिंतामणराव कोल्हटकर करंडक' हा पुरस्कार ठेवला. उद्घाटन समारंभ व पारितोषिक वितरण समारंभात लावण्यासाठी निळूभाऊ भावे यांनी मोठ्या पडद्यावर नटराजाचे सुरेख चित्र साकारले.

सर्व कॉलेजमध्ये प्रचार करूनही एकांकिकांच्या एंट्रीज मिळेनात. मग आम्ही वेगवेगळ्या कॉलेजमधल्या आमच्याच मित्रांना एकांकिका बसवायला लावल्या. वाईवरून एक गट आल्यामुळे त्याला जिल्हास्वरूप प्राप्त झाले. तीन एकांकिकांची प्रॅक्टिस तर माझ्याच घरी होत होती. दोन दिवसांसाठी तिकीट दर खुर्ची रु. दोन व भारतीय बैठक रु.एक असा ठेवला. तिकीट विक्रीसाठी पुस्तके बऱ्याच कार्यकर्त्यांकडे वाटली, पण उत्साहवर्धक प्रतिसाद नव्हता. एकंदरीत काय, एंट्रीज मिळायला त्रास अन् श्रोते मिळायची वानवा अशी कठीण परिस्थिती होती.

छपाई, थिएटर भाडे, रंगभूषा, परीक्षक, प्रवास खर्च, बक्षिसे असा किमान तीनशे रुपये खर्च अंगावर पडायची भीती होती; पण आता माघार घ्यायची नाही या

निर्धाराने आम्ही स्पर्धेची पोस्टर्स छापली. घरी खळ शिजवून तयार केली. रात्री अकरा वाजता ती पोस्टर्स लावायला सुरुवात केली.

मोती चौकात मोक्याच्या ठिकाणी पोस्टर लावण्यासाठी माझा मित्र बाबू बाकरे एका दुकानावर चढला. मी खळ लावून पोस्टर त्याच्या हातात दिले. ते तो एका पत्र्यावर लावत असताना पत्रा जोरात थरथरू लागला. पत्र्यांचे आवाज यायला लागले. बाबूने खाली उडी मारली. मलाही काय झाले हे कळेना. आजूबाजूच्या घरांतूनही लोक आवाज ऐकून बाहेर येऊ लागले.

तो कोयनेच्या भूकंपाचा धक्का होता. आता आम्ही कसली पोस्टर्स लावतो! लोक मरायला लागले आहेत आणि यांना नाटकं सुचत आहेत अशी टीका झाली असती!

सकाळी गावात टांगे भरभरून पाहुणे येत होते. ते सारे कोयनानगरहून येणारे होते. आम्ही एकांकिका स्पर्धेचा प्रचार थांबविला, पण त्या रद्द केल्या नाहीत.

दुसऱ्या दिवशीपासून विविध संस्था भूकंपग्रस्तांसाठी कपडे, भांडी, धान्य, निधी गोळा करू लागल्या. आम्हीही जाहीर केले - 'भूकंपग्रस्तांच्या मदतीसाठी एकांकिका स्पर्धा!' स्पर्धेच्या दिवसापर्यंत तीनशे रुपयांची विक्री झाली होती.

भूकंपाच्या भीतीमुळे लोक घरात झोपत नव्हते. मोकळ्यावर, रस्त्यावर झोपायचे. रात्री उशिरापर्यंत जागे असायचे. शाहू कला मंदिर हे नाट्यगृह ओपन एअर थिएटर होते. रस्त्यावर जागे राहण्यापेक्षा एकांकिका पाहू या या विचारानं ऐन वेळी तिकिटासाठी गर्दी झाली. बंदिस्त असणारी सिनेमागृहे बंद होती. उदय चिडगोपकर आणि सहकारी तिकीट विक्रीचा वेग पाहून खूश झाले. एकूण चारशे रुपयाच्या विक्रीचा अंदाज होता. प्रत्यक्षात विक्री झाली तेराशे रुपयांची. स्पर्धा जोरदार झाली. जिल्हा न्यायाधीश आठल्ये यांच्या शुभ हस्ते पारितोषिके वाटली गेली आणि भूकंपग्रस्तांच्या मदतीसाठी पाचशे एक रुपयांची मदत जाहीर केली.

एल.आय.सी.ने भूकंपग्रस्तांना मदत म्हणून एक ट्रकभर सामान दिले होते. प्रत्यक्ष वाटपासाठी बरेच तरुण हवे होते. अच्युतराव कोल्हटकरांच्या मार्गदर्शनाखाली आम्ही ते सामान घेऊन दुर्गम भागात गेलो. पहाटे पाचला निघालेलो ते दुसऱ्या दिवशी पहाटे पाचला परत आलो. ढेबेवाडी भागात एक फूट रुंदीची व दोन किलोमीटर लांबीची भेग डोंगराला पडली होती. मातीची घरे ढासळली होती. लोकांना आम्ही भाकऱ्या, केळी, भांडी, कपडे इ.चे वाटप केले. दिवसभरात किती पायपीट केली याची गणतीच नव्हता, पण हे काम करायला मिळाले याचे मानसिक समाधान फार मोठे होते.

■

मैत्री नेफाशी

आंतरराज्य छात्र जीवनदर्शन म्हणजेच स्टुडंट्स एक्सपिअरन्स इन इंटरस्टेट लिव्हिंग या कार्यक्रमांतर्गत नेफा, मणिपूर, नागालँड या भारताच्या अतिपूर्व भागातील विद्यार्थी महाराष्ट्रातील कुटुंबीयांसमवेत महिनाभर राहणार होते. त्यातील एक गट एक आठवड्यासाठी सातारला येणार होता. त्यांच्या वास्तव्यासाठी आम्ही कुटुंबे शोधू लागलो. या प्रकल्पासाठी पुन्हा पैशाची गरज होतीच. माझ्या कॉलेजजीवनात माझ्याकडे नेहमीच कोणता तरी कार्यक्रम असायचा आणि तो पूर्ण होण्यासाठी लागणाऱ्या निधीसाठी पावती पुस्तक!

साताऱ्यात एकगठ्ठा धनिक व चांगली माणसं मिळण्याचं ठिकाण म्हणजे रोटरी क्लब. मी क्लबच्या अध्यक्षांना भेटलो. त्यांनी त्यांच्या मिटिंगमध्ये येऊन विषय मांडण्यासाठी परवानगी दिली. मला दिलेली वेळ केवळ पाच मिनिटांची होती. मिटिंगच्या दिवशी मी त्यातल्या त्यात चांगले कपडे घातले. टाय बांधला. त्यामुळे बूट घालावे लागले. वेळेवर कन्या शाळेत, जिथे मिटिंग्ज व्हायच्या तिथे पोहोचलो. रोटरिअन डॉ. श्रीवास्तव यांच्या परिचयाने डॉ. जब्बार पटेल एका एकांकिकेचे वाचन करावयास आले होते. त्यांची एकांकिका वाचन झाल्यावर मी 'आंतरराज्य छात्र जीवनदर्शन' हा भारतीय एकात्मता साधण्यासाठी कशा पद्धतीने कार्यक्रम आखला आहे हे व्यासपीठावर जाऊन सांगितले.

एवढ्या मोठ्या प्रतिष्ठित रोटरिअन्सच्या सभेत मी तृतीय वर्ष बी.कॉम.च्या विद्यार्थ्याने बोलायचे म्हणजे धाडसाचेच वाटत होते. मी विद्यार्थ्यांना राहायला घ्या

व आर्थिक मदतही करा, अशी दोन्ही आवाहने केली. अध्यक्षांनी हॅट फिरवायला सांगितले. मला हा प्रकार नवीन होता. एका रोटरी सदस्यांनी मदत केली. एक मोठा रुमाल सदस्यांमध्ये फिरविला. सुमारे शंभर रुपये जमले. एकदम एवढी रक्कम जमल्याने मला खूप आनंद झाला.

भारत जाधव हा कार्यकर्ता माझ्याबरोबर होता. त्याला व्यासपीठावर येऊन बोलायला जमायचं नाही, पण वैयक्तिकरीत्या बोलून कामं करवून घेण्यात तो वाघ होता. त्या मिटिंगमध्ये आम्ही रोटरीलाही या कार्यक्रमात सहभागी करून घेत असल्याचं सांगितलं. त्यामुळे 'इन काईंड' म्हणजे वस्तुरूपाने मदती मिळविल्या. रजताद्री हॉटेलचे मालक शामण्णा शानभाग यांनी एस. टी. स्टँडवरील स्वागत व त्यांच्या उपाहारगृहात खास नाष्ट्याची सोय केली. एस.टी. कंट्रोलर रेगे साहेबांनी एस.टी. प्रवासात सवलत दिली. ॲडव्होकेट वसंतराव बेगमपुरे, ॲडव्होकेट मनोहरपंत भागवत, टॅक्स कन्सल्टंट कोल्हापुरे, महाजनी, चिडगोपकर यांनी एक एक विद्यार्थी एक आठवड्यासाठी घरी राहायला पाठविण्यास संमती दिली. विशेष म्हणजे यातील कोणीही घरी सौ.ला विचारून सांगतो असे म्हटले नाही. त्यांनी स्वीकारले म्हणजे सौ. आनंदानं स्वागत करणार याची त्यांना खात्री होती. या कार्यक्रमामुळे रोटरीच्या माध्यमातून माझ्या मोठ्या लोकांत ओळखी वाढल्या.

छत्रपती प्रतापसिंह महाराज भोसले ऊर्फ दादा महाराज यांना भेटलो. त्यांनी एकशेएक रुपये दिले. दैनिक 'ऐक्य'चे संपादक सुरेश पळणीटकर यांनी एक्कावन्न रुपये दिले.

एस.टी. स्टँडवर नेफामधून आलेल्या चौदा मुलांच्या स्वागताला प्रचंड गर्दी झाली होती. घोषणा दिल्या जात होत्या.

अलग भाषा अलग वेश
फिर भी अपना एक देश!
बंबई हो या गोहाटी
अपना देश, अपनी मिट्टी!
भिन्नतामे एकता
यह भारतकी विशेषता!

या विद्यार्थ्यांच्या बरोबर दिवसभर फिरायचं. ते घरोघरी गेले की, रात्री आम्ही कार्यकर्ते दुसऱ्या दिवशीची आखणी बरोबर झाली ना पाहायचो. हेमंत जोशीची २३, यादोगोपाळ पेठ पत्ता असलेली खोली म्हणजे आमच्या काम आखण्याचं ठिकाण होतं. ते ठिकाण कसलं, युवाशक्ती कार्यवाही करण्याचं ते पॉवरहाउसच होतं. तिथंच काम करायचं, पत्रं लिहायची, पत्रकं काढायची, प्रेस रिलीज द्यायचे; एक ना दोन, हजार गोष्टी होत्या! त्यात विद्यार्थिनीही मागे नव्हत्या.

पाहुण्या विद्यार्थ्यांना महाबळेश्वर, प्रतापगड दाखविले. कराडचे मनोरे पाहिले. संगम हॉटेलनी विद्यार्थ्यांचे अगत्य केले. औंध येथील म्युझियम पाहून मुलं खूश झाली. औंधच्या महाराजांनी मुलांना पंक्तीत बसवून सुग्रास भोजन दिलं. बसायला पाट. ताटाखाली एक पाट. रांगोळ्या काढलेल्या. आमरसाची मेजवानी झाली. सातारा नगरपालिकेने सर्व विद्यार्थ्यांचा जाहीर सत्कार केला. पालकही या मुलांमध्ये इतके रममाण झाले होते की, ही मुले येथून जाऊच नयेत असे प्रत्येकाला वाटत होते. त्यांच्या घरी पाहुण्या विद्यार्थ्यांबरोबर गप्पा रंगत होत्या. तुमच्याकडे राहण्याच्या, जेवणाच्या काय पद्धती आहेत हे विचारलं जात होतं.

हेमा महाजनींच्या घरी नागालँडची मुलगी होती. जेवताना तिनं ताक चाखून पाहिलं तर ती एकदम ई ऽऽ करून किंचाळलीच. तिला ताक हा पदार्थच माहिती नव्हता. पुरणपोळी मात्र आवडली होती. मुली मराठी पद्धतीने साडी नेसून पाहत होत्या. सर्व मुलं एकत्र आली की, काल आपापल्या घरी काय काय घडलं हे सांगायची. हास्यविनोद व्हायचे. आपण भारतात कितीही दूर राहत असलो तरी आपण सारी या भारतमातेची लेकरे आहोत हे याचा प्रत्यक्ष अनुभव सारे जण घेत होते.

विद्यार्थ्यांचा परतण्याचा दिवस होता. पालक कुटुंबीयांना, त्या विद्यार्थ्यांना आणि आम्हा कार्यकर्त्यांना डोळ्यांतून वाहणारे अश्रू आवरणं अशक्य झालं. त्यांनी आम्हाला त्यांच्या भागात येण्याचे आग्रहाचं निमंत्रण दिले.

राष्ट्रीय एकात्मतेला महत्त्व देणारा मुंबईमध्ये 'मेरा घर भारत' हा कार्यक्रम राबविला होता. नेफातील एक विद्यार्थी संगीतकार सुधीर फडके यांच्या घरी बारा वर्षे राहिला. त्याने शिक्षण पूर्ण केले. संगीतही शिकला. राष्ट्रीय एकात्मता जोपासण्यासाठी विद्यार्थी परिषदेने आखलेला केवढा प्रभावी कार्यक्रम होता!

नेफातील विद्यार्थ्यांचे महाराष्ट्रातील विद्यार्थ्यांना त्यांच्या प्रदेशात येऊन राहण्याचे आमंत्रण आले. महाराष्ट्रातील आम्ही चोवीस विद्यार्थी मुंबईत जमलो. साताऱ्यातून मी आणि भारत जाधव होतो. एकमेकांचा परिचय, नेफामध्ये काय काय करायचे याबद्दल माहिती, सामानाची यादी यासाठी एक बैठक झाली. पुण्यातून आलेल्या विद्यार्थ्यांत वीणा दांडेकर होती. तिच्याबरोबर तिचे वडील गो. नी. दांडेकरही पोहोचवायला आले होते.

बोरीबंदर रेल्वे स्टेशन घोषणांनी दुमदुमून गेले.

'भारत माता की....' बाळ आपटे यांच्या आवाजात असा काही कणखरपणा होता की, सारे जण सर्व शक्तीनिशी, अतिशय उत्साहात प्रतिसाद द्यायचे -

"जय!"

घोषणा चालूच राहिल्या -

"अलग भाषा अलग वेश फिर भी अपना एक देश!"

"बंबई हो या गोहाटी अपना देश अपनी मिट्टी."

रेल्वेने प्रस्थान केले.

रेल्वेमध्ये सकाळ प्रात:स्मरणात सुरू व्हायची. मग देशभक्तीने भारलेली गीतं, भरपूर गप्पागोष्टी व्हायच्या. विद्यार्थी परिषदेच्या कामात आलेले अनुभव श्रवणीय होते. गाण्याच्या भेंड्याही रंगात येत. रेल्वे स्टेशन आले की, त्या गावाबद्दल कोणाची काय आठवण असेल ती तो सांगे.

आमचा नेता होता पद्मनाथ आचार्य. हा सुरुवातीला नेफा, नागालँड, मणिपूर भागात जाऊन या कार्यक्रमाची आखणी करून आला होता. सहा दिवस आम्ही रेल्वेत होतो, पण कोणीही कंटाळले नाही. सांगलीचा विकास गद्रे उत्कृष्ट गायचा. ठाण्याचा सुहास जावडेकर 'आम्ही बी घडलो तुम्ही बी घडाना' असली अनेक गीतं सामूहिक म्हणून घ्यायचा. नुसती धमाल होती.

गुवाहाटी येथे कामाक्षीदेवी मंदिर पाहिले. आम्हा चोवीस विद्यार्थ्यांचे सहा गट केले होते. प्रत्येक गट वेगवेगळ्या भागात जाणार होता. सहा दिवसांत आम्ही सारे इतके एकजीव झालो होतो की, आता वेगवेगळ्या गटात विभागणी होतेय याचंही थोडं वाईट वाटलं.

आमच्या गटाचा प्रमुख होता मदन देवी. बाकीचे होते पुष्पा दांडेकर आणि रेखा माणगावकर. आमचा पहिला मुक्काम पडला तेजपूरच्या सर्किट हाउसमध्ये. एकोणीसशे बासष्टमधील भारत-चीन युद्धानंतर चिनी अधिकारी येथे येऊन राहिले होते. सकाळी उठून पाहतो तो समोर ब्रह्मपुत्रेचे विशाल पात्र पसरले होते. तेजपूरहून पुढे आमचा प्रवास जीपने सुरू झाला. साठे बिस्कीट कं. व अन्य काही जणांनी नेफातील मुलांना देण्यासाठी भेटवस्तू दिल्या होत्या. त्यामुळे सामान ठेवायला जीपला एक ट्रेलर जोडला होता. वाटेत मिलिटरीच्या सिक्युरिटी चेकचा आडवा खांब आला की थांबायचे. आमची ओळख पटली की सोडायचे. एका थांब्यावर त्या जवानाच्या शर्टवरील नेमप्लेट वाचल्यावर लक्षात आले हा मराठी जवान आहे.

"तुम्ही कुठले?" मी विचारले.

"पंढरपूरचा."

"आम्ही महाराष्ट्रातले."

"चहा घेऊन जा." हे त्यानं इतक्या आग्रहानं सांगितलं की, आम्ही नकार देणं अशक्यच होतं.

त्यानं एक जीप धाडून एक किलोमीटर अंतरावरून आमच्यासाठी चहा आणून दिला.

एका बाजूला उंच पर्वतराजी आणि दुसऱ्या बाजूला खोल दरी यातून निमुळत्या, मातीच्या रस्त्यानं आमची जीप जात होती. नेपाळी दिसणारा ड्रायव्हर सराईतपणे

बेफाम जीप नेत होता. एवढ्यात समोर हत्तींचा कळप दिसला. अशा वेळी जीप थांबवून आपण शांतपणे बसायचं असतं. हॉर्न वाजवला की, हत्ती बिथरायची शक्यता होती. जंगलातील रानटी केळीची झाडे वीस-वीस फूट उंचीची होती. वाऱ्यामुळे त्या पानांचा प्रचंड मोठा आवाज होई. कडाक्याची थंडी होती.

आम्ही रात्री बोमदीला येथे पोहोचलो. चिनी सैनिकांनी १९६२ साली भारताच्या बाजूने येऊन बोमदीला जिंकलं होतं. 'बोमदीला वॉज फिस्ट फॅार द चायनीज' असं वर्णन केलं जायचं. बोमदीला हायस्कूलचे मुख्याध्यापक एल.सी. भट्ट यांच्यासमवेत आम्ही भोजन घेतलं.

दुसऱ्या दिवशी एका घरात आम्हाला जेवायला बोलावलं होतं. बोमदीला गाव डोंगरउतारावर वसलेलं असल्यामुळे आपल्याला त्या घरात जायचं आहे असं सहज दाखविता यायचं. सगळं गाव एका जागेवरून दिसायचं.

कुठंही गेलं की मदन प्रथम सर्वांची ओळख करून द्यायचा. अति थंडीनं तो कुडकुडतच सांगायचा.

हेडमास्तरना त्याने ओळख करून दिली, "नमस्ते! आय ॲम मदन. अँड सरनेम देवी! आय एम डुईंग माय सी. ए. ही इज श्याम. ही इज डुईंग हीज बी. कॉम. शी इज पुष्पा स्टडीईंग एम. एस्सी. वुईथ बॉटनी. शी इज रेखा डुईंग हर बी. ए. वुईथ इकॉनॉमिक्स. वुई ऑल आर फ्रॉम महाराष्ट्र. वुई आर हिअर अंडर द प्रोजेक्ट स्टुडंट्स एक्सपिअरन्स इन इंटरस्टेट लिव्हिंग. सेव्हन्टीएट स्टुडंटस फ्रॉम नेफा व्हिजिटेड महाराष्ट्र. दे स्टेड इन आवर फॅमिलीज अँड नॉट इन होटेल्स. दे एक्सपिरीन्सड दॅट वुई मे बी स्टेईंग ॲट ईस्टर्न एंड ऑफ इंडिया. बट वुई आर वन. वुई आर इंडियन्स. युनिटी इन डायव्हर्सिटी इज पिक्युलॅरिटी ऑफ इंडिया. ॲज व रेसीप्रोकल अ‍ॅरेंजमेंट वुई आर हिअर."

भट सरांच्या मार्गदर्शनाखाली आम्ही त्या घरात भेटीसाठी निघालो.

घर खांबावर बांधलेले होते. जादा बर्फ आले तर ते खालून वाहून जावे हा उद्देश असावा. घर पूर्ण लाकडी. पायऱ्या चढून घरात जाताना दारातच एक डबा टांगलेला. बरोबर आलेल्या खोंदू डोरजी व नीमा त्सिरींग ख्रिमे यांनी माहिती दिली -

"या डब्यावर 'ओम माने पेमे हूँ' म्हणजेच ओम नम: शिवाय ही अक्षरं आहेत. घरात जातायेता या डब्याला हातानं गती द्यायची म्हणजे जप चालू राहतो."

"नदीच्या प्रवाहावरही एक मोठी लाकडी रवी असते. त्या रवीला असेच अनेक डबे जोडलेले असतात. नदीप्रवाह चालू तोवर गावासाठी हा जपही चालू."

लाकडी फ्लोअरिंगवर उबदार घोंगडे अंथरले होते. घर लांबच लांब होते. खोल्या नव्हत्या. घरात पंधरा माणसं होती. आपल्या घरी महाराष्ट्रातील विद्यार्थी आले याचा त्यांना खूपच आनंद झाला होता. तेथील अगत्याचा प्रकार म्हणून त्यांनी

लावापानी तयार केले. पक्ष्याचे घरटे झाडीमध्ये लोंबत असते तसे एक गवताचे लांब भांडे होते. त्यात शिजवलेला मका भरलेला होता व ते गवती भांडे पिळून दुसऱ्या पातेल्यात रस काढून ठेवत होते. हे लावापानी वाढण्यासाठी आम्ही पाहुणे म्हणून त्यांनी चांदीचे बाउल दिले. घरातील मंडळींनी बांबू पेले घेतले. भरलेला बाउल मी हातात धरला. गरमगरम वाफा डोळ्यांसमोर येत होत्या. घरातील एक स्त्री पुढे आली. तिने तो बाउल थोडा वर करून मला एक घोट घ्यायला लावला. पुन्हा बाउल खाली ठेवून तो पूर्ण भरला. असे सात वेळा केले. एव्हाना सात घोट लावापानी मी रिचवले होते. असे घरातील प्रत्येक स्त्री करणार होती. घरात सात बायका होत्या, पण त्यांनी सवलत म्हणून प्रत्येकी दोन-तीन घोटांवर भागविले. बाउल पूर्ण भरल्याने आयुष्य पूर्ण राहते अशी त्यांची समजूत होती. लावापानीमुळे सबंध शरीर गरम झालं. थंडी पळून गेली.

चहामध्ये याकच्या प्राण्याच्या दुधापासून बनविलेले लोणी घातलेले असायचे. तसा चहा पिण्याची इच्छा व्हायची नाही. त्यामुळे आम्हाला ते वेगळा चहा करून द्यायचे. तेथील खाण्यात मांसाहार जास्त प्रमाणात होता. त्यामुळे कुठेही गेलं की, आमचा गटप्रमुख मदन ओळख करून देताना आमची नावं सांगून झाली की, पुढे आधीच सांगून टाकायचा.

'पुष्पा इज व्हेजिटेरिअन बट टेक्स एग. आय एम प्युअरली व्हेजिटेरिअन. नॉट इव्हन एग्ज.'

शाळेतल्या मुलांना प्रश्न विचारा म्हटले की, त्यांचा प्रश्नाचा मथितार्थ असा असायचा -

"मुंबईहून आलात. मग तुम्ही सिनेमाचे शूटिंग पाहिले का?"

"तुम्ही शम्मी कपूर आणि सायरा बानूला पाहिले असणार!"

बोमदीला शाळेच्या प्रवेशद्वारावर लिहिले होते 'कम टू लर्न.' बाहेर जाताना लिहिले होते - 'गो टू सर्व्ह.' आम्ही त्या शाळेला एक ट्रान्झिस्टर भेट दिला.

एका ग्रामीण भागातल्या शाळेत गेलो होतो. शाळा सबंध धुक्यामध्ये झाकली गेली होती. मुलं लोकरीच्या कपड्यात होती. डोळे लुकलुकत होते. त्यांनी 'जन गण मन' राष्ट्रगीत गायले. आमच्याबरोबर 'जॉय हिंद' असं त्यांच्या खास उच्चारात म्हटले. आम्ही त्यांना साखरवड्या दिल्या. मुलांना दुपारी सुट्टी दिली. मुलं त्या धुक्यात पळताना अदृश्य होत होती. तेव्हा मनात आलं, 'किती उंचीवर हे शिक्षण चाललं आहे. वेगळ्या अर्थानं शिक्षणाने मोठी उंची गाठली होती!'

तेथील मुलांशी समरस व्हायला गाणी, घोषणा हे जसे उपयोगी पडले तसे काही वेळा मी त्यांना करून दाखवित असलेल्या नकलाही उपयुक्त ठरल्या. तेथील खेळामध्ये फुटबॉल जास्त लोकप्रिय होता. त्यांनी एक सामनाच सुरू

केला. त्यात आम्हाला सहभागी केलं. विरळ हवा असल्यामुळे मी एकदाच धावल्यावर दमलो. आता गोल कसला करणार? या खेळातले आमचे गुण तेवढे गोल गोल झाले!

नेफा सोडताना तेथील विद्यार्थ्यांना, भट सरांना व आम्हाला खूपच वाईट वाटलं. अतिदूर भागात राहणारे हे आपले देशबांधव आहेत याचा आम्ही अनुभव घेतला होता. भारतीय एकात्मतेची प्रचिती घेतली होती. डोळे भरून आले होते. तिथून आल्यावर भट सरांचा व माझा पत्रव्यवहार सातत्यानं पस्तीस वर्षे सुरू होता. वृत्तपत्रांत येणाऱ्या बातम्यांत नेफा व नंतर अरुणाचल दिसले की मी जिव्हाळ्यानं बातम्या वाचत होतो. पुढे नागालँड, मणिपूर येथील विद्यार्थी महाराष्ट्रात आले. त्यातील दोन विद्यार्थिनी कोल्हापूर मुक्कामी माझ्या घरी राहिल्या. माझी कन्या त्या विद्यार्थिनींची मैत्रीण झाली. प्रकल्प यशस्वी झाला होता.

लॉटरी

साताऱ्यात एकदा विद्यार्थी परिषदेच्या शिवाजी विद्यापीठ विभागाचे शिबिर घ्यायचे ठरले. सांगलीहून प्रा. अशोक खांडेकर आले. त्यांनी कार्यकर्त्यांची बैठक घेतली. शिबिरासंबंधीचे सर्व तपशील ठरले. योजना कशी आखावी, ती प्रथम कागदावर उतरवावी; मग ते काम कोण, केव्हा, कसं करणार हेही ठरवावं आणि त्यानंतरच कामाला लागावं, हे सारं मी अशोक खांडेकरांकडून शिकलो. नि:स्वार्थीपणे, तळमळीने, गाजावाजा न करता काम करणाऱ्या या माणसांच्या परिसस्पर्शाने मला समाजकार्याची आवड निर्माण झाली.

शिबिरामध्ये प्रमुख मार्गदर्शक होते मुंबईच्या रूपारेल महाविद्यालयातील प्रा. यशवंतराव केळकर. त्यापूर्वी मी त्यांची अनेक व्याख्याने ऐकली होती. त्यांच्या भाषणानंतर कार्यकर्ता भारावून जात असे. नैराश्य आले असेल तर ते नाहीसे होत असे. तो अधिक कार्यप्रवृत्त होत असे. त्यांचं भाषण हसतखेळत व्हायचं. गंभीर विषय मांडल्यावर मध्येच गंमतीशीर उदाहरण यायचं. "आपणास देशकार्य करायचे आहे त्याचा मार्ग म्हणून आपण युवाशक्ती विधायक कामास लावत आहोत." हे सांगून झाल्यावर ते म्हणत "यासाठी गंभीर चेहरा करून बसायचं कारण नाही. कोणी विचारले की असे गप्प का, तर उत्तर देणार -'चिंता करतो विश्वाची!' असं म्हणायची गरज नाही. आपले विचार इतरांना सांगावेत. ते न पटल्यास पुन:पुन्हा प्रयत्न करावा. जगात असा धातू नाही की जो वितळत नाही. फक्त काही धातूंना जास्त उष्णता लागते."

शिबिराची आखणी झाली. जागा ठरली. सर्व गावांना आमंत्रणे गेली. शिबिराचा खर्च सुमारे तीन हजार रुपये येणार होता. आम्ही पावती पुस्तके छापून घेतली.

कोणाला भेटायचे यासाठी यादी तयार केली. दुकानदार, व्यावसायिक, धनिक यांचेकडे गेलो, पण अपेक्षित प्रतिसाद नव्हता. मिळणारी उत्तरं पुढीलप्रमाणे होती –

"आत्ताच साताऱ्यात राज्यस्तरीय कबड्डी सामने झाले. त्याला आम्ही देणगी दिलीये. तुम्हाला देऊ शकत नाही."

"महिला मंडळाच्या इमारत फंडासाठी पैसे दिलेत. आता आणखी कोणाला मिळणार नाहीत."

"सध्या देणगी जमणार नाही. पुढे बघू."

पैसे जमेनात तसं कार्यकर्त्यांमधलं नैराश्य वाढत गेलं. शिबिराची तारीख तर जवळ येऊ लागली होती. मी काय करायचं हे ठरवायला बैठक बोलवली, तर त्यालाही फारसं कोणी फिरकलं नाही. मग आम्ही तीन-चार जणांनी एक योजना आखली. चक्क लॉटरी काढायचं ठरवलं. 'ज्ञान चारित्र्य एकता' हे ब्रीद असलेल्या संघटनेने लॉटरी काढायची म्हणजे काही जण विरोध करण्याची शक्यता होती, पण आम्ही फार कोणाचा सल्लाच घ्यायला गेलो नाही.

संजय कोल्हटकरचा 'महाराष्ट्र मित्र' प्रिंटिंग प्रेसमध्ये होता. त्याला म्हटलं, "एक रु. किमतीची पाच हजार तिकिटं छापून दे. छपाईचं बिल नंतर देतो." तोही कार्यकर्ता असल्यामुळे नाही म्हटला नाही. एक दिवसात तिकिटं छापून आली.

आमचे अध्यक्ष होते सरकारी वकील वसंतराव बेगमपुरे. त्यांना विचारलं, "लॉटरी काढणार आहे. परवानगी वगैरे कोणाची लागते का?"

"जिल्हाधिकाऱ्यांची लागेल." त्यांनी सल्ला दिला.

"मिळेल का?"

"अवघड आहे."

"मग काय करायचं? मला तर लॉटरी काढण्याखेरीज दुसरा पर्याय नाही. मी दहा दिवसांत लॉटरी पूर्ण करतो."

बेगमपुरे यांनी आम्हा कार्यकर्त्यांची तळमळ पाहिली. हे सारे निःस्वार्थीपणे काम करीत आहेत याची तर त्यांना शंभर टक्के खात्री होती. आम्ही पैसेही चांगल्या कामासाठी वापरणार होतो, हेही त्यांना ठाऊक होते. आजची युवाशक्ती विध्वंसक मार्गाकडे वळू नये म्हणून हे सतत काम करताहेत या साऱ्या गोष्टींचा विचार करून त्यांनी सांगितले, "ठीक आहे. लॉटरी सुरू करा. त्याच वेळी एक अर्ज जिल्हाधिकारी कार्यालयात द्या."

मी त्या अर्जात आम्ही युवकशक्तीसाठी, समाजासाठी किती चांगले काम करतो हे सविस्तर लिहिले. त्यासाठी निधी संकलन म्हणून लॉटरी काढत असल्याचे प्रतिपादिले.

पुढे असे म्हटले, "अशा लॉटरीस कोणाची परवानगी लागत नाही असा आमचा समज आहे; परंतु ती लागत असल्यास जरूर द्यावी, ही नम्र विनंती."

तो अर्ज जिल्हाधिकारी कार्यालयात दिला. तेथील माणूस बेगमपुरे साहेबांच्या परिचयाचा होता. त्यांनी त्याला सांगितले की, हा अर्ज नुसता घेऊन ठेव. दहा दिवसांत लॉटरी संपेल. मग तो निकाली काढ.''

मी नगरपालिकेत गेलो. तिथे पाच रुपये भरून रस्त्यात मांडव टाकायची परवानगी मिळविली. माझ्या वडिलांचे मोती चौकात, शहराच्या बाजारपेठेत सराफी दुकान होते. त्या दुकानाच्या दारात पाच रुपये खर्चून मांडव घातला. ओळखीच्या दुकानदारांकडे गेलो. उधारीवर वस्तू आणल्या. मांडवात कॉट, टेबल, फॅन, ट्रान्झिस्टर, पेन, साडी, मिक्सर, चेअर, टी-पॉय अशा वस्तू मांडल्या. बरोबर दहा दिवसांनी सोडतीची तारीख ठरविली. नगराध्यक्ष आप्पासाहेब आहेरराव, 'ऐक्य'चे संपादक सुरेश पळणीटकर, सरकारी वकील वसंतराव बेगमपुरे यांनी लॉटरी सोडत काढण्यासाठी उपस्थित राहायचे मान्य केले.

एका सकाळी आठ वाजता मी त्या मांडवात हातात तिकिटे धरून ओरडायला सुरुवात केली.

''एक रुपयात रेडिओ, एक रुपयात घड्याळ, एक रुपयात टेबल. साताऱ्यातला पैसा साताऱ्यात बक्षीस!''

त्या वेळी महाराष्ट्र लॉटरी लोकप्रिय झाली होती. पहिली सोडत नाशिकला झाली होती. नाशिकच्या एका माणसाला एका रुपयाच्या तिकिटावर एक लाख रुपये मिळाले होते. हा धागा पकडून मी ओरडायचो, ''साताऱ्यातला पैसा, साताऱ्यात बक्षीस! म्हणायचं नाही नाशिकला लागलं अन् मुंबईला लागलं!''

पहिल्या दिवशी दोनशे रुपयांची विक्री झाली. आता या स्टॉलवर कार्यकर्ते येऊ लागले. आलेल्या पैशातून आणखी वस्तू आणल्या. एकूण बक्षिसांची संख्या एकावन्न केली. दुसरे दिवशी चारशे रुपयांची विक्री झाली. मी लॉटरीच्या जाहिराती छापून घेतल्या. त्यावर एकावन्न बक्षिसांची यादी छापली. ओरडून ओरडून कार्यकर्त्यांचे घसे बसायला लागले. माइक आणला. आता गर्दी चांगलीच वाढली. पुरुषांप्रमाणेच बायकाही तिकीट खरेदीसाठी येऊ लागल्या. मी त्या दहा दिवसांत पूर्ण वेळ स्टॉलवर होतो. झोपायचोही त्या मांडवात, म्हणजेच रस्त्यावर. रात्री बारा वाजता सिनेमा सुटल्यावर घरी जाणारी माणसंही स्टॉलवर येऊ लागली. सकाळी पाच वाजता रस्ता झाडायला येणाऱ्या कामगार स्त्रियाही तिकिटं घ्यायला लागल्या.

एक दिवस एका शाळेतल्या संपूर्ण वर्गालाच घेऊन एक शिक्षक स्टॉलवर आले. त्यांनी आमच्या जाहिरातीच्या साठ प्रती काढून मुलांना वाटल्या होत्या. त्या जाहिरातीतील एकावन्न बक्षिसे लिहिली होती देवनागरीत, पण ते सर्व शब्द होते इंग्रजी! टेबल, फॅन, चेअर, पेन... असे एकावन्न शब्द. त्यांनी त्या शब्दांची स्पेलिंग लिहायला विद्यार्थ्यांना सांगितले. मला हे पाहून गंमतच वाटली. एका शिक्षकांनी तर

मुलांना हा स्टॉल पाहून निबंध लिहायला सांगितला. पुन्हा मुलं स्टॉल पाहायला आली. गर्दीच गर्दी! मुलं, माणसं, कार्यकर्ते! भराभर तिकिटं खपत होती!

एकदा स्टॉलवर पोलीस आले. छातीचा एक ठोका चुकला होता, पण अजिबात न घाबरता मी घोषणा चालूच ठेवल्या – ''एक रुपयात रेडिओ, एक रुपयात फॅन, सोडत येत्या रविवारी गांधी मैदानावर. सोडतीस उपस्थित राहणार नगराध्यक्ष, 'ऐक्य'चे संपादक, पोलीस अधिकारी, सरकारी वकील!'' हा तपशील ऐकल्यावर त्या पोलिसाने बाकी काही चौकशी केली नाही. एक रुपयाचे तिकीट विकत घेतले!

याच काळात घरी बहिणीला बघायला भावी नवरदेव रघुनाथ पाटणकर आले होते. तेवढा वेळ, एक तास फक्त मी घरी जाऊन आलो. बाकी दहाही दिवस स्टॉलवरच. अतिश्रमाने मला ताप भरला. साताऱ्यात विद्यार्थी परिषद सुरू करणारे गजाभाऊ कुलकर्णी डॉक्टर होते. त्यांनी रस्त्यावरील मंडपातच मला इंजेक्शन दिले. काम अजिबात थांबविले नाही. सातव्या दिवशी सर्व म्हणजे पाच हजार तिकिटे खपली. ज्यांच्याकडून उधार वस्तू आणल्या होत्या त्यांचे पैसे देऊन टाकले.

सोडतीच्या दिवशी गांधी मैदान, जिथे मोठ्या राजकीय सभा व्हायच्या त्या मैदानावरील व्यासपीठावर सर्व माननीय विराजमान झाले. अजित कुबेर, विनीत कुबेर, भारत जाधव, गुलाब शेख, हेमंत जोशी, विजय बाकरे, बापू संकपाळ, कांता सामक सारे जण कार्यक्रमाच्या तयारीत होते. मैदानात पाच हजारांवर समुदाय जमला होता. पाहावे तिकडे माणसंच माणसं! विद्यार्थिनी कार्यकर्त्याही मदतीला धावल्या होत्या. पाच हजार तिकिटांच्या काउंटरफॉईल्स प्लॅस्टिकच्या टोपलीत होत्या. नगराध्यक्षांनी पहिली चिठ्ठी काढली. टेबल फॅन दिला गेला. एक-एक करीत पन्नास बक्षिसे जाहीर झाली. तरीही गर्दी कमी झाली नव्हती. एक्कावन्नावे बक्षीस होते साडी. त्यामुळे स्त्रियाही वाट पाहत थांबल्या होत्या. शेवटी ते बक्षीस एका महिलेला लागले. सर्व कार्यक्रम निर्विघ्नपणे पार पडला. एकूण बक्षिसांसह सर्व खर्च पंधराशे रुपये आला. पस्तीसशे रुपये शिल्लक राहिले. ते सामाजिक कार्यासाठी वापरले. एका खेड्यात रस्ता दुरुस्ती केली.

मला एक जण म्हणाला, ''लॉटरीच्या माध्यमातून समाजकार्यासाठी पैसे गोळा करणे योग्य आहे का?''

''मी दैववादावर अवलंबून नव्हतो. मी दहा लॉटरी तिकिटे खरेदी करून त्यातल्या एखाद्या तिकिटाला पैसे मिळतील का हे पाहत बसलो नव्हतो. मी लोकांच्या मानसिकतेचा अभ्यास करून, कोणाचीही फसवणूक न करता पैसे मिळविले!''

कॉलेज जीवनात उसळत्या रक्ताने पेललेले ते आव्हान होते! पैशापेक्षाही

कार्यकर्त्यांची फार मोठी फळी उभी राहिली हेही महत्त्वाचे होते. लॉटरीपूर्वी पैसे जमत नव्हते तेव्हा कार्यकर्ते विरळ झाले होते. लॉटरी यशस्वी होताच कार्यकर्ते वाढले होते. नथिंग सक्सिडस लाईक सक्सेस हेच खरं!

अगदी नाइलाज म्हणूनच मी हा लॉटरी मार्ग स्वीकारला होता. यापुढे या मार्गाला जायचे नाही, हेही मनाशी ठरवून टाकले होते.

रस्ता तयार केला

श्रमशिबिर घ्यायचे ठरले. कोरेगावजवळच्या गावातला एक छोटा रस्ता आम्ही तयार करून द्यायचे ठरविले. शिबिर स्थळाजवळ एका शाळेत मोफत राहण्याची व्यवस्था झाली. चाळीस युवक हातात कुदळी, खोरी घेऊन कामाला लागलो. इतक्या कष्टाची सवय त्यांना सवय नव्हती. उन्हापासून संरक्षण म्हणून डोक्यावर रुमाल बांधावा लागायचा. उदय चिडगोपकरच्या तर फावडे धरून धरून हाताला फोड आले. अजित कुबेर साताऱ्यातून जेवण करून आणायचा. जमीन नेहमी पाहतो तेव्हा तिचा अंदाज येत नाही, पण एक फूट लांब-रुंद खोदणे म्हणजे किती अवघड असते हे प्रत्यक्ष खोदतानाच लक्षात येते. नेहमी काम करणाऱ्या कामगारांच्या कष्टाची कल्पना आली. रस्ता करणे म्हणजे कितीतरी गोष्टींचा विचार करावा लागतो. पाणी वाहून जायला उतार कोठे असावा, रस्ते नीट राहण्यासाठी कडेला गटार हवे, रस्त्याला आधार म्हणून तळात दगड हवेत, मग खडी, त्यानंतर माती हे सारं आम्ही केलं होतं. दिवसभर इतकं थकायला व्हायचं की, रात्री केव्हा झोप लागायची ते कळायचंच नाही. सकाळी उठल्यापासून रात्री झोपेपर्यंत प्रत्येकाला परिस्थितीशी जमवून घ्यायला लागायचं. घरच्या तुलनेत कोणतीच व्यवस्था नव्हती. संडास-बाथरूम नाही, कपबशा नाहीत. भांड्यात चहा घेतल्यावर ते आपणच धुवायचे. जेवणाचे ताट आपणच घासायचे. या प्रकारात काही जण आजारी पडले, तर डॉ. गजाभाऊ कुलकर्णी येऊन औषधोपचार करून जायचे. नवव्या दिवशी रस्ता तयार झाला. प्रत्येकाचे चेहरे आनंदाने फुललेले. श्रमानुभवानं विकसित झालेले!

आशागडची गोष्ट

एकदा आशागड या ठाणे जिल्ह्यातील आदिवासी भागात शिबिर झालं. टाटा कन्सल्टन्सी या संस्थेने येथील लोकांची पाहणी करण्यासाठी फॉर्म्स तयार करून दिले होते. सामाजिक व आर्थिक पाहणी करावयाची होती. तेव्हा एका विद्यार्थ्याला दुसऱ्या कार्यकर्त्याने या शिबिराला यायचे आमंत्रण दिले. या विद्यार्थ्याला

समाजकार्य, शिबिर यांची काहीच आवड नव्हती.

घरामध्ये वैयक्तिक वरखर्चासाठी महिना दोनशे रुपये पॉकेटमनीची मागणी केली. घरचे लोक ती मागणी मान्य करीत नव्हते. त्याने अबोला धरला होता. अशा वेळी दहा दिवस शिबिराच्या निमित्ताने बाहेर पडावे म्हणून तो या कार्यात दाखल झाला होता. एक गट पाहणीसाठी बाहेर पडला. त्यात हा पॉकेटमनी मागणारा विद्यार्थी होता. एका खोपटाजवळ ते आले. फॉर्म जरी भरावयाचे होते तरी प्रत्यक्ष मुलाखतीच्या वेळी ते पुढ्यात घ्यायचे नव्हते. बोलताना जी माहिती मिळेल ती नंतर फॉर्ममध्ये भरायची होती.

त्या खोपटातून एक बाई दाराशी आली,

''बाई, घरात कोण कोण आहे?''

''नवरा दुसऱ्याच्या शेतावर कामाला गेलाय.''

''तुम्ही काय काम करता?''

''मी मजुरीची कामं करते.''

''घरात आता आणखी कोण आहे?''

''मुलगी.''

''तिला बोलवा.''

ती आढेवेढे घेत होती, पण शेवटी ती तयार झाली. ती आई आत गेली व मुलगी बाहेर आली. आई काही बाहेर आली नाही. याचे कारण त्या दोनशे रुपये पॉकेटमनी मागणाऱ्या मुलाच्या लक्षात आले. त्या घरात एकच साडी होती. आईने आत जाऊन ती मुलीला दिली होती. हे पाहताच तो मुलगा म्हणाला,

''यापुढे मी कधीही पॉकेटमनी मागणार नाही!''

अशीच काहीशी कथा मला ज्येष्ठ साहित्यिक व्यंकटेश माडगूळकरांच्या एका पुस्तकात वाचायला मिळाली. त्या घटनेच्या पुन:प्रत्ययाचा आनंद झाला.

अहो मला वाचवा

साताऱ्यात विद्यार्थी परिषदेतर्फे एका परिसंवादाचं आयोजन केलं. मी, माझे मित्र प्रत्येक वक्त्याला भेटून आलो. त्यांना विषय समजावून सांगितला. पाठक हॉल सातारा येथे परिसंवादाला सुरुवात झाली.

प्रास्ताविकात मी सांगितले, ''विविध व्यवसायातले मान्यवर एका होडीत बसलेत. होडी पाण्याच्या मध्ये आली. पण एक प्रश्न निर्माण झाला. होडीला भोक पडलं. त्यात पाणी शिरू लागलं. त्यामुळे होडी बुडायला लागली. त्यातील एकालाच वाचवता येईल अशी स्थिती आहे. तर सात मिनिटांत त्यालाच का वाचवायचं

ते सांगावं. जो अधिक समाजोपयोगी असेल त्याला प्राधान्य देण्यात येईल.''

शेती व्यवसाय करणारे बाबुराव घोरपडे जिल्हा परिषदेचे अध्यक्षही होते. त्यांच्यासारख्या व्यवहारी माणसानं सांगितलं, ''शेतकरी आहे म्हणून धान्य पिकतं. लोक जगतात. हा परिसंवाद असाच चालू ठेवा. रात्र झाली की सगळे घरी जेवायला पळतील. त्यांची भूक भागविणारा मी शेतकरी. मला वाचवायचं का अशी चर्चा करता?''

डॉ. पां. बा. कोल्हटकर हे वैद्यक शास्त्राप्रमाणे माजी नगराध्यक्ष म्हणूनही सुपरिचित होते. ते म्हणाले, ''परमेश्वरालासुद्धा डॉक्टरची गरज भासली. अश्विनीकुमार यांच्याकडून ते औषध घेत. तेव्हा हे मानवी पामरांनो, तुम्ही डॉक्टरशिवाय कसे जगणार? या होडीतील लोकांच्या पोटात पाणी गेले, तर ते मीच बाहेर काढणार. त्यासाठी मलाच वाचवा!''

बेगमपुरे वकील म्हणाले, ''शेतकरी व डॉक्टर यांनी त्यांचा व्यवसाय श्रेष्ठ कसा हे सांगण्याची सुरेख वकिली केलीये! माणूस जन्मापासून मृत्यूपर्यंत यशस्वी होण्यासाठी वकिलीच करीत असतो.''

प्राध्यापकांनीही आपली बाजू मांडली, ''मी म्हणजे गुरू. डॉक्टर, वकील यांना मीच शिकवले. कृतज्ञता नावाची काही चीज असेल तर गुरूला वाचवा.''

महिला प्रतिनिधींनी सिक्सरच मारला. ''मी तुम्हाला जन्म दिला. मग तुम्ही शेतकरी, वकील, डॉक्टर झालात!''

सरकारी अधिकारी म्हणाले, ''माझ्या परवानगीशिवाय ही होडी पाण्यात कशी सोडली गेली?''

विद्यार्थी म्हणाला, ''तुम्हाला कोण अधिक उपयोगी वाटतो ते मला सांगा. मी शिकतोय. महत्त्वाचा तो मी होईन.''

अध्यक्षस्थानी असलेल्या न्यायाधीशांनी निर्णय दिला - ''समाजाला सर्व घटकांची आवश्यकता असते. साऱ्यांनी दुसऱ्यासाठी मदत करण्याची वृत्ती ठेवा. होडीचं भोक बुजलं गेलंय. धोका टळलाय!''

बहात्तरचा दुष्काळ

सन १९७२. त्या वर्षी मोठा दुष्काळ पडला. सतत दोन वर्षे पडलेल्या दुष्काळामुळे ग्रामीण भागातून कोल्हापुरात शिकायला आलेल्या मुलांचे अतोनात हाल होत होते. त्यांना मोफत जेवण मिळावे या मागणीसाठी विद्यार्थी परिषदेचे साठ-सत्तर कार्यकर्ते बिंदू चौकात उपोषणाला बसले होते. माधव पाटील, माधव ठाकूर यांनी एक निवेदन तयार केलं. कोल्हापूरच्या जिल्हाधिकाऱ्यांना त्यांनी ते दिलं. निवेदन देताना माधव ठाकूर म्हणाला, ''दुष्काळग्रस्तांसाठी आम्ही प्रत्यक्ष

काम केलेलं आहे. शिरोळ तालुक्यात अकराशे लोकांना वैद्यकीय मदत देण्याचे काम आम्ही सुटीत केले आहे. पाच हजार लोकांना कपडे वाटप केले आहे. कार्यकर्त्यांनी उन्हातान्हाची फिकीर न करता अक्षरश: अहोरात्र कष्ट केले. आज प्रत्यक्ष विद्यार्थ्यांमध्ये फिरल्यावर दुष्काळामुळे त्यांच्यावर ओढवलेली आपत्ती आम्ही पाहिली आहे. होस्टेलमध्ये राहणाऱ्या ज्या चार मुलांना पूर्वी चार डबे येत होते तिथे आज एकच डबा येतो. तो डबा चौघांनी खाऊन अर्धपोटी नव्हे, तर पावपोटी राहिल्यावर अभ्यासात कसे लक्ष लागणार? जिथे खानावळीच्या मालकाचे गेल्या महिन्याचेच पैसे द्यायचे राहिले आहेत तिथे या महिन्याला कोण जेवू घालणार? या मुलांची जोपर्यंत जेवणाची सोय होत नाही तोपर्यंत आम्ही अस्वस्थच राहणार. वास्तविक आपल्याला निवेदन द्यायला येण्यातही आम्हाला वेळ घालवायचा नव्हता. आम्ही कोणताही स्वार्थ न ठेवता मेस सुरू करायला तयार आहोत. अडचण आहे ती पैशाची. आपण ती पूर्ण करू शकाल असे वाटते म्हणून आपल्याकडे आलो. केवळ मागण्या करणारे आम्ही नाही.''

या प्रांजळ निवेदनाचा जिल्हाधिकाऱ्यांवर योग्य तो परिणाम झाला. निधीची व्यवस्था झाली. मंगळवार पेठेतले दैवज्ञ बोर्डिंग मिळवले. अवघ्या एक दिवसाच्या अवधीत मेस सुरू केली. पाचशे विद्यार्थी सकाळ-संध्याकाळ मोफत भोजन घेत होते. कार्यकर्ते अहोरात्र राबत होते. एखादा कुठे दळण आणायला चालला, तर दुसरा भाजी मंडईत, तर तिसरा लाकूड वखारीत. पहाटे तीनला आचाऱ्याला धान्य काढून देण्यापासून रात्री अकराला हिशेब लिहिण्यापर्यंत राबराब राबणं चाललं होतं. पाचशे मुलांसाठी बदाबद भाकऱ्या बडवल्या जायच्या. आम्हा कार्यकर्त्या मंडळींचं काम म्हणजे भाकऱ्या मोडायच्या, पानं वाढायची, वाटप व्यवस्था करायची, पासेस द्यायचे. पुन्हा दुसऱ्या दिवशीच्या धान्याची, भाजीची व्यवस्था करायची.

जिल्हाधिकाऱ्यांनी आम्हाला मेससाठी चाळीस डबे गोडं तेल दिलं होतं. त्यातील अठरा डबे वापरले गेले. बावीस डबे तेल परत केले. खर्चासाठी एकूण रक्कम पंचावन्न हजार दिली होती. महिनाभराचा सर्व खर्च पंचेचाळीस हजारात भागला. राहिलेले दहा हजार जिल्हाधिकाऱ्यांना परत केले. ते पाहतच राहिले.

कार्यकर्ते कामाच्या ताणामुळे थकत होते. आवाज बसत हाते. तब्येती बिघडू लागल्या होत्या. वेळेवर जेवता येत नव्हते. मेसमधलं जेवण चांगलं होतं, पण ते सरकारी खर्चातलं होतं म्हणून सारे कार्यकर्ते घरून आणलेल्या डब्यात जेवत होते.

अजिंक्यताऱ्यावर जयहिंद अक्षरे

साताऱ्यात घरी एक दिवस आजी म्हणाली, ''पंधरा ऑगस्ट एकोणीसशे

सत्तेचाळीस रोजी भारताला स्वातंत्र्य मिळाले. त्या रात्री तरुण मशाली घेऊन या अजिंक्यताऱ्यावर गेले होते. त्यांनी मशालींनी जयहिंद ही अक्षरे काढली. सातारा गावातून साऱ्या नागरिकांना ती 'जयहिंद' अक्षरं दिसली.''

मी लगेच उत्तरलो - ''आत्ता त्या आठवणीला पंचवीस वर्षे पूर्ण होत आहेत. मी तसंच करून दाखवितो.''

लगेच मी तयारीला लागलो. विद्यार्थी परिषदेच्या कार्यकर्त्यांना योजना समजावून सांगितली. सारे जण कामाला लागलो. प्रतिभा फोटो स्टुडिओमध्ये जाऊन दत्ता भिडेला योजना सांगितली. तो म्हणाला, ''हे फार अवघड आहे.''

''अवघड आहे हे मान्य; पण अशक्य नाही! शिवाय पंचवीस वर्षापूर्वी आपल्याच गावातील तरुणांनी हे करून दाखवलं आहे. तू मला कागदावर नकाशा काढून दाखव.'' मी त्याला विनंती केली.

दत्ताने एक कागद घेऊन त्यावर 'जयहिंद' हा शब्द लिहिला. किल्ल्यावर केवढ्या आकाराचे अक्षर हवे म्हणजे ते शहरातून दिसेल याचा अंदाज मी घेतला. मग त्या शब्दातील अक्षराचे आणि डोंगरावरील शब्दातील अक्षरांचे प्रमाण निश्चित केले. कागदावरील एका सेंटीमीटरला एक कार्यकर्ता हवा होता. एकूण एकशे सत्तर मुलांची गरज होती. मी ज-य-हिं-द या चार अक्षरांचे चार गटप्रमुख केले. त्याला आवश्यक पस्तीस ते पंचेचाळीस मुले त्यांनी गोळा केली.

आता पाहिजे होत्या मशाली. साताऱ्याजवळच्या महारदऱ्याच्या तळ्याच्या वरच्या बाजूला डोंगरात एरंडाची झाडे होती. त्यातील फांद्या तोडून आणल्या. गावात गटागटाने फिरून सर्व शिंप्याच्या दुकानांतून गेलो. त्यांना कामाचे स्वरूप सांगितले. भरपूर चिंध्या गोळा केल्या. हार्डवेअरच्या दुकानदाराकडून मोफत लोखंडी तार मिळविली. तेल व्यापाऱ्यांकडून क्रूड ऑईल मिळविले. ते एकत्र करून एका पिंपात ठेवले. एवढे सारे सामान ठेवायचे कुठे हा प्रश्न होता. त्यासाठी सातारा नगरपालिकेचा हॉल मिळविला. हनुमानाच्या वानरसेनेप्रमाणे आम्ही वेगाने काम उरकत होतो. मशाली तयार झाल्या.

''मशाली येथून पेटवून नेल्या तर डोंगरावर पोहोचेपर्यंत विझतील. तेलात भिजवलेल्या, पण न पेटवता नेल्या तरी डोंगरावर जाईपर्यंत तेल गळून जाईल.'' एकाने सल्ला दिला.

''त्यावर उपाय म्हणून आपण तेलाचा बॅरल डोंगरावर नेऊ व तिथे मशाली तेलात भिजवू.'' मी मार्ग सुचवला.

''पण बॅरल डोंगरावर कसा न्यायचा?'' कुणीतरी एक व्यावहारिक शंका उपस्थित केली.

''आपण ट्रकनं बॅरल, मशाली, कार्यकर्ते साऱ्यांनाच किल्ल्याच्या अर्ध्या भागापर्यंत नेऊ या.''

माझी सूचना साऱ्यांनाच पटली. एक ट्रक मोफत मिळविला. ट्रकवाल्याचा सत्कार जाहीररीत्या करू असे त्याला पटवून दिले.

किल्ल्यावरील उतारावर ही अक्षरं उमटवायची होती. जिल्हाधिकारी, नगराध्यक्ष हे गांधी मैदानावरील व्यासपीठावरून ते सारे पाहणार होते. तिथून ते व्यवस्थित दिसेल, तसेच अधिकाधिक शहरवासीयांनाही पाहता येईल या दृष्टीने जागा निश्चित केली. एक दिवस आधी सुमारे दीडशे फुटाचे एक अक्षर असे काथ्यांनी डोंगरावर काढले. पांढऱ्या फक्कीनं मुलं उभ्या राहायच्या खुणा केल्या. एकशे सत्तर मुलांच्या तितक्याच खुणा काढल्या. ट्रक योग्य जागेपर्यंत नीट जाईल ना हे पाहण्यासाठी तिथपर्यंतचा रस्ता पाहून आलो. त्या रस्त्याची थोडीफार डागडुजी केली. तेलवाले, चिंध्यावाले, तारवाले सर्व प्रायोजकांना अक्षरं पाहा सांगून आलो.

आदले रात्री जोरदार पाऊस आला. डोंगरवाट अवघड झाली. फक्कीने मारलेल्या खुणा गेल्या असणार अशी काळजी वाटू लागली; पण प्रत्यक्ष पंधरा ऑगस्ट या दिवशी पावसाची उघडीप होती. पुन्हा रस्ता थोडाफार ठाकठीक केला. फक्कीने मारलेल्या खुणा अस्पष्ट जरी झाल्या होत्या तरी पूर्ण पुसल्या गेल्या नव्हत्या.

संध्याकाळी घोषणांच्या आवाजात ट्रकने चार भिंतींच्या मागून प्रयाण केले. जे ट्रकमध्ये मावू शकत नव्हते ते चालत तिथे पोहोचले. ट्रकमध्ये काही जणांनी बॅरल धरून ठेवला होता. बॅरलमधील तेलात मशाली बुडवल्या होत्या. सर्व जण आपापली मशाल घेऊन जागेवर बसले. आता अंधार पडला होता.

चारही गटप्रमुखांकडे बॅटऱ्या होत्या. पुन्हा घोषणा झाल्या -

"भारत माता की जय!"

"जयहिंद!"

"भारतीय स्वातंत्र्य चिरायू होवो!"

मुख्य नेत्याने शिट्टी मारून सुरुवात करण्यास सांगितले. तोल जाऊन कोणी पडू नये म्हणून प्रत्येक जण जागेवर बसला होता. चारही गटप्रमुखांनी आपली मशाल पेटविली. एक दुसऱ्याच्या मशालीला प्रज्वलित करीत चारही अक्षर वरून खालपर्यंत पेटत आली. वरील टिंबाच्या कार्यकर्त्यानि स्वतंत्रपणे मशाल पेटविली. 'जयहिंद' अक्षरं उमटली.

गांधी मैदानावरून जिल्हाधिकाऱ्यांनी ते विलोभनीय दृश्य पाहिले. शहरातून हजारो नागरिकांनी वाहवा दिली!

आजीनं घराच्या दारातून पंचवीस वर्षांनंतर पुन्हा तेच दृश्य पाहिलं. जिल्हाधिकाऱ्यांनी दुसऱ्या दिवशी आम्हा सर्वांना बासुंदीचं जेवण दिलं.

इलेक्ट्रिक कंपनीत नोकरी

बी.कॉम. परीक्षा दिल्यानंतर एक दिवस माझे हितकर्ते भाऊ जोशी म्हणाले, ''रघू मिणीपार यांच्याकडे जा. ते ओरिएंटल इन्शुअरन्स कंपनीचे मॅनेजर आहेत. त्यांच्याकडे क्लार्कची एक जागा आहे.'' मी त्यांना भेटून भाऊ जोशींकडून आल्याचं सांगितलं.

''आमच्याकडे नोकरीसाठी जागा नाही.'' त्यांनी परिस्थिती सांगितली.

''आणखी कुठं असेल तर सांगा.'' मी विनंती केली.

''सातारा इलेक्ट्रिक सप्लाय कंपनीत आहे.''

''चालेल. आपण तिथे प्रयत्न करू या.'' मी.

''आत्ताच जाऊ.'' असं म्हणून ते मला त्यांच्या गाडीनं प्रतापगंज पेठेतल्या इलेक्ट्रिक कंपनीत घेऊन गेले.

कंपनीचे मॅनेजिंग डायरेक्टर झंवर शेठजी हे मोठे उद्योगपती होते. कापड व्यापार, घरगुती गॅस, एस्सो कंपनीची एजन्सी, असे त्यांचे उद्योग होते. मुख्य म्हणजे रोटरी क्लबमध्ये नेफाच्या मुलांच्या कार्यक्रमाच्या वेळी मी गेलो असताना त्यांनी मला पाहिलं होतं. मुलाखतीच्या वेळी शेटजींनी मला विचारलं, ''कंपनीचा बॅलन्सशीट तयार करता येईल का?''

''हो.''

''कंपनीच्या कामाबद्दल बाहेर काही चर्चा करायची नाही. काम चांगलं व्हायला पाहिजे.''

''मी मन लावून काम करेन.''

''अर्ज लिहा.'' असं म्हणून त्यांनी शिपायाकरवी मला एक कोरा कागद दिला. मी त्या कागदावर मायना लिहिला. पुढील अर्ज लिहावयाचा होता, तोच त्यांनी तो अर्जाचा कागद मागितला. अक्षर पाहिले व म्हणाले, ''ठीक आहे. अकाउंटंट म्हणून कामाला लागा. पगार दरमहा शंभर रुपये.''

''धन्यवाद!''

मी मिणीयारांचेही आभार मानले व काम सुरू केले. ऑफिसमध्ये अनगळ नावाचे प्रमुख होते. धोतर-कोट-टोपी असा त्यांचा पेहराव होता. मी रोजकीर्द, त्यावरून खतावणी, त्यावरून ट्रायल बॅलन्स करू लागलो. मी आलो होतो क्लार्कची तरी जागा मिळावी म्हणून आणि मला नोकरी मिळाली होती अकाउंटंटची!

दुपारी एक वाजता कंपनीतर्फे चहा असे. काही जण त्या चहाची साडेबारापासूनच काम सोडून वाट पाहत असत. चहा देणारा कारखानीस आलाय असं वाटावं म्हणून मी आणि माझा सहकारी विश्वास चौधरी काही वेळा मुद्दाम कपबशांचे आवाज काढायचो. बाकीच्या चहाच्या चाहत्यांची दिशाभूल करण्यात गंमत वाटे. कॉलेजमधील थट्टेखोरपणा कमी झाला नव्हता. काम मात्र मी झपाट्याने व अचूक करायचो.

एकदा कंपनीतील स्टाफनी मॅनेजमेंटला 'पगार वाढ द्या.' अशी मागणी करणारं निवेदन दिलं.

शेटजी कंपनीत आले. सर्वत्र भीतीयुक्त उत्सुकता होती. आता शेटजी रागावणार, आरडाओरड करणार! त्यांनी काहींना चांगलेच झापले. "काम नीट करायला नको!" पण सर्वांना पगारवाढ दिली. काहींना तीन रुपये, काहींना पाच रुपये तर मला पंचवीस रुपये!

इंदूर येथे विद्यार्थी परिषदेच्या अधिवेशनाला मला जायचं होतं. मी एक आठवडा रजा मागितली. प्रोबेशन काळात रजा देण्याची पद्धत नसल्याचे मला सांगण्यात आले. मी त्यावर मार्ग काय हे विचारले. सध्या राजीनामा द्या व इंदूरहून आल्यावर पुन्हा नोकरीसाठी अर्ज करा असे सांगितले. यात कोणतीही कटुता नव्हती. माझे व कंपनीचे संबंध सदैव चांगलेच राहिले. मी राजीनामा दिला.

एल.आय.सी.त नोकरी

इंदूरहून आल्यावर मला एल.आय.सी.मध्ये नोकरी मिळाली. प्रथम तीन महिन्यांचे ट्रेनिंग होते. त्याच काळात ऑफिसमध्ये कामही करावे लागायचे. अकाउंट्स विभागात मला विमा एजंटचे कमिशन जमा करण्याचे काम होते. मी दिवसाला वीसएक लेजरचे पोस्टिंग हातावेगळे करीत होतो. एक दिवस तेथील युनियन लीडर माझ्याकडे आले आणि म्हणाले, "दिवसाला जास्तीत जास्त दहा लेजरचं पोस्टिंग काढायचं. तू अशी वीस-वीस लेजरचे पोस्टिंग काढू लागलास, तर इतरांची पंचाईत होईल."

ट्रेनिंगचा तीन महिन्यांचा काळ संपला आणि मला कायम करून नोकरीची ऑर्डर मिळाली. त्याच वेळी मला बँक ऑफ महाराष्ट्र व स्टेट बँक ऑफ इंडियाचाही इंटरव्ह्यूचा कॉल आला. आता मला तीनपैकी एक अशी निवड करावयाची होती.

माझ्या मित्राचे, अरुण चिडगोपकरचे वडील स्टेट बँकेत अधिकारी होते. ते म्हणाले, "एल.आय.सी.मध्ये पन्नास क्लार्कच्या मागे एक अधिकारी होतो. तू एल.आय.सी.त गेलास तर प्रमोशन मिळायला वीस वर्षे लागतील. स्टेट बँक मोठी असल्यामुळे इथंही स्पर्धा फार आहे. तुला ऑफिसर व्हायला दहा ते पंधरा वर्षे लागतील. बँक ऑफ महाराष्ट्रमध्ये तीन वर्षातसुद्धा ऑफिसर होता येईल."

महाबँकेत लागलो

मी बँक ऑफ महाराष्ट्रमध्ये जायचे ठरवले. पुण्यास परीक्षेसाठी आलो. कर्वे

रोड शाखेच्या वर ट्रेनिंग सेंटर होते. तिथे परीक्षा झाली. पेपर संपताना सांगितले, "आज दुपारी दोन वाजता बाजीराव रोड शाखेत परीक्षेचा निकाल लावला जाईल. जे पास होतील त्यांनी तिथेच मुलाखतीसाठी थांबावं."

मी पास झालो होतो. संध्याकाळी पाच वाजता मुलाखत झाली. डॉ. वसंतराव पटवर्धन मुलाखत घ्यायला होते. साताराचे भुरके नात्यात आहेत का विचारले. सामान्यज्ञानावरील प्रश्नांची उत्तरे मला व्यवस्थित देता आली होती. मुलाखत समाधानकारक झाली होती. साताऱ्यात एक आठवड्यात पत्र आलं. रहिमतपूर या सातारा जिल्ह्यातील शाखेत रुजू व्हायला सांगितले होते. त्या वेळी सातारा येथे मुख्य कार्यालय असलेली युनायटेड वेस्टर्न बँक आणि बँक ऑफ महाराष्ट्र या दोहोंमध्ये एक अलिखित करार होता. साताऱ्यात महाराष्ट्र बँकेने शाखा सुरू करायची नाही. दोहोंमध्ये स्पर्धा नको. त्यामुळे सातारा जिल्ह्यात फक्त रहिमतपूर येथे बँक ऑफ महाराष्ट्राची शाखा होती.

मी प्रथमच घर सोडून बाहेरगावी एकटा राहणार होतो. रहिमतपूरला गेल्यावर कोठे राहायचे हा प्रश्न होता. रहिमतपूर गावाबद्दल फारशी माहिती नव्हती. थोडी भांडी, कपडे बॅगेत भरले. रात्री बराच वेळ जागा होतो. दोन वेळचा डबा पहाटेच तयार करून घेतला. सातारा ते रहिमतपूर पंचवीस किलोमीटर अंतर एस. टी.ने कापले व रहिमतपूर एस. टी. स्टँडवर बॅग घेऊन उतरलो.

तेवढ्यात एक गृहस्थ पुढे आले. "महाराष्ट्र बँकेत नोकरीला आलात ना?" त्यांनी विचारले.

"हो." मला आश्चर्यच वाटले. मला यांनी कसे ओळखले या विचारात मी होतो.

"मी धोंडवड. या बँकेत शिपाई आहे. शाखेत स्टाफ कमी आहे. एक माणूस येणार म्हणून आम्ही वाटच पाहत होतो. तुम्ही येताय का पाहायला मी आपला स्टँडवर आलो होतो." त्यांनी माझी बॅग हातात घेतली. 'चला' म्हणून तो चालायला लागला. मी कुठे चाललो हे न विचारताच त्याच्यामागे निघालो.

त्याने स. र. देशपांडे या कॅशिअरच्या घरी आणले. बॅग ठेवली. यापूर्वी माझी आणि देशपांडे यांची कोणतीही ओळख नव्हती.

"रहिमतपुरात राहायला हॉटेल नाही. मी एकटाच राहतो. सध्या तुम्ही इथंच राहा."

मी नाही म्हणायचा प्रश्नच नव्हता. माझ्यापुढे दुसरा कोणताही पर्याय नव्हता. घराजवळच बँक होती. बरोबर साडेदहाला दोघेही बँकेत पोहोचलो. एक मॅनेजर, एक कॅशिअर व एक क्लार्क व दोन शिपाई असा स्टाफ होता. परस्पर परिचय झाला.

मी सेव्हिंग्ज काउंटरवर बसलो. तिथेच करंट, मुदत ठेव, बिले सोडविणे,

कर्ज, कागदपत्रे करणे, सर्वच काम होते. कारण एकच क्लार्क होता.

एक खातेदार आला.

''पासबुक भरून द्या.'' त्याने त्याचे काम सांगितले.

''घ्या ते.'' शिपायाने मला सांगितले व तो पुढे शिकवू लागला, ''पासबुकाच्या पहिल्या पानावर खातेदाराचा नंबर पाहायचा. लेजरमधील ते खाते उघडायचे. लेजरमध्ये जे जे लिहिलंय ते ते पासबुकात उतरवायचं आणि पासबुक सहीसाठी साहेबांकडे द्यायचं.''

मी तसेच केले आणि पुस्तक साहेबांकडे पाठविले. साहेबांनी पासबुक फेकून दिलं आणि म्हणाले, ''तुम्ही बी.कॉम.कसे काय झालात? साधं पासबुक भरता येत नाही!'' मला बी.कॉम.ला जागतिक बँकिंग हा विषय होता, पण पासबुक कसे भरावे हा विषय मात्र नव्हता.

मी ते पुस्तक उचलले व शिपायाला दाखविले. तो म्हणाला, ''लेजरमध्ये खात्यातील बॅलन्स काढताना कधी चूक झाली, तर बॅलन्स खोडत नाहीत. खालच्या ओळीवर 'सी. बी.' म्हणजेच 'करेक्ट बॅलन्स' असे लिहून योग्य तो बॅलन्स लिहितात. या खात्यात तीन वेळा 'सी. बी.' होते. ते सर्व तुम्ही पासबुकात उतरविलेत. सी. बी. म्हणजे आपल्या चुका होत्या. त्या खातेदाराला कळू द्यायच्या नाहीत.''

शाखेत काम सुरू केल्यावर पहिल्या दहा मिनिटांतच मला मोठा धडा शिकविला गेला होता – 'आपल्या चुका, अडचणी आपल्याजवळच ठेवायच्या. त्या बाहेर सांगायच्या नाहीत.' यशस्वी जीवनाची ही गुरुकिल्लीच होती.

'वऱ्हाडी माणसं' या नाटकातील प्रवेश आठवला – घरातील कर्ते पुरुष आबाजी आपल्या वाड्यात दिवाणखान्यात बसलेले असतात. घरातील सूनबाईच्या वागण्यानं घरात सतत कलह माजत असतात. धुसफुस चालू असते. मुलीचं लहान वयातच लग्न ठरलेलं असतं. तिला आबाजी उपदेश करतात. तो अशा पद्धतीनं करतात की, आत माजघरात ते सूनबाई ऐकेल. 'लेकी बोले सुने लागे' या सूत्रानं ते बोलतात –

''पोरी लगन कराया निघालीस. सोपी नाय ती संसार करण्याची कला. ते तर पदरात निखारे घेऊन चालणं. पदर तर पेटला नाय पाहिजे. निखारे तर विझले नाय पायजेत. त्यातून कधी हात भाजलाच, तर ओठावरचं हसू कमी नाय झालं पायजे. पोटातली माया आटली नाय पायजे. ते राजहंस कसे पोहतात सरोवरात! पांढराशुभ्र पिसारा, मानेमध्ये ऐट, चोचीमध्ये मोत्यांचा चारा. त्यांच्याखाली सरोवरात चिखल, वेली, खळबळ सारंच असणार. ते वर कोणाला सांगत नाहीत. कसे थाटात चालतात राजहंस!''

दुसऱ्या दिवशी सकाळीच रहिमतपूर ट्रेनिंग कॉलेजचे प्राचार्य स. बा. वळीवडेकर

देशपांडे यांच्या खोलीवर आले. मला म्हणाले, "मी साताऱ्यास गेलो होतो तेव्हा तुमच्या आईकडून तुम्ही रहिमतपूरला आल्याचं कळलं. आमच्या घरी राहायला चला." त्यांनी बरोबर आणलेल्या डी. एड. कॉलेजच्या शिपायाला माझं सामान घ्यायला लावलं. मी 'हो', 'नाही' असं काही म्हणायची वाट पाहिली नाही. माझा मुक्काम वळीवडेकर सरांच्याकडे पडला. रोज वहिनींच्या हातची ताजी भाकरी व भाजी मिळू लागली.

वळीवडेकर सरांना घरात आम्ही सारे भाऊ म्हणत होतो. भाऊ पहाटे पाचला उठत. मीही उठू लागलो. ते कधी योगासने करीत, कधी फिरायला जात. मीही तेच करू लागलो. त्यांच्याकडे भजनी मंडळाचे लोक येत. भाऊही सुरेख गात. मीही त्यात सामील झालो. भाऊंनी 'सीमेवरून परत जा' हे बाळ कोल्हटकर लिखित नाटक बसवायला घेतलं. त्यातही मी सहभागी झालो. आमचं घर नदीकिनारी होतं. रोज नदीकडेने चालत बँकेत यायचो. जवळजवळ तीन महिने भाऊंनी मला त्यांच्या घरात सामावून घेतलं. केवढं अगत्य! केवढा मनाचा मोठेपणा! घरात सख्ख्या आईला सामावून घेऊ न शकणारी घरे पाहायला मिळाली. इथं मला, फक्त दूरच्या ओळखीच्या माणसाला त्यांनी सांभाळलं होतं.

एव्हाना मला डॉ. पी. एन. देशपांडे यांच्या वाड्यात एक खोली भाड्याने मिळाली. बाहेरच्या बाजूला त्यांचा दवाखाना. आत त्यांचे घर व चौकाच्या मागे एक खोली मला मिळाली. खोलीत पार्टिशन टाकल्यामुळे दोन खोल्या झाल्या होत्या. स्वच्छ, रंगविलेला असा वाडा. डॉक्टरांना अण्णा म्हणत. ते समाजवादी विचारसरणीचे नेते होते. सर्व समाजकार्यात हिरिरीने भाग घेत. गरीब, श्रीमंत, सर्व प्रकारचे पेशंट दवाखान्यात येत. गरिबांकडे पैसे नसले तरी ते औषध देत.

त्यांच्या सौभाग्यवती आशाताई याही समाजकार्य करायच्या. महिला मंडळ चालवायच्या. सर्वांशी मिळूनमिसळून वागायच्या. जशी वेळ असेल त्याप्रमाणे अधूनमधून जेवायला, खायलाही द्यायच्या. त्यासाठी वेगळं आमंत्रण नसायचं. जाता-येता हाक मारायच्या व असेल त्यातला पदार्थ द्यायच्या. त्यांचा मुलगा, डॉ. दिलीप देशपांडे याची तो साताऱ्यात आर्यांग्ल वैद्यक महाविद्यालयात शिकत होता तेव्हापासूनची मैत्री होती. ज्योती ही कन्याही उत्साही होती. नृत्य, नाट्य अशा कार्यक्रमांत अग्रेसर होती. ती पुढे ज्योती सुभाष या नावानं प्रसिद्धीस आली. गोविंद देशपांडे, मोठे पत्रकार, चिनी भाषेचे अभ्यासक होते. विकास, अरुणा ही भावंडे केव्हातरी भेटत.

अशा लोकांच्या घरातच मला राहायला खोली मिळाली हे माझं भाग्यच! संध्याकाळी साहित्य, विनोद, समाजकारण अशा विषयांवरील गप्पा रंगत. हास्याचे फवारे उडत.

■

ठेव संकलनाचा ध्यास

महाराष्ट्र बँकेच्या बोधचिन्हामध्ये एम बी ही दोन अक्षरं आहेत. त्यांचा अर्थ महाराष्ट्र बँक असा आहे, पण त्याचा अजूनही एक व्यापक अर्थ आहे. 'माय बँक' – माझी बँक. हे फक्त मलाच वाटून उपयोग नाही, तर प्रत्येक खातेदारालादेखील तसं वाटलं पाहिजे. त्यासाठी त्याला उत्कृष्ट ग्राहक सेवा मिळायला हवी. बँकेत येणाऱ्या प्रत्येक व्यक्तीचं स्मितहास्यानं स्वागत व्हायला पाहिजे. आपण उत्कृष्ट कपडे घालून आपल्या शरीराचा नव्वद टक्के भाग झाकू शकतो, पण चेहरा झाकू शकत नाही. या नव्वद टक्के भागात दहा टक्के काम फत्ते होऊ शकतं; परंतु ग्राहकाला जिंकायचं असेल, समाधानी ठेवायचं असेल तर चेहऱ्याचा दहा टक्के भाग हसतमुख, आनंदी ठेवावा लागतो. किंबहुना तो नेहमीच प्रसन्न राहील असा आपला स्वभाव बनवावा लागतो.

रहिमतपूर शाखेत माझे वरिष्ठ सहकारी स. र. देशपांडे व मी हे सूत्र आचरणात आणत होतो. खातं उघडायला येणाऱ्या माणसाला आम्ही सारी माहिती समजावून सांगायचो. फॉर्मवर कुठे सह्या करायच्या ते दाखवित असू. फॉर्म भरून देण्याचं कामही मी आनंदानं करीत असे. एकट्याच्या नावानं खातं उघडण्यापेक्षा बायकोचं किंवा घरातल्या कोणाचं नाव घालून संयुक्त खातं उघडण्याचे फायदे सांगत असे.

एकदा एक जोडी बँकेत आली होती. मी माझ्या सवयीप्रमाणे त्यांना संयुक्त खात्याचे लाभ सांगत होतो. तर पतीराज म्हणाले, ''मला सर्व माहिती आहे. मी बँकेत कित्येक वर्षं व्यवहार करीत आहे.'' मग मी म्हटलं, ''तुमच्या सौभाग्यवतींना

माहिती देतो.'' त्यावर त्या बाई उत्तरल्या, ''जॉईंट अकाउंट मला माहिती आहे. यांनी पैसे भरायचे आणि मी काढायचे! अगदी सोपं आहे!''

खातं उघडताना दुसऱ्या खातेदाराची ओळख लागते. ती ओळख मिळवून देण्याकरता मी मदत करायचो.

ग्रामीण भागात मुदत ठेवीत पैसे ठेवायला आलेल्या खातेदाराला आपण व्याजाचे दर एक वर्षाला, दोन वर्षाला, तीन वर्षाला सांगितले, तर त्याला ते फारसं पसंत पडत नाही. आपण असे दर सांगितले तर तो विचारतो,

''दामदुप्पट किती दिवसांत होणार?''

हे ध्यानात घेऊन मी प्रथम दामदुपटीचा काळ सांगायचो. दरमहा किंवा तिमाही व्याज त्यांना खात्यात जमा करून घेणं नको असायचं. व्याजावर व्याज घेऊन दामदुप्पट पावती त्यांना हवी असायची.

वैयक्तिक नावानं खातं उघडलं, तर मग मी त्यांना खात्यास नामांकन करा असं सांगत असे. आपल्या पश्चात पैसे कोणाला मिळावेत त्याचं नाव लिहून घेत असे. त्यासाठी काही जण तयार व्हायचे नाहीत. मग मी पुन्हा समजावून सांगत असे की, नामांकन केलेल्या व्यक्तीला हे खातं उघडल्याचं सांगावं लागत नाही.

नवीन खातं उघडायला आलेल्या व्यक्तीला नामांकन पटवून देणं हे एक समाजकार्यच आहे. भारतात 'आपण मरणार' यावर कोणाचा विश्वासच नसतो. मृत्यू हा दुसऱ्यासाठीच आहे अशी बहुतांश लोकांची (भ्रामक) समजूत आहे. खातेदाराच्या मृत्यूनंतर खात्यातील रक्कम माहितीअभावी बेवारस पडून राहते. बारा वर्षे त्याबाबत वारसाकडून मागणी न झाल्यास ती रिझर्व बँकेला वर्ग होते. अशी पाच हजार कोटीवर रक्कम रिझर्व्ह बँकेकडे सर्व बँकांनी वर्ग केलेली आहे. माणूस काटकसरीनं वागून आयुष्यभर पै पै साठवत ठेव निर्माण करतो. त्याला नामांकन हवंच.

मी मृत्यू, मरण हे शब्द न उच्चारता नव्या खातेदाराला नामांकन करायला लावत असे. ''आपल्या प्रिय नातेवाइकाचं नाव नामांकन म्हणून घातलेलं बरं असतं.'' असं सांगत असे.

एकदा गोटा केलेली तीन मुले, त्यांच्या दोन बहिणी, मेहुणे अशी आठ-दहा माणसं एकदम बँकेत आली. वडील वारलेले. खात्यास नामांकन नाही. रक्कम मोठी होती. मृत व्यक्तीच्या खात्यातील पैसे वारसांना मिळावेत असा अर्ज करायला ते बँकेत आले होते. तेराव्या दिवसाचे क्रियाकर्म उरकून ते थेट बँकेत आले. पुन्हा सगळे वारस एकत्र येणं अवघड म्हणून ते आत्ताच आलेले. नामांकन न केल्यामुळं त्यांना केवढा त्रास होत होता!

महिला मंडळात व्याख्यान

रहिमतपूरला मी ज्यांच्या वाड्यात राहत होतो त्या आशाताई देशपांडे महिला मंडळाच्या अध्यक्षा होत्या. त्यांनी मला त्यांच्या मंडळात 'बचतीचं महत्त्व' या विषयावर व्याख्यान देण्यासाठी आमंत्रित केलं. मी निमंत्रण स्वीकारलं. बँकेला ठेवी मिळण्यासाठी ही अनासायास संधी चालून आली आहे असं वाटलं. बचतीचं महत्त्व सांगताना मी म्हटलं, ''पूर्वी बायका जात्यावर धान्य दळायच्या. ज्वारी दळायला घेण्यापूर्वी मूठभर धान्य बाजूला एका मडक्यात ठेवायच्या. एक वर्ष फार मोठा दुष्काळ पडला. (दुष्काळात तेरावा महिना तसे) घरी धान्य कमी पडले. एकदा घरी पाहुणे आले. पाहुण्यांना जेवायला तर घातलं पाहिजे. घरातलं धान्य तर संपलेलं. तेवढ्यात घरच्या कर्त्या बाईला त्या मडक्याची आठवण झाली. रोज मूठभर धान्य बाजूला ठेवल्यानं ते गरजेच्या वेळी उपयोगी पडलं होतं. आपणही दरमहा काही रक्कम बाजूला काढून ठेवावी. बँक ऑफ महाराष्ट्रमध्ये रिकरिंग खातं उघडावं. हवं तेव्हा उपयोगी पडेल.''

माझं भाषण सर्वांना आवडलं होतं. मी बरोबर रिकरिंग खात्याचे, ज्यात दरमहा रक्कम भरता येते, फॉर्मही नेले होते. तेही काहींना वाटले. माहितीपत्रके सर्वांनाच दिली. नवी अकरा खाती मिळाली. बँक व्यवसाय वाढवायला फक्त बँकेतच सेवा देऊन भागणार नाही तर समाजामध्ये जाऊन माहिती द्यायला हवी याची जाणीव झाली.

याच मंडळात येणाऱ्या शहा नावाच्या महिलेने तिचं रिकरिंग खातं बँकेत उघडण्याची इच्छा प्रदर्शित केली. मला आनंदच झाला. पण ती म्हणाली, ''मी खातं उघडल्याचं घरी कळता कामा नये. ते गुप्त राहायला हवं. माझी मला स्वतंत्र बचत करायची आहे.'' मी थोडा विचार केला. शहा शेठजींची सर्व प्रकारची खाती बँकेत होती. ते एक दिवसाआड तरी बँकेत यायचे. मुदत ठेवी होत्या, तसंच कॅश क्रेडिटही होते. त्यांचा-आमचा घनिष्ठ संबंध होता. मी राहत असे त्याच्या समोरच ते राहत होते. मी त्यांच्या घरीही जात असे. आता त्यांना न कळता हे खातं कसं उघडायचं, त्या खात्यात पैसे कसे भरायचे अशा अडचणी मनात आणून नकार देणं सोपं होतं; परंतु काही युक्ती योजून हाती येत असलेली ठेव जाऊ देता कामा नये.

''ठीक आहे. भरा फॉम.'' असे म्हणत मी फॅार्म भरून घेतला. खातं उघडतानाची रक्कम म्हणून रु. २५ घेतले. दुसरे दिवशी बँकेत पैसे भरून रिकरिंग खातं उघडलं. ओळख म्हणून दुसऱ्या खातेदार महिलेची सही घेतली. पावती व पासबुक खिशात ठेवलं. संध्याकाळी घरी जाताना शहांच्या दारी हाक मारली –

''आहेत का शेठजी?''

''नाहीत.''- भाभी दाराशी येऊन म्हणाल्या. पुस्तक देऊन टाकलं.

पुढील महिन्यात पुन्हा पुकारा दिला.

"आहेत का शेठजी?"

शेठजी दाराशी येऊन म्हणाले, "नमस्कार!"

मीही म्हटले, "नमस्कार" व पुढे गेलो.

नसतील तेव्हा पैसे घेणे व पुस्तक देणे हा प्रकार दोन वर्षे चालला होता. स्वीस बँकेची गुप्त सेवा मी ग्रामीण भागात देत होतो!

हे एकदा आशाताई देशपांडे यांना मी सांगितल्यावर त्या म्हणाल्या,

"यासाठी तुम्ही म्हणता – बँक ऑफ महाराष्ट्र, आपली जिव्हाळ्याची बँक!"

यावर मी त्यांना एक किस्सा ऐकविला.

एका बँकेत एक सुंदर स्त्री यायची. ती आल्यावर बँकेतल्या स्टाफमध्ये थोडी चलबिचल व्हायची. तिला पाहावं ही प्रत्येकाचीच सुप्त इच्छा असायची. फक्त नेत्रसुख! ती बँकेत आल्यावर सर्वांना समजावं म्हणून त्यांनी एक युक्ती केली. एक परवलीचा शब्द ठरविला. ती आल्यावर दाराजवळ असलेल्या स्टाफ मेंबरनं 'चेक आला रे' म्हणायचं. एक सुखाचा तीळ साऱ्यांनी वाटून घ्यायचा. काहींचा जीव तर तिला पाहण्यासाठी तीळतीळ तुटायचा! हे असं व्यवस्थित चालू होतं; पण एका क्लार्कनं त्या बाईंनाच सांगितलं, "चेक आला रे म्हणतात ते तुम्हाला बरं!"

"बघून घेते त्यांच्याकडे." बाईंनी इरादा सांगितला.

पुढच्या वेळेस त्या बाई बँकेत आल्यावर नेहमीप्रमाणे पुकारा झाला, "चेक आला रे!"

त्यावर त्या बाईंनी गळ्यातले मंगळसूत्र दाखवून त्याला सुनावले, "हा अकाउंट पेयी चेक आहे बरं का! दुसऱ्याच्या खात्यात अजिबात चालायचा नाही!"

जनसंपर्कासाठी पानसुपारी

आमच्या शाखेत वर्षातून एक दिवस पानसुपारी व हळदीकुंकू असा समारंभ असायचा. त्या निमित्ताने आम्ही सर्व कर्मचारी बऱ्याच खातेदारांच्या दुकानांत, घरी जाऊन आमंत्रण करत असू. अगत्यानं आमंत्रण करायला आले, हे पाहून खातेदारांना बरं वाटायचं. ते आनंदात समारंभाला सहकुटुंब यायचे. महिलांना बँकेत येण्याची ही खास संधी असायची. सर्वच महिला दागिन्यांनी मढलेल्या असत.

या समारंभाला आमच्या साहेबांच्या सौभाग्यवती उत्साहात साताऱ्याहून यायच्या.

एकदा हळदीकुंकू समारंभ जवळ येऊन ठेपला होता. साहेबांनी मुलाच्या शिक्षणासाठी पत्नीच्या दागिन्यावर शाखेतून कर्ज घेतलं होतं. त्यामुळे दागिने बँकेच्या ताब्यात होते. ती दागिन्यांची पिशवी ज्या तिजोरीत ठेवली होती त्या

तिजोरीची किल्ली त्यांच्याकडेच होती. त्यांचं एक मन म्हणत होतं, 'सौभाग्यवती इथे आल्यावर तिला दागिने वापरायला द्यावेत व हळदीकुंकू समारंभ संपला की, दागिने पुन्हा बँकेच्या तिजोरीत ठेवावेत. प्रश्न आहे तो फक्त तीन-चार तासांचा.' दुसरं मन म्हणत होतं, 'बँकेत पैसे न भरता तात्पुरते का होईना दागिने तिजोरीबाहेर काढणे हे नियमबाह्य आहे. तेव्हा आपण पैसे भरावेत व दागिने वापरावेत. दुसरे दिवशी वाटल्यास पुन्हा त्या दागिन्यांवर पुन्हा कर्ज घ्यावे.'

स्वत:च्या हातात असूनही त्यांनी नियमबाह्य अशा पहिल्या मार्गाचा वापर केला नाही. बेळगावला डिव्हिजनल मॅनेजरला फोन करून स्वत:च्या पगारावर पाचशे रुपये उचल घेतली. त्या पैशातून सोनेगहाण खाते बंद केले. सौ.ला दागिने घालायला दिले. संपूर्ण पानसुपारी कार्यक्रमात निर्धास्तपणे वावरले. मोहापासून परावृत्त होण्याची ताकद त्यांच्यामध्ये होती. त्यांच्या सौभाग्यवती त्या दिवशी मॅनेजर साहेबांच्या रिव्हॉल्विंग चेअरमध्ये बसायच्या. त्या म्हणायच्या, ''हे वर्षभर ह्या खुर्चीत बसतात. आजचा एक दिवस तरी माझा आहे!'' केबिनमध्ये स्त्रियांना बसवून उत्साहानं अत्तर, गुलाबपाणी, डाळ, पन्हं द्यायच्या. शाखाधिकाऱ्यांचा प्रामाणिक व्यवहार हा आमचा आदर्श होता.

पानसुपारी समारंभ म्हणजे जनसंपर्काचं प्रभावी माध्यम होतं. बँकर आणि खातेदार यांच्यातील संबंध या कार्यक्रमामुळे घनिष्ट बनत. काही खातेदार या समारंभाच्या निमित्तानं नव्या ठेवीही बँकेत देत.

ग्राहक हाच देव

शाखेतील खातेदारांची आम्हा सर्व स्टाफला चांगलीच माहिती होती. आमची ग्राहकसेवाही उत्कृष्ट होती. व्यापारी लोकांनी दिलेले चेक आले की, खात्यात पुरेशी शिल्लक नसल्यास आम्ही त्या खातेदारांना फोनवरून किंवा शिपायाकडून कळवित असू. प्रत्येक खातेदाराला लागणारी सेवा देत होतो.

दादा उर्फ व्ही. एच. नाईक हे तेथील लिप्टन कंपनीचे चहाचे एजंट होते. ते आठवड्यातून दोन वेळा कंपनीला ड्राफ्टने पैसे पाठवायचे. व्यापाऱ्यांकडून पैसे गोळा व्हायला दुपारी ३ वाजून जात. ड्राफ्ट तर त्यापूर्वी काढावयाचा असे. मग ते जिन्यात येत, तिथून मला फक्त बोटाने खुणवीत. दोन बोटे दाखविली की, त्याचा अर्थ असे - दोन हजार रुपयांचा ड्राफ्ट काढायचा. व्हाऊचर मीच भरत असे. तपशील पाठ होता, 'नॅशनल अँड ग्रिंडलेज बँक अकाउंट लिप्टन इंडिया लि.' असा अकाउंट पेयी ड्राफ्ट तयार करायचा. चार वाजता त्यांनी रक्कम भरली की, मग तो ड्राफ्ट द्यायचा. काही वेळा ते ड्राफ्ट आम्हालाच पाठवायला सांगायचे. पत्ता

लिहिलेले पाकीट आमच्याकडे दिलेले असायचे.

एक दिवस ड्राफ्ट तयार होता. आम्ही त्यांची वाट पाहत होतो. त्यांचे त्या दिवशी पैसे वसूल झाले नाहीत. ते घरचे दागिने घेऊन आले. गोल्ड लोन करून ड्राफ्ट दिला. खातेदारांचे काम व्हावे म्हणून आम्ही धडपडत होतो. आम्हाला त्रास होऊ नये याची काळजी खातेदार घेत होते. इतकंच नव्हे तर त्यांनी वर्षाअखेरीस आमचं ठेवींचं उद्दिष्ट पूर्ण होण्यास मदत व्हावी म्हणून ठेवही दिली.

रहिमतपूरचं तंबू टॉकीज हे एकमेव सिनेमा पाहण्याचं ठिकाण होतं. रोज रात्री प्रचार म्हणून गाणी लावलेली ऐकू यायची. त्या गाण्यांचा क्रमही ठरलेला होता. शेवटचे गाणे 'शूर आम्ही सरदार, आम्हाला काय कुणाची भीती!' हे झाले की सिनेमा सुरू व्हायचा. त्या मानाने सिनेमाला जाणारे घरोघरी आवरायचे. तंबू टॉकीजमध्ये वाळूत बसायचं. फक्त डॉ. अण्णा देशपांडे यांना बसायला खुर्ची होती. सिनेमाची जाहिरात करताना प्रत्येक नटाच्या नावामागे सिनेस्टार म्हणायचे!

एकदा एक सिनेमा ठरवीक दिवसांपासून दाखविला जाईल म्हणून जाहीर केले होते. त्या दिवशी फिल्मची पेटी ट्रान्सपोर्ट कंपनीमध्ये आला, पण मोटर रिसिट बँकेत आली नाही. ट्रान्सपोर्ट कंपनीवाले म्हणत होते, बँकेचं पत्र आणा मग पेटी देतो. आम्ही अंदाजे रक्कम बँकेत अनामत म्हणून ठेवून घेऊन पत्र देऊ असे सांगितले. आता ते पैसे स्वीकारायचे, तर बँकेस सुट्टी होती. पण सुटीच्या दिवशीही आम्ही त्याचे काम केले. या सेवेची जाण ठेवून त्यांनी शाखेस पुढे ठेव दिली.

हंगामामध्ये एका शेतकऱ्यानं हुरडा खायला बोलवलं होतं. आम्ही सर्व जण चांगले पाच किलोमीटर चालून त्याच्या शेतावर गेलो होतो. हुरड्याबरोबर ओला हरभरा, शेंगदाणे, गूळ, शेंगदाण्याची चटणी असा बेत होता. ग्राहक आणि आम्ही यामध्ये एक जिव्हाळ्याचं नातं निर्माण झालं होतं. शेतकऱ्यांच्या ठेवी शाखेत वाढत होत्या.

कॅरट आणि स्टीक

वर्ष अखेरीस बँकेत भरपूर काम असायचे. व्याजाची आकारणी करायची. सर्व कर्जदारांना व्याज आकारणीची पत्रे पाठवायची. सर्व खात्यांच्या दोन्ही बाजूंची बेरीज घेऊन नवीन वर्षासाठी बॅलन्स दाखवायचा. या वेळी क्लोजिंग अलाउन्स म्हणून प्रत्येकी अडीच रुपये मिळायचे. ते एकत्र करून त्या पैशात थोडी भर घालून मॅनेजर साहेब नानासाहेब कुलकर्णी बासुंदीचे जेवण बँकेत तयार करायला लावायचे. स्वीपर होता तो दूध आणून आटवत बसे. मॅनेजर जातीने लक्ष घालत. केबिनपासून बासुंदीपर्यंत त्यांच्या फेऱ्या सुरू असत. ''व्याज बरोबर लावा'' असं माझ्या मागून जाताना म्हणत, तर ''बासुंदी नीट ढवळा. करपू देऊ नका'' असं पुढं जाऊन

म्हणत. ''जायफळ कुटू नका. उगाळून बासुंदीस लावा'' हाही त्यांचा अनुभवी सल्ला असे. दिवसभर भरपूर काम असे. दुपारी आग्रह करून करून ते जेवायला वाढीत. नंतर काम करणे कठीण जाई, पण त्यातून सुटका नसे. काम आणि बासुंदी दोन्हीचा आग्रह असे! व्यवस्थापन शास्त्रात 'कॅरट अँड स्टीक' असं एक तत्त्व आहे. त्याचं प्रात्यक्षिक तेव्हा आम्हाला पाहायला मिळालं. वर्षभर काम करून ठेवींचं उद्दिष्ट पार केल्याचा आनंद आम्ही घेत होतो.

एस. एम. जोशींचा सहवास

एकदा अर्थमंत्री यशवंतराव चव्हाणांचं भाषण भैरोबा मंदिरामध्ये होतं. आमच्या मॅनेजरनी त्यांना बँकेच्या वतीने हार घातला. आम्हाला त्यांचं भाषण जवळून ऐकता आलं. थोड्याच दिवसांनी भाई एस. एम. जोशींचं भाषण तेथेच होतं. त्यांना मी बँकेच्या वतीनं हार घातला तेव्हा ते समाजवादी असल्याने मजेत म्हणाले, ''बँकांनी मला हार घालायचे म्हणजे आश्चर्यच आहे!''

रात्री त्यांचा मुक्काम अण्णा देशपांडे यांच्याकडे होता. जेवणाची जय्यत तयारी केली होती. पण एस. एम. जोशी म्हणाले, ''मी रात्री जेवत नाही.'' मग कोणास वाईट वाटू नये म्हणून त्यांनी थोडंसं खाल्लं.

जनसंपर्क हा बँक व्यवसायासाठी उपयोगी पडतो. त्यामुळे अशा समारंभात उपस्थित राहण्यात बँकेचं अस्तित्व सर्वांपर्यंत पोहोचे. मी हे सारं आवडीनं करीत असे.

सातारा येथे जनसंपर्क मोहीम

सातारा शाखेत मी क्लार्क म्हणून काम करीत होतो. त्या वेळी विभागीय कार्यालय बेळगाव येथे होते. या कार्यालयातून परुळेकर नावाचे जनसंपर्क अधिकारी भेटीसाठी आमच्या शाखेत आले. बँकेसाठी ठेवी मिळविण्याच्या उद्देशाने त्यांना काही जणांच्या भेटी घ्यावयाच्या होत्या. मी मूळचा सातारचा असल्याने आणि महाविद्यालयीन काळात विविध संस्था व व्यक्तींचा परिचय वाढल्याने शाखाधिकारी अंबेकर यांनी मला परुळेकरांबरोबर जाण्यास सांगितलं. मला तो माझा सन्मान वाटला.

सातारा म्हणजे श्रीमंत छत्रपती प्रतापसिंह महाराजांपासून सुरुवात करायला पाहिजे. माझा त्यांच्याशी पूर्वपरिचय असल्याने विनासायास भेटता आलं. ठेव संग्रहण मोहिमेची सुरुवात त्यांच्या हस्ते करण्याची विनंती केली. त्यांची ठेव मिळविली. छत्रपती शिवाजी महाराजांच्या घराण्याचा आशीर्वाद मिळाला. सातारा हे

कंदी पेढ्यांबद्दल प्रसिद्ध! तुळजाराम मोदींचे पेढे इंग्लंडला जात असत अशी त्यांची ख्याती होती. त्यांना परुळेकरांसमवेत भेटलो. तुळजाराम मोदी गोड पेढे विकणारे तर परुळेकर त्याहूनही गोड बोलणारे होते. त्यांच्या रिकरिंग खातं उघडण्याच्या आश्वासनानंतरच ते बाहेर पडले.

सातारच्या पालेकरांचे मसाला व सुरती बटर लोकप्रिय होते. त्यांच्या बेकरीतील खारीही प्रसिद्ध होती. त्यांना भेटून शहरातील निवडक अशा मोठ्या लोकांच्या ठेवी गोळा करीत असल्याचं सांगितलं. बँकेनं त्यांना हे मानाचं स्थान दिलं होतं. व्यक्तीला महत्त्व दिलं की, ती आपलं काम करते. त्यांचीही ठेव मिळाली हे सांगणे न लगे.

साताऱ्यातील काकडे वाड्यातून रांगोळे सदनमध्ये आमच्या शाखेचे स्थलांतरण झाले. शाखेचे पूर्णपणे नूतनीकरण करण्यात आले. फॉल्स सिलिंग, दुधी काचेच्या आवरणातून प्रकाशझोत टाकण्याची केलेली व्यवस्था, अत्याधुनिक काउंटर, फोमच्या खुर्च्या, केबिनला काचांचे दरवाजे, पांढऱ्याशुभ्र सनमायकाची टेबले, पांढऱ्या टाईल्स व त्याच रंगाचा सर्वत्र दिलेला रंग यामुळे बँक एकदम झकपक दिसत होती. परदेशातल्या आधुनिक बँकेत प्रवेश केल्यासारखं वाटत होतं. काम करायला उत्साह वाटत होता. ग्राहक सेवेच्या दृष्टीनं हा फार सुरेख बदल झाला होता.

ग्रामीण भागातले खातेदार मात्र या एवढ्या भारी शाखेत यायला घाबरायचे. एक खेडूत बाई तर शाखेतला झगमगाट बघून आत आलीच नाही. मग थोड्या वेळानं तिचा नवरा तिला घेऊन आला. कालांतरानं ग्रामीण भागातील ग्राहकांनाही अशा चांगल्या वातावरणाची सवय झाली.

प्रतिष्ठित, कर्तबगार व्यक्तींना ग्राहक बनविण्यासाठी अशा अत्याधुनिक वातावरणाचा लाभ जरूर झाला. साताऱ्यातील प्रमुख शाखा चांगली झाल्यावर अन्य नव्या शाखा उघडताना तिथेही चांगलं फर्निचर देण्याचा प्रयत्न असायचा.

शाखा विस्तार

भारतातील प्रमुख १४ बँकांचं १९ जुलै १९६९ रोजी राष्ट्रीयीकरण झालं. त्यात आमच्या बँकेचा समावेश होता. भारतामध्ये ६५ हजार लोकसंख्येमागे एक शाखा असं सर्व बँकांचं मिळून प्रमाण होतं. भारत सरकारनं हे प्रमाण १० हजार लोकांमागं एक शाखा इथपर्यंत सांगितलं होतं. ग्रामीण भागाच्या विकासाला प्राधान्य दिलं होतं. त्यामुळे शाखाविस्तार मोठ्या प्रमाणावर होत होता.

जवळजवळ दर आठवड्याला नवीन शाखा काढली जात होती. राष्ट्रीयीकरणापूर्वी

फक्त रहिमतपूर ही बँक ऑफ महाराष्ट्रची एकच शाखा सातारा जिल्ह्यात होती.

ही शाखासंख्या ५०च्या वर गेली. शाखाधिकारी जागा पाहून यायचे. फर्निचरची कामं सुरू असायची. त्यांनी आम्हाला शाखा उघडायची तारीख सांगितली की सारी कामं आम्ही झपाट्यानं करीत असू. मलातर त्या कामाची सवयच झाली होती. शाखेचा फलक, त्यावरील मजकूर, त्याचा आकार, काउंटरला लावायच्या फुलांच्या माळा, लक्ष्मीचा व गणपतीचा फोटो, त्यांना घालावयाचे हार, उद्‌घाटन समारंभाच्या आमंत्रण पत्रिका, कार्यक्रम पत्रिका, गुच्छ, पेढे, फोटो यांची व्यवस्था अंगात भिनली होती. इव्हेंट मॅनेजमेंटचं शिक्षण मिळालं होतं.

भेटकार्डात ग्राहकाची पुन्हा भेट

एकदा न्यू इंग्लिश स्कूलमधील एक सर शाखेत तावातावातच आले. ''मला माझे खाते बंद करायचे आहे!''

''अहो, खातं बंद करू नका. काय झालं ते तरी सांगा!''

''माझ्या मुलाच्या आजारपणात मी डॉक्टरांना पैसे देऊ शकलो नाही. त्यांना मी पोस्ट डेटेड चेक दिला. माझ्या मुंबईच्या मित्राने दिलेला चेक मी इथं जमा करायला भरला होता. गेले पंधरा दिवस मी रोज चौकशी करतोय. काल मॅनेजरनी चेक जमा झाला असे सांगितल्यामुळे मी डॉक्टरांना चेकचे पैसे घेऊ शकता असा निरोप दिला. त्यांच्या नोकराला तुम्ही खात्यात पैसे नाहीत म्हणून परत पाठविलेत. त्यामुळे डॉक्टर माझ्यावर चिडले. 'शिक्षकही खोटे चेक द्यायला लागले का?' असं म्हणाले.

''हे सारं मी कालच मॅनेजरना सांगितलं. त्यांनी ऑफिसरला बोलावलं. काल सकाळी चेक पास झाल्याचा ॲडव्हाईस आला, पण आज आलेले ॲडव्हाईस उद्या सोडतात या प्रकारामुळे चेक परत गेला. मी डॉक्टरांना सारा खुलासा केला. त्यांनीही पुन्हा आज त्यांच्या माणसाला बँकेत पाठविले. कमाल म्हणजे आजही चेक परत गेला! आज म्हणे चेक पास झाल्याची व्हाउचर केली होती. ती तपासण्यासाठी ऑफिसरकडे द्यावी म्हणून मधल्या लाकडी स्टूलवर ठेवली, पण त्यावर इतर रजिस्टर ठेवली गेल्याने ती व्हाउचर पुन्हा काउंटरवर आलीच नाहीत. या गलथानपणाला आता सीमाच उरली नाही. तेव्हा आता प्रथम माझं खातं बंद करा.''

''एखादे वेळी चूक झाली असेल. आम्ही सेवेत सुधारणा करू. खातं बंद करू नका!''

''तुम्ही मला खातं बंद करू देत नाही, तर मी आत्ता पुण्याला जोगसाहेबांना तार करून कळवितो.'' ते शाखेतून बाहेर पडले. समोरच असलेल्या पोस्ट ऑफिसमध्ये गेले.

आम्ही शाखेतल्या शिपायाला पोस्टात पाठविलं. सर खरंच तार करीत असतील, तर त्यांना बँकेत बोलवलंय असं सांग, असा निरोप दिला. सर खरंच तार करीत होते. ती न पाठविता ते बँकेत आले. खातं बंद करून आम्ही त्यांना पैसे दिले.

थोड्याच दिवसांत दिवाळीसाठी शुभेच्छा भेटकार्डे पाठविण्याचे काम सुरू होते. एक कार्ड त्या सरांनाही बँकेने पाठविले. कार्ड मिळताच सर बँकेत आले. ते म्हणाले, ''घरातील भांडणानंतर मुलगा वेगळा राहू लागतो. त्यामुळे नातूही आजोबांजवळ राहत नाही. आजोबा नातवाच्या दारावरून जाताना घरात जाऊ शकत नाहीत. त्यांच्या जिवाची घालमेल होते. माझी स्थिती आपल्या शाखेबाबत तशीच झाली. मी रागात त्या दिवशी खाते बंद केले, पण मी जेव्हा जेव्हा या शाखेच्या दारातून जात असे तेव्हा मला अस्वस्थ वाटायचे. 'आपण भांडून आल्यामुळे आता परत या शाखेत कसे जायचे' असा विचार मनात डोकवायचा, पण तुमचं भेटकार्ड मिळालं व बँकेत येण्याची संधी मिळाली. उघडा आता खातं!''

सातारा येथे क्लार्क म्हणून काम करीत होतो; परंतु अनुभव मात्र सर्व कामाचा घेत होतो. शाखाविस्तार, ठेव संकलन, कर्ज वितरण, वसुली. साऱ्या कामाचा अनुभव मिळत होता. कॅशिअर रजेवर असल्यावर कॅश विभागात काम करत असे. कॅशिअर हा बँकेतला फार महत्त्वाचा घटक असतो. ग्राहकांना त्वरेने पैसे देणे, त्यांचेकडून पैसे स्वीकारणे हे त्याला करावे लागते. या व्यवहारात काही कमी-जास्त झाले तर त्याला तोच जबाबदार असतो. त्यामुळे त्याच्यावर एक प्रकारचा तणाव असतो.

मी हा तणाव चेहऱ्यावर दाखवू देत नसे. ग्राहकांशी आपुलकीनं बोलून व्यवहार पूर्ण करत असे. हे सारं करतानाच या नोटा खऱ्याच आहेत ना हेही पाहावं लागायचं. विशेषत: मोठ्या रकमेच्या नोटांकडे नीट लक्ष द्यावं लागायचं. शंभर रुपये व वरील नोटांमध्ये एक पातळ धातूचा धागा असतो. तो आहे ना, हे दिव्याच्या उजेडात पाहून समजायचे. नोटेवर वॉटरमार्क आहे ना हे पाहूनही नोट खरी आहे ना समजे. सवयीनं बोटाच्या स्पर्शानं नोट खरी का खोटी कळू लागले.

बँकेची कामं करत असतानाच मी 'इंडियन इन्स्टिट्यूट ऑफ बँकर्स' या संस्थेचा आजीव सदस्य झालो. त्यांनी आयोजित केलेल्या सी. ए. आय. आय. बी. भाग-१ या परीक्षेस बसलो. उत्तीर्ण झालो. बँकेने त्याबद्दल मला एक जादा वेतनवाढ दिली.

अधिकारी पदासाठी कोल्हापूर येथे परीक्षा होती. परीक्षेच्या आदल्या दिवशी मला सपाटून ताप भरला होता. परीक्षेसाठी कोणताही खास अभ्यास केला नव्हता; परंतु अनुभव पाठीशी होता. तापातच मी कोल्हापूरला बसनं गेलो. परीक्षा केंद्रावर जाऊन बेंचवर डोकं टेकून विश्रांती घेत होतो. पेपर दिले. तडक साताऱ्यास आलो व विश्रांती घेतली.

दोन आठवड्यांनी पाहुण्यांना घेऊन सज्जनगडावर गेलो होतो. दुपारी घरी आलो. माझी एक दिवसाची रजा होती. शाखेतून मकरंद लेले व विजय भागवत घरी आले. ते आनंदानं म्हणाले, ''तू ऑफिसर झालास. निकाल आलाय.'' सातारा ते कन्याकुमारी असा बँकेचा दक्षिण विभाग होता. या विभागात मी परीक्षेत प्रथम आलो होतो. मी खूश होतो. ऑफिसर झालो म्हणजे बदली ही ठरलेलीच होती.

पुण्यास ट्रेनिंगसाठी गेलो. वर्गातले व शाखेतले शिक्षण असे दोन्ही प्रकारचे प्रशिक्षण होते.

सेंटेड टोकन

Theory without practice is fruitfile – ज्ञानाला कर्माची जोड हवी या विचाराला अनुसरून ट्रेनिंग काळात आम्हाला थोडा काळ बँकेच्या शाखेत कामासाठी पाठवायचे. मला बँकेच्या कर्वेरोड शाखेत पाठविले होते. बँकेत जाऊन कामाला सुरुवात करणार, तोच बँकेच्या दारात घोषणा ऐकू येऊ लागल्या,

''आमच्या मागण्या मान्य करा!''

''होश मे आओ. मॅनेजमेंट होशमे आओ''

''बघताय काय सामील व्हा! संपात सामील व्हा!''

बँकेतले बरेच कर्मचारी संपात सामील झाले. आम्ही ट्रेनिंगमधील लोक संपावर गेलो नाही. मी काउंटरवर बसलो होतो. शाखाधिकारी श्री. चितळे दोन क्लार्कच्या मध्ये येऊन बसले. केलेले काम तिथेच तपासून ग्राहकांना सेवा देण्याचा त्यांनी प्रयत्न केला.

दुसऱ्या दिवशी शाखेचे कामकाज सुरळीत सुरू झाले. ग्राहकांच्या अपेक्षा जाणून त्याप्रमाणे आपल्यामध्ये योग्य ते बदल करून उत्कृष्ट सेवा देणे हे माझ्यावर ट्रेनिंगमध्ये बिंबविले होते. आमच्या शाखेच्या जवळच एम.इ.एस. म्हणजेच सध्याचे गरवारे महाविद्यालय होते. तेथील विद्यार्थ्यांची खाती आमच्या शाखेत होती. त्यांना वडिलांकडून महिन्याभराच्या खर्चासाठी मेल ट्रान्सफरने पैसे यायचे. ते पैसे आले का हे पाहण्यासाठी ते महिन्याच्या एक तारखेपासून बँकेत यायचे व विचारायचे –

''एम. टी. आली का?''

आम्ही या एम. टी.ला नवीन नाव दिलं - ''फादर्स स्कॉलरशिप!''

स्कॉलरशिप म्हटल्यामुळे विद्यार्थी खूश व्हायचे. आपलेच पैसे असले म्हणून काय झालं! त्याला स्कॉलरशिप म्हटल्यावर स्वत:चा दर्जा वाढतोच ना!

यापूर्वी काऊंटरवर बसणारा कर्मचारी एम.टी. आली का पाहण्यासाठी

शिपायाला हाक मारून बोलावत असे. मग एम.टी. रजिस्टर मागवून घेई. त्यामध्ये नोंद आहे का पाहून सांगे, "एम.टी. अजून आली नाही."

तो विद्यार्थी निराशेने परत जात असे.

मी एक नवीन उपाय शोधून काढला. मॅनेजरांच्या केबिनमध्ये टपाल येताच मी तिथे जात असे. आलेल्या टपालामधून माझ्या विभागातील खातेदारांच्या कोणत्या एम. टी. आहेत ते पाहून एका कागदाच्या पट्टीवर लिहून घेई. ती पट्टी काउंटरवर माझ्या पुढ्यात असे.

विद्यार्थी ग्राहकाने विचारले की, मी त्याच्याजवळील पासबुकामधील क्रमांक पाहून पट्टीवरील माहिती पाहत असे व त्वरेने सांगे, "फादर्स स्कॉलरशिप आलीये!"

"किती रुपये?"

"तीनशे!" मी सस्मित मुद्रेने हे सांगितल्यावर त्याला सुखद धक्का बसे.

मी हे आधीच कागदी पट्टीवर लिहून पुढ्यात ठेवले असल्यामुळे मला हे सहज शक्य होई. स्वत:चे काम आहे असे समजून ग्राहकासाठी थोडे श्रम घेतले, तर सेवेमध्ये नक्कीच सुधारणा होते. ग्राहक खूश. त्यामुळे आपणही खूश. यालाच 'विन विन सिच्युएशन' म्हणतात.

कोण आहे हा योद्धा?

आणखी एक गंमत आम्ही करत असू. आमच्या शाखेतील शिपाई अत्तराचा शौकीन होता. तो बँकेत नियमितपणे अत्तराचा फाया घेऊन यायचा. काउंटरवर एकावर एक अशी टोकन्स टोच्यामध्ये रचून ठेवलेली असायची. ग्राहक पैसे काढायला आले की, त्याला चेकच्या मागे टोकन क्रमांक लिहून टोकन द्यायचे. आम्ही या टोकनमध्ये अत्तराचा फाया ठेवला. या अत्तराच्या सुवासाचे ज्यांना अप्रूप वाटेल अशा ग्राहकांना मी अत्तराचे टोकन देई.

एम.इ.एस. महाविद्यालयातील तरुण ग्राहक – तो किंवा ती – आले की, अत्तराचे टोकन! सेंटेड सर्व्हिस!! व एखादा सेवानिवृत्त, करड्या शिस्तीचा ग्राहक आला की साधे टोकन!

ट्रेनिंग कितीही चांगले असले, तरी ते एक महिन्याच्या वर चालणार असले की, प्रशिक्षणार्थी कंटाळतात. आमचे ट्रेनिंग ज्या तारखेला संपणार त्या दिवसाची काही जण वाट पाहत होते. एकाने फळ्यावर लिहून ठेवले –

Release on 26th December

श्री. चाफळकर सर वर्गात आले. त्यांनी फळ्यावरील लिखाण पाहिले. थोडे मिस्कीलपणे हसले व त्यांनीही त्या मजकुराखाली लिहिले, "Who is this Warrior?"

साऱ्या वर्गाने हास्य-लकेरीने दाद दिली.

पुणे येथील ट्रेनिंग संपले. आता मी अधिकारी या श्रेणीत काम करणार होतो. बदली कोल्हापूरला झाली होती.

हसणारं, हसविणारं, मिस्कील कलापूर!

पुण्याहून कोल्हापूरला यायला निघालो. स्वारगेट बस स्टँडवर कोल्हापूरला जाणारी गाडी पाहत होतो. आता प्लॅटफॉर्मवर लागत असलेली बस कोल्हापूरचीच आहे ना हे पाहण्यासाठी बसच्या पुढील भागात जाऊन गाडीवरची पाटी पाहायला निघालो. तेवढ्यात एक मिशा राखलेला बाप्या आपल्या दोस्ताला बोलावताना ऐकलं, ''अरं रांडीच्या, तिकडं कुठं चालला. ही बघ आपली बस!''

बस्स! मी लगेच ओळखलं हीच बस कोल्हापूरची! पुढं जाऊन बघायचं काहीही कारण नाही.

खरंच ती बस कोल्हापूरचीच होती. मी इतकं खात्रीनं कसं सांगू शकलो? उत्तर सोपं होतं. प्रेमानं शिवी देणाऱ्यांचं गाव म्हणजे कोल्हापूर. वास्तविक राग व्यक्त करायला शिवीचा वापर होतो, पण कोल्हापूरचं हे खास वैशिष्ट्य आहे. दोस्ताशी बोलतान दोस्ती व्यक्त करायची असेल, तर एका वाक्यात एक तरी शिवी आलीच पाहिजे! शिवी न देता बोलणं चाललंय म्हणजे हे अगदी वरवरचं बोलणं असलं पाहिजे. एकमेकांत जवळीक नसलेलं! शिवीसंपन्न असं वाक्य ऐकल्यावर दुसरा त्याचा आनंदानं हात पकडणार, नाहीतर खांद्यावर हात ठेवून चालायला लागणार. कधीकधी प्रेमानं मिठीही मारणार.

सुप्रसिद्ध साहित्यिक आणि नाटककार मामा वरेरकर यांनी कोल्हापुरी भाषेला 'च्या' प्रत्ययाची भाषा म्हटलं होत.

'च्या मारी', 'च्या मायला' हे शब्द म्हणजे इंग्रजीमध्ये ए, दि ही शब्दयोगी अव्यये वापरतात तसे कोल्हापुरी भाषेत अगदी मोकळेपणाने संचार करतात. मामा वरेरकर म्हणतात, '' 'च्या' मुळे कोल्हापुरी भाषा एकदम संपन्न बनली आहे. 'च्या' हा प्रत्यय वापरून कोल्हापुरी भाषेत मनमुराद प्रेमही व्यक्त करता येते आणि तासंपट्टीही काढता येते. 'च्या' कानावर पडल्याशिवाय कोल्हापुरात आल्याचे खरेच वाटत नाही!''

खुशाली विचारताना कोल्हापूरकर म्हणणार –

''काय विशेष?''

''तुमच्याकडंच की!'' हे प्रत्युत्तर. 'ठीक आहे', 'बरं चाललंय' असलं वरणभात खाल्ल्यासारखं उत्तर नाही. भाषेलाही मिरचीच्या ठेच्याचा झटका आला पाहिजे. चव निर्माण करण्यासाठी!

संयुक्त महाराष्ट्राचे आंदोलन हे जनसामान्यांचे आंदोलन बनले होते.

जवळजवळ सर्व विचारांचे कार्यकर्ते त्यामध्ये सामील होते. अनेकांनी या आंदोलनात तुरुंगवास भोगला. तुरुंगामध्ये विविध विचारांचे कार्यकर्ते आपापल्या विचारसरणीची माहिती इतरांना देत. चर्चा, वादविवाद चालत. तुरुंगात गांधीवादी व मार्क्सवादी विचाराचे दोन कार्यकर्ते होते. तीन महिन्यांची कैद संपवून गांधीवादी कार्यकर्ता बाहेर आला. तो आपल्या खास कोल्हापुरी भाषेत दोस्ताला सांगू लागला, ''तुरुंगात आमच्या चर्चा रंगायच्या. आमची अहिंसक गांधीवादी भूमिका सांगताना मी त्याला असा पायतानानं हानला, असा पायतानानं हानला की काय विचारू नका!''

भाषेप्रमाणेच खाणंही झणझणीत. जुन्या राजवाड्याजवळ राजाभाऊची भेळ खाणं हा कोल्हापूरकरांचा खास विरंगुळा! पांढरा शर्ट आणि पांढरी चड्डी असा स्वच्छ पोशाख केलेले राजाभाऊ चिरमुरे, कांदा, फरसाण, मसाले यांचं मिश्रण इतकं सफाईदारपणे करतात की पाहत राहावं! कागदात भेळ भरल्यावर देताना कैरीच्या फोडी आणि कोल्हापुरी मिरची त्यावर दिमाखात ठेवून देतात. भेळ इतकी खपते की, दोन मुलं सतत कांदा कापत असतात. (डोळ्यांत पाणी न आणता!) लोकही चवदार भेळेचा आस्वाद घेता घेता चवदार गप्पागोष्टी करत असतात – ''राजाभाऊला एक लाख रुपये इन्कम टॅक्स बसतो बरं कां!'' हे ऐकल्यावर भेळ आणखीनच चवदार लागते. निर्भेळ आनंद मिळतो!

खासबागेतल्या रेस्टॉरंटमध्ये मिळणारी कोल्हापुरी मिसळ, पाव म्हणजे खरा कोल्हापुरी टेस्टचा अनुभव आहे. आपण लिंबू पिळून झणझणीत रश्श्याचा स्वाद घ्यायला लागलो की वर रश्श्याचा आग्रह सुरू होतो.

ताराबाई पार्कमधील बांबू हाउसमध्ये जावं. गरम पातळ भाकरीबरोबर झुणका खावा. जिभेवरची आधीची बाभळी जावी म्हणून मिरच्यांचा ठेचा चवीचवीनं बोटानं जिभेवर ठेवावा. तेल मिसळून ठेचा म्हणजे मजाच मजा! याच पंक्तीत बसणारं तिळकूटही घ्यायला हरकत नाही. दह्याचा कटोरा चवबदलाला चांगला.

खरं सांगायचं, तर कोल्हापूर मांसाहारासाठी प्रसिद्ध! 'मारुती वडा कोंबडा', 'दम बिर्याणी हाउस', 'खिमा चपाती' असे बोर्ड जागोजागी खुणावतात. मेनूकार्ड बघून, प्रत्येक छोट्या प्लेटचा दर बघून खाण्यापेक्षा 'फुल मटण ताट' मागविणारे म्हणजे खास कोल्हापूरचे खवय्ये! प्लेट सिस्टिमवर मागवतोय म्हटल्यावर हा बाहेरगावचा आलाय असं ओळखायला हरकत नाही. 'पांढरा रस्सा' ही कोल्हापूरची खासियत. दिसायला शाकाहारी, असायला मांसाहारी. चवीला एकदम भारी! ओपलमध्ये अशा शौकिनांची गर्दी आढळते. गोळीचा पुलाव ही येथील खानदानी डिश. खिम्याच्या वाटाण्याएवढ्या गोळ्या पुलावमध्ये लज्जत वाढवत असतात.

कोल्हापुरात जशी जागोजाग भिशी मंडळे आहेत, पतपेढ्या आहेत; तशीच रस्सा

मंडळेही आहेत. वर्गणीला इथं पट्टी म्हणतात. वेगवेगळ्या कारणांनी रस्सा मंडळे पट्टी काढून, गल्लीतली सारी मंडळी एकत्र करून सहभोजनाचा आनंद लुटत असतात.

दगडू बाळा भोसले, खत्री, ढसाळ अशी अनेक नावं तोंडात बराच वेळ चव रेंगाळत राहील अशा पेढ्यांबद्दल प्रसिद्ध आहेत.

अशी एक म्हण आहे, 'मुंबईत मोटारी, पुण्यात पोरी आणि कोल्हापुरात म्हशी!' याचा अर्थ कोल्हापुरात मोटारी किंवा युवती नाहीत असं नाही, पण कोल्हापुरात गंगावेस, वरुणतीर्थ वेस, पापाची तिकटी, कपिलतीर्थ इथं म्हशींचे तांडे उभे असतात. गवळी जोराने ओरडून – ''पाच रुपये पाव'' असं जाणाऱ्या-येणाऱ्यांना बोलवत असतो. आपल्यासमोर म्हशीचं धारोष्ण दूध काढून प्यायला दिलं जातं.

तालीम जवळजवळ प्रत्येक पेठेत आहे. कुस्त्यांसाठी खासबागसारखं मैदान अन्यत्र आढळणार नाही.

कुस्तीच काय, फार मोठा समारंभ करावयाचा असेल तर खासबागेतच! वि. स. तथा भाऊसाहेब खांडेकरांना ज्ञानपीठ पुरस्कार मिळाला. मराठी साहित्यिकाला हा मान प्रथमच मिळत होता. सत्कार-समारंभ खासबाग मैदानात भरवला होता. केंद्रीय मंत्री यशवंतराव चव्हाण आले होते. पिराजीराव सरनाईकांनी भाऊसाहेबांवर रचलेला पोवाडा गायला. त्याचा उल्लेख करून भाऊसाहेब म्हणाले, ''मी शिरोड्यास अनेक वेळा मुलांना पोवाडे शिकविले, पण मी स्वत: पोवाड्याचा विषय होईन असे कधी वाटले नाही.''

चंद्रकांत, सूर्यकांत हे नट होते, पण नियमित व्यायाम करून शरीरसंपदा राखणारे होते. चित्रपट तपस्वी भालजी पेंढारकर, व्ही. शांताराम, लता मंगेशकर, कलामहर्षी बाबूराव पेंटर, अशा दिग्गजांची ही कर्मभूमी!

कारखानदारी, शेती, व्यापार यात कर्तबगारी दाखवायची. कला-क्रीडा याला प्रोत्साहन द्यायचे हा इथला स्वभावधर्म. म्हशींच्या पळण्याच्या शर्यती, एका हाकेत म्हशीला बोलावणे, बैलांच्या शर्यती, कोंबड्यांच्या झुंजी, रेड्यांची टक्कर, अशा बातम्या कोल्हापुरातच ऐकायला मिळतात. हास्यक्लबही इथं लोकप्रिय झालेत. सकाळी भरणारे हास्यक्लब आता पंचविसावर गेलेत.

लक्ष्मीपुरी शाखा

कोल्हापुरात मी बढती व बदली यामुळे आलो. या भागातील सर्वांत मोठ्या अशा लक्ष्मीपुरी शाखेत मी रुजू झालो. पुण्यामध्ये खरेदी केलेला निळ्या रंगाचा शर्ट, निळी पँट, त्याला साजेसा टाय असा रुबाबदार पोशाख मी परिधान केला होता. काळे बूट पॉलिश केल्यामुळे चकाकत होते. टॉक टॉक बुटांचा आवाज करीत

मी शाखेत अति उत्साहाने फिरत होतो. मला जे काम करायला सांगितले होते त्यामध्ये 'जनरल ॲडमिनिस्ट्रेशन' हाही भाग होता.

शाखाधिकारी आर. जी. पत्की यांनी दुपारी सर्व अधिकाऱ्यांची बैठक बोलविली. त्यांच्या केबिनमध्ये ही बैठक सुरू होती. ते सर्वांना काम कसे करावयाचे हे समजावून सांगत होते. त्यांच्या टेबलवर पेन स्टँड, टेलिफोन, पॅड, छोटे कॅलेंडर, पिन कुशन इ. गोष्टी आकर्षकपणे मांडलेल्या होत्या. तीन पायावर उभा असा लाल रंगाचा सुरेख ॲश ट्रेही होता. त्याच्या तीन पायांपैकी एक पाय मोडून लोंबत होता व दोनच पायांच्या आधारावर तो ॲश ट्रे उभा होता. ते दाखवून पत्कीसाहेब म्हणाले, "भुर्के, सर्वत्र नेहमी लक्षं हवं. सर्व वस्तू व्यवस्थित हव्यात. आता 'जनरल ॲडमिनिस्ट्रेशन' तुमच्याकडे आहे. हा ॲश ट्रे पाहा. इतक्या दिवसांत कोणीही बदलला नाही."

मी तो ॲश ट्रे हातात घेतला. त्याचा एक लोंबकळणारा पाय वाकवून तटकन तोडून टाकला. मग राहिलेले चांगले दोन पायही तोडून टाकले. तिन्ही पाय टोपलीत टाकतात तसे त्या ॲश ट्रे मध्येच टाकले व मूळ ॲश ट्रे टेबलवर ठेवला. कोणतीही नवी खरेदी न करता ॲश ट्रेचे काम झाले होते. ते पाहून पत्कीसाहेब व अन्य अधिकारी कौतुकाने माझ्याकडे पाहू लागले.

बँकेची ही शाखा नव्या जागेत येऊन काही महिनेच झाले होते. जुनी जागा जवळच होती. ती अभिनेत्री सुलोचना यांच्या मालकीची होती. ती जागा सोडायची होती. त्या जागेत जुने फर्निचर व ब्रँचचे रेकॉर्ड होते. ते नीट लावून त्याची व्यवस्थित नोंद केली. धूळ, गरमी याची पर्वा केली नाही. घड्याळाकडे न पाहता काम केलं. पत्कीसाहेबांची शाबासकी मिळविली.

लक्ष्मीपुरी शाखेबद्दलच्या आठवणी बरेच जण सांगायचे. पूर्वी रामतीर्थकर नावाचे शाखाधिकारी होते. बँकेचे अध्यक्ष चिं. वि. जोगसाहेबांची कोल्हापुरास भेट आयोजित केली होती. जोगसाहेबांच्या गाडीतून रामतीर्थकर येत असताना ते जोगसाहेबांना माहिती देत होते – "हे अंबा टॅनिंग कंपनीचे ऑफिस, हे नाईक अँड कं., भारत इंडस्ट्रिअल कं. ओळीने सर्व दुकानांची आपल्याकडे खाती आहेत." त्यामुळे शाखेची उज्ज्वल परंपरा समजली. प्रत्येक दुकानात जाऊन खाती गोळा केलीत हे ध्यानात आलं.

आशा काळेंमुळे फजिती

एकदा आशा काळे व तिचे वडील शाखेत आले. काळे यांचे शाखेत पेन्शन खाते होते. त्यांना पाहताच रामतीर्थकरसाहेब म्हणाले, "या, काळेसाहेब या!"

"आलोच, माझी पेन्शन आली का पाहून येतो."

"ते तुमची मुलगी बघून येईल. तुम्ही आत केबिनमध्ये या."

काळे शाखाधिकाऱ्यांशी बोलत बसले. आशा काळे पेन्शनच्या टेबलाजवळ गेली आणि तिने गोड आवाजात तेथील क्लार्कला विचारले, "वडिलांची पेन्शन आली का?"

त्या क्लार्कने आपल्या पेन्शन टेबलजवळ एवढ्या मधुर आवाजात कोण युवती बोलतेय हे पाहण्यासाठी वर नजर केली. पाहतो तो काय? साक्षात आशा काळे! त्या वेळी ती प्रसिद्ध अभिनेत्री नव्हती, परंतु आकर्षक व्यक्तिमत्त्वाची सौंदर्यवती होती. त्याचं कामातलं लक्ष उडालं. त्यानं कोणतं तरी रजिस्टर घाईगडबडीत पाहिलं आणि पेन्शन आली नसल्याचं सांगितलं. ती केबिनमध्ये वडिलांकडे गेली व नंतर त्यांच्याबरोबरच शाखेबाहेर गेली.

इकडे या क्लार्कचं लक्ष अजूनही पुरेसं कामात लागलं नव्हतं. त्याच्या डोळ्यांपुढे ती आशा काळेच दिसत होती. त्याच्याकडे पेन्शनबरोबरच चेकच्या क्लिअरिंगचेही काम होते. क्लिअरिंग हाउसला चेक पाठवायची तयारी चालली होती. त्या तंद्रीत त्याने सुमारे एकशेवीस चेकवर क्लिअरिंग हाउस ऐवजी 'फोर्ट मुंबई' या शाखेच्या पत्त्याचा रबर स्टॅम्प मारला होता व त्या परिस्थितीत ते रजिस्टर रामतीर्थकर साहेबांकडे तपासणीसाठी गेले.

'फोर्ट मुंबई'चे शिक्के चेकवर पाहून रामतीर्थकर साहेबांना हा घोटाळा कशामुळे झाला हे लक्षात आले व ते तिथूनच जोरात ओरडले,

"हे आशा काळेमुळे झालं वाटतं!"

पिंजरा चित्रपटाचा प्रिमियर शो

शेळके बंधू हे इंजिनिअरिंग व्यवसायात प्रख्यात होते. तसं पाहिलं तर कोल्हापूर हे कल्पक इंजिनिअर्ससाठी प्रसिद्धच! आचार्य अत्रे यांना त्यांच्या 'तो मी नव्हेच' या नाटकासाठी फिरता रंगमंच हवा होता. मुंबईमध्येही त्यांना तो तयार करून मिळेना. शेवटी कोल्हापूरच्या म्हादबा मिस्त्रींनी तो करून दिला. त्यांच्या या कर्तृत्वाचा गौरव करण्यासाठी आचार्य अत्रे यांनी दैनिक 'मराठा'मध्ये 'यंत्रमहर्षी म्हादबा मेस्त्री' हा अग्रलेख लिहिला.

याच शेळकेंनी कोल्हापुरातील पहिले आधुनिक वातानुकूलित चित्रपटगृह बांधले. ते म्हणजे 'पार्वती.' शेळके शाखेचे खातेदार होते. त्यांनी आमचे शाखाप्रमुख र. गो. पत्की यांना 'पिंजरा' या चित्रपटाच्या प्रिमिअर शोचे आमंत्रण दिले. पत्कींना चित्रपटामध्ये रस नव्हता. त्यांनी मला ती आमंत्रण पत्रिका दिली. मी ती उघडून पाहिली. अगदी पांढऱ्याशुभ्र आर्टपेपरवर आकर्षकरीत्या छापलेली ती

पत्रिका होती. 'पिंजरा' या चित्रपटाचा शुभारंभ होणार होता. चित्रपती व्ही. शांताराम हे दिग्दर्शक स्वत: उपस्थित राहणार होते. अभिनेत्री संध्या, गीतकार जगदीश खेबुडकर आदी मान्यवर उपस्थित राहणार होते. मला या समारंभाला जायला मिळणार म्हणून मी अतिशय खूश होतो.

पार्वती चित्रपटगृह मी राहत होतो तिथून फार लांब नव्हते. मी चालतच तिथे पोहोचलो. चित्रपटगृह विद्युत्-रोषणाईने सजलेले होते. दारात बँडपथक कर्णमधुर संगीत सादर करीत होते. मी चित्रपटगृहाजवळ पोहोचलो, तर पोलिसांनी अडविले. दारात नटनट्यांना पाहायला प्रचंड गर्दी झाली होती. त्यांना मागे ढकलण्याचे काम पोलीस करीत होते. ते फक्त येणाऱ्या वाहनांना आत सोडत होते. माझ्याजवळ गुळगुळीत कागदावर छापलेला महत्त्वाच्या व्यक्तीसाठी असलेला पास होता. तरी मी चालत आल्यामुळे आत जाता येत नव्हते. मग मी आता वाहनात बसून चित्रपटगृहात प्रवेश करण्याचे ठरविले. रिक्षा मिळते का पाहू लागलो. चित्रपटगृहाच्या दारातच रिक्षात बसायचे म्हणजे हा प्रकार हास्यास्पद होणार या विचाराने मी थोड्या अंतरावर जाऊन रिक्षा करायचे ठरविले. चित्रपटगृहापासून दूरवर चालत गेलो. रिक्षात बसलो. चित्रपटगृहात प्रवेश मिळाला.

इतका चांगला चित्रपट व्ही. शांताराम यांच्यासमवेत पाहायला मिळाला म्हणून झालेला आनंद अवर्णनीय होता. त्याबरोबरच एका सन्माननीय ग्राहकाच्या आमंत्रणाचा मानही राखला गेला.

अंबाबाईचा कृपाप्रसाद

बँकेचा व्यवहार वाढवायचा म्हणजे ठेवी मोठ्या प्रमाणावर गोळा करायला हव्यात. कर्जासाठी मागणीही तेव्हा भरपूर असायची. चांगले कर्जदार निवडून त्यांना कर्ज देण्याची प्रथा होती. शाखेत नेहमी येणाऱ्या ठेवीशिवाय मुद्दाम काही संस्थांमध्ये जाऊन मी ठेवीसाठी प्रयत्न केला. कोल्हापुरात सर्वांत महत्त्वाची संस्था म्हणजे करवीर निवासिनी अंबाबाई महालक्ष्मी मंदिर. हे मंदिर म्हणजे दक्षिणची काशी समजली जाते. महाराष्ट्रातील भक्तांप्रमाणेच दक्षिणेकडील भक्तही मोठ्या प्रमाणावर इथं दर्शनासाठी येतात.

अशा या महत्त्वपूर्ण देवस्थानच्या ट्रस्टच्या ठेवींपैकी काही भाग आमच्या बँकेला मिळावा म्हणून मी ट्रस्टींना भेटलो. आम्हाला ठेव का मिळावी हे पटवून देण्यासाठी माझ्याकडे मुद्दे तयारच होते. बऱ्याच खटपटीनंतर ट्रस्टींची भेट झाली. आमची बँक राष्ट्रीयीकृत असल्यामुळे ठेव पूर्ण सुरक्षित आहे हे पटवून दिले. त्या वेळी सर्व राष्ट्रीयीकृत बँकांतील ठेवींवरील व्याजदर सारखेच होते. त्यामुळे अन्य

काही सेवा देऊन ठेवी मिळविण्याचा माझा प्रयत्न होता. नवरात्रात देवीचा उत्सव असतो. त्या वेळी बँकेचे एक्स्टेंशन काउंटर मंदिरात सुरू करू असे सांगितले. तरीही त्यांचे पूर्णपणे समाधान झालेले दिसत नव्हते. मग मी म्हणालो, ''तुम्ही देवस्थानच्या उद्देशाप्रमाणे समाजसेवेसाठी निधीचा वापर करता. समाजोन्नती हे तुमचे ध्येय आहे. आमच्या बँकेच्या मुद्रेमध्ये 'लोकमंगल' हे ध्येय दाखविले आहे.

स्तंभयो रुभर्योमध्ये
दीपमाला विराजते
महाराष्ट्रधी कोषस्य
मुद्रेया लोकमंङ्गला

या ध्येयाने प्रेरित होऊन आम्ही काम करतो. ''

हा मुद्दा ट्रस्टींना आवडल्याचे दिसले. त्यांनी बँकेने प्राथमिकता क्षेत्राला प्राधान्याने किती कर्जे दिली याची माहिती देण्यास सांगितले. मी कोल्हापूर क्षेत्राची माहिती देऊन त्यांना शेती क्षेत्रासाठी, लघुउद्योगासाठी बँकेने दिलेल्या कर्जाचे तपशील दिले. ठेव देताना बँकेच्या सामाजिक भानाची जाण ठेवणारा हा ट्रस्ट आगळावेगळाच आहे, याची त्यांना जाणीव झाली. त्यांच्यांकडून ठेव मिळाली. मी हा देवीचा कृपाप्रसादच समजलो.

स्कूटरस्वार मॅनेजर

आमच्या लक्ष्मीपुरी कोल्हापूर शाखेत निकमसाहेब मॅनेजर म्हणून रुजू झाले. ते पुण्याहून कोल्हापूरला आले ते स्कूटरवरूनच! प्रचंड कार्यशक्ती असलेलं व्यक्तिमत्त्व!

शाखेत आल्यावर रीतसर साऱ्या गोष्टी पाहून चार्ज घेणं वगैरे प्रकार नाही. एकदम कामाला सुरुवात.

सकाळी सात वाजता स्कूटर घेऊन बाहेर पडायचे ते कित्येक जणांच्या घरी जायचे. बँक सेव्हिंग्ज खात्याचे फॉर्म भरून घ्यायचे. सकाळी साडेदहाला बँकेत आल्यावर काउंटरवर खात्याचे फॉर्म देत म्हणायचे, ''उघडा ही नवी खाती.''

सर्व स्टाफमध्ये एकच चर्चेचा विषय झाला, तो म्हणजे निकमसाहेबांचे झंझावाती काम. स्टाफच्या चुकांबद्दलही आरडाओरडा करायचे. रागवायचे, पण कोणाचेही नुकसान होऊ द्यायचे नाहीत. त्यांनी एखाद्याला कामासाठी चांगलेच धारेवर धरले असेल, पण कधी लेखी मेमो दिला नाही. एक कारकून खूप आजारी पडला. अशक्त झाला. पुढे तर त्याच्या डोक्यावर परिणाम झाला. शाखेत आला तरी अपेक्षेप्रमाणे काम करू शकायचा नाही. सर्वसाधारण शाखाधिकाऱ्याने त्याला नोकरीतून काढून टाकले असते, पण निकमसाहेबांनी त्याला सांभाळून घेतले. पुढे

तो बरा झाला व शाखेचे काम नीट करू लागला.

आम्ही फक्त सही बघतो!

घाटगे पाटील इंडस्ट्री ही कोल्हापुरातील नामवंत फाउंड्री. या कंपनीचं बँकेतलं खातं म्हणजे एक प्रतिष्ठेचं खातं. कॅश क्रेडिट खात्यात मोठ्या प्रमाणावर व्यवहार व्हायचे. खात्याच्या मर्यादेपर्यंत चेक पास करायचे हा बँकेचा नेहमीचा नियम, परंतु घाटगे पाटील इंडस्ट्रीच्या खात्यात लिमिट शिल्लक नसली, तरी तात्पुरता ओव्हर-ड्राफ्ट देऊन चेक पास केले जायचे. त्याची रक्कमही एक-दोन दिवसात कंपनी भरायची.

एके दिवशी कंपनीच्या अकाउंटंटचा दूरध्वनी आला. कच्चा माल पुरविणाऱ्या एका व्यापाऱ्याला कंपनीने चेक दिला होता. त्या मालामध्ये काही कमतरता होती. त्यामुळे त्या व्यापाऱ्याला कंपनीने दिलेल्या चेकचे पेमेंट करू नये म्हणून स्टॉप पेमेंट सूचना बँकेला दिली. स्टॉप पेमेंटची नोंद बँकेत घ्यावी म्हणून मी खात्यातील व्यवहार पाहिले, तर त्या चेकचे पेमेंट होऊन गेले होते. चेक काढून पाहिला तर त्यावरील तारीख पुढची होती. त्या तारखेपूर्वीच बँकेत चेक क्लिअरिंगमधून दुसऱ्या बँकेतून आला होता व पेमेंट होऊन गेले होते. मी त्वरित त्या दुसऱ्या बँकेशी संपर्क साधला; परंतु तिथूनही त्या व्यापाऱ्याने पैसे काढले होते.

कंपनीकडून दर आठवड्याला दूरध्वनी येऊ लागला. पोस्ट डेटेड चेकचे पेमेंट माझ्या हातून झाले होते. रक्कम अठराशे रुपये होती. माझा पगार महिना सहाशे रुपये होता. तीन महिन्याच्या पगाराइतका फटका मला बसणार होता. मी शाखाधिकारी निकमसाहेबांना ही घटना सांगितली. ते म्हणाले, ''पुन्हा फोन आला तर माझ्याकडे द्या.''

पुन्हा फोन आल्यावर मी निकमसाहेबांकडे तो वर्ग केला व त्वरेने साहेबांच्या केबिनमध्ये जाऊन उभा राहिलो. निकमसाहेब बोलत होते- ''हे पहा अकाउंटंटसाहेब, त्या दिवशी तुमच्या कंपनीचे बावीस चेक आले होते. क्लिअरिंगमधून आलेले चेक त्वरेने पास करावे लागतात. घाटगे पाटील इंडस्ट्रीचे चेक आले की, पास करायचे अशा माझ्या अधिकाऱ्यांना सूचना आहेत. ते तुमच्या खात्यात लिमिट आहे का हेसुद्धा पाहत नाहीत. कारण तुमचं तेवढं बँकेकडेच क्रेडिट आहे. लिमिट बघत नाहीत, तर तारखा कुठून बघणार! ते फक्त तुमची सही बरोबर आहे ना पाहतात. तुम्ही पोस्ट डेटेड चेक देता असं आम्हाला कुठं कळवलं आहे? त्या व्यापाऱ्याच्या पुढच्या व्यवहारात या चेकच्या पैशाची वसुली करा. आता दहा मिनिटांत तुम्ही इथं चहा घ्यायला या. ऑर्डर देऊन ठेवतो. चहा थंड होण्यापूर्वी या!''

''येतो.''

खरंच कंपनीचे अकाउंटंट शाखेत आले. पोस्ट डेटेड चेकवरील तारीख त्यांच्याकडून बदलवून घेतली. त्यावर अकाउंटंटची सही घेतली. प्रश्न मिटला. मीही या अनुभवातून योग्य तो बोध घेतला.

आपल्या सहकाऱ्यांकडून भरपूर काम करवून घेणारे निकमसाहेब त्यांना संकटप्रसंगी मदत करीत, हाही धडा मी त्यांच्याकडून शिकलो.

कला ब्रदर्स

लक्ष्मीपुरी कोल्हापूर शाखेतील खातेदारानं 'कला ब्रदर्स' असा अकाउंट पेयी चेक दिला होता. तो चेक चोरून एका चोरट्यानं त्यावर 'कलापी ब्रदर्स' असा बदल केला. कला आणि ब्रदर्स या दोन शब्दांमध्ये असलेल्या अंतराचा वापर चोराने पी शब्द वाढविण्यास केला.

तो चोरटा बँकेत आला व नवीन खाते उघडण्याचा फॉर्म भरून दिला. त्यावर ओळख देण्यास करंट अकाउंट येथील अधिकाऱ्याने सांगितले. त्या चोरट्याने विचारले, "कोणाची ओळख देऊ?"

"खातेदाराची द्या. आमचे अमुक अमुक खातेदार आहेत."

"हा हा! या खातेदाराची सही आणतो."

थोड्या वेळाने तो येऊन म्हणाला, "ते खातेदार जेवायला घरी गेलेत. मी संध्याकाळपर्यंत सही आणून देतो. तोपर्यंत हे खाते उघडून घ्या. ओळखीची सही मिळाल्यावर मला चेकबुक द्या."

अधिकाऱ्यानं खातं उघडून घेतलं. त्या बनेल ग्राहकानं या 'कलापी ब्रदर्स' खात्यात चेकही भरून टाकला.

नंतर तो रोज बँकेत येऊन जायचा. तो अधिकारी जागेवर दिसल्यावर तो परत निघून जायचा. तिसऱ्या दिवशी तो अधिकारी रजेवर होता. त्या जागी दुसरा अधिकारी बसला होता. या परिस्थितीचा फायदा घेऊन त्यानं चेकबुक घेतलं. शंभर रुपये बाकी ठेवून सर्व रक्कम काढली व पसार झाला.

पुढे ग्राहकाने कला ब्रदर्सना पैसे मिळाले नाहीत म्हणून चेकचे स्टॉप पेमेंट करण्यास पत्र दिले. चेकचे पैसे कलापी ब्रदर्सला दिले गेले होते. त्यांचा ठावठिकाणा सापडत नव्हता. खात्यास ओळखही नव्हती. हा भुर्दंड बँकेस बसला. बँकेने फ्रॉड इन्शुअरन्स क्लेम केला.

योग्य ओळखीशिवाय खाते उघडणे अयोग्यच!

सत्पाल विरुद्ध हरी बिरासदार

कोल्हापूर हे कुस्ती शौकिनांचं गाव. एक दिवस बातमी आली की, दिल्लीचा मल्ल सत्पाल आणि कोल्हापूरचा मल्ल हरी बिरासदार यांच्यामध्ये बेळगाव येथे कुस्ती सामना होणार आहे. कुस्ती जरी बेळगाव येथे होणार होती तरीही त्याची जाहिरात मोठ्या प्रमाणावर कोल्हापूर येथे केली गेली होती. कुस्तीच्या दिवशी हजारो शौकीन बेळगावला सामना पाहायला गेले होते. बँकेत येणाऱ्या खातेदारांमध्येही सामना कोण जिंकणार याबद्दलच चर्चा सुरू होती. सत्पाल हा दिल्लीचा नामवंत मल्ल. हरी बिरासदार केवळ शक्तिमान नव्हता, तर चपळही होता. जिंकणाऱ्याला एक लाख रुपयांचं रोख पारितोषिक होतं.

आमच्या डोळ्यांपुढे ते एक लाख रुपये दिसू लागले. जर हरी बिरासदार जिंकला, तर पैसे कोल्हापुरात येणार. ही ठेव मिळवायची असं मनोमनी ठरलं. बेळगावात दुपारी कुस्त्या सुरू झाल्या. सुरुवातीला काही चिल्लर. मग क्रमाक्रमाने दमदार व शेवटी सत्पाल आणि हरी बिरासदार यांच्यातील जंगी लढत होती आणि संध्याकाळी सात वाजता बातमी कळली की हरी बिरासदार जिंकला. बेळगावहून ते जीपने कोल्हापुरास यायला निघाले. वाटेत निपाणी, कागल अशा जवळजवळ प्रत्येक गावी त्याचा सत्कार होत होता. गळ्यात नोटांचे हार घातले जात होते. नोटांचे हार पोत्यामध्ये भरले जात होते. पोती जीपमध्ये ठेवली होती.

रात्री आमचे शाखाधिकारी निकमसाहेब, मी व काही कॅशिअर्स तालीम संघात गेलो. बलदंड हरी बिरासदारशी हस्तांदोलन करताना अभिमानानं ऊर भरून आला होता. सर्व नोटांचे हार सुटे करून, नोटांची पॅकेट्स करून देऊन कॅश एका बॅगेत भरली. आमची ही सारी सेवा पाहून ती ठेव आमच्या शाखेला मिळाली. महाराष्ट्राने दिल्लीला चीतपट करून मिळवलेला खजिना आमची ठेव झाला होता.

महाराष्ट्र शासनाने हरी बिरासदारांच्या या मर्दुमकीचा गौरव म्हणून एक लाख रुपयांचे पारितोषिक जाहीर केले. तो चेक मंत्रिमहोदय उदयसिंहराव गायकवाड यांच्या शुभहस्ते हरी बिरासदार यांना प्रदान करण्यात आला. उदयसिंहरावांचा मतदार संघ बांबवडे होता. तिथे आमची शाखा होती. तिथे केलेले कार्य सांगून आम्ही तो चेक आमच्या बँकेकडे ठेव म्हणून द्यावा अशी मंत्रिमहोदयांना विनंती केली. त्यांनीही हरी बिरासदारना सांगून तो चेक आमच्याकडे सुपूर्द केला. चेकची रक्कम आमच्या बँकेत जमा झाली. बँकेच्या व्यवसायवृद्धीची आपणास प्रबळ इच्छा असेल, तर आपण प्रत्येक व्यवहारातील आर्थिक बाजू समजून घेऊन तो व्यवसाय आपल्या बँकेस कसा मिळेल ते पाहतो.

■

वि. स. खांडेकरांची ठेव

ज्ञानपीठ पुरस्काराची रक्कम

मराठी भाषेतील साहित्य कलाकृतीला प्रथमच ज्ञानपीठ पुरस्कार मिळाला तो वि. स. तथा भाऊसाहेब खांडेकर यांच्या 'ययाती' या कादंबरीला. हा सर्वोत्तम साहित्य पुरस्कार प्रथमच मायमाऊली मराठीला प्राप्त झाल्यामुळे सारे जण आनंदून गेले होते. भाऊसाहेबांच्या राजारामपुरीतील निवासस्थानाकडे साऱ्यांची पावले वळली होती. मीही एक गुच्छ घेऊन तिकडेच निघालो होतो; पण माझ्या मनात दोन विषय होते – एक तर साहित्यप्रेमी म्हणून भाऊसाहेबांचं मन:पूर्वक अभिनंदन करायचं. दुसरा विषय होता, भाऊसाहेबांना पुरस्कार म्हणून एक लाख रुपये मिळणार ते आपल्याला ठेव म्हणून मिळावेत. मी पुष्पगुच्छाबरोबर एक अभिनंदनपर पत्रही लिहिलं. गुच्छ अनेक जमणार होते. ते नंतर कोणी दिले याकडे लक्षही जाणार नव्हतं. मात्र पुढेही लक्षात राहावं म्हणून पत्र उपयोगी पडणार होतं. मी भाऊसाहेबांच्या 'नंदादीप' या निवासस्थानी पोहोचलो. त्यांना 'गुच्छ व पत्र' दोन्हीही देऊन नमस्कार केला. ह्या ऐतिहासिक क्षणाला आपण भाऊसाहेबांना स्पर्श करू शकलो म्हणून आनंदून गेलो. दाराशी भाऊसाहेबांची कन्या (मंदाकिनी) उभ्या होत्या. त्या आमच्या लक्ष्मीपुरी शाखेत बँक व्यवहार करायला नेहमी यायच्या. त्यांना मी पुरस्काराची रक्कम बँकेत ठेव म्हणून मिळावी ही विनंती केली. त्यांनी 'पाहू या' असे सांगितले.

वृत्तपत्रातून भाऊसाहेबांसंबंधी बातम्या व लेख येत होते. माझं लक्ष होतं आता ते लक्ष रुपयांचं लक्षणीय पारितोषिक केव्हा दिलं जातंय याकडे! काही दिवसांनी

पुरस्कार प्रदान करण्याचा दिवस जाहीर झाला. पुरस्कार दिल्लीमध्ये दिला जाणार होता. 'दिल्ली तो बहुत दूर है' या विचारानं काय करावं असं म्हणत असतानाच एक कल्पना सुचली. आमच्या करोल बाग दिल्लीच्या शाखाधिकाऱ्यांना टेलेक्स मशीनवरून संदेश पाठविला. त्या पुरस्कार प्रदान सोहळ्यास हजर राहण्याची विनंती केली. पुरस्काराचा चेकही मिळविण्याचा प्रयत्न करण्यास सांगितले.

त्या समारंभास आमचा प्रतिनिधी उपस्थित राहिला. तसेच स्टेट बँकेचाही अधिकारी हजर झाला. ज्ञानपीठ पुरस्कार निधीचे खाते स्टेट बँकेत होते. त्या खात्यातून पैसे जाऊन ते भाऊसाहेब खांडेकरांना मिळणार होते. डेबिट आपल्या शाखेतील खात्यात तर क्रेडिटही आपल्याकडे मिळावे म्हणून ते प्रयत्नात होते. चेक स्टेट बँकेला मिळाला.

मी निराश झालो नाही. पाठपुरावा सुरू केला. प्रथम असे कळले की, ते पैसे काही खर्चासाठी व काही नातेवाइकांना देण्यासाठी वापरण्यात येणार आहेत. मग मी भाऊसाहेबांना भेटून एकच विनंती केली, "मराठीतील पहिल्या ज्ञानपीठ पुरस्कारातील किमान एक रुपया तरी माझ्या शाखेत ठेव मिळावा. जी ठेव ठेवाल त्याची मुदत कितीही कमीजास्त असली तरी चालेल." त्यांनी दोन दिवसांनी बोलवले. पन्नास हजाराचा चेक दिला.

ज्ञानपीठ पुरस्कार ठेव मिळविल्याचा आनंददायी ठेवा मला मिळाला.

पुढे एकदा मी व्याख्यान देण्यासाठी आळेफाटा येथे चाललो होतो. त्याच अधिवेशनात महाराष्ट्र टाइम्सचे अशोक जैन यांचेही व्याख्यान होते. दोघेही एकाच गाडीने चाललो होतो. त्यांना मी हा ज्ञानपीठ ठेव संग्रहणाचा किस्सा सांगितला. त्यांनी तो महाराष्ट्र टाइम्समध्ये छापायला मागितला. मी अविनाश, मंदाकिनी व कल्पलता खरे यांची परवानगी मिळविली. महाराष्ट्र टाइम्समध्ये माझा लेख सचित्र प्रसिद्ध झाला. अशोक जैन थोडे मिस्कीलपणे म्हणाले, "महाराष्ट्र बँकेतही मार्केटिंग केलं जातं हे जगाला या लेखामुळे कळेल."

पहिली मॅनेजरशिप

लक्ष्मीपुरी कोल्हापूर शाखेत अधिकारी या नात्यानं काम करीत असताना शाखाधिकारी र. गो. पत्की यांनी मला केबिनमध्ये बोलवलं. "सातारा जिल्ह्यातील 'वाठार स्टेशन' या शाखेचे मॅनेजर रजेवर चालले आहेत. तिथं एक आठवडा मॅनेजर म्हणून काम करा." असे सांगितले. अधिकारी होऊन तीनच महिने झालेले. अल्पावधीत शाखाधिकारीपद भूषविणार होतो. खूप आनंद झाला. मित्रांनी चहा मागितला. हे बँकेतले आनंदाचे क्षण. कोणाला इन्क्रिमेंट मिळालं, प्रमोशन मिळालं,

पॉवर ऑफ अॅटर्नी मिळाली की चहा मागितला जायचा. हे मागणं आनंददायी वाटायचं. देणं त्याहूनही समाधानाचं वाटायचं. पुणे-सातारा रेल्वेलाइनवर वाठार स्टेशन बऱ्याच वेळा पाहिलं होतं. आज त्या गावातच जायचा योग आला.

शाखाधिकारी कुलकर्णी होते. मला शाखेचा चार्ज देताना त्यांनी सहकाऱ्यांची ओळख करून दिली, "हे कॅशिअर श्री. कुलकर्णी, हे क्लार्क श्री. कुलकर्णी." कुलकर्णी आडनावाची हॅटट्रीक झाली होती.

यावरून आठवलं, पुण्यात टेलिफोन डिरेक्टरीमध्ये पूर्वी सर्वाधिक नावं 'शहा' होती. गेली दोन वर्षे ती जागा 'कुलकर्णी' यांनी पटकावलीये. महाराष्ट्र बँकेत एक विनोद होता. कोठेही जा व 'कुलकर्णी 'अशी हाक मारा. एक-दोन जण तरी ओ देतीलच!

वाठार स्टेशन शाखेत दिवसभर 'शाखाधिकारी' या नात्याने काम केलं. रात्री कॅशिअरकडे गेलो. ते पेटीवादनात तरबेज होते. क्लार्क कुलकर्णी तिथं गात होते. त्यांना बासरीही वाजवता येत होती. त्या मैफिलीमध्ये मी गुंगून गेलो. किती छान वेळ गेला. ग्रामीण भागातील नोकरी कष्टप्रद न समजता आहे तिथं आपल्या छंदाची जोपासना करीत स्वर्गीय आनंद घेण्याची ही वृत्ती आदर्शवत होती.

बगीच्यामध्ये शाखा

बँकेत एक दिवस टेबलावरचं पाकीट उघडून पाहतो, तर किर्लोस्करवाडी येथे तेथील शाखाधिकारी यांच्या रजेच्या काळात मॅनेजर या हुद्यावर जायचे होते. मी रेल्वेने किर्लोस्करवाडीला पोहोचलो. गावाला पूर्णपणे संरक्षक भिंत आहे. गावाला प्रवेशद्वार आहे. तिथं मला वाडीत का जात आहात हे विचारलं गेलं. 'बँक ऑफ महाराष्ट्र' सांगितल्यावर प्रवेश मिळाला.

मी बँकेत आलो. ऐसपैस जागा. बाहेर सुरेख हिरवंगार लॉन. असं लॉन असलेली बँक ऑफ महाराष्ट्रच्या १३२० शाखांपैकी ही एकमेव शाखा असेल. हे लॉन, जागा सारंकाही किर्लोस्करांनी दिलेलं. तेच त्याची देखभाल ठेवीत. त्यामुळे हे शक्य झालं होतं. शाखेतच मागे एक खोली होती. तिथं माझं सामान ठेवलं. कॉटला मच्छरदाणी बांधून तयार होती. जेवायला कंपनीच्या कँटीनमध्ये जायचं. एक आण्यात म्हणजे जवळजवळ फुकटच भोजन होतं.

सारं गाव म्हणजे एक मोठा बगीचा होता. सर्वत्र झाडे, वेली, रोपे, फुले. एकदम हिरवंगार! आखीव रस्ते. राहायला बंगले. प्रत्येक बंगल्याभोवती बाग. खेळायला पटांगण. मारुती मंदिर. करमणुकीसाठी नाट्यगृह.

माझ्या आईचे मामा, गोपाळराव पाटणकर इथं असताना मी लहानपणी वाडीस राहिलो होतो. ते कंपनीमध्ये इंजिनिअर होते. त्याच बरोबर मुलांना पोहायला

शिकविण्याचा त्यांना छंद होता. मे महिन्याच्या सुटीत मुलं त्यांच्या घरी जमत. फळीवर ठेवलेले पोहण्याचे पोकळ डबे घेऊन चालत चालत मैलभरावरच्या विहिरीवर पोहोचत. डबा बांधून पोहण्याचा प्रकार मी प्रथम तिथेच शिकलो.

शंतनूराव किर्लोस्कर बँक ऑफ महाराष्ट्रचे अध्यक्ष होते. बँकेची सर्वांत पहिली ग्रामीण शाखा असेल, तर ती 'किर्लोस्करवाडी' होय. त्या काळी बँका खेड्यात जायला फारशा उत्सुक नसत. किर्लोस्करांचा व्यवसाय असणाऱ्या बेळगाव, हुबळी, हरिहर, बेंगरुळू इ. गावीही बँकेच्या शाखा निघाल्या.

मी किर्लोस्करवाडी शाखेत सकाळी नऊ वाजताच कामाला बसलो. मॅनेजर रजेवर गेले होते. मदतीला एक अधिकारी होते, पण ते दिसेनासे झाले. त्यांनी बाजूच्या पोस्ट ऑफिसमध्ये जाऊन 'तब्येत बरी नसल्याने येऊ शकत नाही.' अशी तार केली. तो कंपनीतील कामगारांचा पगाराचा दिवस होता. सकाळी पाहतो तो एक शिपाई शाखेबाहेर अंगणात फरशीवर खडूने चौकोन काढून त्यात ० ते २००, २०१ ते ४००, ४०१ ते ६०० असे क्रमांक लिहीत होता. मी हे काय असे विचारताच तो म्हणाला, "आता नुसती गंमत बघा." आणि पाहतो तो काय, कामगार कारखान्यात जाताना त्यांचा पैसे काढण्याचा फॉर्म पासबुकात घालून त्या त्या चौकोनात टाकून कामाला जात होते. खातेक्रमांकाप्रमाणे चौकोन होते. कोणीही शाखेत येऊन फॉर्म देऊन टोकन घेऊन जात नव्हतं. ग्राहक सेवेचा हा प्रकार मी प्रथमच अनुभवत होतो.

शिपाई ट्रेमध्ये पासबुक भरून काउंटरवर देत होता. पोस्टिंग काढून मी तपासून ते कॅशिअरकडे पाठवत होतो. कॅशिअर त्याप्रमाणे पैसे तयार ठेवत होता. खातेदार त्यांच्या सोईने येऊन पैसे घेऊन जात होते. कामाची प्रचंड गर्दी होती.

त्यातच आलेला माल रेल्वेतून सोडवून घेण्यासाठी कंपनीनं 'इनवर्ड बिल फॉर कलेक्शन'चं एखादं कार्ड नाही, तर पत्त्याच्या कॅटप्रमाणे गठ्ठाच दिला. इतकी बिलं एका वेळेला सोडवायला येण्याचा हा माझ्यावर पहिलाच प्रसंग होता.

कोणत्याही कामाला 'आज नाही' असं उत्तर न देता मी त्या सकाळपासूनच विथड्रॉवल पास करीत राहिलो. येतील ती कामे केली. अतिशय चपळाईनं हात फिरवत होतो. जेवायला जायलाही वेळ मिळाला नाही. संध्याकाळी थोडं जागेवरच खाल्लं. बँकेची नेहमीची वेळ संपून गेली, पण पेमेंट देणं संपत नव्हतं. रात्री अकरा वाजले. माझे डोळे मिटायला लागले होते, पण मी जिद्दीनं काम केलं. एकूण १४ जणांनी पैसे नेले नव्हते. ते रोख रकमेत दाखवून कॅश बंद केली. शाखा बंद करायला रात्रीचे बारा वाजले होते. पगाराचा, कॅश इन्सेन्टिव्हचा असे महिन्यातून तीन-चार दिवस प्रचंड कामाचे असायचे.

ऑफिसरनं कामाला का दांडी मारली होती याचा खुलासा झाला. दिवसभर

येणाऱ्या प्रचंड कामाची त्यांना कल्पना होती. काम करताना मला प्रचंड श्रम सहन करावे लागले. सतत १५ तास काम केले. गर्दीचे कारण सांगून एकाही ग्राहकाला ‘उद्या या’ हे न सांगता साऱ्यांचं काम त्याच दिवशी केलं. समाधान वाटलं.

कथा घुणकीची

राष्ट्रीयीकरणानंतर बँकांच्या शाखा ग्रामीण भागात उघडू लागल्या. कोल्हापूर जिल्ह्यातील घुणकी ही वाठारजवळची शाखा उघडावयाचे ठरले. शाखेसाठी जागा घेतली. त्या जागेत तिजोरी नेऊन बसविली. आता शाखेचे उद्‌घाटन करावयाचे, तेवढ्यात एका गृहस्थानं केंद्रीय कार्यालयास कळवलं, ‘घुणकी हे दरोडेखोरांचे गाव आहे. इथं बँक सुरक्षित राहू शकत नाही.’ ही शाखा काढू नये असा एक विचार पुढं येऊ लागला. काही अधिकारी पुन्हा घुणकीस गेले. तेथील गावकऱ्यांच्या कानावर शाखा दुसरीकडे नेण्याच्या बातम्या गेल्या होत्या. ते बँकेच्या अधिकाऱ्यांना भेटले. ते म्हणाले, “इथं बँक चांगली चालेल. आम्ही इथून तिजोरी बाहेरगावी नेऊ देणार नाही. नवी शाखा काढल्यावर पहिल्या दिवशी किती ठेवी गोळा होतात?”

“दहा ते वीस हजार रुपयांच्या.” अधिकारी म्हणाले.

“आम्ही एक लाख रुपयांच्या ठेवी पहिल्या दिवशी मिळवून देतो. ही शाखा उघडलीच पाहिजे.”

शाखा उघडायचा निर्णय झाला. बेळगावहून डिव्हिजनल मॅनेजर मणी अलाय आले.

पहिल्या दिवशी शहात्तर हजार रुपयांच्या ठेवी जमल्या. शाखा सुरू झाल्याबरोबर लोक कर्ज मागायला येतील व परतफेडीची शाश्वती नाही ही भीती शाखाधिकाऱ्यांच्या मनात होती. असं काही घडू नये यासाठी मणी अलायनी उद्‌घाटनाच्या भाषणात सांगितलं, “एक म्हातारा होता. खूप वय झालेलं. असेल पंच्याहत्तरीच्या पुढला. तो आंब्याचं रोप लावत होता. जमिनीत आळं केलं होतं. रोप बाटीसह आळयात ठेवून अलगद माती ढकलत होता. वरून पाणी शिंपू लागला. हे दृश्य पाहणारी मंडळी त्याला हसायला लागली. “का हसता” विचारताच म्हणाली, “म्हातारबुवा, तुमचं आता वय झालं. तुम्ही आत्ता आंब्याचं झाड लावताय. हे झाड वाढणार केव्हा अन् त्याला फळ लागणार केव्हा? ती खायला तुम्ही हयात तरी असाल का?”

“त्यावर म्हातारबुवा म्हणाले, “मी असन नायतर नसंन, पर पोरं तरी आंबं खातील का नाय?” तेव्हा ही शाखा आपण साऱ्यांनी ठेवी ठेवून वाढवायची. लगेच उद्या कर्ज मिळेल ही आशा धरायची नाही.”

बेळगावहून मणी अलायनी रंगीत कागदावर परिपत्रक काढलं. 'घुणकी शोज द वे' हे त्याचं शीर्षक होतं. घुणकी शाखेस मिळालेल्या प्रतिसादाचं त्यात रसभरीत वर्णन होतं. पंधरा दिवसांत ७६ हजार रु.च्या ठेवी तीस हजारापर्यंत खाली आल्या, पण पुढे हळूहळू शाखा वाढत गेली. दरोडेखोरांचा त्रास वगैरे काहीही झाला नाही.

मी कोल्हापूरला असिस्टंट डिव्हिजनल मॅनेजर कार्यालयात अधिकारी असतानाची गोष्ट. घुणकीचे शाखाधिकारी तब्येत बरी नाही म्हणून कार्यालयात आले. शाखा बंद करून किल्ल्या आणलेल्या. आता दुसरे दिवशी सकाळी या किल्ल्या घेऊन कोणीतरी घुणकीस जायला हवे होते. 'घुणकी म्हणजे रूक्ष, तिथं जायचं म्हणजे शिक्षाच' अशा भावनेनं आमच्या कार्यालयातून जायला कोणीही उत्सुक नव्हतं, पण निकमसाहेब सांगतील त्यानं जायलाच हवं होतं. जो-तो आता कोणाला पाठवणार या भीतीनं केबिनकडे डोळे आणि कान देऊन बसला होता. शेवटी मला जायला सांगितलं. मी काही नाराज वगैरे अजिबात झालेलो नव्हतो. हा एक नवा अनुभव मिळणार म्हणून मी खूशच होतो!

सकाळी कोल्हापूर एसटी स्टँड गाठलं. कोल्हापूर-घुणकी हे अंतर पंचवीसएक किलोमीटर्स आहे. तिथं पोहोचायला फारसा वेळ लागणार नाही असा अंदाज होता. कोल्हापूरहून पुण्याकडे जाणाऱ्या प्रत्येक एसटी गाडीमध्ये मी चौकशी करायचो, "ही गाडी घुणकीला थांबते का?"

सर्वच जण 'नाही'चा पाढा वाचत होते.

शेवटी एक गाडी 'कोल्हापूर-इस्लामपूर' लागली. ती गाडी घुणकीला थांबते असं कळलं. त्या बसनं प्रवास सुरू झाला. शाखा उघडायची वेळ अकरा वाजताची होती. एव्हाना दहा वाजून गेले होते. वेळेवर पोहोचू ना ही काळजी मन कुरतडायला लागली.

"किमी घुणकी! उतरा" कंडक्टरनं सांगितलं.

मी सामान घेऊन खाली उतरलो. प्रचंड धुरळा उडवीत एसटी मला सोडून गेली. धुरळा खाली बसताच मी समोर पाहिलं, तर कोणतंच गाव दिसेना. स्वत:भोवती फिरून सर्व दिशेला पाहिलं, तरी काहीच दिसेना. एसटी तर निघून गेलेली. आता कुठं जायचं हा प्रश्न पडलेला. मी गोंधळलेल्या अवस्थेत उभा असताना एक गुराखी मुलगा दिसला. त्याला घुणकी कुठंय हे विचारलं. हाताने दिशा दाखवीत तो म्हणाला, "हे असं म्होरं जा. मैलभर जावा. घुणकी घावल."

मी त्या दिशेने आगेकूच करू लागलो. ऊन तापलं होतं. धूळ उडत होती. मधूनच घड्याळात बघत होतो. अकरापूर्वी बँक उघडायला हवी होती, पण आता ते जमेल असं वाटत नव्हतं. आता लांबून गाव दिसायला लागलं. एक पूल लागला. त्यावरून खाली पाहिलं, तर ओढ्याचं शुष्क पात्र होतं. पाणी तर सोडाच, थोडाही ओलसरपणा नव्हता. चार-पाच कुत्री त्या ओढ्यातल्या वाळवंटात बसली

होती. पूल पाहून तरी खालून पाणी वाहील या कल्पनेनं तर पूल बांधला नसावा ना असंही माझ्या मनात येऊन गेलं.

गावात प्रवेश केल्यावर पुन्हा एकदा बँक कुठंय हे विचारून मार्गस्थ झालो. अकरा वाजून गेलेले. 'ग्राहक शाखा उघडलेली नाही पाहून सारे संतप्त झाले असणार. ते तक्रार करणार. कदाचित उद्याच्या वृत्तपत्रात 'बँक बंद'ची बातमी यायची.'

मी घामानं डबडबलो होतो. शाखेजवळ पोहोचलो, तर शाखेच्या समोर झाडाखाली कॅशिअर बसला होता. त्यानं मला ओळखलं. झाडाखालून तो ओरडला, "साहेब, इकडं या. झाडाखाली निवांत बसा. जरा विश्रांती घ्या. शाखेचा स्वीपर आलाय. तो शाखा झाडतोय. झाडल्यावर उडलेला धुरळा जरा खाली बसला की, मग शाखेत जाऊ."

पाच-दहा मिनिटांनी शाखेत गेलो. अकरा वाजून गेले तरीही दाराशी कोणीही खातेदार आलेले नव्हते. तक्रार वगैरे होण्याची शक्यता नव्हती. उशीर झालाय हे मनात असल्यामुळे मी कॅशिअरला लगबगीनं म्हटलं, "सेफला किल्ल्या लावू या व कॅश काढू या!"

"नको, नको. एवढ्यात नको. तुमच्या किल्ल्या तुमच्याजवळच ठेवा. कोणी खातेदार आला की, मगच आम्ही किल्ल्या लावतो."

मी हे ऐकून चाटच पडलो. मी कॅश न उघडताच माझ्या खुर्चीत बसलो. कोणीच खातेदार येईना. मी कंटाळून डावीकडे वळून कॅशिअरकडे पाहिले, तर कॅशिअर मान उजवीकडे करून माझ्याकडेच पाहत होता. एकमेकांकडे पाहण्याशिवाय कदाचित त्या वेळेस काहीच काम नसेल.

थोड्याच वेळात एक गृहस्थ बँकेत आला. 'चला भवानी तर झाली' या भावनेनं मन आनंदलं, "या! या!" असं मी त्यांचं स्वागत केलं. तर ते म्हणाले, "किती वाजले?"

"बारा" मी उत्तर दिले. आता कोणाचे बारा वाजले हे काही बोललो नाही. वेळ विचारण्यासाठी बँकेचा उपयोग होतो ही माझ्या ज्ञानात पडलेली भर होती. तो वेळ ऐकून निघून गेला. नंतर दुसरा माणूस आला. आता मात्र मी फार आनंदून वगैरे गेलो नाही. हा बँक व्यवहार करतो का नुसताच वेळ विचारायला आलाय याचा मी विचार करू लागलो.

"काय, कोल्हापुरास्न आलात ना?" त्याचा प्रश्न.

"हो!"

"मग पेपर आणलात का?"

"हा घ्या 'पुढारी'. मी पिशवीतून पेपर काढून दिला." पेपर आणण्याचं काम मॅनेजरचं असतं हे मी ओळखलं. नशीब, मी कोल्हापूरहून पेपर आणला होता.

''घ्या काय राव! वाचा की! इथं कुणाला वाचायला येतं?''

मी मोठ्यानं बातम्या वाचू लागलो. त्यावर फारसा प्रतिसाद न देता तो म्हणाला, ''आपल्या भागातला माणूस विजेच्या धक्क्यानं मेला. त्याची बातमी वाचा.''

मी ती बातमी शोधू लागलो. नशीब, ती सापडली.

सार्वजनिकरीत्या वृत्तपत्र वाचनाचा कार्यक्रम संपताच बाहेर वाजंत्रीचे आवाज येऊ लागले. रस्त्यानं एक छोटी मिरवणूक चालली होती. बायकांनी डोक्यावर कलश घेतले होते. 'पाऊस पडू दे' हे आवाहन त्या महादेवाला करायला चालल्या होत्या. मिरवणुकीत लहान नागडी मुलं होती. साऱ्यांबरोबर ही मिरवणूक पाहण्यात आमचाही वेळ गेला.

शाळेच्या दुपारच्या सुटीत मुलं बँकेबाहेर आली. ती खिडकीच्या गजाला धरून आत पाहत होती. ती मला पाहत होती या भावनेनं मी चांगलाच ओशाळलो. एखाद्या प्राणिसंग्रहालयात पिंजऱ्यातल्या अद्भुत प्राण्याला ते पाहत आहेत असा माझा समज झाला. माझ्या तोंडाला काही लागलेले नाही ना हे मी हाताने चाचपून पाहिले. आमच्या शाखेतला शिपाई त्या मुलांना ''चला रे, पळा इथून. जा, जा!'' असं म्हणून हाकलू लागला.

''अरे, ती इथं कशाला आलीत?'' मी उत्सुकतेपोटी विचारलं.

''आपल्या बँकेत पंखा आहे, तो कसा फिरतो ते पाहायला रोज मधल्या सुटीत पोरं येतात. या गावात फक्त बँकेतच पंखा आहे.''

बँकांचा फक्त पेपर वाचणे एवढाच फायदा नसून पंख्यासारखी दुर्मीळ आणि मौल्यवान वस्तूही पाहायला मिळणे हाही लाभ आहे हे पाहून 'बँकांची कार्ये' या विषयासंबंधी माझ्या ज्ञानात मौलिक भर पडत होती.

त्यानंतर आलेल्या गृहस्थानं विचारलं, ''मोड आहे का?''

''कितीची?'' शिपायानं विचारलं.

''पावलीची'' एवढी किरकोळ मागणी पाहून मी आश्चर्यचकितच झालो.

तेवढ्यात दुसरे एक खातेदार आले. शिपाई त्यांना आदरानं 'या' म्हणाला. तेव्हा 'हे जरा मोठे खातेदार दिसतात.' असं मी अनुमान बांधलं.

''काय साहेब, नवीन आलात ना?'' त्यानं दमदार आवाजात विचारलं.

''हो, आजच कोल्हापूरहून आलो.''

''आज शुक्रवार. म्हणजे तुमचा फ्रायडे असेल नाही का?''

प्रत्येक शुक्रवारी फ्रायडे हा असतोच. पण याला काय म्हणायचंय याचा मी विचार करू लागलो.

तोच तो पुढे म्हणाला, ''तुमचं फ्रायडे स्टेटमेंट मुंबईला जातं नव्हं!''

आता माझ्या डोक्यात प्रकाश पडला. शाखेच्या ठेवी, रोख इ. दर शुक्रवारी क्षेत्रीय कार्यालय व मुंबईला कळवल्या जात. त्याबद्दल नेहमीचे मॅनेजर खातेदारांना

‘आज कर्जाची कामं काढू नका. आज फ्रायडे स्टेटमेंट आहे’ असं म्हणत असणार. त्यामुळं या खातेदाराला ते माहीत झालं होतं.

“हा! हा! आज फ्रायडे स्टेटमेंट आहे ना!”

“मग आज तुमचं लक्ष्मीपूजन लवकर उरकायचं. स्टेटमेंट गेलं की, आमच्या घरी चहापानाला यायचं. अहो कॅशिअर, साहेबांना घेऊन या. कॅश लवकर बंद करा.”

“हे इथले सरपंच आहेत. आपले खातेदारही आहेत.” कॅशिअरनं खुलासा केला.

“मी आजच इथं आलोय. अजून महिनाभर इथं राहीन. तेव्हा दोन-चार दिवसांनी येईन.” मी.

“नाही नाही! आजच यायला हवं. नंतर चार दिवसांनी पुन्हा या!”

“पण आजच येण्याचा एवढा आग्रह का? नंतर नाही का चालणार?”

“साहेब, त्याचं काय आहे, माझ्या जावयाचा मित्र मुंबईहून आलाय. त्याच्याशी चार इंग्रजी शब्द टाकून बोलणारं कोण तरी हवं का नको? तुम्ही आलात तर आमचं इंप्रेशन राहणार!”

“येतो.”

दुपारनंतर सरपंचांच्या घरी भरपूर अगत्य झालं. कांदेपोह्यातले शेंगदाणे आणि मराठीतले इंग्रजी शब्द दोन्ही चवीनं चालले होते. सरपंचांचा चेहरा खुलला होता.

एकदा ही माणसं आपली झाली की, बँकेच्या व्यवसायाला आपोआपच मदत करायची. गावातल्या कर्जासाठी आलेल्या अर्जदाराची खरी पात्रता यांच्याकडून कळायची. अर्जदाराच्या आर्थिक ताळेबंदाचं कितीही ‘रेशो ॲनालिसिस’ केलं तरी खात्रीची माहिती अशा गावच्या लोकांकडून मिळायची. रिस्क मॅनेजमेंटचे कितीही फॉर्म भरले, तरी अशी माहिती गावातून मिळते. ती बरीच उपयोगी पडते.

पुढे मी बऱ्याच गावी ‘लोकल गार्डियन’ अर्थात ‘स्थानिक पालक’ ही अलिखित संकल्पना राबविली. सोलापूर येथे मी क्षेत्रीय व्यवस्थापक असताना बँकेचे अध्यक्ष पी. बी. कुलकर्णी भेटीसाठी आले होते. तेव्हा दोन सन्माननीय खातेदारांची त्यांच्याशी ओळख करून देताना हे आमचे ‘लोकल गार्डियन’ आहेत असं सांगितलं. अर्जदाराबद्दलची माहिती त्यांच्याकडून दूरध्वनीवर मिळायची. ते सांगायचे, “त्याची शोरूम एकदम झकपक आहे, पण आर्थिक स्थिती बेताची आहे.”

“तो दिसायला साधा आहे. वागणंही साधं आहे, पण खूप पैसेवाला आणि कर्तबगार आहे.”

“त्याचे अमक्या बँकेतले व्यवहार आहेत. ती माहिती घ्या.”

अशा सूचना लक्षात घेऊन मग मी अर्जदारांच्या कर्जप्रकरणावर विचार

करायचो. त्यामुळे निर्णयही त्वरेने घ्यायला मदत व्हायची.

खातेदाराला आपलंसं करणं महत्त्वाचं! ग्रामीण भागात लग्नाच्या मुली पाहण्याच्या किंवा साखरपुड्याच्या कार्यक्रमात शाखाधिकारी उपस्थित राहिले की आपली बाजू बळकट झाली, असं खातेदारांना वाटायचं. त्यामुळे स्वत:साठी मुली बघताना जरी फारसे कांदेपोहे खाल्ले नाहीत, तरी इतरांच्या कार्यक्रमात भरपूर प्रमाणात विविध खाद्यपदार्थांचा आस्वाद घेतला.

घुणकी शाखा १९७२मध्ये अगदी बाल्यावस्थेत होती, तरी ती पुढे चांगली वाढत गेली. वारणानगर साखर कारखाना, दूध सोसायटी यामुळे शेतकरी सधन होऊ लागले. पुढे २००० साली मी कोल्हापूर क्षेत्राचा सहायक महाप्रबंधक असताना या शाखेस वरचेवर भेटी देऊ लागलो. एकदा आमच्या क्षेत्राच्या गार्डियन एक्झिक्युटिव्ह म्हणून शुभलक्ष्मी पानसे या कोल्हापूर भेटीसाठी आल्या. संगणक या विषयातल्या त्या तज्ज्ञ. बँकेत संगणक कार्यप्रणालीचा वापर होण्यासाठी त्यांनी मौल्यवान कार्य केलं होतं. त्यामुळे केंद्रीय कार्यालयातही त्या संगणक विभागाच्या प्रमुख होत्या. त्या वेळी केंद्रीय कार्यालयाच्या मार्गदर्शक तत्त्वाप्रमाणे प्रत्येक कार्यपालकाने त्याच्या भेटीमध्ये किमान एका तरी ग्रामीण शाखेस भेट देऊन ग्रामीण विकासाच्या दृष्टीने मार्गदर्शन करावयाचं होतं. कोल्हापूरहून पुण्यास परत जाताना सोयीची व यापूर्वी भेट न झालेली शाखा म्हणून आम्ही घुणकीची निवड केली. ठरलेल्या वेळी घुणकीला पोहोचलो. बँकेच्या वरिष्ठ अधिकारी बाई येणार म्हणून गावात जय्यत तयारी केली होती. गावाच्या वेशीवर एका दूध सोसायटीत स्वागत-कमान उभारली होती. दूध सोसायटीची पाहणी झाली. विशेष म्हणजे सोसायटीचा कारभार संगणकाद्वारे चालू होता. प्रत्येक सदस्याने सोसायटीला दिलेलं दूध, दुधाचे फॅट, त्याची किंमत सारंकाही संगणकावर दिसत होतं. ते पाहून पानसे बाईंनी सोसायटीच्या पदाधिकाऱ्यांचे कौतुक केले.

तिथून पुढे निघालो ते ऊस उत्पादक शेतकऱ्यांच्या सोसायटीकडे. पानसे बाई या जशा कर्तृत्ववान तशाच स्मार्ट. त्यांना पाहायला घुणकीकरांनी गर्दी केली होती. ऊस सोसायटीत पानसे बाईंचे जंगी स्वागत झाले. सोसायटीचे अध्यक्ष भाषणात म्हणाले, ''आमची सोसायटी पूर्ण कॉम्प्युटराईज्ड झालीये. पूर्वी आपलं बिल तयार झालं का बघायला शेतकऱ्याला वारण्याला जायला लागायचं. वारणा कारखान्यात जाऊन रांगेत उभं राहायला लागायचं. एका कामाला अख्खा दिवस जायचा. आता सोसायटीच्या कम्प्युटरवरनं कारखान्याला किती ऊस घातला, बिल तयार झालं का हे सारं समजतं. सगळं काम कसं 'ऑन लाईन' झालंय. सोसायटीचा सगळाच व्यवहार कम्प्युटराईज्ड झालाय. आता थोडंफार काम हातानं करावं लागतं, कारण बँक ऑफ महाराष्ट्रची घुणकी शाखा कॉम्प्युटराईज्ड झालेली नाही!''

मला पु. ल. देशपांडे यांची 'वाऱ्यावरची वरात'मधील गोष्ट आठवली. ग्रामीण

भाग कसा शांत असतो, आपल्या संस्कृतीचं कसं जतन करतो हे पाहायला म्हणून ते खेड्यात येतात, तर खेडूत मुलगाच फिल्मी स्टाईलीत वागतो.

तसाच प्रकार घुणकीला झाला. आम्ही आलो ग्रामीण भागात प्रगती कशी करावी हे सांगायला. त्यांनी कानमंत्र दिला तो आम्हालाच. मला मात्र तेव्हाची व आताची घुणकी यात झालेली प्रगती पाहून समाधान वाटले.

शिवाजी विद्यापीठाचं खातं

कोल्हापूर येथील शिवाजी विद्यापीठाकडून ठेवी मिळवायच्या होत्या. विद्यापीठ परिसरात युनायटेड कमर्शियल बँकेची शाखा होती. पूर्वीपासून विद्यापीठाचे बहुतांशी व्यवहार त्यांच्याबरोबर होते. आम्ही बँक ऑफ महाराष्ट्रकडे ठेवी याव्यात यासाठी प्रयत्नशील होतो. विद्यापीठाच्या कुलगुरूंनी अन्य बँकांना ठेवी देण्याचे ठरविले. त्यासाठी त्यांनी इच्छुक बँकर्सच्या मुलाखतीचा कार्यक्रम ठेवला. बँक ऑफ बडोदा, स्टेट बँक ऑफ इंडिया, युनायटेड वेस्टर्न बँक इ. अनेक बँकांचे अधिकारी, आम्ही विद्यापीठात जमलो होतो. एकएक जण कुलगुरूंच्या केबिनमध्ये जाऊन मुलाखत देत होता.

मी मुलाखतीसाठी डॉ. धनागरे यांच्यापुढे गेलो. त्यांना महाराष्ट्र बँक व शिक्षणक्षेत्राशी तिचा संबंध याविषयी सांगितले. बँक ऑफ महाराष्ट्रच्या शाखा शिवाजी विद्यापीठाच्या कक्षेत सर्व ठिकाणी आहेत. इतर बँकांच्या तुलनेत त्या सर्वाधिक आहेत. विद्यार्थ्यांची फी, पेपर तपासणीसाठी परीक्षकांना द्यावयाचे चेक अशा अनेक कारणांसाठी या शाखा विद्यापीठास उपयोगी पडतील. महाराष्ट्रातील सर्व विद्यापीठांची खाती बँकेकडे असून बँकेने या व्यवसायात विशेषत्व प्राप्त केले आहे. शिक्षणासाठी बँक सवलतीच्या दरात कर्जपुरवठा करते. त्यासाठी विद्यापीठाचा आर्थिक पाठिंबा मिळावा वगैरे.

एक आठवड्याने निकाल जाहीर झाला.

आमची बँक सर्वोत्कृष्ट गुणाने प्रथम आली. भरपूर ठेवी मिळाल्या. या विद्यापीठातून मी एम.कॉम. झालो होतो. त्या विद्यापीठात मी ही वेगळीच परीक्षा दिली होती व यशस्वी झालो होतो.

वि. स. खांडेकरांचं शिरोडे

बँकेच्या कोल्हापूर क्षेत्रात रत्नागिरी जिल्हाही मोडत होता. त्यामुळे रजेच्या काळात अधिकारी कोल्हापूरहून दूरदूर जात. एकदा मला रेड्डी या गावी जायला

सांगितले. मी पहाटे उठून सकाळी सहालाच कोल्हापूरहून निघालो. ती बस सावंतवाडीची होती. तेथून दुसरी बस पकडून रेड्डीला जायचे होते. गाडी वाटेतच बंद पडली. त्यामुळे मधे चांगलाच वेळ गेला. कसंबसं सावंतवाडीला पोहोचलो तर रेड्डीची बस निघून गेलेली. पुढच्या बसला दोन तास वेळ होता. आता स्टँडवर बसून काय करायचं? त्यापेक्षा मधल्या वेळेत सावंतवाडी शाखेत जाऊन येऊ या असा विचार मनात आला.

कोणत्याही गावात गेलं की, तिथं बँक ऑफ महाराष्ट्र आहे का व ती शाखा पाहावी असं नेहमीच वाटायचं. बँकेशी तस नातंच जडलं होतं.

सावंतवाडीचा परिसर रम्य होता. विस्तीर्ण तलाव पाहात राहावा असा होता. नारळाच्या झाडांनी निसर्ग प्रफुल्लित झाला होता. अशा रमणीय परिसरात बँकेची शाखा होती. शाखेत पुराणिक हे मॅनेजर होते. सर्व कर्मचाऱ्यांना भेटून पुन्हा स्टँडवर आलो.

रेड्डी प्रवास सुरू झाला. रात्र झालेली. काळोखाचं साम्राज्य पसरलेलं. रात्री दहा वाजता शाखेजवळ पोहोचलो. जवळच्या लोकांकडून मॅनेजरच्या घरचा पत्ता मिळविला. मॅनेजर खूप आजारी असल्याने त्यांना लवकर रजेवर जायचे आहे असे मला सांगितलेले होते. तशी त्यांची तारही आली होती. मी पहाटे चार वाजता उठून या प्रवासाला निघालेलो. कुठं राहायचं हे निश्चित नव्हतं. शेवटी मॅनेजरचं घर सापडलं. त्यांना उठवलं. त्यांना मी कोल्हापूरहून आल्याचं सांगितलं. ते आजारी असल्याचे अजिबात वाटत नव्हते. मी खूप दमलेला व भुकेला होतो.

त्यांनी मला चहा पाजला व म्हणाले, "मला रजेवर जायचं होतं. नुसती रजा मागितली तर ती आम्हाला मिळत नाही. यासाठी मी आजारपणाची तार केली. आता तुम्ही आलात ते बरं झालं. मी रजेवर जातो. ह्या किल्ल्या घ्या." विश्वासानं मी किल्ल्या ताब्यात घेतल्या. ते पुढं म्हणाले, "इथं खानावळ किंवा लॉज नाही. तेव्हा तुम्ही शिरोड्याला जा." त्यांनी जवळच राहणाऱ्या शिपायाला बोलावले व मला शिरोड्याला सोडावयास सांगितलं. शिपायाने सायकल आणली. त्यावर माझं सामान बांधलं. माझ्या हातात टॉर्च दिला. शिपायानं सायकल धरली. दोघेही शिरोड्याकडे निघालो. रात्रीच्या वेळी निर्जन भागातून तीन मैलांची पायपीट केली. शिरोडा गावात जाताना एक छोटा पूल होता. तो नारळांच्या झाडांचा बनविलेला होता. त्यावरून जाताना भीती वाटली. जरा तोल गेला तर खड्ड्यात पडायचे. रात्री अकरा वाजता एका खानावळीत पोहोचलो. त्यांनी खानावळ संध्याकाळीच बंद झाल्याचे सांगितले. रात्री ८ वाजता शेवटचा माणूस जेवून गेलेला. पण त्याने झोपण्याची व्यवस्था केली. शिपाई परत गेला. एका लाकडी फक्त सहा इंच उंचीच्या खाटेवर मी झोपलो. अतिश्रमानं अंग दुखत होतं. त्यात भर म्हणजे मला सणकून ताप भरला. रात्र तशीच काढली.

सकाळी खानावळीत लवकर जेवलो. एक सायकल भाड्याने मिळविली व रेड्डीला जायला निघालो. अंगात ताप होता तरीही आपण 'ययाती'कार भाऊसाहेब खांडेकरांच्या शिरोड्यातून चाललोय याचा आनंद वाटत होता. त्यांचंच एक वाक्य आठवलं, "आयुष्यात दु:ख येते ते वळवाच्या पावसासारखे, पण सुख मिळते ते गुलाबपाण्यासारखे."

प्रत्येक माणूस एक पुस्तक आहे. त्याला वाचता मात्र आले पाहिजे. शिरोड्यातील प्रत्येक माणूस, तेथील निसर्ग, तारे हे सारं त्यांच्या कल्पनाशक्तीला खाद्य होतं. अशा परिसरातून मी या आठवणीतून सायकल मारत होतो.

रेड्डी शाखेत बॉक्साईट खाण मालकांची खाती होती. चांगला व्यवसाय होता. मी आजारी असल्यानं थोडी आतल्या बाजूला गादी टाकली होती. त्यावर झोपलो. सह्यांसाठी ड्राफ्ट, पेमेंट स्क्रोल येई तेवढा वेळ उठून बसे. पुन्हा पडे. 'आपण दुसऱ्याच्या रजेच्या काळात येथे आलेलो आहोत. त्यांना मदत व्हायला हवी. आता आपलं आजारपण क्षेत्रीय कार्यालयाला कळविणे बरोबर नाही. अंथरुणावर पडून काम करीत राहिलो.' दोन दिवसांनी बरा झालो. मग पुढे नीट काम करता आले.

आयोडेक्स आणतो!

बांबवडे ही कोल्हापूर जिल्ह्यातली शाखा. तिथले एक मॅनेजर वरचेवर रजा मागायचे. त्यांच्या कामावर फारसे संतुष्ट नसल्याने आमचे रिजनल मॅनेजर निकमसाहेब त्यांना रजा द्यायला तयार नसायचे. एक दिवस त्यांच्यातला फोनवर झालेला संवाद आठवतो.

"मला रजा हवी आहे."

"आधी ठेवी वाढवा. टार्गेट पूर्ण करा. मग रजा."

"अहो माझा पाय मुरगळलाय. चालणं अवघड झालंय."

"चालता येत नाही तर रजेवर कसे जाणार? तिथंच विश्रांती घ्या. रजा काही घेऊ नका. मी संध्याकाळी आयोडेक्सची बाटली घेऊन येतो. ती लावा. बरे व्हाल. कामात राहा. बरं वाटेल!"

पंचवीस वर्षांचा रौप्यमहोत्सव!

लक्ष्मीपुरी शाखेला पंचवीस वर्षे पूर्ण झाली. एक दणदणीत कार्यक्रम करायचे ठरले. स्मरणिका काढली. त्यातील लिखाणापासून ते छपाईपर्यंतचे काम मी पाहिले. अंबा टॅनिन कं. उर्फ पोल्सनने रांजदेकर साहेब यांच्या पुढाकाराने प्रभा अत्रे यांच्या

गाण्याचा कार्यक्रम ठेवलेला. टेंबे इंडस्ट्रीजचे टेंबे हे कलाशौकिन होते. त्यांचाही सहभाग होता. अनेक खातेदार व हितचिंतक उपस्थित होते. पद्मा राजे हायस्कूलचा हॉल रसिकांनी भरला होता. मध्यंतरात मला व निकमसाहेबांना बोलायला सांगण्यात आले. "आत्ता जे काही प्रभा अत्रे गायल्या ते फार चांगले होते" असं मी म्हणालो.

संगीताबद्दल पुरेशी माहिती नसल्यामुळे अशी सामान्य विधानं करून मी वेळ मारून नेली. मला बोलण्याची सवय होती. निकमसाहेबांना लोकांपुढे बोलणे अवघड वाटायचे. तरीही ऐन वेळेला त्यांना 'चार शब्द बोला' असा आग्रह झाल्याने ते उभे राहिले व म्हणाले, "काय योगायोग आहे बघा, लक्ष्मीपुरी शाखेला २५ वर्षे पुरी झाली व हा रौप्यमहोत्सवही आलाय. अशा दोन्ही गोष्टी एकदम जुळून आल्यात!"

इकडचा हार तिकडे

फरास नावाचे आर्किटेक्ट होते. आमचे सन्माननीय ग्राहक. त्यांच्या मुलाच्या लग्नाचे आमंत्रण होते. त्यांनी लग्नसमारंभात आमच्या रिजनल मॅनेजर निकमसाहेबांना हार घातला. लग्नसमारंभ थाटात झाला. आम्ही सारे सभागृहाबाहेर आलो. निकमसाहेबांच्या हातात तो सुरेख फुलांचा हार होता. ते इकडेतिकडे पाहत होते. त्या हाराचा काही सदुपयोग व्हावा असे त्यांच्या मनात असावे. त्याच समारंभाला आलेले महाद्वार रोड शाखेचे शाखाधिकारी र. ल. धर्माधिकारी तिथे होतेच. त्यांना निकमसाहेबांनी विचारले, "आता नंतर काय कार्यक्रम?"

"अंबाबाई देवस्थानचे मुनीश्वर गुरुजींना पंच्याहत्तर वर्षे पूर्ण झाली. त्यांच्या अमृतमहोत्सवी वाढदिवसाला चाललोय."

"असं मोकळ्या हातानं जाऊ नका. हा घ्या हार!" असं म्हणत त्यांनी तो हार त्यांच्या हाती दिलाच.

मुसलमानाकडील हार वेदशास्त्रींच्या गळ्यात, केवढे हे धार्मिक ऐक्य!

परंतु धर्माधिकारी यांनी नावाप्रमाणे अधिकार वापरून तो हार वेदशास्त्रींना घातला की नाही हे माहीत नाही

चमकणारे झाड

रजेच्या काळात मॅनेजरना सोडण्यासाठी कोल्हापूरहून निघालो तो फोंडाघाटला पोहोचलो. स्टँडपासून शाखेपर्यंत जाईपर्यंत आजूबाजूची दुकाने न्याहाळत होतो. मध, तांदूळ, वाल, सुके मासे, अबोलीची फुलं, फणस अशा कितीतरी गोष्टी होत्या. शाखा अगदीच छोटी होती. मॅनेजरनी एकंदरीत कामाची कल्पना दिली. ते

फारच सुरक्षित राहण्याला महत्त्व देणारे वाटले. खातेदाराला डिमांड ड्राफ्ट हवा असतो, तेव्हा तो काउंटरवर क्लार्क तयार करतो व मॅनेजरकडे सहीसाठी येतो. इथे मॅनेजरनी मला दबक्या आवाजात सांगितले, ''ड्राफ्टबुक म्हणजे जोखमीचं काम. कोऱ्या नोटाच. तेव्हा हे ड्राफ्टबुक मी माझ्या ड्रॉवरमध्येच ठेवतो. मीच ड्राफ्ट काढतो. बाहेर देत नाही!''

नंतर त्यांनी मला सांगितले, ''इथं राहण्याची सोय नाही. शाखा बंद झाल्यावर टेबलं जोडून रात्री इथं झोपू शकता किंवा इथं आपटे यांची खानावळ आहे. आपला शिपाई तिथे सांगून तुमची झोपण्यापुरती सोय करेल!''

मी शिपायाबरोबर आपटे यांच्या खानावळीत गेलो. रात्री जेवलो व झोपण्यासंबंधी विचारलं. त्यांनी दिलासा दिला. ''झोपायला मिळेल. पण खानावळीतले सर्व मेंबर जेवून गेले की, मग त्या जागी अंथरूण घालू.''

''ठीक आहे.'' अन्य पर्याय नसल्याने मी संमती दिली.

मी थोडं फिरायला गेलो. काळाकुट्ट अंधार होता. एक झाड दिसलं. ते पूर्ण चकाकत होतं. मी आश्चर्यचकित झालो. झाडाची पानं चमचम करीत होती. जणू छोटे छोटे पांढरे दिवेच त्या पानावर लावले असावेत. हा काय प्रकार आहे याचा विचार करत होतो तर एका पानावरचा दिवा थोडा हवेत फिरला. मग ध्यानात आलं, ते झाड काजव्यांनी व्यापलं होतं. शेकडो काजवे त्या झाडावर विराजमान झाले होते.

पुन्हा खानावळीकडे आलो.

''आता फक्त दोन मेंबर जेवायला यायचेत'' मालक.

पुन्हा काजव्याचं झाड पाहून आलो.

''आता एकच मेंबर राहिलाय'' मालक.

पुन्हा फिरल्यावर रात्री अंथरुणावर पडायला मिळाले. चकाकणारे झाड आठवत झोपी गेलो.

मद्रास नव्हे, अमरावती

नागपूर व पुणे मिळून मी सहा वर्षे ट्रेनिंग देत होतो. एक दिवस दुसरे फॅकल्टी मेंबर राजाभाऊ पटवर्धन यांना म्हणालो, ''पुढील करिअरच्या दृष्टीने ट्रेनिंगमधून निघून पुन्हा बँकेच्या शाखेत जायला हवे ना?''

''नुसतं म्हणत बसू नका. आत्ता स्टाफ डिपार्टमेंटला जा व ए जी एम गोडबोले साहेबांना सांगा.''

मी त्याप्रमाणे गोडबोले यांना त्वरित भेटलो. गोडबोले साहेबांनी विचारलं, ''मद्रासला मॅनेजर पदावर जाता?''

"हो."

"ठीक आहे. पंधरा दिवसांत ऑर्डर मिळेल."

मी वृत्तपत्रांत येणाऱ्या मद्रासच्या बातम्या आवडीनं वाचू लागलो. पाणीटंचाईमुळे रेल्वेने मद्रासला पाणी नेत होते. मी व सौ. मद्रासला जाण्याची तयारी करू लागलो. आठच दिवसांत हातात ऑर्डर मिळाली.

अमरावती येथील मुख्य शाखा, जवाहर रोड येथे माझी बदली झाली होती. मद्रासला जाणे रद्द झाले होते.

मी, सौ. व दोन मुले अमरावतीस गेलो.

नव्या गावात बँकेच्या ओळखीने राहावयास जागा मिळते, पण मुलांना शाळेत प्रवेश मिळायला बरीच खटपट करावी लागते. मुलाला चि. सचिनला, घराजवळच्या शाळेत प्रवेश मिळाला. मुलीला सुप्रियाला, होली क्रॉस या शाळेत प्रवेश मिळेना. मी खेटे घालत होतो. सिस्टर रोजिटा या नकार देत होत्या. मी अमरावतीस प्रथमच आलोय हे सांगितल्यावर त्या उद्‌गारल्या, "वेलकम टू अमरावती, बट नॉट टू आवर स्कूल."

मी तिसऱ्या वेळेस त्यांना सांगितले, "तुम्ही शाळेत प्रवेश देऊ शकत नाही. त्यामुळे माझी कन्या घरीच बसली आहे. मी घरी गेलो व तिला घरातच पाहिले म्हणजे मला वाईट वाटणार. मग काही तरी करावे यासाठी मी तुमच्याकडे येईन. इथं दुसरी शाळा नाही. मी आल्यावर तुम्ही मला नाही सांगितलं असता पुन्हा का आला असे विचारू नका. पुनःपुन्हा शाळेत येण्याची तेवढी परवानगी द्या".

पुढील खेपेस त्यांनी शाळेत मुलीला प्रवेश दिला. पुढील स्नेहसंमेलनास मला प्रमुख पाहुणा या नात्याने बोलावले. शाळा प्रवेश मिळणे अवघड असले तरी प्रयत्न सोडू नये. उशिरा का होईना तो मिळतोच.

शाखेत डोंगरच डोंगर

जवाहर रोड शाखेचा पदभार मी डी. बी. कुलकर्णी यांच्याकडून स्वीकारला. त्यांनी या शाखेचा पदभार कठीण परिस्थितीत स्वीकारला होता. त्यांना निरोप समारंभ व माझे स्वागत असा कार्यक्रम शाखेत ठेवला होता. त्या समारंभाला प्रमुख पाहुणे या नात्याने तपोवनचे प्रेरणास्थान डॉ. शिवाजीराव उर्फ दाजीसाहेब पटवर्धन उपस्थित होते. समारंभ उत्साहात पार पडला.

मला पदभार देताना कुलकर्णी शाखेचे कामकाज समजावून सांगत होते. ते म्हणाले, "या शाखेत डीआरआयमध्ये घोटाळा झाला होता. गरीब लोकांना केवळ चार टक्के दराने कर्ज देण्याची योजना होती. आधीच्या मॅनेजरनं ती योजना

राबविताना नियंत्रण ठेवले नाही. वारेमाप कर्ज वाटून टाकले. एका माणसाला तीन हजार सहाशे कर्ज मिळायचे. त्या कर्जाचा विनियोग काही उत्पादित कर्जासाठी होतोय ना हे पाहिले गेले नाही. कर्ज मिळवून देणारे काही गट तयार झाले. त्यांनी तर काही काल्पनिक नावे टाकून कर्जे मिळविली. शाखेत कर्जासाठी एवढी गर्दी होऊ लागली की, एक दिवस पोलीस बोलावले. त्या पोलिसांनी पाहिले की येईल तो कर्ज घेतोय, मग आपणच मागे का? त्यांनीही कर्ज घेतले! सुमारे चोवीस लाख रुपयांचे कर्ज वाटले गेले. तारण नाही. त्यातीलच नावे इकडची तिकडे करून एकमेकांना जामीनदार घेतलेले. वसुली अजिबात नाही. बँकेने मॅनेजरला या प्रकाराबद्दल काढून टाकले. मोठा घोटाळा असल्याने सी.बी.आय. चौकशी चालू होती. त्याचं रेकॉर्ड इतकं झालं होतं की, शाखेतील एक खोली ही 'डीआरआय' या नावानंच ओळखली जात होती. या कर्जाची सी.बी.आय. चौकशी होईपर्यंत तुम्हाला राबावं लागेल. कागदपत्रांचे नूतनीकरण होत नसलेल्या कर्जदाराविरुद्ध कोर्टात दावे करावे लागतील. वसुलीसाठी झटावं लागेल. हा एक अति अवघड डोंगर आहे. तो पार करताना दमछाक होईल.''

''ही पहा एक फाइल- 'आय.बी.सी.' म्हणजेच इनवर्ड बिल फॉर कलेक्शन. यातील घोटाळ्याचा शोध चालू आहे. हा एक डोंगर तुम्हाला चढायचाय.''

''हे बांधून ठेवलेलं दप्तर बचत खात्यातील घोटाळ्याचं आहे. एका क्लार्कने केलेल्या घोटाळ्याबद्दल त्याच्या विरुद्ध चौकशी चालू आहे. हा एक डोंगर तुम्हाला चढायचाय.''

माझ्या एकूण प्रकार लक्षात आला. शाखाधिकारी प्रत्येक विभागाच्या किल्ल्या रोज त्यांच्या केबिनमध्ये गोळा करीत. नंतर शाखेस कुलूप लावून जात.

बाहेरील लोक घोटाळा का करू शकले? आतील काही लोक त्यात सहभागी असणार. पण आता आपल्याला ही शाखा मोठी करावयाची असेल तर याच लोकांना विश्वासात घ्यावे लागणार. डोंगर असले तर असले, आपण निश्चयपूर्वक ते पार करायचेच.

घरातील मंडळींचा सहभाग

संकटापेक्षा संकटाची चाहूल त्रासदायक असते. इथं आता काय संकटे आलीत हे ठाऊक झाले होते. त्यामुळे त्याची भीती नाहीशी झाली होती. शाखावृद्धीसाठी जोमानं प्रयत्न केले. नवीन बचत खाती मिळविण्यासाठी कर्मचाऱ्यांच्या घरातील लोकांना सहभागी करून घेतले. इच्छुक व्यक्तींना शाखेत बोलावले. कोणाचा भाऊ आला, तर कोणाची बायको. महाविद्यालयीन शिक्षण घेणारी मुलंही सहभागी झाली.

त्यांना नवीन खाती कशी उघडतात याची माहिती दिली. एक छोटासा फॉर्म भरून घेण्यास सांगितले. नवीन खाते मिळविण्यास जाऊ त्याच्याकडून तो फॉर्म भरून घ्यायचा. त्यात नाव, पत्ता, फोन, खाते उघडू इच्छिता का ही माहिती असायची. कोणाकडूनही रोख रक्कम वा चेक स्वीकारायचा नव्हता. पैसे भरण्यासाठी खातेदाराने बँकेत यावयाचे होते. हे काम कर्मचाऱ्यांनी व त्यांच्या कुटुंबीयांनी उत्साहात केले. शाखेमधील घोटाळ्याच्या दहशतीचं वातावरण निवळलं. कर्मचाऱ्यांनाही प्रतिष्ठा मिळाली.

अधिकाधिक फॉर्म भरून खाती मिळवून देणाऱ्यास भेटवस्तू दिल्या. सर्वांना सहभागाचे प्रशस्तिपत्रक दिले. चहापान कार्यक्रम झाला. ही मोहीम सुरू असताना घरचे लोक कर्मचाऱ्यांना नव्या खात्याबद्दल प्रश्न विचारीत. त्यामुळे त्यांनाही आपले ज्ञान अद्ययावत ठेवावे लागले!

अमरावती विद्यापीठ

अमरावती विद्यापीठ सुरू होणार होते. त्यासाठी शेतकऱ्यांच्या जमिनी खरेदी केल्या जात होत्या. शेतकरी त्यांना पैसे मिळणार या सुखद वार्तेने खूश होते. ही रक्कम बँकेत ठेवरूपाने यावी यासाठी शाखेतील कर्मचारी व मी फिरू लागलो. शेतकरी भेटावेत यासाठी सकाळी सात वाजताच बाहेर पडावे लागे. घरोघरी जाऊन पाच रुपये भरून घेऊन खातं उघडून घेत असू. ही चाहूल स्टेट बँकेला लागली. त्यांचाही ताफा फिरू लागला. निवडणूक प्रचारासारखे दृश्य दिसू लागले. एका गल्लीतून आम्ही जायचो तर दुसऱ्या गल्लीत ते असायचे. बरेच दिवस प्रचार झाला. पैसे येणार, येणार असं शेतकऱ्यांना वाटायचं. प्रत्यक्ष पैसे हाती काही लवकर पडले नाहीत.

दिवाळी आली. मी त्या भावी ठेवीदारांना दिवाळी भेटकार्डे पाठविली. त्या कार्डावर जे चित्र होते ते लक्ष्मीच्या हातातून धन बाहेर येत असल्याचं होतं. ते चित्र पाहून त्यांना आता पैसे लवकर येणार असे वाटले. अनेकांनी ते चित्र भिंतीवर लावले.

प्रत्यक्ष पैसे मिळायचा दिवस उगवला. नोंदणी कार्यालयाच्या दारात आम्ही निवडणुकीच्या वेळी उभारतात तसा बूथ उभारला. टेबल, खुर्ची, बँकेचे कर्मचारी सारं काही होतं. येणाऱ्या शेतकऱ्याचा ठेव रकमेचा फॉर्म भरून घ्यायचं काम करीत होतो. एकूण रकमेच्या निम्मी रक्कम आमच्या शाखेत आली.

अमरावती विद्यापीठ सुरू होताना त्यांना सर्व विषयाला हवे ते प्राध्यापक मिळणं अवघड जात होतं. विद्यापीठाचं खातं आम्हाला मिळावं या उद्देशाने मी गेस्ट

स्पीकर या नात्यानं जाऊन तेथील बिझनेस मॅनेजमेंटच्या विद्यार्थ्यांना सहा महिने शिकविलं. सकाळी व्याख्यान द्यायचं, धावत पळत घरी यायचं, जेवायचं आणि वेळेत बँक गाठायची.

रावबहादूर खरे

जवाहर रोड शाखेला पंचवीस वर्षे पूर्ण होत होती. रौप्यमहोत्सव मोठ्या प्रमाणावर साजरा करायचं ठरलं. कर्मचाऱ्यांच्या करमणुकीच्या कार्यक्रमाच्या तालमी सुरू झाल्या. सौ.ही नाट्यप्रवेश सादर करण्याची तयारी करीत होती. प्रमुख पाहुणे या नात्याने रावबहादूर खरे यांना बोलवावयाचे ठरले. त्यांना ब्रिटिशांनी रावबहादूर ही पदवी दिली होती. ते शाखेचे प्रथम दिवसापासूनचे ग्राहक होते. विशेष म्हणजे ते १०५ वर्षांचे होते.

मी त्यांना आमंत्रित करण्यासाठी त्यांच्या घरी गेलो. त्यांच्या द्वितीय पत्नी तिथे हजर होत्या. त्या म्हणाल्या, ''मीही महाराष्ट्र बँकेत पहिल्याच दिवशी एक रुपया भरून माझं स्वतंत्र खातं उघडलं. मीही कार्यक्रमाला येणार.'' त्यांचं वय होतं ९१ वर्षे. लोकमान्य टिळकांनी त्यांना पुण्यात फर्ग्युसनमध्ये शिकवायला सांगितलेलं. लोकमान्य टिळकांशी बोललेल्या व्यक्तीशी आपण बोलतोय या भावनेनं मला त्यांच्याबद्दल अधिकच आदर वाटू लागला.

मी रावबहादूर खरे यांना विनंती केली, ''कार्यक्रम तीन तास चालेल. तुम्ही पाऊण तास थांबलात तरी चालेल.''

''असं का म्हणता! मी तीन तास बसू शकतो. तुमचे कर्मचारी एवढा वेळ बसतील ना पहा!''

रावबहादूर खरे कार्यक्रमाला आले. मध्यंतरात मी विचारले, ''हा चिवडा लाडू आपणास चालेल ना?''

''मला चालेल. तुमच्या कर्मचाऱ्यांना पचेल ना पहा!''

ते पूर्ण वेळ कार्यक्रमास उपस्थित राहिले. भाषण केलं. नंतर मी त्यांना विचारलं, ''आपल्या या दीर्घ आयुष्याचं रहस्य काय?''

''प्रत्येकाचं शरीर हे एक स्वतंत्र यंत्र आहे. लिसन टू युवर बॉडी. त्याची देखभाल नीट केली पाहिजे. आपल्याला काय मानवते याचा विचार करून तसेच वागावे. मी जेवणानंतर दोन तासाने भरपूर पाणी पितो. मला ते मानवते. मी हा नियम गेली ९० वर्षे पाळला. दुसरी अधिक महत्त्वाची बाब अशी की, आहे त्या परिस्थितीला सामोरे जाऊन समाधानानं राहायला हवं.''

प्रोफेशनल बाराती

मारवाडी, जैन या समाजातील लोकांतील विवाह श्रीमंती थाटात पार पडत. त्यातील आमचे खातेदार आम्हाला फार आग्रहानं बोलावत. मॅनेजर लग्नाच्या वरातीत दोन दिवस येणार म्हटले की, त्याची बाजू एकदम भक्कम व्हायची. मोटे कंपाउंडमधील आगरवालांच्या मुलाचं लग्न गोंदियाला होतं. रेल्वेमधील सबंध डबा आरक्षित केला होता. गाडी सुटल्यापासून सारखा खाण्याचा आग्रह. शिवाय वेगवेगळ्या स्टेशनवर त्यांचे पाहुणे खाद्यपदार्थ आणीत. चहा, कॉफी, नारळ पाणी, लिंबू सरबत, सोडा लेमन अशी जेवढी पेये आहेत ती थोड्या थोड्या वेळाने देत. खाण्यामध्ये नाष्टा, भोजन, मिठाया, मधूनच फरसाण... काही विचारू नका. त्या वरातीत मला एकानं मारवाडी लग्नातली म्हण सांगितली-

''हात सुखा तो बाराती भुका!''

गोंदियाला पोहोचलो. स्पेशल गाडीने लग्नस्थळापर्यंत पोहोचलो. वऱ्हाडातील प्रत्येकाला हार घालून स्वागत करू लागले. मी म्हणालो, ''अहो, आम्ही असा काय पराक्रम केलाय की, तुम्ही आम्हाला हार घालताय? दिवसभर सतत खाण्याशिवाय आम्ही काहीही पराक्रम केलेला नाही!''

स्वागताबरोबर मसाला दूध आणले.

''नको नको,'' मी.

''उसे चबाना नही पडता। लिजिए ।'' असा आग्रह.

खूप खाण्यानं आता भूक नाही असे काही जण सांगत होते. त्यावर मुलीकडील मंडळी म्हणाली, ''मालीशवाला आहे. थोडं मालीश करून घ्या. भूक लागेल.'' त्यावर मी म्हटलं, ''त्यापेक्षा माझ्याऐवजी एखादा खाणारा माणूस मिळवून द्या!''

अशा लग्नातून भेडाघाट, जबलपूर, औंढा नागनाथ अशा कित्येक गावी लग्नाच्या वरातीतून जाऊन आलो. खातेदार व बँकर यांचे संबंध यामुळे अधिकच दृढ होत होते. समाजातील श्रीमंत ग्राहकांचा परिचय वाढत होता. गप्पांत गावातील अनेकांची आर्थिक स्थिती लक्षात येत होती. ठेवीही मिळत होत्या.

सुगंधी ग्राहक सेवा

एक दिवस एक सरदारजी माझ्या केबिनमध्ये आले. त्यांच्या आमच्याकडे मुदतठेवी होत्या. ''माझ्या या दहा-दहा हजाराच्या तीन ठेव पावत्यांची मुदत संपलीये. मी एक पावती रिन्यू करणार आहे. ती पुढे चालू राहील. मात्र दोन पावत्यांचे मला पैसे हवेत. माझा मित्र दुसऱ्या बँकेत मॅनेजर हुद्दावर आहे. त्याला मी ठेव देण्याचं प्रॉमिस दिलंय.''

मी त्याला खूप समजवायचा प्रयत्न केला. परंतु व्यर्थ! तो म्हणाला, ''या वेळी मी तुमचं ऐकणार नाही. मी पुढे आणखी ठेवी देईन.''

हे बोलून तो मुदत ठेव खात्याच्या विभागात गेला. तिथे हर्षल बनसोड हा क्लार्क काम करीत होता. अतिशय मन लावून काम करायचा. मुदत ठेव लिहिताना त्याचं अक्षर मोत्यासारखं दिसायचं. गोड बोलायचा, खातेदारांना समजावून सांगायचा. 'ठेव पावती' हे एक प्रकारचं प्रशस्तिपत्रच नव्हे काय? माणूस पै पै ची बचत करतो. भविष्यात आधार असावा यासाठी वर्तमानात काटकसरीनं आणि तारतम्यात वागतो. या कष्टाचं ते प्रशस्तिपत्र असतं. समारंभाला जाताना चांगले कपडे घालावे म्हणून माणूस गोदरेजचं कपाट उघडतो. त्या वेळी तिथं आपल्या नावाची ठेव पावती दिसली तर किती बरं वाटतं! कुणी नाही विचारलं तरी ही ठेव आहे ना!

सरदारजीनं एक पावती रिन्यू व दोनचे पैसे द्यायला सांगितलं. सर्व स्टाफसाठी चहा घेऊन चहावाला आला होता. बनसोडनी सरदारजींना अगत्यानं चहा पाजला. बनसोडच्या घराजवळ चाफ्याची फुलं मिळत. ती फुलं त्यानं टेबलावर ठेवली होती. त्यातील दोन पिवळीधमक व सुवासिक फुलं त्याने सरदारजीला दिली.

बँकेत अधिकारी प्रेमानं वागतात, पण क्लार्कसुद्धा इतक्या विनयानं आणि प्रेमानं वागतोय हे पाहिल्यावर सरदारजीवर काय परिणाम झाला कुणास ठाऊक! तो म्हणाला, ''सर्व ठेवी रिन्यू करा. माझ्या दुसऱ्या बँकेतल्या मित्राला मी पुढच्या वेळेस ठेव देईन.''

पेन्शन घेताना टेन्शन नको

शाखेत पेन्शनरांची खाती भरपूर होती. आपल्या तुटपुंज्या पेन्शनमध्ये ते महिना कसाबसा काढीत. सरकारी सूचनेप्रमाणे पेन्शनचे नियम होते. पेन्शनरला तो जिवंत असल्याचा दाखला वर्षातून एकदा द्यावा लागे. कधीकाळी पेन्शन व्यवहाराचेही इन्स्पेक्शन होई. एकदा एका पेन्शनरचा एक वर्षाचा जिवंत असल्याचा दाखला शाखेत नव्हता. त्याचा आत्ताच्या वर्षाचा त्याने आणून दिला. आता इन्स्पेक्शन अहवालातील त्रुटी दूर करायला त्याला सांगण्यात आले.

''मागील वर्षी तुम्ही जिवंत असल्याचा दाखला आणा.''

''पण मी आता जिवंत आहे हे पाहताच आहात. शिवाय तसा दाखलाही दिलाय. याचा अर्थ मी त्यापूर्वी जिवंत होतोच.''

''हे मान्य आहे. इन्स्पेक्शन त्रुटी दूर होण्यासाठी सांगितलं.''

मी अद्ययावत दाखला मागील काळालाही लागू होत असल्याचा निर्णय दिला. पेन्शनर एक तारखेला बँकेत यायचे. शाखेतील अकाउंटंट सरनाईक यांच्याकडे

सकाळी सव्वादहालाच एक पेन्शनर आला. तो सायकल रिक्षाने आला होता. त्याचे बारा आणे भाडे द्यायचे होते. तेवढेसुद्धा पैसे त्याच्याकडे नव्हते. ते पैसे त्याने सरनाईक यांच्याकडून घेऊन शिपायामार्फत रिक्षावाल्याला दिले. सरनाईकांनी त्या पेन्शनरला चहा पाजला. त्याच्या पेन्शनचे पैसे खात्यातून काढल्यावर त्यानं सरनाईकांचे बारा आणे परत केले. तो म्हणाला, ''अशी माणसं आहेत म्हणून पेन्शन घेताना टेन्शन येत नाही.''

सेमी कॉन्शस खातेदार

एका भय्याचं शाखेत खातं होतं. शिल्लक चांगली दहा हजारावर होती. तो आजारी पडला. हॉस्पिटलमध्ये त्याला दाखल केलं होतं. त्याची प्रकृती गंभीर बनली होती. जवळ कोणी नातेवाईक नव्हते. त्याच्याजवळ हॉस्पिटलमध्ये खर्चाला पैसे नव्हते. त्याने बँकेत पैसे असल्याचे डॉक्टरांना सांगितले. डॉक्टरांनी फोन करून मला सांगितले. मी खात्याची माहिती घेतली. फक्त त्याच्या नावानं खातं होतं. त्याच्याशिवाय पैसे काढण्याचा अधिकार अन्य कोणासही नव्हता. मी हॉस्पिटलमध्ये गेलो, त्याला भेटलो. पैसे काढण्याच्या विथड्रावल फॉर्मवर त्याची सही घेऊन साक्ष म्हणून डॉक्टरांची सही हवी होती. डॉक्टरांना बोलावले. खातेदाराची प्रकृती इतकी खालावली होती की, त्याला सही करता येत नव्हती. शेवटी त्याच्या डाव्या हाताच्या अंगठ्याचा ठसा घेतला. पेशंट शुद्धीत असल्याचं सर्टिफिकेट देण्याची डॉक्टरला विनंती केली.

डॉक्टर म्हणाले, ''तो सेमी कॉन्शस आहे. त्याला पूर्णपणे व्यवहार कळत नाही.''

मी डॉक्टरना विनंती केली, ''तुम्ही त्याचे उपचार थांबवू नका. थोड्या वेळाने तो शुद्धीत आहे वाटेल त्या वेळेस त्याला खात्यातून पैसे काढत असण्याचे सर्टिफिकेट द्या. सकाळी त्यानेच तुम्हाला आमच्या बँकेतील पैसे काढायचे सांगितले होते ना? त्यावेळी तो शुद्धीत होताच. ती वेळ सर्टिफिकेटवर घाला.''

शेवटी डॉक्टरांनी सर्टिफिकेट दिले. त्याला आवश्यक तेवढी रक्कम काढून हॉस्पिटलचे बिल भागवले. दोन दिवसांनी पेशंट वारला. जवळचे कोणीही नातेवाईक नाहीत असे वाटत असताना त्याच्या दहाव्याला चार-पाच जण बँकेत खात्याची चौकशी करायला आले!

'असतील शितं तर जमतील भुतं' या म्हणीचं प्रात्यक्षिक मी पाहत होतो.

वाघाच्या सान्निध्यात

चिखलदऱ्याच्या पुढे हरिसाल येथे बँकेची शाखा काढावयाची होती. मी शाखेसाठी जागा पाहायला जीपने चाललो होतो. एकाकी रस्ता, फारशी वर्दळ नाही. सर्वदूर हिरवीगार झाडी. आता हरिसालच्या जवळ आलेलो. तोच समोर एक वाघ रस्ता ओलांडत होता. त्याचे आमच्याकडे लक्ष गेले नाही. अगदी संथपणे शतपावली घालतात तसा तो चालला होता. तरुण होता. त्याच्या रोमारोमात शक्ती संचारली आहे हे ध्यानात येत होते. त्यानं नुसती मान वळवून आपल्याकडे एक दृष्टिक्षेप टाकला तर काय होईल या शंकेनं जीप बंद करून अगदी शांतपणे आम्ही बसून राहिलो. तो जीपकडे झेपावला असता तर संकटच कोसळलं असतं. पण आमचं नशीब बलवत्तर. तो शांतपणे निघून गेला. आम्ही मार्गस्थ झालो.

जागा निवडल्यावर शाखा सुरू करण्याची तयारी झाली. जाधव नावाचे शाखाधिकारी नेमले. उद्घाटनाच्या दिवशी मी काही लोकांना भेटलो. त्यांना बँक म्हणजे काय हेच कळत नव्हतं. खाती उघडून घ्यायची म्हणजे त्या लोकांना जोरजोरात बोलून समजावून सांगायचं. त्यावर ते हसायलाच लागायचे. तरी निर्धारानं एक-एक खातं मिळवत होतो. सर्व फॉर्म आपणच भरायचे. 'सही येते का' असला अडाणी प्रश्न विचारायचा नाही. 'डाव्या हाताचा अंगठा' उठवून घ्यायचा शहाणपणा करायचा. खातं उघडायला खातेदाराला नाव तरी असावं लागतं. इथं 'बारक्या' किंवा 'कोरक्या' एवढंच नाव असायचं. ते नाव का आडनाव हे त्यांनाही माहिती नाही. त्यांचा ओळख म्हणून फोटो हवा असायचा. तो तिथं मागणं म्हणजे अगदीच मूर्खपणाचं होणार होतं. आम्ही त्या शाखेला कॅमेरा दिला. खातेदाराचा फोटो मॅनेजरच काढायचा.

त्या परिसरातले लोक म्हणजे सारे आदिवासी. मोहाची फुले गोळा करून त्यापासून दारू बनवायची. जंगलातून डिंक गोळा करायचा. हिरडा, औषधी वनस्पती जमवायची. बांबू आणून विकायचे. हे जवळच्या गावी जाऊन व्यापाऱ्याला विकायचे. त्याच्याकडून तेल, मीठ, पैसे आणायचे. ग्रामीण विकास योजनेखाली त्या लोकांना कर्ज देऊन त्यांची प्रगती करण्याचे आव्हान बँकेने स्वीकारले.

आजूबाजूला फारशी घरं नव्हती. दूरवर असणाऱ्या वाड्यांतून राहणाऱ्या आदिवासींना कर्जपुरवठा व्हावा, त्यांची प्रगती व्हावी यासाठी हा सारा खटाटोप होता. विशेष म्हणजे बँकेने हे शिवधनुष्य चिकाटी व कष्ट यांच्या जोरावर पेललं.

अमरावतीमध्ये जिल्हा परिषदेचे मुख्य कार्यकारी अधिकारी पाटीलसाहेब होते. ते जिल्ह्याचा पतपुरवठा किती झालाय हे वरचेवर बैठकी घेऊन पाहत असत. त्या बैठकीची मी जय्यत तयारी करीत असे. अमरावतीच्या जवाहर रोड शाखेशिवाय महाराष्ट्र बँकेचा जिल्हा समन्वयक म्हणूनही माझ्याकडे काम होते. जिल्ह्यात ३१

शाखा होत्या. कर्ज देण्यासाठी काही सरकारी योजना होत्या. एकात्मिक ग्रामीण विकास योजना, सुशिक्षित बेकार योजना, बायोगॅस प्रकल्प इ. या बाबतीत बँकांनी कार्य केले असेल तर मुख्य कार्यकारी अधिकारी खूश असत.

माझ्या शाखेतील डॉ. खोडवे हे शेती विषयातील तज्ज्ञ होते. ते शेतीशिवाय जिल्हा समन्वयाचे सारे काम फार मन लावून करीत. त्यामुळे मला जिल्ह्यातील सर्व शाखांना त्यांची उद्दिष्टे पूर्ण करण्यासाठी पाठपुरावा करणे सोपे होई. जिल्ह्यात कोणत्या शाखेने विशेष काम केले आहे हे मी मुख्य कार्यकारी अधिकाऱ्यांपुढे प्रभावीपणे मांडत असे. जिल्हा अग्रणी बँक म्हणून तिथे सेंट्रल बँक काम करीत होती. त्यांच्यापेक्षा आमचे काम चांगले होत असे. याचा लाभ मला जिल्हा परिषदेकडून अधिकाधिक ठेवी मिळण्यात होत असे. जिल्हा परिषदेकडे सरकारकडून विविध योजनांच्या खर्चासाठी पैसे येत. एकात्मिक ग्रामीण विकास योजनेच्या कर्ज प्रकरणांसाठी अनुदानाची रक्कम येई. रोजगार हमी योजना, बायोगॅस प्रकल्प अशा एकूण आठ विभागांतून ठेवी मिळण्याची शक्यता असे. मी व श्री. खोडवे जिल्हा परिषदेत नेहमी जाऊन किती पैसे शिल्लक आहेत याची माहिती काढत असू. मग कार्यकारी अभियंत्यांना वेगळे भेटून ठेवीबद्दल विनंती करत असू.

त्यांच्याकडून भरघोस ठेवी मिळायच्या. आम्ही त्यांच्यासाठी भरपूर काम करायचो. ते आमच्यासाठी ठेवी द्यायचे. आमची ठेवीची उद्दिष्टे पूर्ण व्हायची.

पुन्हा लक्ष्मीपुरी

बँक अधिकारी म्हणजे खऱ्या अर्थानं भटक्या जमातीचा माणूस असतो. दर तीन वर्षांनी बदली व्हायची. रहिमतपूर, सातारा, कोल्हापूर येथे काम केल्यावर नागपूर आणि पुणे येथे ट्रेनिंग कॉलेजमध्ये सहा वर्षे काम केले. त्यानंतर अमरावती येथे तीन वर्षे शाखाधिकारी म्हणून काम पाहिले. अत्यंत अडचणीत असलेल्या शाखेला पूर्णपदावर आणलं होतं. त्यामध्ये भरपूर व्यावसायिक वाढ केली.

बँकेने माझ्या गुणाची कदर केली.

कोल्हापूर विभागातील सर्वांत मोठ्या अशा लक्ष्मीपुरी शाखेवर माझी शाखाधिकारी म्हणून नेमणूक केली. याच शाखेत मी सहा वर्षे अधिकारीपदावर काम केले होते. त्याच शाखेत शाखाधिकारी म्हणून कार्यरत झालो.

आता मी स्केल तीन अधिकारी होतो. पहिल्या दोन बढत्या कोल्हापूर शाखेत अनुभवल्या होत्या.

शाखेतील कर्मचाऱ्यांना त्यांच्या आवडीप्रमाणे कामाचे टेबल मिळेल याचा अधिकाधिक प्रयत्न मी केला. यामुळे शाखेचे काम सुरळीत चालायला मदत होई.

कर्मचारी व्यवसाय आणायला मदत करीत.

कोल्हापूरच्या जिल्हा न्यायालयातून खटल्यांचे जे निकाल दिले जात त्यामध्ये नुकसान भरपाई देण्याचे अनेक निकाल असत. विमा रकमेचे निकाल, मोटार अपघात नुकसान भरपाई यामध्ये मोठ्या रकमा असत. आम्ही न्यायालयात वरचेवर जात असू. बँकेची कॅलेंडर्स न्यायालयात लावत असू. न्यायाधीश, वकील यांना बँकेच्या डायऱ्या दिल्या. आमच्या संपर्कामुळे कोर्ट ऑर्डर देताना न्यायाधीश सदर रक्कम बँक ऑफ महाराष्ट्रमध्ये ठेवावी असा आदेश देत. काही वेळा तर अज्ञान मुलाच्या नावे रक्कम ठेवायची असे व तो सज्ञान होईपर्यंत दीर्घ मुदतीने ठेव मिळे.

घाऊक रजा

लक्ष्मीपुरी कोल्हापूर येथे मी शाखाधिकारी असतानाची गोष्ट.

एक दिवस शाखेतील ग्राहक माझ्याकडे येऊन सांगू लागले, ''काउंटरवर क्लार्क नाही. पेमेंट कसे मिळणार?''

''काउंटरवर चेक घ्यायला कोणी नाही.''

मी काउंटरवर जाऊन पाहिलं तर खरंच बरेच जण रजेवर होते. मी काउंटरवर थांबून उपस्थित क्लार्कच्या मदतीने काम सुरू केले. मॅनेजर क्लार्कचे काम करत आहेत हे पाहून ग्राहकांनीही सहनशीलता दाखविली. एकंदरीत असे लक्षात आले की, शाखेतील चौदा महिला कर्मचारी रजेवर होत्या. कोणीही काहीही कळविले नव्हते. घाऊक रजा घेतली होती.

तो दिवस पार पडला. दुसरे दिवशी कामकाज सुरू झाल्यावर एका लेडी क्लार्कला मी बोलावणे पाठविले. ती आलीच नाही. त्यावर मी कोणतीच धावपळ केली नाही. पंधरा मिनिटांनी दुसऱ्या लेडी क्लार्कला बोलावणे पाठविले. तीही आली नाही. त्या का येत नाहीत याचीही मी चौकशी केली नाही.

आपण रजेवर होतो व साहेब आता त्याचे कारण विचारण्यासाठी बोलावत असणार हे त्यांच्या मनात होतं. एकएकटे कशाला जावे व बोलणी खावी या उद्देशाने त्या चौदाजणी एकदम केबिनमध्ये आल्या. त्यांच्या मनात 'कालची रजा उर्फ दांडी मारणे' हा विषय होता. आता मी त्यावर विचारणार असे त्यांना वाटले.

केंद्रीय कार्यालयाकडून आलेली बँकेची कॅलेंडर्स माझ्या केबिनमध्ये होती. मी त्या १४ जणींना कॅलेंडर्स वाटली. बँकेच्या कामात व्यत्यय नको यासाठी एकेकीला बोलावत होतो असा खुलासा केला.

त्या काय समजायचे ते समजल्या व त्यांनीही खुलासा केला –

''आम्ही साऱ्याजणी काल पन्हाळ्याला सहलीला गेलो होतो. एका वेळी

साऱ्यांना जाता यावे यासाठी आम्ही तुम्हाला कळविले नाही, पण त्याबद्दल तुम्ही काहीच विचारले नाहीत. यापुढे असे होणार नाही. सॉरी!''

खरंच नेहमी त्या भरपूर काम करायच्या.

डिस्पॅच करणारा एक्झिक्युटिव्ह

दिवाळीचे दिवस होते. मुलांना शाळेला सुट्या असल्याने त्यांचे पालक म्हणजेच आमचे कर्मचारी मोठ्या संख्येने रजेवर गेले होते. स्टाफ कमी असला की बंद पडणारे विभाग म्हणजे बँकेचे आंतरशाखा व्यवहार नियंत्रण करणारे रिकन्सिलीएशन डिपार्टमेंट, कर्ज विभाग, डिस्पॅच डिपार्टमेंट इ. तीन-चार दिवस बाहेर जाणारे टपाल ठप्प झाले होते. मी ते जावे यासाठी प्रयत्नशील होतो. कोणीच क्लार्क मिळेना. मग मीच त्या टेबलावर जाऊन कामास सुरुवात केली. पाकिटावर पत्ते लिहिणे, रजिस्टरमध्ये नोंद करणे, तिकिटे लावणे अशी कामे करीत होतो.

बाहेरील हॉलमधून शिपाई सांगत आला, ''हेड ऑफिसचा फोन आहे. लवकर या.''

''मी भुर्के बोलतोय'' फोन उचलत मी प्रतिसाद दिला.

''अभिनंदन! मी स्टाफ डिपार्टमेंटमधून बोलतोय. परवा एक्झिक्युटिव्ह पोस्टसाठी झालेल्या मुलाखतींचा निर्णय लागलाय. तुम्ही स्केल फोर-चीफ मॅनेजर झालात.''

''धन्यवाद!''

शाखेमध्ये प्रत्येक जण माझं एक्झिक्युटिव्ह झाल्याबद्दल अभिनंदन करीत होता.

एकूण आठ जण निवडले गेले होते. मी दुसऱ्या क्रमांकावर होतो.

डिस्पॅचचे काम पूर्ण केले. मनात म्हटलं, 'डिस्पॅच काम करताना एक्झिक्युटिव्ह झालो!'

बाजीराव रोड शाखा

लक्ष्मीपुरी कोल्हापूर येथून बदली झाली ती बँकेची पहिली शाखा बाजीराव रोड, पुणे येथे. रमेश चिंचळकर यांच्याकडून मी शाखेचा पदभार स्वीकारला. ज्या खुर्चीत जोगसाहेब बसले त्या खुर्चीत आपण बसत आहोत याची जाणीव झाली.

बँकेची सुरुवात कशी झाली हे माझ्या डोळ्यांसमोर आलं. सन १९३५ हा पारतंत्र्यातील काळ होता. स्वातंत्र्यप्राप्तीनंतर आपला भारत आर्थिकदृष्ट्या सक्षम

होण्यासाठी काही मंडळी अर्थकारणाकडे लक्ष देत होती. पुण्यामध्ये मराठा चेंबर ऑफ कॉमर्सची स्थापना झाली होती. या चेंबरवरील एक विशेषांक लोकमान्य टिळकांच्या 'केसरी'तर्फे काढण्याचे ठरले होते. त्यासाठी आ. रा. भट मुंबईमध्ये जाहिराती मिळविण्यासाठी गेले होते. ते वामनराव वर्दे यांच्याकडे गेले. वर्देसाहेबांचा विविध सहकारी संस्थांशी संबंध होता. त्या वेळी ते चर्चेत म्हणाले, ''मराठी युवकांना उद्योजक बनविण्यासाठी तुम्ही एखादी बँक का काढीत नाही?''

''निश्चित प्रयत्न करू, पण जर बँक काढली तर त्याचे नेतृत्व तुम्ही स्वीकारणार का?''

''सध्या मी विविध संस्थांसाठी काम करीत आहे. शिवाय नाबर अँड कं. साठी काम करण्याचे ठरले आहे.''

आ. रा. भट यांनी नाबर अँड कं.मध्ये जाऊन नाबर यांना विनंती केली की, वामनराव वर्देंना नवी बँक काढण्याच्या कामासाठी मोकळे करावे. बोलण्याच्या ओघात भट यांच्या असे लक्षात आले की, नाबर यांचे कवितासंग्रहावरील पुस्तक पुण्यास 'केसरी'कडे पाठविले होते. त्यावर परीक्षण छापले गेले नाही. साधी पोचही दिली गेली नाही.

आ. रा. भट केसरी कार्यालयात गेले. त्यांना तो कवितासंग्रह सापडला नाही. पुन्हा मुंबईस नाबरांकडे जाऊन कवितेचे पुस्तक मिळविले. पुण्यातील एका साहित्यिकाकडून परीक्षण लिहून घेतले. ते 'केसरी'त छापून आले. ते मुंबईत नाबर यांना दिले व पुन्हा विनंती केली की, वर्देसाहेबांना बँकेच्या कामासाठी द्या. नाबरांनी ते मान्य केलं. बँक ऑफ महाराष्ट्रच्या स्थापनेस अप्रत्यक्षरीत्या कवितेची साथ लाभली.

बँक ऑफ महाराष्ट्र सुरू करण्याच्या सुमारास पुण्यातील दोन बँका बुडाल्या होत्या. नव्या बँकेसाठी भागभांडवल गोळा करणे अवघड होते. त्यावेळचे नामवंत अर्थशास्त्रज्ञ प्रा. वा. गो. काळे यांना बँकेचे अध्यक्षपद स्वीकारण्याची विनंती करण्यात आली. ते त्यावेळच्या ब्रिटिश सरकारच्या टॅरिफ बोर्डाचे सदस्य होते.त्यांनी अध्यक्षपद स्वीकारले.

मराठा चेंबरच्या गायकवाड वाड्यातील सभेत ठराव पारित झाला. दि बँक ऑफ महाराष्ट्र लि. ही बँक काढण्याची तयारी झाली. त्या वेळी बँकेतील पहिले क्लार्क व शिपाई – खाडिलकर आणि कृष्णा भोसले – हे रोज काळेसाहेबांच्या भांडारकर रोडजवळच्या बंगल्यावर जायचे. त्यांना काळेसाहेब कोणाकडून भागभांडवल व ठेवी आणायच्या ते सांगायचे. ८ फेब्रुवारी १९३६ रोजी लक्ष्मी रोडवरच्या काकाकुवा मॅन्शनमधील पहिल्या शाखेचे उद्‌घाटन सेंट्रल बँकेचे त्या वेळचे अध्यक्ष सर पोंचखानवाला यांच्या हस्ते झाले.

एकदा काळेसाहेब यांच्या घरी गेलो असता त्यांच्या नातवाने सांगितले,

“काळेसाहेब हे नेहमी उत्कृष्ट प्रतीच्या वस्तू विकत घेत. ते पार्कर कंपनीचे पेन वापरत. आजही त्यांची पाचवी पिढी ते पेन कोणत्याही दुरुस्तीविना वापरत आहे.”

पुस्तकासारखा आकार असणाऱ्या लक्ष्मी रस्त्यावरील ‘किताब बिल्डिंग’ येथे बँकेचे नोंदणीकृत कार्यालय सुरू झाले होते. बँकेची स्वत:ची भव्य वास्तू बाजीराव रोड येथे बांधली गेली. त्याचे उद्घाटन १९५३ मध्ये पुणे विद्यापीठाचे कुलगुरू बॅ. जयकर यांच्या हस्ते झाले.

या कार्यक्रमासाठी स्वागतगीत हवे होते. डॉ. वसंतराव पटवर्धन यांनी ग. दि. माडगूळकर यांना विनंती केली. त्यांनी फोनवरच काव्यपंक्ती सांगून टाकल्या.

हे लक्ष्मीचे नव देवालय
इथे श्रमांचा सुफलित संचय
उद्योगाचे उगमस्थान हे
सौख्याचे संचित, इथे हो
सर्वांचे स्वागत.

अशा या बाजीराव रोड शाखेत मुख्य प्रबंधक नात्याने काम करायला मिळाले याचा मनस्वी आनंद होता.

पदभार स्वीकारल्यावर, शाखेच्या किल्ल्या कोणाकडे ठेवतात असा मी पूर्वानुभवामुळे प्रश्न केला. तेव्हा कळले ही शाखा बंदच होत नाही. चोवीस तास वॉचमन आत असतात. शाखेचा मुख्य हवालदार याला राहण्यासाठी शाखा परिसरातच घर दिलंय!

शाखेत सव्वातीनशे कर्मचारी व अधिकारी होते. सर्वांच्या ओळखी होत होत्या. एक दिवस एक बाई केबिनमध्ये येऊ लागल्या. ग्राहक समजून त्यांना मी खुर्चीवर बसण्याची विनंती केली. तेव्हा त्या बाई म्हणाल्या, “अहो, मी स्टाफ मेंबर आहे!”

ए. सी. केबिन

शाखेची माझी केबिन वातानुकूलित होती. दिवस उन्हाळ्याचे होते. एक दिवस आमच्या शाखेतील क्लार्क हातात स्टीलचा डबा घेऊन केबिनमध्ये आल्या. मला वाटलं मुलगा एस. एस. सी. झाला किंवा मुलीला शिष्यवृत्ती मिळाली म्हणून त्या पेढे देण्यासाठी आल्या असाव्यात. इथले स्टाफ इतके सिनिअर होते की त्यांना मुलगा झाल्याचे पेढे वाटणे बंद झाले होते. ‘साप्तााहिक सकाळ मध्ये ‘रुचिरा’ वाचून केलेल्या पदार्थाची ट्रायल घेण्याचा तर विचार नसेल?’

मी काही बोलण्यापूर्वीच त्या म्हणाल्या, “आज डब्यासाठी चीजचे पदार्थ करून आणलेत. खराब होऊ नयेत म्हणून ए. सी. केबिनमध्ये ठेवते हं!”

माझ्या केबिनचा असाही उपयोग होत होता!

सुरुवातीची खाती

बँकेची ही पहिली शाखा असल्याने मी बँकेचे पहिले खातेदार कोण होते हे पाहिले. त्यांचे खाते उघडण्याचे फॉर्म एका कपाटात जपून ठेवले. त्या वेळच्या पद्धतीप्रमाणे बरेच फॉर्म काळ्या शाईत लिहिले होते. मराठा चेंबर ऑफ कॉमर्सच्या फॉर्मवर आ. रा. भट यांची सही होती. केसरीच्या खाते फॉर्मवर न.चिं.केळकर यांची सही होती. प्रभात फिल्म कं.- सरस्वती सिनेस्टोन यांच्या फॉर्मवर व्ही. शांताराम, दामले, फत्तेलाल, बाबुराव पै यांच्या सह्या होत्या. पुण्यातले काँट्रक्टर रानडे यांचे खाते होते. त्यांच्याकडे पुण्यातला पहिला टेलिफोन आला होता. लोकमान्य टिळक मुंबईस सरदारगृहात आजारी होते तर तब्येतीची बातमी सांगणारा दूरध्वनी रोज सायंकाळपर्यंत त्यांच्या वाड्यावर यायचा. जमलेले हजारो लोक ते वृत्त ऐकून घरी जायचे.

महाराष्ट्रातील बहुसंख्य संस्थानिकांची, राजांची खाती या शाखेत होती. ते कोणत्याही गावचे असोत, एक खाते महाराष्ट्र बँकेत बाजीराव रोडला ठेवण्याची प्रथा होती. त्यामुळे अनेक संस्थानिकांच्या प्रतिनिधींशी परिचय वाढला. शेतकरी संघटनेचे प्रमुख शरद जोशीही बँकेत येत.

नामवंत कर्मचारी

खातेदारच नव्हे, तर शाखेतील अनेक कर्मचारी समाजात मान्यता पावलेले होते. संगीतकार आनंद मोडक नामवंत संगीतकार होते. पण बँकेचे पडेल ते काम मन लावून करायचे. 'घाशीराम कोतवाल' नाट्य फेम व उत्कृष्ट नट, गायक चंद्रकांत काळे कर्ज विभागात होते. 'रायगडाला जेव्हा जाग येते' या नाटकात भूमिका करणारे अविनाश देशमुख, नाटकात कामे करणारे किरण भोगले, गजानन खळदकर असे कलाकार होते. महाराष्ट्र मंडळाचे प्रमुख रमेश दामले होते.

प्रधान सरांचा सहवास

साधना प्रकाशनाचं खातं आमच्याकडे असल्यानं ग. प्र. प्रधान सर वरचेवर बँकेत यायचे. शिक्षक प्रतिनिधी या नात्याने ते विधान परिषदेवर निवडून गेले होते. आपल्या अधिकाराचा त्यांना गर्व नव्हता. 'साधी रहाणी आणि उच्च विचारसरणी'

याचा अर्थ समजून घ्यायचा झाल्यास त्यांच्या जीवनाकडे पाहावे.

'खडू फळा' अशा नावाची योजना जिल्हा परिषदेने सुरू केली होती. त्यानुसार प्रकाशकांची निवडक पुस्तके मोठ्या प्रमाणावर खरेदी होत. कोणती पुस्तके निवडायची हे शासकीय अधिकारी ठरवत. मी सरांना म्हणालो- "श्यामची आई व साधनाची अन्य पुस्तके या योजनेत नाहीत का?"

त्यावर सर म्हणाले, "साधनाच्या तत्त्वाप्रमाणे नियमबाह्य कमिशन दिले जात नाही. त्यामुळे आमची पुस्तके घेत नाहीत. पण त्याची आम्हाला पर्वा नाही. साने गुरुजींच्या पुस्तकावर आम्ही अनधिकृत कमिशन द्यायला लागलो तर तो त्यांच्या विचारांचा पराभव होईल."

सामाजिक कृतज्ञता निधीचे खाते उघडण्यासाठी सर, ताहेर पूनावाला, वसंत बापट ही मंडळी बँकेत आली. 'लग्नाची बेडी' हे आचार्य अत्रे लिखित नाटक श्रीराम लागू, शरद तळवलकर, तनुजा इ. लोकप्रिय कलाकारांनी या निधीसाठी बसविलं होतं. त्याचे पंचवीस प्रयोग करून त्यांनी पंचवीस लाख रुपये खात्यात भरले. त्या पैशाच्या ठेवीच्या व्याजातून ते कार्यकर्त्यांना दरमहा पैसे पाठविणार होते. यासाठी बँकेने कमिशन आकारू नये असा त्यांचा प्रस्ताव होता. मी त्यास मंजुरी दिली.

विश्वासासाठी दगडी इमारत

मी टॅक्स विभागाकडे जाताना एका ग्राहकाला मुदत ठेव विभागात वाट पाहत बसलेलं पाहिलं. मी वीस मिनिटांनी परत आलो, तर ते गृहस्थ तिथेच बसलेले होते. मी त्यांना विचारलं, "येथे इतका वेळ लागतो तर तुम्ही दुसऱ्या बँकेकडे जाण्याचा विचार केला का? तक्रार का करीत नाही?" मला त्याचं फक्त मत जाणायचं होतं.

"ही दगडी इमारत आहे ना? इथं कसं पैसे सुरक्षित राहतात असं वाटतं. गर्दी आहे म्हणून वेळ लागतो."

लॉकरमध्ये मुलगा

बँकेला ठेवी प्राप्त होण्यासाठी ग्राहकाला ठेव योजनेशिवाय अन्य सोयी उपलब्ध करून द्याव्या लागतात. त्यातील एक म्हणजे लॉकरची सोय. आपले दागिने, मौल्यवान वस्तू सुरक्षित राहण्यासाठी बँका लॉकर सेवा पुरविते.

आमच्या शाखेतील लॉकर विभाग हा पुण्यातील सर्वात मोठा होता. एका वेळी अनेक जण लॉकर हॉलमध्ये प्रवेश करू शकत. प्रत्येकाला गुप्तता पाळता यावी यासाठी कापडी पार्टिशन्सची व्यवस्था केली होती. दागिने घालायला सोईचं व्हावं

यासाठी आरशासह ड्रेसिंग टेबल होतं. स्ट्राँगरूमच्या प्रवेशद्वाराशी असलेल्या वॉचमन व इतरांच्या हालचाली लॉकर विभाग प्रमुखाला दिसतील अशा पद्धतीने बहिर्गोल आरसा लावला होता.

एकदा ऑफिसर लॉकरची किल्ली लावायला गेला, तर त्या विभागात एक लहान मुलगा फिरत होता. कोणाचा आहे याची चौकशी केली, पण तपास लागेना. त्या मुलाला नाव विचारले तर तेही त्याला सांगता येईना. एव्हाना त्यानं भोकांड पसरलं. ऑफिसरने त्याला गोळ्या आणून दिल्या. पाळणाघराप्रमाणे सांभाळले.

एवढ्यात फोन आला, "आमचा मुलगा लॉकरमध्ये राहिलाय का? आम्ही नवराबायको लॉकरमधील वस्तू घेऊन गडबडीत घरी निघून आलो. घरी आल्यावर ध्यानात आलं की, मुलगा बँकेतच राहिला."

"हो. हो. आपला मुलगा इथं सुरक्षित आहे. तुम्ही येऊन घेऊन जा!"

एक दिवस लॉकर उघडायला आलेल्या खातेदाराबरोबर आठ माणसं आली होती. त्यांच्याबरोबर सतरंजी, पाण्याचा तांब्या-भांडे, असं साहित्य होतं.

"आपण एवढे लोकं का आलात?" ऑफिसरने विचारलं.

"वडील वारले. आता लॉकरमधील वस्तूंच्या वाटण्या आम्हा भावांमध्ये करावयाच्या आहेत. त्या इथंच बसून करणार आहोत."

"तसं करू नका. लॉकर ज्यांच्या नावावर आहे, त्यालाच फक्त आत प्रवेश मिळेल. ते वस्तू काढून घरी नेतील. तिथे वाटण्या करू शकता."

केडगाव देवस्थानला कोलकात्याच्या एका व्यापाऱ्याने सुमारे पाऊण किलो सोन्याची दत्ताची मूर्ती भेट दिली होती. मूर्तीला देव्हारा होता. देव्हाऱ्यावर ध्वज होता. सारंकाही सोन्याचं होतं. ही मूर्ती केडगावला मंदिरात ठेवणं देवस्थानच्या विश्वस्तांना असुरक्षित वाटलं असावं. त्यांनी ती बँकेच्या लॉकरमध्ये ठेवली. देव्हाऱ्याचे सर्व भाग सुटे होत. त्यामुळे मूर्ती लॉकरमध्ये राही.

दत्तजयंतीच्या पूर्वी ती मूर्ती दरवर्षी केडगावला पूजेसाठी नेत. एक वर्ष त्यांच्या गाडीचा एका टॅक्सीनं पाठलाग केला. चोर काही करू शकले नाहीत. तेव्हापासून ती मूर्ती केडगावला नेणे बंद केले. आता या मूर्तीचे दर्शन भाविकांना कसे होणार हा प्रश्न होता. त्यावर मार्ग शोधला गेला. दत्तजयंतीपूर्वी भाविकांना लॉकरमध्येच दर्शन द्यायचं ठरलं.

स्ट्राँगरूममध्ये एका टेबलावर दत्तमूर्ती देव्हाऱ्यात ठेवतात. सजावट, विद्युत्रोषणाई, सुरक्षा व्यवस्था सारंकाही बँक करते. सर्व भक्तांना आमंत्रण पत्रे पाठवून दर्शनासाठी आमंत्रित केलं जातं. दत्तमूर्तीच्या पूजेचा मान दर वर्षी एका मान्यवर व्यक्तीस दिला जातो. एक वर्ष जिल्हा न्यायाधीश मुतालिक यांना बोलवले होते.

ग्राहकाला लॉकरमध्ये एवढी सोय करून दिल्याचं उदाहरण जगामध्ये अन्यत्र नसेल.

या लॉकर सेवेमुळे बँकेस ठेव संकलनास साहाय्य होत होते.

बाजीराव रोड शाखेत सर्वांत मोठं खातं कोणाचं होतं तर ते पुणे महानगरपालिकेचं! त्यांच्यासाठी कर जमा करण्यासाठी महानगरपालिकेच्या आवारातच एक्स्टेंशन काउंटर उघडलेलं होतं. हे काउंटर एखाद्या शाखेपेक्षाही मोठं होतं. कर भरण्यासाठी ग्राहकांच्या रांगा लागत. काही वेळा संध्याकाळपर्यंत काम चालू ठेवावं लागे. बँकेला या सेवेमुळे चालू खात्यात राहणारी ठेव विनाव्याज वापरावयास मिळे. बँक एकंदरीत घेत असलेले परिश्रम लक्षात घेऊन मी महानगरपालिकेच्या कमिशनरना भेटलो.

महानगरपालिकेच्या मुदत ठेवी विविध बँकांत ठेवल्या जात. कामाच्या मानानं हा हिस्सा महाराष्ट्र बँकेला अधिक प्रमाणात मिळावा अशी विनंती केली. शनिवारवाड्याजवळचा भुयारी रस्ता करण्यास बँकेनं महानगरपालिकेस आर्थिक साहाय्य केलं होतं. तेही त्यांच्या नजरेस आणून दिलं. त्याबद्दल शनिवारवाड्यासमोर नदीवरील पुलाच्या कोपऱ्यावर बँकेला कायमस्वरूपी जाहिरात फलकही मिळवून दिला. कमिशनरसाहेबांनी ठेवीमध्ये अडीच कोटींची वाढ केली.

हितगुज

बाजीराव रोड शाखेला केंद्रीय कार्यालयात दिलेले ठेवीचे वार्षिक उद्दिष्ट पूर्ण करायचेच असा मी निर्धार केला होता. एकूण ठेव उद्दिष्ट हे सर्व कर्मचाऱ्यांमध्ये वाटले होते. त्यांच्या चांगल्या कामाचं कौतुक करीत होतो. ज्यांनी ठेवी आणल्या त्यांना प्रसिद्धी मिळण्यासाठी 'हितगुज' हे वार्तापत्र सुरू केले. विविध ठेव योजनांची पोस्टर्स शाखेत व्यवस्थितपणे लावली. ग्राहकांना वाटण्यासाठी ठेव माहितीपत्रकं तयार करून सर्व कर्मचाऱ्यांकडे सुपूर्त केली. हेड ऑफिसकडून दर वर्षी ग्राहकांना आणि कर्मचाऱ्यांना वाटण्यासाठी कॅलेंडर्स येत, ती अगत्यानं दिली.

बँकेत येणाऱ्या ग्राहकाला विनंती केलीत, तरी तो नवीन खाती मिळवून देईल असं मी सर्व कर्मचाऱ्यांना सांगत होतो. बहुसंख्य कर्मचाऱ्यांनी काहीना काही ठेवी आणल्या. शाखेचं उद्दिष्ट पूर्ण झालं.

बाजीराव रोड शाखेमध्ये दर वर्षी ठेवींमध्ये सरासरी सव्वीस टक्के वाढ करून शाखा वाढविली. बँक ऑफ महाराष्ट्रच्या पहिल्या शाखेचा मुख्य प्रबंधक म्हणून तीन वर्षे काम केल्याचे समाधान होते.

बँक ऑफ महाराष्ट्रचे जनरल मॅनेजर एस. एम. चिटणीस केंद्रीय कार्यालयातून बाजीराव रोड शाखेस भेट देण्यासाठी आले. दुसऱ्या दिवशी ते बँकेतून सेवानिवृत्त

होणार होते. ते म्हणाले, ''ज्या खुर्चीत जोगसाहेब हे बँकेचे लोकप्रिय चेअरमन बसले त्याच खुर्चीत मला बाजीराव रोडला मॅनेजर असताना बसता आलं हा सर्वात महत्त्वाचा क्षण होय. उद्या मी सेवानिवृत्त होणार तेव्हा पुन्हा एकदा त्या खुर्चीत बसावं म्हणून इथं आलोय.''

मी माझी खुर्ची त्यांना बसायला दिली. ते म्हणाले, ''बँकेत कितीही प्रमोशन मिळतील, पण बाजीराव रोड शाखेचा 'मुख्य प्रबंधक' हेच खरं वैभव आहे.''

अशा शाखेचा पदभार किशोर वझे यांना देऊन मी पुणे ग्रामीण विभागाचा क्षेत्रीय प्रबंधक म्हणून बदलून गेलो. तिथे रमेश चिंचळकर यांच्याकडून पदभार स्वीकारला.

रिजनल मॅनेजर झालो

अलका टॉकीजशेजारील भारती विद्यापीठ इमारतीमध्ये पुणे ग्रामीण विभागाचे कार्यालय होते. आतापर्यंत मला एका शाखेचे काम पाहावे लागे. आता माझ्या विभागातील ७६ शाखांचे काम मला पाहावयाचे होते. या सर्व शाखा पुणे जिल्ह्यातच होत्या. मुंबई दिशेला लोणावळ्यापर्यंत, सातारा दिशेला नसरापूर व आत वळून भोरपर्यंत, पूर्वेला बारामतीपर्यंत तर पश्चिमेला पिरंगुट पुढे मालेपर्यंत शाखाविस्तार होता. दर तीन महिन्यांनी प्रत्येक शाखेला भेट देण्याची योजना होती. प्रवासासाठी जीप व ड्रायव्हरची सोय होती.

पुणे जिल्हा आर्थिक दृष्टीनं समृद्ध होता. शेती आणि कारखानदारीपासून भरपूर उत्पन्न होतं. तो पैसा महाराष्ट्र बँकेत जास्तीत जास्त येण्यासाठी नव्या शाखा काढणं आवश्यक होतं. बालेवाडीजवळ नॅशनल इन्शुअरन्स ॲकॅडमी स्थापन झाली होती. सुरेख इमारत होती. अर्थव्यवहारही वाढता होता. त्या भागामध्ये विकासकामे वेगाने होत होती. स्पोर्ट्स सिटी म्हणून मोठे स्टेडियम बांधण्याचे योजिले होते. पुण्याची वाढ त्या भागात होत होती. जवळूनच राष्ट्रीय महामार्ग जात होता. जमिनीचे भाव प्रचंड वेगाने वाढत होते. बँकेच्या शाखेला चांगलाच वाव होता.

आमच्या क्षेत्रीय विभागातून आम्ही एनआयए शाखा उघडण्यासाठी त्या परिसराची पाहणी केली. अन्य कोणाची बँकही जवळपास नव्हती. त्या शाखेसाठी प्रस्ताव केंद्रीय कार्यालयास पाठविला. केंद्रीय कार्यालयाने विचारलेल्या शंकांना पुन्हा उत्तर दिले. केंद्रीय कार्यालयातर्फे तो प्रस्ताव रिझर्व्ह बँकेस पाठविण्यात आला. शाखा उघडण्यास मंजुरी मिळाली.

समारंभपूर्वक शाखा उघडली. नॅशनल इन्शुअरन्स ॲकॅडमी या संस्थेची ठेव मिळाली. तिथे ट्रेनिंगसाठी येणाऱ्या लोकांना ट्रॅव्हलर्स चेकच्या माध्यमातून पैसे मिळू लागले.

नॅशनल इन्स्टिट्यूट ऑफ बँक मॅनेजमेंट कोंढवा येथे बँकेचे एक्सटेंशन काउंटर

होते. तिथे फक्त ठेवींचे व्यवहार व्हायचे. पूर्ण शाखा असल्याशिवाय कर्जव्यवहारास रिझर्व्ह बँकेची परवानगी नव्हती. एनआयबीएममध्ये बरेच प्राध्यापक होते. त्यांना वाहन-खरेदीस कर्ज हवे असेल, तर दूरवरच्या दुसऱ्या बँकेत जावे लागे. मग त्यांच्या ठेवीही दुसरीकडे जात. हे टाळण्यासाठी आणि एनआयबीएम व त्या परिसरातील ग्राहकांना सर्व सेवा मिळाव्यात यासाठी एक्सटेंशन काउंटरचे रूपांतर 'एनआयबीएम' शाखेत समारंभपूर्वक केले. एनआयबीएम येथे मोठ्या ठेवी प्रमाणात मिळविल्या. काही शाखांच्या जागा या ग्राहकांना सोयीच्या नव्हत्या. त्यासाठी नव्या जागा शोधणं, घरमालकाशी भाडेपट्ट्याबद्दल बोलणी करणं व तो प्रस्ताव केंद्रीय कार्यालयाकडून मंजूर करवून घेणं हे काम फार चिकाटीनं करावं लागे.

ग्राहकांना चांगली सेवा देण्यासाठी शाखेची अंतर्गत मांडणी व आधुनिक काउंटर व फर्निचरची गरज असायची. शाखा भेटीच्या वेळी या दृष्टीने शाखाधिकाऱ्यांशी बोलणं व्हायचं. दौंड शाखेचं नूतनीकरण इतकं छान झालं की, ग्राहक ते फर्निचर पाहत राहायचे. रेल्वे कर्मचाऱ्यांची तिथे मोठ्या प्रमाणावर खाती होती. शाखेच्या नूतनीकरणाचा सोहळा आम्ही उत्साहात साजरा केला. ग्राहकांची सभा घेतली. त्यांना महाराष्ट्र बँक म्हणजे शंभर टक्के सुरक्षितता, तत्पर आणि विनयशील सेवा हे पटवून दिलं.

बचत पंधरवडा दर वर्षी सर्व शाखांतून साजरा व्हायचा. कापडी फलक लावले जायचे. ग्राहक मेळाव्याचं आयोजन व्हायचं. मी जास्तीत जास्त शाखांमध्ये जाऊन ग्राहकांशी व शाखेतील कर्मचाऱ्यांशी संवाद साधत असे. जी शाखा चांगलं काम करत होती तिचं कौतुक करत असे. 'हितगुज' या वर्तमानपत्रातून ती बातमी संपूर्ण क्षेत्रात पोहोचवत असे. त्यांची नावे ट्रॉफीसाठी केंद्रीय कार्यालयास कळवत असे. ज्या शाखा ठेव-संकलनात मागे पडल्या, त्यांना योग्य मार्गदर्शन करत असे. सर्व कर्मचाऱ्यांना उद्दिष्ट वाटून देणं, ग्राहक सेवेत सुधारणा करणं, शाखेची जाहिरात करणं, संभाव्य ठेवीदारांची यादी तयार करणं, त्यांच्या भेटीचं वेळापत्रक तयार करणं इ. मार्ग सांगत असे. काही ग्राहकांकडे मीही जात असे. ठेव ध्येय गाठण्याचं काम मला फार आवडायचं. 'माझं ध्येय पूर्ण होणारच' असं म्हणत राहिलं की, त्याप्रमाणे प्रयत्नही वाढतात. ध्येय पूर्ण होते! पुणे ग्रामीण विभागाचं तसंच झालं!

चॅनलवरून गावांशी संपर्क

पुणे ग्रामीण विभागात जुन्नर ही शाखा होती. छत्रपती शिवाजी महाराजांचा जन्म झाला त्या शिवनेरी गडाजवळचं हे जुन्नर. तेथील शाखाधिकारी सुधाकर घोडेकर उत्साही आणि कल्पक होते. जाहिरात कला त्यांना अवगत होती. जाहिरातीसाठी

आकर्षक मजकूर व मांडणी ते करीत. शाखाधिकारी या नात्याने ग्राहकांशी त्यांचा संपर्क प्रभावी होता. व्यवसायवृद्धीसाठी त्यांनी लोकल चॅनलचा वापर केला होता. बँकेच्या ठेव-योजनांची माहिती लोकल चॅनलवरून देण्याची व्यवस्था त्यांनी केली होती.

मी शाखेस भेट दिली तेव्हा शाखेमध्ये घोडेकर यांनी चॅनलच्या प्रतिनिधीस बोलवून घेतले. 'ठेवीचं महत्त्व' या विषयावर माझी मुलाखत घेऊन सर्व दर्शकांपर्यंत बँकेची माहिती पोहोचविण्याची संधी दिली. ग्राहकांनी आपल्याकडे येईपर्यंत वाट पाहत न बसता त्यांच्यापर्यंत पोहोचण्याची माध्यमे आधुनिक तंत्रज्ञानामुळे उपलब्ध झाली आहेत. त्यांचा उपयोग मी वेळोवेळी करून घेतला.

कोल्हापुरात 'फोन इन बँकिंग' हा कार्यक्रम आकाशवाणीतर्फे आयोजित केला होता. आकाशवाणी हे फार प्रभावी माध्यम आहे. त्याचे श्रोते दूरदर्शनच्या दर्शकांपेक्षा अधिक आहेत. आकाशवाणीवरून एक आठवडाभर या कार्यक्रमाची जाहिरात केली जात होती. बँकिंगसंबंधी कोणताही प्रश्न श्रोत्याने विचारायचा व त्याला मी आकाशवाणी स्टुडिओमधून उत्तर देत होतो. कर्ज मिळवण्यासाठी सुशिक्षित बेकार माहिती विचारीत होते. खातं उघडण्यापासून विविध बँक-व्यवहारांबद्दल प्रश्न येत होते. कार्यक्रम इतका लोकप्रिय झाला की, याच विषयावर या कार्यक्रमाचं पुन्हा आयोजन केलं गेलं.

आळंदी शाखेत ग्राहक मेळाव्याचं आयोजन केलं होतं. त्या निमित्तानं आळंदी संस्थानच्या विश्वस्तांशी ठेवी मिळविण्याबाबत चर्चा केली. आळंदी तीर्थक्षेत्री भक्तांचे स्वागत करणाऱ्या बँकेच्या मोठ्या फलकाची उभारणी वेशीजवळ केली. लक्षावधी वारकऱ्यांच्या नजरेत भरेल असा तो फलक होता.

रांजणगाव हे गणपतीचं मंदिर असलेलं देवस्थान. पुणे-नगर रस्त्यावर असल्यामुळे अनेक प्रवाशांचं लक्ष या मंदिराकडे जाई. प्रत्यक्ष दर्शनासाठीही भाविक थांबत. येथे त्या काळी सुटे पैसे मिळण्याची चणचण होती. जवळच असलेल्या आमच्या बँकेच्या शाखेत सुटे पैसे मिळण्याची व्यवस्था केली गेली. तसा फलक मंदिरामध्ये लावला गेला.

रस्त्याच्या दर्शनी भागात बँकेचं होर्डिंग लावलं. त्यावर 'गणेशभक्तांचे सहर्ष स्वागत, बँक ऑफ महाराष्ट्र' हे मोठ्या अक्षरांत लिहिलं होतं.

देहू संस्थानच्या पदाधिकाऱ्यांनाही भेटून देहू शाखेसाठी संत तुकाराम महाराज ट्रस्टच्या ठेवी मिळविल्या होत्या.

पुणे जिल्ह्याची अग्रणी बँक म्हणून आम्ही काम करीत होतोच, पण बँकेचं अस्तित्व कार्यामुळे आणि प्रसिद्धीमुळे सातत्यानं दाखवून दिलं गेलं. साक्षरता प्रचार, बचतीचं महत्त्व, कर्ज योजना यांची माहिती अनेक ठिकाणी भिंतीवर घोषणा

लिहून दिली गेली. त्यामुळे अशा घोषणा दिसू लागल्या की, जवळच बँक ऑफ महाराष्ट्रची शाखा आहे हे साऱ्यांच्या ध्यानात येई.

मुक्काम पोस्ट सोलापूर

पुणे जिल्हा क्षेत्र या बँकेच्या विभागाकडून माझी बदली सोलापूर क्षेत्राचा 'रिजनल मॅनेजर' म्हणून झाली. सोलापूर व उस्मानाबाद अशा दोन जिल्ह्यांचा व एकूण ५६ शाखांचा तो विभाग होता. पुणे जिल्ह्याचा अनुभव पाठीशी होता. मनावर कोणताच तणाव नव्हता.

फलटण गल्ली, सोलापूर ही जुनी व मोठी शाखा होती. बँक ऑफ महाराष्ट्रमध्ये लॉकर्सची सोय सर्वप्रथम या शाखेत झाली. प्रत्येक शाखेला भेट देऊन तेथील शाखाधिकारी व कर्मचारी यांना बँकेचा व्यवसाय वाढविण्यास प्रोत्साहित करणे हे माझे मुख्य व आवडीचे काम होते. बँकेने दिलेले व्यवसायाचे उद्दिष्ट व आपल्या नजीकच्या दुसऱ्या बँकेचा व्यवसाय यातील अधिक असणाऱ्या रकमेचा व्यवसाय करण्याचे आवाहन मी करीत असे. आपल्या स्पर्धकाच्या पुढे जाणे हे आव्हान स्वीकारत असे.

जिल्हाधिकाऱ्यांकडून ठेव

नवी पेठ शाखेचे शाखाधिकारी कुदुरे मला म्हणाले, "माझ्या शाखेचं ठेवीचं उद्दिष्ट मी पूर्ण करण्याचा प्रयत्न करीत आहे. ते पूर्ण होण्यास मला अजून कोटीच्या ठेवी हव्या आहेत. त्यासाठी तुम्ही जिल्हाधिकाऱ्यांना ठेवीसाठी शब्द टाका. आपण आत्ताच जाऊ या."

मी होकार दिला. जिल्हाधिकारी कार्यालयात आहेत ना हे पाहिले व त्यांचे येथे पोहोचलो. त्यांची अपॉईंटमेंट घेतली नव्हती. माझं व्हिजिटींग कार्ड पाठविलं. त्यांनी त्वरेनं बोलावलं. त्यांच्याभोवती खूप माणसं होती. बाहेरचे लोक होते, तसेच कार्यालयातील अधिकारी होते. आपण चुकीच्या वेळी आलो असं मनात आलं, पण ठेव हवी असेल तर वेळही घालवून उपयोग नव्हता. मी जसा महाराष्ट्र बँकेचा रिजनल मॅनेजर होतो, तसाच काही प्रमाणात साहित्यिक व वक्ता म्हणून जनमानसात परिचित होतो. जिल्हाधिकारी अध्यक्ष असलेल्या ऑफिसर्स क्लबमध्ये मी रोज सकाळी योगासन वर्ग घेत होतो. या साऱ्यांचा परिणाम असावा, पण मा. दिनेशकुमार जैन यांनी त्या लोकांच्या गराड्यातून बाजूला येऊन आम्हाला स्वतंत्र खोलीत नेले. थोड्या गप्पा होताच मी येण्याचे प्रयोजन सांगितले.

''सरकारी योजनांमध्ये आमच्या बँकेचा सहयोग उल्लेखनीय आहे. या वेळी ठेवींचं आमचं उद्दिष्ट पूर्ण करण्यासाठी आपण मदत करावी.''

त्यांनी त्यांच्या लेखापालास बोलवले. त्याने सांगितले, ''बँक ऑफ इंडिया जिल्ह्याची अग्रणी बँक असल्याने त्यांना ठेव दिली. स्टेट बँकेलाही ठेव दिली. आता शिल्लक काहीही नाही.''

''तुम्ही सर्व खाती पाहा. भुर्के स्वत: आज आपल्याकडे आलेत. कोणत्याही खात्यातून पैसे द्या.''

जिल्हाधिकारी एवढ्या ठामपणे सांगत होते की, परिणामत: आम्हाला त्यांच्याकडून एक कोटीची ठेव मिळाली. उद्दिष्ट पूर्ण झाले.

भिऊ नकोस, मी तुझ्या पाठीशी आहे

अक्कलकोट शाखेत स्वामी समर्थ संस्थानच्या ठेवी मिळत. मी संस्थानाशी सतत संपर्क ठेवीत असे. तेथील अन्नछत्रासाठी एक पिठाची गिरणी हवी होती. त्याबाबतचा प्रस्ताव केंद्रीय कार्यालयास पाठविला होता. रमाकांत नायक, जनरल मॅनेजर, यांच्याकडून रु. ५२ हजाराची मंजुरी मिळवून संस्थानला पिठाची गिरणी दिली.

स्वामींचा संदेश 'भिऊ नकोस, मी तुझ्या पाठीशी आहे' मनामध्ये रुजवला. काम करताना एक प्रकारचे धैर्य लागते, ते या वाक्यामुळे मिळत असे.

बचतीचा ओनामा

'मंथन' नावाची मालिका आकाशवाणीवर सुरू करायची होती. उपदेशात्मक विचार खुसखुशीत संवादातून श्रोत्यांपर्यंत पोहोचवायचा होता. त्यातील पहिला संवाद सादर केला. 'लोका सांगे ब्रह्मज्ञान' व दुसरा 'बचतीचा ओनामा'.

कार्यक्रम आटोपशीर व्हावा यासाठी मी संवाद लिहिताना तीनच पात्रं घातली. त्यात मी, हक्काची सौ. आणि आमच्याच बँकेतले उत्साही सहकारी मोरेश्वर जोशी. मला व सौ. गीताला आकाशवाणीचा सराव होता. मोरेश्वरसाठी मी माहिती दिली – आकाशवाणीवरील संवादात 'व' हा शब्द वापरायचा नाही. त्याऐवजी 'आणि' हा शब्द वापरायचा. आकाशवाणी हे श्राव्य माध्यम आहे. इथं पाठांतराची गरज नाही. सारंकाही वाचून म्हणू शकतो, पण लिहिलेलं असं असावं की, कागदावर शेवटच्या ओळीत संपूर्ण वाक्य आलेलं असावं. अर्धं वाक्य या पानावर, मग राहिलेलं पुढच्या पानावर आलं म्हणजे वाचतानाही ते वाक्य कृत्रिमपणे तुटक येतं.

आकाशवाणीवर होणारं ध्वनिमुद्रण फार प्रभावी असतं. पुढ्यातील कागद उलटतानाही आवाज होतो आणि तो आवाज मायक्रोफोन टिपतो. यासाठी कागद

अगदी अलगद उलगडायचा; आवाज न करता.

आम्ही आकाशवाणीवर पोहोचलो. रेकॉर्डिंगच्या खोलीत प्रवेश केला. वातावरण प्रसन्न होतं. आता खोलीत फक्त आम्ही तिघे कलाकार. रेकॉर्डिंग करणारे पलीकडील खोलीत. ते काचेतून दिसायचे आणि माईकवरून त्यांच्या सूचना ऐकू यायच्या. प्रथम आवाजाची पातळी जमते ना पाहिले. माईकचं कलाकारापासूनचं अंतर जमवलं. त्यांनी खूण केल्यावर रेकॉर्डिंग सुरू झालं. कुठेही चूक झाली म्हणून थांबायला लागलं नाही. कलाकृती पूर्ण झाल्याचा आनंद होता.

आकाशवाणीनं ती कलाकृती आणखी सजवली. पार्श्वसंगीत, निवेदन यांनी मजा आणली.

'लोका सांगे ब्रह्मज्ञान'ने नुसता उपदेश उपयोगी नाही हे तत्त्व सांगितले. बचतीच्या ओनाम्याने बँकेत पैसे ठेवा हे मी साऱ्या श्रोत्यांना एका वेळी सांगू शकलो.

बँकेचं अस्तित्व अशा अनेक माध्यमांतून लोकांपर्यंत पोहोचत होतं.

नव्या शाखा

सोलापूर क्षेत्रात सोलापूर आणि उस्मानाबाद या दोन जिल्ह्यांमध्ये ५६ शाखा होत्या. व्यवसाय वाढवण्यासाठी एक मार्ग म्हणजे काही नव्या शाखा काढणे. पण या शाखा अशा हव्या होत्या की, एक ते दोन वर्षांत त्या नफ्यात येतील.

सोलापूर शहरात नव्यानं उदयाला आलेला भाग जुळे सोलापूर या नावानं प्रसिद्ध होता. त्या भागात शाखा काढण्यास रिझर्व्ह बँकेची संमती मिळविली. शाखेस परवानगी-पत्र मिळाल्यावर जागा शोधण्याचं अतिकष्टाचं काम असायचं. जागेच्या भिंती भक्कम काँक्रीटच्या असणे आवश्यक होते. तिजोरी शाखेत नेता यायला पाहिजे होता. त्यासाठी दरवाजे मोठे हवे होते. जागा शक्यतो तळमजल्यावर हवी होती. स्ट्राँगरूम बांधण्यास सोयीचे आहे का हे पाहावे लागे. मग भाड्यासंबंधी वाटाघाटी. बँकेला जागा द्यायची म्हटल्यावर बहुतेक जण भरमसाठ भाडे मागत; पण नंतर चर्चेच्या फेरी होत. भाडे ठरत असे. त्यानंतर प्रश्न यायचा तो त्या शाखांमध्ये मॅनेजर आणि कर्मचारी नेमण्याचा. नवीन भरती करण्यास परवानगी नव्हती. इतर शाखांमधील स्टाफ कमी करून तिथे भरावा लागायचा. कोणीही आपला स्टाफ कमी करण्यास खुशीने तयार नसे. या प्रक्रियेमध्ये अनेकांना पटवून देण्याचे काम मला चिकाटीने करावे लागे.

शिवाजी विद्यापीठाचे कुलगुरू भोगीशमन हे सोलापूरचे. त्यांच्या शुभहस्ते जुळे सोलापूर शाखेचे उद्‌घाटन उत्साहात पार पडले. आजूबाजूच्या लोकांना आमंत्रणं करून कार्यक्रमास आणले होते. वृत्तपत्रांतून जाहिराती दिल्या होत्या.

सर्व कर्मचाऱ्यांनी खूप मेहनत घेतली. शाखा अपेक्षेपेक्षा जास्त वेगानं वाढली.

लवकरच मजरेवाडी, सोलापूर ही शाखा काढली.

उस्मानाबाद जिल्ह्यातही दोन शाखा काढल्या. आनंदनगर (उस्मानाबाद) आणि उमरगा या त्या दोन शाखा होत. शाखा उघडताना कर्मचाऱ्यांबरोबरच जागेचे मालकही शाखेचा प्रचार करीत. आपल्या जागेत महाराष्ट्र बँक आलीये याचा त्यांना अभिमान वाटत असे. स्वत:च्या ठेवी ते शाखेत देत. शाखेत पहिलं खातं 'लक्ष्मी' नाव असलेल्या महिलेचं उघडण्याचा प्रघात होता. तशी महिला पहिल्या दिवशी खातं उघडायला आली नाही, तर पहिला क्रमांक राखून ठेवणारे काही शाखाधिकारी होते. काही जण 'लक्ष्मी' नावाची व्यक्ती मिळाली नाही, तर किमान कोणत्यातरी देवाचे नाव असलेल्या व्यक्तीच्या नावाने खाते उघडत. नव्या खातेदारांना कार्यक्रमात आम्ही सन्मानानं ठेव पावत्या देत असू.

शाखा उद्‌घाटनाचे कार्यक्रम उत्साहात पार पडले. अशा समारंभात मी बचतीचं महत्त्व, बँकेपासून मिळणारे लाभ प्रभावीपणे मांडत असे.

शाखा उघडल्यावर सतत लक्ष ठेवून शाखेची प्रगती होते आहे ना ते मी पाहत असे. शाखाधिकाऱ्याला योग्य त्या सूचना देत असे. काही वेळा कायमचा शाखाधिकारी मिळालेला नसे. तात्पुरता अधिकारी पाठवून शाखा उघडावी लागे. अशी तात्पुरती कामं करायला गेलेली व्यक्ती जीव ओतून बँक व्यवसाय करणे अवघड असे. मी अशा अधिकाऱ्याला विश्वासात घेई. आपली बँक वाढवायला आपण सर्वांनी प्रयत्न करायचा आहे हे सांगे. त्याला प्रोत्साहित करणं हे माझं महत्त्वाचं काम असे.

नव्या शाखा बँक व्यवसायवाढीला हातभार लावत होत्या.

किर्लोस्कर समूहाची शिवाजी वर्क्स लि. ही कंपनी सोलापुरात औद्योगिक उत्पादन करत होती. त्यांच्या आवारात आमची शाखा होती. 'शिवशाही' नावाने ती ओळखली जाई. ग्राहकसेवेमुळे नियमितपणे होणारी शाखेतील व्यवसायाची वाढ लक्षात घेता वर्षाचं ठेवींचं ध्येय पूर्ण होणं अवघड होई. संपूर्ण क्षेत्राचं ध्येय पूर्ण करण्यासाठी कोठेतरी मोठी ठेव मिळते का याच्या शोधात मी नेहमीच असायचो. शिवाजी वर्क्सच्या प्रकल्पासाठी त्यांना मोठी रक्कम त्यांच्या ग्रुपमधील कंपनीकडून यावयाची होती. एका आर्थिक संस्थेकडूनही मोठी रक्कम यावयाची होती. शाखाधिकारी व मी कंपनीच्या वरिष्ठ अधिकाऱ्यांच्या संपर्कात सदैव असायचो. त्यामुळे या बातम्या आम्हाला कळायच्या. पैसे आले होते. सर्व एकदम खर्चासाठी लागणार नव्हते.

मी व शाखाधिकाऱ्यांनी त्यांच्या व्यवस्थापनाला पटवून दिले व एकदम साडेतीन कोटी रुपयांची ठेव मिळविली. फायनान्स मॅनेजरसह आम्ही केंद्रीय

कार्यालयात पुण्यास गेलो. पूर्वपरवानगीने ‘लोकमङ्गल’ येथील चेअरमन साहेबांच्या भव्य केबिनमध्ये गेलो. शाखाधिकारी श्रीनिवासन, मी, कंपनीचे अधिकारी, आमचे जनरल मॅनेजर उपस्थित होतो. टी.के.के. भगवत या चेअरमन साहेबांच्या शुभहस्ते कंपनी अधिकाऱ्यांना ठेव पावत्या दिल्या! संपूर्ण क्षेत्राचं ठेवींचं उद्दिष्ट पूर्ण झालं!

उजनी शाखा ही सोलापूर शहरातील एक शाखा. तेथील शाखाधिकारी रवंदे यांनी त्या शाखेच्या जवळपासच्या प्रत्येक घरात आणि दुकानात जाऊन बँकेत खातं उघडायला लावलं होतं. त्यांना क्षेत्रीय कार्यालयाकडून हवे असलेले निर्णय मी त्वरेने देत असे. त्यामुळे ग्राहकांना बँकेकडे आकृष्ट करणं सोपं जायचं. एखाद्या ग्राहकाकडे रिजनल मॅनेजरनं जावं असं शाखाधिकारी म्हटले तर मी त्याला लगेच होकार देत असे.

बँकेच्या हीरक महोत्सवाचं वर्ष होतं. आम्ही ती संधी घेऊन सोलापुरात मोठ्या नाट्यगृहात भव्य समारंभाचं आयोजन केलं. शिवाजी वर्क्सचे मॅनेजिंग डायरेक्टर देशपांडे, साहित्यिक निर्मलकुमार फडकुले प्रमुख पाहुणे म्हणून आले होते. ठेवीदारांचे, कर्जदारांचे, क्रेडिट कार्ड धारकांचे, किसान क्रेडिट कार्ड धारकांचे सत्कार केले. समारंभासाठी नेपथ्य विराक्षी यांनी केलं होतं. एक भव्य दीपमाळ आणि बँकेचे नाव यामुळे संपूर्ण कार्यक्रमाला उठाव आला होता. कार्यक्रम इतका परिणामकारक झाला की, कित्येक दिवस लोकांमध्ये त्याबद्दल चर्चा होत होती. अशा समारंभामुळे कर्मचारीही प्रोत्साहित होत व बँकेचा व्यवसाय वाढे.

सोलापूर जिल्ह्यातील एका शाखेचे हिशेब जुळले नसल्याचं लक्षात आलं. ते ताबडतोब जमवणं आवश्यक होतं. शाखेतील उपलब्ध असणाऱ्या अधिकाऱ्यांकडून ते होणं अवघड होतं. त्या वेळी मी दुसऱ्या शाखेतून तज्ज्ञ व कष्टाळू अधिकारी तेथे पाठवायचे ठरविले, पण मनुष्यबळ एवढं मोजकं होतं की, हवा तसा माणूस मिळणं कठीण जात होतं. एकंदरीत क्षेत्रातील वातावरणामुळे अधिकाऱ्यांचा माझ्यावर लोभ होता. श्री. पी. एन. देशपांडे मोठ्या शाखेत शाखाधिकारी होते. ते त्यांच्या शाखेचं काम रोज दिवसभर पाहत. ते संपवून ते या अडचणीत असलेल्या शाखेत रात्री जायचे. रात्रभर काम करून पुन्हा सकाळी आपल्या शाखेत येत. इतके कष्ट घेऊन त्यांनी ती चुकीच्या मार्गावरील शाखा योग्य मार्गावर आणली. एकूणच अधिकारी आणि कर्मचारी ‘ही माझी बँक’ या भावनेने काम करीत होते. ते वर्ष उजाडले. सोलापूर जिल्ह्यात जी अग्रणी बँक होती, त्या मोठ्या बँकेपेक्षा महाराष्ट्र बँकेचा व्यवसाय वाढला. मला खूप आनंद झाला. माझ्या आनंदाच्या पासबुकात एक चांगली नोंद झाली.

क्रॉस-सेलिंग

बँकेचा व्यवसाय वाढविण्यासाठी उत्कृष्ट ग्राहक-सेवा देणं हा मूलभूत मंत्र आहे. आपली योजना ग्राहकाला कशी लाभदायक आहे हे पटवून सांगणे हाही मार्ग आहे. ग्राहकाच्या घरी जाऊन नव्या उत्पादनाचा परिचय करण्याचे कामही काही मार्केटिंग अधिकारी करतात.

असाच एक प्रभावशाली मार्ग म्हणजे क्रॉस सेलिंग. आपल्या बँकेच्या अनेक योजना आहेत. उदा. बचत, चालू, रिकरिंग, मुदत ठेवी, गृहकर्ज, उपभोक्ता कर्ज, गाडीसाठी कर्ज, शिक्षणासाठी कर्ज. यातील जास्तीत जास्त सेवांचा लाभ घेण्यासाठी ग्राहकाला प्रवृत्त करावे लागते. यालाच क्रॉस सेलिंग म्हणतात. वडिलांचे बचत खाते असेल तर मुलाला शिक्षणासाठी कर्ज हवे का हे विचारणे, गाडीसाठी कर्ज घेत असतील, तर त्यांना गाडीची विमा पॉलिसी आमच्याकडून घ्या अशी विनंती करणे अशा सर्व बाबींचा यात अंतर्भाव होतो.

ग्राहकांनी सोयीची म्हणून आपली शाखा निवडलेली असतेच. तो शाखेत आल्यावर त्याचं 'या' म्हणून सस्मित असं स्वागत व्हायला हवं. नंतर त्याला कोणती योजना पटेल याचा अंदाज घेऊन ती त्याला सांगायला हवी.

ट्रेनिंग क्लासमध्ये क्रॉस सेलिंग सांगताना मी एक उदाहरण देत असे – माझी आई सातारला असते. तिला भेटायला जाताना मी फळ विक्रेत्याकडून सफरचंद विकत घेतली. त्याचे पैसे देऊ लागल्यावर तो बागवान म्हणाला, "द्राक्षं चांगली आहेत. एकदम ताजा माल आहे. स्वस्त आहेत. देऊ का?" याला म्हणतात क्रॉस सेलिंग. ही वृत्ती बँकेतल्या प्रत्येकानं अंगिकारली, तर शाखेचा व्यवसाय दुप्पट होईल.

■

पैशात शक्ती निर्मिती

बँक ही सामर्थ्यवान संस्था आहे. ती पैशामध्ये अधिक शक्ती निर्माण करते. जमा ठेवींचा कर्ज देण्यासाठी वापर करते. नवीन उत्पन्न तयार करण्यास प्रवृत्त करते.

कर्ज देणं ही जनसेवा

कर्ज विभागात ग्राहकांना कर्ज देण्याच्या विविध योजना होत्या. रहिमतपूर शाखेत क्लार्क म्हणून काम करायला लागल्यापासून मी कर्ज विभागात काम करायला लागलो होतो. त्या शाखेत मी एकटाच क्लार्क असल्याने सर्व कामे शिकता आली. ग्राहकांच्या मुदत ठेवीच्या तारणावर तर आम्ही पंधरा मिनिटांत कर्ज देत असू.

सोनेगहाण कर्ज

रहिमतपूरला सातारा जिल्हा मध्यवर्ती बँकेची शाखा इमारतीच्या तळमजल्यावर होती व आमची महाराष्ट्र बँकेची शाखा पहिल्या मजल्यावर होती. सोने गहाण ठेवून कर्ज घेण्याची त्या वेळी पद्धत होती. जिल्हा बँकेचे शाखाधिकारी दारातच उभे राहत. बाजारात फळ विक्रीवाले बोलवतात तसे ग्राहकास बोलवत. यावर उपाय म्हणजे त्या बँकेपेक्षा विशेष काहीतरी आपण करावयास पाहिजे.

बँकेत सोनं गहाण ठेवून कर्ज घ्यायला रोज माणसं यायची. सोन्याचे दागिने

सराफाकडे पाठवून त्यातील चोख सोनं किती हे सराफ लिहून द्यायचे. नंतर शाखेत दागिने आल्यावर दहा ग्रॅम निव्वळ सोन्याला तीनशे रुपये या प्रमाणात आम्ही कर्ज देत असू. सराफाकडून आल्यावर जी कर्ज रक्कम आम्ही खातेदाराला सांगत असू ती त्याला मान्य नसली, तरी सराफाची तपासणी फी द्यावी लागायचीच.

त्यातून मार्ग काढण्यासाठी मी त्या भागातील दागिन्यांचा माझा अभ्यास वाढवला. दागिने खरे आहेत ना हे ओळखायला प्रथम दागिने कोण घेऊन आलं आहे व किती आणले आहेत हे पाहत होतो.

शहा, मेहता अशी मारवाडी, गुजराथी नावे असलेले पंचवीस तोळेही सोन्याचे दागिने तारण म्हणून ठेवू शकतात. भोसले, पवार, शिंदे अशी खानदानी माणसं पंधरा तोळ्यापर्यंत दागिने आणत. जोशी, कुलकर्णी, देशपांडे साधारणत: पाच तोळ्याचे दागिने ठेवत. अन्य जमातीचे त्याहीपेक्षा कमी दागिने आणत. मराठा व मुस्लीम या समाजात लाख भरलेले दागिने असत. ब्राह्मण समाजाचे बीन लाखी म्हणजेच पाटल्या, बांगड्या असे दागिने पाहायला मिळत.

त्या भागात पुतळ्याची माळ हा अधिक वापरात असलेला दागिना होता.

पुतळ्याच्या माळेतल्या पुतळ्या ह्या नेहमी एकाआड अंकात असत. उदा. अकरा, तेरा, पंधरा, सतरा. त्या भागातली एक पुतळी एक ग्रॅमची असे. कोणी अशी माळ आणली व त्यात पंधरा पुतळ्या असल्या, तर मी ''अंदाजे पंधरा ग्रॅम सोने होणार, म्हणजेच साडेचारशे रुपये कर्ज मिळेल. सराफाकडे पाठवू या का?'' असे विचारत असे. हे मान्य असल्यासच सराफाकडे दागिने पाठवित असे. त्यामुळे सराफाची फी कर्जदाराला विनाकारण भरावी लागत नसे.

तिजोरी सोनेगहाणाने भरून गेली होती.

यशवंतराव चव्हाणांची बँकेस भेट

रहिमतपूरहून सातारा येथे बदली झाली. ठेवीप्रमाणेच कर्जाचेही काम करीत होतो. बँकेचे राष्ट्रीयीकरण झाले होते. गरिबांना कर्जे देऊन त्यांना आर्थिकदृष्ट्या सक्षम बनवावे असे सरकारी धोरण होते. शेती, किरकोळ व्यापार, कारागीर इ.चा प्राधान्य क्षेत्रात समावेश केल्याचे जाहीर केले होते. त्या क्षेत्रातील लोकांना त्वरेने कर्ज देण्याचे आदेश होते.

आमच्या बँकेची २००वी शाखा 'वाई' येथे उघडण्यात आली. शाखेच्या उद्‌घाटनास सातारा जिल्ह्यातील व तेव्हाचे केंद्रीय अर्थमंत्री यशवंतराव चव्हाण आले होते. बँकेचे चेअरमन चिं. वि. जोग यांनी यशवंतरावांचं स्वागत केलं. कार्यक्रम बहारदार झाला. कार्यक्रमानंतर जोग साहेबांनी उपस्थित शाखाधिकाऱ्यांना

सांगितलं की, आत्तापर्यंत आपण बँकेसाठी ठेवी मिळविणं यावरच भर देत होतो; परंतु आता कर्ज देण्यालाही महत्त्व आहे. विशेषत: लहान लोकांना कर्ज देऊन त्यांचे व्यवसाय यशस्वी करून दाखवणं हे आपल्यापुढं मोठं आव्हान आहे.

या वातावरणाचा परिणाम होऊन लहान अर्जदारांना कर्ज देण्याचं काम सुरू होतं. शाखाधिकारी ग्रामीण भागात भेट देऊन कोणत्या व्यवसायास वाव आहे ते पाहत व अर्जदार शाखेत येत. त्यांची कागदपत्रे पूर्ण करण्याचं काम मी करत होतो. अर्ज लिहून घेणे, वचनचिठ्ठी, व्हाउचर तयार करणे व मंजुरीपत्र तयार करणे.

त्या वेळी कर्जमागणी होती ती शेळी व्यवसायाला. पाणी कमी असलं, तरी शेळ्या मिळेल तो झाडपाला खात. त्यांची राखण करण्याचं काम घरातील बायका -मुले करीत. वाकापासून दोर बनविण्याच्या व्यवसायालाही कर्ज देत होतो.

गाई-म्हशी खरेदी करून दुग्ध-व्यवसाय करण्यासही कर्जपुरवठा होत होता. अतिशय अद्ययावत फर्निचर असलेल्या शाखेत ही ग्रामीण मंडळी दिसणं हे बँक-राष्ट्रीयीकरणानंतर सवयीचं झालं होतं. 'विभेदक व्याजदर' या कर्ज योजनेंतर्गत केवळ चार टक्के व्याजानं आम्ही तीन हजार रुपयांपर्यंत प्रत्येकाला कर्ज देऊ शकत होतो. कर्जाची रक्कम दोनशे रुपयापासून तीन हजारापर्यंत असे. बँकेच्या एकूण कर्जाच्या एक टक्का कर्ज या योजनेखाली देण्याचे रिझर्व्ह बँकेचे आदेश होते.

संपूर्ण देशभर समतोल असा कर्जपुरवठा व्हावा यासाठी लिड बँक म्हणजेच अग्रणी बँक योजना आखण्यात आली होती. प्रत्येक जिल्ह्यासाठी एका बँकेस अग्रणी बँकेचा दर्जा देण्यात आला होता. या बँकेनं संपूर्ण जिल्ह्यात प्राधान्य क्षेत्राला व्यवस्थित कर्जपुरवठा होतो ना हे पाहायचं होतं. सातारा जिल्ह्यासाठी बँक ऑफ महाराष्ट्र अग्रणी बँक होती.

भिडेसाहेबांची भेट

त्याच दरम्यान एम. व्ही. भिडे, अर्थ सल्लागार, भारत सरकार हे दिल्लीहून साताऱ्यास भेटीसाठी आले. त्यांच्याबरोबर बँकेचे अध्यक्ष जोगसाहेबही आले होते. आमची राष्ट्रीयीकृत बँक जिल्ह्याचा विकास कसा काय करते व बँक राष्ट्रीयीकरणाचा उद्देश सफल होतो ना हे त्यांना पाहायचे होते. त्यासाठी त्यांनी दोन बैठकांचे आयोजन करण्यास सांगितले होते. बँकेच्या जिल्ह्यातील सर्व शाखाधिकाऱ्यांची एक बैठक आणि दुसरी बैठक विभेदक व्याजदर योजनेंतर्गत कर्ज दिलेल्या दारिद्र्यरेषेखालील कर्जदारांची. शाखाधिकाऱ्यांनी या बैठकीच्या आयोजनातील काम मला सांगितले. मला खूप आनंद झाला. मी झपाटल्यासारखा काम करू लागलो. जिल्हा परिषदेचं सभागृह उत्कृष्ट होतं. ते मी बैठकीसाठी मिळवलं. शाखाधिकाऱ्यांची

बैठक यशस्वी होण्यासाठी त्यांना आमंत्रणे केली. कमी व्याजदरानं कर्ज दिलेल्या कर्जदारांना एकत्र करणं अवघड काम होतं. गावोगावी निरोप पाठविले. त्यासाठी भरपूर प्रचार केला.

भिडेसाहेबांना घेऊन जोगसाहेब बैठकीस आले. भिडेसाहेबांचं व्यक्तिमत्त्व प्रभावी होतं. उंच, गोरेपान, चालण्याबोलण्यात ऐट, बोलके डोळे यामुळे साऱ्यांवर त्यांची छाप पडली होती.

शाखाधिकाऱ्यांच्या बैठकीत त्यांनी मार्गदर्शन करीत असताना एक प्रश्न विचारला, "सातारा जिल्ह्यात जनावरांच्या मृत्यूनंतर त्यांची विल्हेवाट कशी लावली जाते?"

उपस्थितांपैकी काहींनी माहिती दिली. जनावरांचे मालक मृत जनावरांची त्यांच्या सोयीने विल्हेवाट लावत असल्याचे सांगितले. त्यावर त्यांनी महाराष्ट्रात या बाबतीत काय कायदा आहे अशी विचारणा केली. तेवढ्यात त्यांनी विचारले, "या मिटिंगला जिल्हाधिकारी आलेत की नाही?"

यावर माझी धावपळ सुरू झाली. जिल्हाधिकारी कार्यालयात फोन लावला. विशेष म्हणजे जिल्हाधिकारी त्यांच्यासोबत पाच अधिकारी घेऊन त्वरेनं बैठकीस आले. अर्थ मंत्रालयाचा केवढा दबदबा असतो हे ध्यानात आले. जनावरांच्या मृत्यूनंतर त्यांची विल्हेवाट लावताना शासकीय परवाना लागतो हे त्या बैठकीत कळले. हरियाणामध्ये मृत जनावरांच्या हाडापासून सरस बनवला जातो. मोठ्या प्रमाणावर सरसाचे उत्पादन होते. लोकांना रोजगार मिळतो.

जिल्ह्यामध्ये असलेल्या सर्व गोष्टींचा वापर करून जिल्ह्यातील उत्पादनात आणि रोजगारांच्या संधीमध्ये वाढ करण्याचे आवाहन त्यांनी उपस्थितांना केले.

छोट्या कर्जदारांच्या मेळाव्यात त्यांनी बँकेच्या कर्जाचा विनियोग उत्पादन वाढविण्यास करण्याचे आवाहन केले.

श्री. भिडेसाहेब आय.ए.एस. अधिकारी असल्याचे त्यांच्या वागण्या-बोलण्यावरून ध्यानात येत होते. त्या बैठकीत प्रभावित होऊन गरीब लोकांना कर्ज देण्याच्या कामात मी अधिक योगदान दिले. अर्जदारांना हेलपाटे मारायला लाग नयेत व सर्व कागदपत्रांची पूर्तता एकाच वेळी करण्याच्या दृष्टीने मी माहिती देत होतो.

काही दिवसांनी बँक ऑफ महाराष्ट्रचे अध्यक्ष म्हणून भिडेसाहेबांची भारत सरकारतर्फे नेमणूक झाली. त्यांनी बँक अखिल भारतीय स्तरावर नेली. एका आठवड्यात नव्या चार राज्यांत पाच शाखा उघडल्या. लुधियाना, चंदिगड, श्रीनगर अशा अन्य प्रांतातील महत्त्वाच्या शहरांत बँकेच्या शाखा पोहोचल्या. इतक्या दूरवर जाण्यास काही अधिकारी नाखूश असत. लांबवरची बदली रद्द होईल का या प्रयत्नात असत; परंतु भिडेसाहेबांची त्या वेळी एकच घोषणा होती, 'रिझ्यूम ऑर रिझाईन' – दिलेल्या ठिकाणी काम करा, नाहीतर नोकरीचा

राजीनामा द्या हेच त्यांचं सांगणं असे.

कोल्हापूर येथे आमच्या लक्ष्मीपुरी शाखेत भिडेसाहेब आले होते तेव्हाही 'धडाडीनं व्यवसाय करा' हेच त्यांनी सांगितलं. साखर मालाच्या व्यापाऱ्यांनी काढलेल्या हुंड्या आपण मोठ्या प्रमाणावर तारण घेऊन कर्ज देत नाही, असं एका अधिकाऱ्यांनी लक्षात आणून देताच त्यांनी पाच लाख रुपयांच्या हुंड्या शाखेत वटणावळीस घेण्याची अनुमती दिली होती. त्यांच्या नेतृत्वाचा आवाका एवढा मोठा होता की, इंडियन बँक असोसिएशन या सर्व बँकांच्या संघटनेचे ते अध्यक्ष झाले. हा बहुमान बँक ऑफ महाराष्ट्रला मिळवून देणारे ते एकमेव अध्यक्ष होते.

सातारा येथे क्लार्क म्हणून काम करताना जसा छोट्या कारागिरांना, मेंढपाळांना कर्ज देण्याचा अनुभव मला मिळाला त्याचप्रमाणे मोठ्या खात्यांचाही अनुभव येत होता.

कूपर इंजिनिअरिंग या नामवंत कंपनीचं खातं शाखेतील सर्वांत मोठं खातं होतं. त्यावर एकेका बिलाचं शेकड्यात कमिशन जमा होताना आनंद होत असे. रहिमतपूरच्या कमिशनच्या उत्पन्नाच्या पार्श्वभूमीवर हे आश्चर्यकारक वाटायचे. लाखाच्या रकमेतील मंजूर रकमा पाहण्याची सवय सातारा शाखेत लागली.

गुदाम कर्ज

सातारा शाखेत एका रेडिओ विक्रेत्याला कॅश क्रेडिट लिमिट मंजूर केलेली होती. त्यासाठी तारण म्हणून रेडिओ, ट्रान्झिस्टर, पंखे इ. माल गुदामात ठेवला होता. त्याची किल्ली बँकेकडे होती. पैसे बँकेकडून हवे असले की, ते गुदामात माल ठेवीत. गुदामातील माल त्यांना हवा असला की ते तेवढे पैसे बँकेत भरीत. माल ठेवताना व काढताना मी गुदामाची बँकेत असलेली किल्ली घेऊन जात असे. मालाची नोंद असलेले बिनकार्ड भरत असे. माल सुस्थितीत आहे ना इकडेही लक्ष देत असे. सर्व प्रकारच्या मालात उलाढाल होते ना पाहत असे. कधीच न काढला जाणारा माल गुदामात नाही ना हे पाहत असे. येथील अनुभवामुळे मला गुदामावरील कर्जाचा व्यावहारिक अनुभव मिळाला.

या अनुभवाचा लाभ मला अधिकारीपदावर बढती मिळताना झाला. अधिकारीपदावर कामासाठी रुजू झालो ते लक्ष्मीपुरी कोल्हापूर शाखेत.

शाखेत ठेव विभाग, ॲडमिनिस्ट्रेशन, ड्राफ्ट इ. विभागांत काम केल्यावर सर्वाधिक महत्त्वाच्या कर्ज विभागात प्रमुख या नात्यानं मी काम पाहत होतो. कोल्हापूर हे कष्टाळू लोकांचं गाव. मोठ्या इंजिनिअरिंग कारखान्यांना सुटे भाग तयार करून देणारी कितीतरी वर्कशॉप्स इथं होती. उद्यमनगर ही औद्योगिक वसाहत त्यासाठीच उभारली होती. मी नेहमी तिथं जाऊन खातेदारांना भेटत असे.

खातेदारांच्या कामाची माहिती असल्यास कर्जाबाबत निर्णय देण्यास मदत होते.

उद्यमशील कोल्हापूर

कोल्हापुरात काही घरांमध्ये मी असं पाहिलं की, एका खोलीत स्वयंपाकघर, दुसऱ्या खोलीत झोपण्याची व्यवस्था, तर तिसऱ्या खोलीत लेथ बसविलेला असे. लेथवर काम करून आपलं कुटुंब चालविणारे कुशल तंत्रज्ञ इथे होते. हा लेथ खरेदी करण्यासाठी आम्ही खर्चाच्या ७५% कर्ज म्हणून देत होतो. तीन ते पाच वर्षांत कर्ज मासिक हप्त्यात परत करण्याची अट होती. शिवाय मिळणारी कामाची ऑर्डर पूर्ण करण्यास खेळते भांडवल देत असू. अनुभव चांगला होता. विश्वासानं, त्वरेनं पैसे दिले, तर वसुली चांगली होते.

औद्योगिक क्षेत्राप्रमाणेच लक्ष्मीपुरी धान्य बाजारासाठी प्रसिद्ध होती. व्यापाऱ्याकडील धान्य, व्यापारी येणी यांच्या सुमारे ५०% इतकी रक्कम आम्ही कॅश क्रेडिट म्हणून मंजूर करीत असू. त्यांच्याकडील विक्रीचा भरणा बँकेत रोखीच्या स्वरूपात होई. मिळालेले चेकही खात्यात जमा होत. इतर व्यापाऱ्यांची देणी देण्यासाठी डिमांड ड्राफ्ट खरेदी करीत. बँकेवर लक्ष्मीचा वरदहस्त होता. भरपूर खाती होती. भरपूर व्यवहार होता.

कोल्हापुरी चपलाही सर्वदूर प्रसिद्ध होत्या. परगावहून आलेली मंडळी अंबाबाईचे दर्शन घेतल्यावर दगडूशेठ भोसल्यांचे पेढे, चिवडा अशी खरेदी करीत. तसेच कोल्हापुरी चपलाही घ्यायला जात. शहराच्या मध्यवर्ती भागात या चपलांच्या दुकानांची बाजारपेठ आहे. तेथील कित्येक व्यापाऱ्यांना आम्ही त्या दुकानासाठी कर्ज व खेळत्या भांडवलासाठी कॅश क्रेडिट लिमिट मंजूर केल्या होत्या.

एका व्यापाऱ्याने तर लंडनहून ऑर्डर मिळविली होती. तिथे चपला पाठवायच्या होत्या. लंडनहून ऑर्डर मिळाली याचा त्याला खूप आनंद झाला होता. अतिशय उत्साहात तो बँकेत आला व ती ऑर्डर पूर्ण करण्यासाठी कर्ज हवे असल्याचे त्याने सांगितले. त्या गृहस्थांना आम्ही व्यवहार नीट समजावून सांगितला. गुणवत्तापूर्ण माल तयार करणं, तो पाठविण्याचा खर्च, खास पॅकिंगची व्यवस्था, विमाखर्च, बँक कर्जावर द्यावे लागणारे व्याज हे सारे ध्यानात घेऊन ऑर्डरचा दर योग्य आहे ना पाहण्यास सांगितले. विशेष म्हणजे या ऑर्डरपोटी त्यांना कोणताही ॲडव्हान्स मिळाला नव्हता. याचाच अर्थ खरेदीदार म्हणत होता – पूर्ण माल आयात झाल्यावर पैसे देईन. मग जर पैसे आले नसते, तर वसुलीला लंडनला जावे लागले असते. हा सगळा खर्च धरला असता, तर चपलेचा व्यापारी असून त्याच्यावर अनवाणी फिरायची वेळ आली असती!

त्यावर त्या गृहस्थाने उपाय विचारला. तेव्हा आयातदाराच्या लंडनच्या बँकेचे माल पुरवठा केल्याचे कागदपत्र मिळाल्यावर पैसे देण्याचे हमीपत्र घेण्यास सांगितले. त्याला लेटर ऑफ क्रेडिट म्हणतात. या लेटर ऑफ क्रेडिटच्या तारणावर त्याला ऑर्डर पूर्ण करण्यासाठी पॅकिंग क्रेडिट कर्ज दिले गेले. त्यावरील व्याजाचा दर नेहमीपेक्षा कमी होता. व्यापाऱ्याला योग्य सल्ला मिळाल्यानं चांगला नफा झाला.

कर्ज देण्यापूर्वी भेट महत्त्वाची

एकदा एका अर्जदारानं जनावरांची कातडी कमविण्याच्या व्यवसायास कर्ज हवे यासाठी अर्ज केला. सध्या कारखाना असून त्यामध्ये वाढ करण्यासाठी कर्जाची मागणी केली. चालू व्यवहार बँक-खात्यात दिसत नव्हते. त्याबाबत अर्जदार समाधानकारक उत्तर देत नव्हता. त्यामुळे मी हे कर्ज प्रकरण मंजूर होणार नाही असे सांगितले; परंतु त्यांनी एका आमदाराकडून माझ्याकडे पाठपुरावा केला. त्याचे म्हणणे होते, प्रत्यक्ष कारखाना न पाहताच कर्ज नामंजूर केले जात आहे. मी कारखान्याला भेट देण्याची तयारी दाखविली.

पूर्वकल्पना न देता एक दिवस अर्जदाराला घेऊन जागेवर गेलो. कातडी कमविण्याचा व्यवसाय म्हणजे दुर्गंधी येणारच! मारलेल्या जनावरांच्या कातडीमध्ये रसायनमिश्रित पाणी भरून पिशव्यांप्रमाणे ते टांगलेले होते. हौदामधून कातडी भिजवत प्रक्रियेमध्ये ठेवली होती. कोणताही बँक अधिकारी अशा ठिकाणी फार वेळ थांबणार नाही असं वातावरण होतं. कोणताही व्यवसाय कमी प्रतीचा लेखायचा नाही हे मी मनाशी ठरविलं होतं; पण भावनेपोटी 'गरीब माणूस आहे' म्हणून कर्जही देऊन टाकायचं नव्हतं. सत्य काय ते पाहून निर्णय घ्यायचा होता.

मला अर्जदारानं दुरूनच कारखाना दाखविला. मी जवळ जाऊन पाहू म्हणताच त्याला आश्चर्य वाटलं. त्याच्याबरोबर कातडी कमविण्याच्या हौदापर्यंत गेलो. त्यानं शेजारच्या खोलीत नेऊन बसवलं. तेथील फोटोखाली वेगळंच आडनाव होतं. तिथं काम करणाऱ्या एकास हा कारखाना कोणाच्या मालकीचा हे विचारलं. त्याने वेगळंच नाव सांगितलं. दुसऱ्याचा कारखाना हा स्वतःचा म्हणून दाखवत होता हे ध्यानात आलं. टॅनिंग प्रक्रिया जवळून पाहायला मी येणार नाही, हा त्याचा अंदाज चुकला होता.

पुढे असं निदर्शनास आलं की, त्यानं दुसऱ्या बँकेकडून कर्ज घेतलं होतं. ते खाते थकीत झाले होते. मी बँकेस एका भावी थकीत खात्यापासून वाचवलं होतं.

उसाचा गाव

कोल्हापूर हे समृद्ध गाव. जिकडं पाहावं तिकडं उसाचं पीक. ऊसच ऊस! अगदी रस्त्याच्या कडेपासून नजर पोहोचपर्यंत ऊस. श्रीमंत शाहू महाराजांनी 'समृद्धीसाठी पाणी' हे तत्त्व जाणून राधानगरी धरण, रंकाळा तलाव बांधले होते. भरपूर पाणी, उद्योगशील शेतकरी त्यामुळे मुबलक ऊस असं इथलं समीकरण होतं. जिल्ह्यात बारा साखर कारखाने. एक-एक कारखाना म्हणजे हजारोंना समृद्ध करणारा कल्पवृक्षच!

उस उत्पादकांपुढं दोन पर्याय असायचे. साखर कारखान्याला ऊस घालायचा किंवा स्वत:च उसाचं गुऱ्हाळ सुरू करून गुळाचं उत्पादन घ्यायचं.

कोल्हापूरहून पन्हाळ्याला जायला निघाल्यावर उजवीकडं आंबेवाडी नावाचं छोटं गाव लागायचं. आंबेवाडीचे बापूसाहेब मेढे पवार हे आमचे सन्माननीय खातेदार. उंच, धिप्पाड व्यक्तिमत्त्व. त्या व्यक्तिमत्त्वात भर घालणारा कडक इस्त्रीचा कोट असायचा. अँबॅसडर गाडीनं बँकेत यायचे. आल्यावर मॅनेजर, निकमसाहेबांच्या केबिनमध्ये जाऊन सोफ्यावर बसायचे. चेक भरणे, पैसे काढणे यासाठी त्यांना काउंटरवर कधीच जावं लागत नसे. त्यांचे बँकेचे व्यवहार आम्ही त्यांना त्या केबिनमध्येच करू देत असू. त्यांच्या उसाच्या गुऱ्हाळावर येण्याचं आमंत्रण सर्व कर्मचाऱ्यांना आलं होतं.

सर्व स्टाफ उत्साहानं आंबेवाडीला आला होता. सुमारे शंभर एकरात ऊसच ऊस होता. नजर पोहोचते तेथपर्यंत यांच्याच मालकीचा ऊस. तिथलं गुऱ्हाळ पाहण्यासारखं होतं. विजेच्या मोटरवर चालणाऱ्या चरकातून उसाचा रस बाहेर येत होता. तो मोठ्या काहिलीमध्ये ओतला जात होता. धगधगत्या चुलाणावर ही काहील असायची. चुलाणात उसाच्या वाळलेल्या चोयट्या टाकल्या जात होत्या. चुलाणं असं बांधलं होतं की, राख दूर उडून जात असे. त्यामुळे काहिलीला उष्णता भरपूर मिळे. उसाच्या रसात चुना मिसळत. त्यामुळे गूळ पांढरा-पिवळा असा आकर्षक दिसे. चुना न वापरता बनविलेला गूळ काळा दिसतो. भेंडीच्या पाल्याची जुडी काहिलीत टाकलेली असे. त्यामुळे उसाचा रस तापला तरी उतू जात नसे. गूळ होण्यापूर्वी थोडा रस काकवी म्हणून बाजूला काढीत. जेवताना चमचाभर काकवी पानात घेतली की, ती मुरांब्याप्रमाणे पक्वान्नाप्रमाणे खात. काकवीमिश्रित चुरमुऱ्याचे लाडूही चवीला मस्त लागत.

चौकोनी हौद्यात गरम रस ओतल्यावर लाकडी खोऱ्यानं तो हलवत. जसजसा रस थंड होई तसतसा त्याचा गूळ तयार होई. गुळाचा घट्ट होत आलेला रस बादलीच्या आकाराच्या साच्यामध्ये भरत. थोड्या वेळानं साच्यातून बाहेर काढल्यावर त्या रसाची गुळाची ढेप बनलेली असे.

उसाचा रस, गूळ याची मजा लुटल्यावर बापूसाहेब पवारांकडं चमचमीत भोजनाचा बेत असे. लाल रस्सा असेच. त्याशिवाय कोल्हापूरची खासियत असलेला पांढरा रस्साही असे. त्यांच्याकडे एक खास पदार्थ बनवित. तो म्हणजे गोळीचा पुलाव. खिम्याच्या वाटाण्यासारख्या गोळ्या करीत. त्या घालून केलेला पुलाव म्हणजे कोणत्याही पंचतारांकित उपाहारगृहातील पदार्थांना मागे टाकेल असा पदार्थ होता. ते साऱ्यांना आग्रहानं वाढत. त्यांचे बँकेकडे कोणतेही काम नसे. बँकेच्या लोकांना आपल्याकडे बोलवावे, अगत्य करावे यात त्यांना आनंद होता. ही खरी कोल्हापुरी प्रवृत्ती! दिलदार मनाची!

कोल्हापूर भागात उसाचं उत्पन्न मोठ्या प्रमाणावर होतं. उसाच्या लागवडीस बँक कर्ज द्यायची. उसाची नवीन लागवड करायची असेल तेव्हा त्याला 'लावण' म्हणत. पूर्वी लावलेला ऊस त्याच्या खालच्या एका पेरावरील डोळ्याच्या वर कापला की, पुन्हा त्या पेरातून नवीन ऊस उगवे. त्याला 'खोडवा' म्हणत. लावण पिकास खर्च जास्त. त्यास एकरी भावाने जादा पीककर्ज मिळे. दुसऱ्या वर्षी खोडवा घेतल्यावर खर्च कमी. त्यास कमी कर्ज मिळे.

शेतकऱ्याच्या जमिनीचा ७/१२चा उतारा हा त्याचा आरसा असे. कोणती पिके घेतात, त्या जमिनीवर कोणाचा बोजा नाही ना हे दिसत असे. त्याशिवाय मी ८ अ उतारा मागत असे. एका व्यक्तीच्या मालकीच्या सर्व ७/१२ची बेरीज म्हणजे ८ अ असे. त्यावरून शेतकऱ्यानं सर्व ७/१२ आपल्याला दाखविले आहेत ना हे कळत असे. नाहीतर ज्यावर बोजा आहे तो ७/१२ शेतकरी बँकेस द्यायचाच नाहा, पण असे सहसा होत नसे. माझ्या संपर्कात आलेल्या शेतकऱ्यांच्या व्यवहारावरून मी म्हणेन, शेतकरी प्रामाणिक असतात. त्यांना बँकेचे कर्ज बुडवायची इच्छा नसते. फक्त ते पैसे वेळेवर भरू शकत नाहीत, पण उशिरा का होईना भरतात.

ऊस साखर कारखान्यास विकणार असल्यास कारखान्याकडून बँकेस पैसे पाठविण्याचे अधिकारपत्र घेतले जात असे. कोल्हापूर शुगर मिल, वारणा साखर कारखाना हे त्या वेळी नावाजलेले कारखाने होते. तिथं मी ओळखी काढल्या होत्या. त्यामुळे कोणा खातेदाराचे केव्हा व किती पैसे देणार याची माहिती मला मिळत असे. त्याचा कर्ज खात्यावर नियंत्रण ठेवण्यास उपयोग होई.

गुळाच्या ढेपीवर चालणं

काही शेतकरी उसापासून गूळ तयार करत. हा गूळ बाजारात विकून पैसे मिळवत. परंतु बहुसंख्य शेतकऱ्यांनी एकाच हंगामात बाजारात गूळ विक्रीस आणल्यावर व्यापारी तो पडत्या भावात खरेदी करीत. त्यांना योग्य भाव हवा असेल

तर गुळाच्या ढेपी गुदामात ठेवीत. बाजारात गुळाचा भाव वाढला की, मग विक्री करत. ऊस लागवड खर्चाचे पैसे द्यायला काही व्यवस्था हवी. जर गूळ विकला नसेल, तर या गुळाच्या ढेपींचे तारण देऊन बँक कर्ज देत असे. त्याला 'गोडाऊन कर्ज' किंवा 'प्लेज तारण' असं म्हणत.

ज्याला कर्ज हवे त्याला गुदाम स्वच्छ करून घेण्यास सांगितले जाई. गुदामात गूळ सुरक्षित राहावा यासाठी जमिनीवर लाकडी प्लॅटफॉर्म किंवा चटया पसरल्या जात. त्यावर पोत्यामध्ये गुंडाळलेली प्रत्येक ढेप रांगेमध्ये लावून ठेवीत. मग ढेपीवर ढेपी रचून गुदाम भरत असे. लक्ष्मीपुरी शाखेतून आम्ही रत्नागिरी रस्त्यावरील मलकापूर येथे गुळाच्या गुदाम तारणावर कर्ज दिलं होतं. गुदामाला बँकेचं कुलूप लावण्यासाठी मी गेलो.

गुदामातील गूळ मोजायचा कसा? त्या ढेपीवरून चालत जाऊन मी मोजणी केली. लांबीमध्ये बारा पावले म्हणजे बारा ढेपा, रुंदीमध्ये वीस पावले म्हणजे वीस ढेपा. एका थरात २४० ढेपा. उंचीमध्ये दहा थर म्हणजे २४०० ढेपा. कर्जदाराकडील पावत्या व अन्य कागदपत्रावरून एकूण ढेपांचा व त्यांच्या किमतीचा पडताळा येत असे.

एकूण किमतीच्या ६५% कर्ज आम्ही देत असू. ३५% दुरावा म्हणजेच मार्जिन असे. गुळाच्या भावात उतार झाला, तर बँकेस वसुलीस त्रास होऊ नये यासाठी दुरावा राखला जाई. बँकेत जेवढे पैसे भरले जात तेवढ्या प्रमाणात गूळ गुदामाबाहेर काढून दिला जाई. पुन्हा नवा माल गुदामात ठेवला, तर त्यावर अधिक पैसे मिळत.

कोल्हापूर भागात नवरदेवाला सीमान्त पूजन कार्यक्रमात लग्नाच्या आदल्या दिवशी गुळाच्या ढेपीवर बसवून त्याचे पूजन करीत. मी मात्र गुळाच्या ढेपीवरून चालण्याचा अजब अनुभव घेतला.

अंबा टॅनिंग फॅक्टरी

मलकापूरहून पुढे गेल्यावर अंबा नावाचे गाव लागते. तिथे अंबा टॅनिंग फॅक्टरीला आम्ही अर्थसाहाय्य केले होते. त्या फॅक्टरीला तिमाही भेट असायची. वाटेत दुतर्फा जांभूळ आणि आंब्याची झाडे. हिरवागार परिसर. पूर्वी त्या परिसरात हिरडा मिळायचा. रत्नागिरी जिल्ह्यातही हिरड्याची झाडे होती. हिरडा औषधी मानला जातो. त्यापेक्षाही एक मोठा गुण हिरड्यामध्ये आहे. हा हिरडा मोठमोठ्या पिंपांमध्ये भिजत घातला जाई. त्या हिरड्यावर प्रक्रिया करून त्याचा अर्क तयार करीत. त्या अर्कापासून पावडर तयार केली जात असे. ही पावडर कातडी कमवताना वापरत. तसेच ही पावडर मिसळून त्या पाण्याने रेल्वे इंजीने स्वच्छ केली जात. त्यामुळे रेल्वे

इंजीनला गंज चढत नसे. त्यांचे आयुष्य वाढत असे. त्यामुळे रेल्वेकडून मोठ्या प्रमाणावर या मालाला मागणी होती. या फॅक्टरीमुळे हिरडा गोळा करणाऱ्या अनेक तरुणांनाही उपजीविकेचे साधन प्राप्त झाले होते. रत्नागिरी भागातला हिरडा कमी झाला, तेव्हा मध्य प्रदेशमधून मोठ्या प्रमाणावर हिरडा खरेदी केला जात होता.

हा हिरडा भल्यामोठ्या गुदामात ठेवला जाई. कडेने हिरडा भरलेली पोती ठेवत, तर मध्ये सुटा हिरडा भरला जाई. खारींना हिरडा खायला आवडे. त्यामुळे त्या परिसरात खारींचा वावर मोठ्या प्रमाणावर होता. हिरडा नजरगहाण म्हणजेच हायपॉथिकेशन करून बँकेने पतमर्यादा मंजूर केली होती. हिरडा किती रकमेचा आहे हे पाहण्यासाठी हिरडा खरेदीचे रजिस्टर आम्ही पाहत असू. त्यातून उत्पादनासाठी किती हिरडा वापरला हेही पाहिले जायचे. शिल्लक हिरडा प्रत्यक्ष पाहण्यासाठी एकूण किती आकारमानाचा हिरडा आहे याचे गणित बांधायचे. त्यावरून तारणाचे मूल्य काढले जात असे. बँक-अधिकाऱ्यांनी एकूण व्यवहार लक्षात घेऊन तारणाची पडताळणी करावयाची असते. याशिवाय ग्राहकाचा प्रामाणिकपणा कर्ज मंजूर करताना पाहिलेला असतोच. त्या वेळी अंबा टॅनिंग फॅक्टरीला आमच्या बँकेचे अर्थसाहाय्य होते, हे आम्ही अभिमानाने सांगत असू.

पुन्हा कोल्हापूर

ज्या शाखेत मी सहा वर्षे अधिकारी होतो, तेथे शाखाप्रमुख या हुद्यावर कार्यरत झालो. लक्ष्मीपुरी ही कोल्हापूर विभागातील सर्वात जुनी व सर्वात मोठी शाखा होती. शाखेशिवाय क्षेत्रातील अन्य शाखांना रोख रक्कम देणे, आणणे ही सेवा देत होतो. क्लिअरिंग हाउसला जाऊन चेकवसुली काम, हा रोजचा धावपळीचा भाग. बहुसंख्य खातेदार, कर्मचारी हे पूर्वीपासून परिचित असल्यामुळे व्यवसायवाढीकडे लक्ष देता आले.

मंदिरासाठी कॅश क्रेडिट

प्रवीणभाई पारेख, मुळजीभाई शहा ही बँकेशी पंचवीस वर्षांहून अधिक काळ व्यवहार करणारी माणसं. धरमतर ग्रुप, भारत इंडस्ट्रियल कॉर्पोरेशन हे त्यांचे नामवंत उद्योग! या मंडळींनी देणग्या गोळा करून कावळा नाक्याजवळ देखणे असे गीता मंदिर उभारले होते. त्याचे काम सतत चालू असायचे. देणग्या येईपर्यंत काम थांबविता यायचे नाही. पण पुढे देणग्या मात्र मिळत राहायच्या. यावर काही मार्ग आहे का याची चर्चा त्यांनी माझ्याबरोबर केली. देवळासाठी कॅश क्रेडिट मंजुरी

सहसा दिली जात नाही; परंतु या देवळाचे विश्वस्त इतके सधन व प्रामाणिक होते की, त्यांच्या जामिनावर गीता मंदिर ट्रस्टला कॅश क्रेडिट मंजूर केले गेले. संगमरवरी गीता मंदिर उभे राहिले.

कर्ज देताना आम्ही ते चांगल्या कारणासाठी देत असू आणि परतफेड नीट होणार असेल, तर बँकेच्या नियमात त्यांना बसवायचा प्रयत्न करत असू.

घाटगे पाटील इंडस्ट्रीज

कोल्हापूर हे औद्योगिक दृष्टीने पुढारलेलं गाव. इथल्या लोकांच्या अंगी उद्यमशीलता आहे. कल्पकतेनं काम करण्याची क्षमता आहे. फाउंड्री उद्योगात नाव कमावलेली घाटगे पाटील इंडस्ट्री इथे आहे. टेल्को कंपनीच्या व विविध ट्रॅक्टर कंपन्यांना लागणारे भाग इथं बनविले जायचे.

कंपनीच्या आयुष्यात अनेक वेळा चढउतार आले. पण जयकुमार पाटील यांच्या कल्पक नेतृत्वामुळे कंपनी अडचणीतूनही मार्ग काढत राहिली.

त्या काळी खात्यातील पतमर्यादा कमी पडल्यावर खातेदारांना कच्चा माल पुरवठा करणाऱ्यांना दिलेले चेक पास करण्याची कसरत मला करावी लागे. कसरत म्हणायचे कारण क्लिअरिंग हाउसमधून आमचा माणूस चेक घेऊन येत असे. एका तासाच्या आत ते चेक पास करावे लागत. पास न करता परत करण्याससुद्धा फारच थोडा वेळ असे. क्रेडिट लिमिट पाहून चेक पास केले जात. लिमिटच्या वर चेक पास करताना बँकेच्या काही प्रथा होत्या. आपल्याकडे कंपनीच्या असलेल्या ठेवी, इन्कम टॅक्सला दिलेला चेक, कामगारांच्या पगाराचा चेक, विमा कंपनीला विम्याचा हप्ता म्हणून दिलेला चेक इ. गोष्टी आम्ही लक्षात घेत असू. त्या काळी 'प्लीज प्रेझेंट अगेन' असं कारण लावून चेक परत करण्याची सोय होती. चेक दुसरे दिवशी मागवून घेता येत होता. खातेदारांनी खात्यात भरलेल्या चेकची रक्कम एक-दोन दिवसांत उपलब्ध होईल या अंदाजानं आम्ही चेक मागवून घेत असू.

थोडक्यात म्हणजे मर्यादेपलीकडे चेक पास करायला मॅनेजर फारसे तयार नसत; परंतु हो-नाही करता करता खातेदारानं पटवून दिल्यावर चेक पास करीत. याला टेंपररी ओव्हरड्राफ्ट म्हणजेच टी. ओ. डी. म्हणत. बँकेत गमतीनं टीओडीचा पूर्ण भाग म्हणून 'ताणून ओढून दिलेला' म्हणत.

घाटगे पाटील इंडस्ट्री ही आमची नामवंत खातेदार कंपनी होती. नेहमी खाती व्यवस्थित चालायची; परंतु फाउंड्री उद्योगात एखाद्या वेळेस मंदी आली तर त्यांची येणी वसूल व्हायला वेळ लागायचा. त्या वेळी ओव्हरड्राफ्टची गरज भासायची. क्लिअरिंग चेक बँकेत यायच्या वेळी एक दिवस कंपनीचे ज्येष्ठ

अधिकारी – फायनान्स एक्झिक्युटिव्ह, जयंतराव कुलकर्णी शाखेत आले. कंपनीचा व्यवहार कुशलतेने सांभाळणारे अभ्यासू व्यक्तिमत्त्व म्हणून मला त्यांच्याबद्दल आदर होता.

कुलकर्णी मला लिमिटच्या वरचे चेक पास करण्याबद्दल पटवून देत होते. कच्चा माल पुरविणाऱ्यांना दिलेले चेक असल्याचे सांगत होते, तर मी लिमिटमध्येच खाते वापरा असे सांगत होतो. त्यावर ते म्हणाले, ''तुम्ही खातं लिमिटमध्ये वापरा सांगताय, ते आम्हाला माहिती आहे. माळावर बोंबलायला पाटलाची परवानगी लागत नाही!''

असे गमतीदार संवादही गंभीर बँकिंग व्यवसायात हास्याची लकेर उमटवायचे. पुढे ते म्हणत, ''चेक पास करणार नसाल, तर तुम्ही चालवा कंपनी. ह्या घ्या कंपनीच्या किल्ल्या!'' यावरून त्यांची कंपनीबद्दलची कळकळ लक्षात येत असे. पुढे याच कंपनीची स्थिती इतकी सुधारली की, भारतातील नामवंत वाहन कंपन्यांना लागणारे भाग पुरवणारी गुणवत्ताप्रधान काम करणारी कंपनी म्हणून ती नावलौकिकास आली.

पुरीचे शंकराचार्य

कोल्हापूर रिजन म्हणजे सांगली आणि कोल्हापूर जिल्ह्यांतील ५६ शाखांमार्फत व्यवसायाची उद्दिष्टे पूर्ण करावयाची होती. मी तीन महिन्यांतून या शाखांना भेटी देत असे व तेथील काही प्रमुख खातेदारांना भेटत असे.

इचलकरंजी शाखेतर्फे बोरा क्लॉथ मार्केटला रु. १५ कोटीचे कर्ज दिले होते. यामध्ये तीन बँकांनी एकत्र येऊन ही व्यवस्था केली होती. इचलकरंजी हे यंत्रमाग व कापड व्यवसायासाठी प्रसिद्ध ठिकाण! येथील व्यापारी वर्गाने एकत्र येऊन क्लॉथ मार्केट हा प्रकल्प तयार केला होता. तळघरात माल ठेवण्याचे गुदाम, तळमजल्यावर आकर्षक दुकान व पहिल्या मजल्यावर राहण्यासाठी आलिशान फ्लॅट अशी दीडशे दुकाने होती. संपूर्ण भागात आखीव रस्ते, आवश्यक वस्तू मिळण्यासाठी दुकाने, मंदिर सारेकाही होते. या मार्केटचे उद्‌घाटन पुरीचे शंकराचार्य यांच्या शुभहस्ते झाले.

त्यांच्या हस्ते माझा सत्कार झाला.

आज अर्ज, आज कर्ज

कोल्हापूर शहरातील एक शाखा तोट्यात होती. माझ्या शाखाभेटीच्या वेळी शाखाधिकारी म्हणाले, ''ही शाखा मुख्य रस्त्यापासून आतल्या बाजूस आहे. इथं कमी ग्राहक येतात.''

“आपण आज इथं फलक लावू या. -‘आज अर्ज, आज कर्ज.’ मग परिणाम बघा. कर्ज त्वरेनं मिळणार असेल, तर लोक उत्तर ध्रुवावर जरी शाखा असेल तरी येतील.” “

तुम्ही एक दिवसात कोणती कर्ज देऊ शकता?”

“मुदत ठेवी, पोस्टाची नॅशनल सेव्हिंग्ज सर्टिफिकेट, एल.आय.सी.च्या पॉलिसीज, सोने या तारणावरील कर्जे देता येतील.”

“त्यासाठी पोस्टात जाऊन पोस्टमास्तरना सांगा. ‘ही शाखा नफ्यात आणायचीये. कृपया बँकेचा माणूस आला की बँकेच्या बोजाची नोंद त्वरित करून द्या. त्यांच्या ऑफिसने कोणत्या सिरीजची सर्टिफिकेट्स दिलीत याची माहिती घ्या. पोस्टात प्रत्यक्ष काम करणाऱ्या क्लार्कला भेटून हे सारं सांगा. त्यांचे टेलिफोन क्रमांक लिहून घ्या. स्टाफला ट्रेनिंग द्या. त्वरेनं कर्ज मंजूर करताना जागरूकता अधिक ठेवायला हवी.”

सर्व स्टाफने मनापासून ही योजना राबविली.

शाखा नफ्यात आली.

■

तिरुपती प्रसादातील बेदाणा

सांगली जिल्ह्यातील तासगाव, वायफळे या शाखांना भेटी देताना सर्वत्र द्राक्षाचे वेल दिसत. खातेदार आग्रहानं मळ्यामध्ये बोलावून त्यांचं वैभव दाखवत. उत्कृष्ट प्रतीची द्राक्षं निर्यात होत. द्राक्ष हे कष्टाचं फळ. उसासारखं आळशी पीक नाही. ऊस लावायचा अन् घ्यायचा. फार कटकटी नाहीत, पण द्राक्ष हे नाजूक पीक. फार थंडी चालत नाही. पाऊसही पिकाची नासाडी करू शकतो. जास्त फळं लागली, तरी त्यातील काही बारीक असतानाच खुडून टाकली म्हणजे राहिलेली चांगल्या प्रतीची येत. रोग येऊ नये म्हणून कीटकनाशकांची फवारणी करावी लागे. जादा उत्पादन झालं तर बेदाणे, मनुका तयार करीत. जादाचा माल कोल्ड स्टोरेजमध्येही ठेवीत. या गुदामाच्या पावत्यांवरही बँक कर्ज देई.

आमच्या तासगाव शाखेचे शाखाधिकारी तारे अभिमानानं सांगत, ''या भागातून दर आठवड्याला दोन ट्रक बेदाणा तिरुपती बालाजीला जातो. तेथील प्रसादाच्या लाडवात असतो तो बेदाणा इथला असतो. आपल्या अर्थसाहाय्याचाही थोडा सहभाग त्या प्रसादात असतो!''

खडीसाखर

एका खडीसाखर तयार करणाऱ्या कारखान्याला आम्ही कर्ज दिलं होतं. तो पाहायला मी गेलो. कमी प्रक्रिया कराव्या लागत असल्यामुळे साखरेपेक्षा खडीसाखर

स्वस्त होती. कारखान्याचा तरुण मालक मला माहिती देत होता, ‘‘खडीसाखर कोल्हापुरात खपते ती बेकरीवाल्यांकडे. बेकरीतील सर्व मालात खडीसाखर वापरलेली असते. फरसाण तयार करणारेही खडीसाखर वापरतात. जितकी जास्त खडीसाखर वापरली जाईल तेवढे फरसाण व बेकरी पदार्थ फायदेशीर ठरतात, कारण खडीसाखर किमतीत स्वस्त व वजनाला भारी असते!’’

प्रसादासाठी खडीसाखरेच्या बारीक वड्यांना मागणी असते. अशी सर्वाधिक मागणी दक्षिणेकडील देवस्थानाकडून असते.

पाच कोटींचे अमूल बटर

गुजरातमधील बँकेच्या तरसाली शाखेला उत्कृष्ट व्यवस्थापन पुरस्कार देण्यासाठी केंद्रीय कार्यालयातून मी गेलो होतो. बडोदा महानगरपालिकेचे कमिशनर आर. एन. दास प्रमुख पाहुणे होते. कार्यक्रम सुरेख झाला.

नंतर अहमदाबाद क्षेत्राचे रीजनल मॅनेजर यांच्याबरोबर ‘अमूल’ कंपनीस भेट देण्यास गेलो. त्यांच्याकडून काही व्यवसाय मिळावा हा हेतू होता. फायनान्स मॅनेजरशी चर्चा केली. ते म्हणाले, ‘‘सध्या ५ कोटी रुपयांचे अमूल बटर स्टॉकमध्ये आहे. तुम्ही १ ते २ कोटी रुपये फायनान्स करू शकाल काय कळवा.’’

गुजरातमधील शेतकऱ्यांनी एक-एक रुपया गोळा करून सुरू झालेल्या या कंपनीची ही प्रगती पाहून समाधान वाटले.

‘मंथन’ चित्रपटात सहकारी संस्था उभारताना काय अडचणी येतात हे पाहिले होते. दूध व अन्य पदार्थ विकून संस्था भरभराटीस आली होती. लोणी म्हटलं की, थोडंसं वाढून घ्यायचं. बोटानं थोडं थोडं चाटत चाटत चवीनं खायचं. असं एका वेळेस पाच कोटींचं अमूल बटर जवळ असणं हे वैभवाचं लक्षण होतं.

कमी व्याजदरात पाणीपुरवठा योजना

आजरा साखर कारखाना आणि आमची बँक यांच्या संयुक्त विद्यमानं आम्ही एक सुरेख विकास योजना आजरा परिसरात राबविली. आजरा भागात भरपूर पाऊस होतो, पण बहुतांश पाणी वाहून जाते. पाण्याचा साठा करून त्याचा शेतीसाठी उपयोग करण्याचं तंत्र वापरलं गेलं नाही. आजरा कारखान्यास उसाची गरज होती. जवळपास तयार होणारा ऊस पुरेसा नव्हता. आजूबाजूच्या शेतकऱ्यांना उसाचं उत्पादन घेण्यास प्रवृत्त करणं गरजेचं होतं. उसाला भरपूर पाणी लागतं. त्यासाठी सिंचन पद्धतीचा वापर करायला शेतकऱ्यांना शिकविलं.

कारखान्यात दोन शेती-प्रशिक्षक नेमले. ते शेतकऱ्यांना उसाचं अधिक उत्पादन घेण्यासाठी मार्गदर्शन करीत. यासाठी लागणारा खर्च भागवण्यासाठी आमची बँक केवळ १०% दरानं कर्ज देत असे. या व्याजातील २% व्याजाची रक्कम साखर कारखाना देत असे. शेतकऱ्यांना फक्त ८% दरानं कर्ज मिळे. कारखान्याला जवळपास ऊस मिळाल्यानं २% व्याज भरणं सहज शक्य होई.

आजरा येथे मी वरचेवर जात असे. त्या वेळी या योजनेत बँकेचा सहभाग नीट होतो ना ते पाहत असे. उत्पादक कारणासाठी बँकेची योजना साहाय्यभूत होत आहे हे पाहून बरे वाटे.

ग्रामीण बँकेवर संचालक

ग्रामीण भागात बँकिंग सेवा उपलब्ध व्हाव्यात यासाठी अर्थ मंत्रालय आणि रिझर्व्ह बँक हे दोघे नेहमीच प्रयत्नशील होते. राष्ट्रीयीकृत बँकांच्या शाखा खेडोपाडी उघडत होत्याच. त्याशिवाय ग्रामीण बँकांची स्थापना करण्यात येत होती. ग्रामीण जनतेशी संपर्कात असलेले व्यवस्थापकीय मंडळ अधिक प्रभावीपणे काम करील अशी अपेक्षा होती. कर्मचारी वर्गही त्याच भागातील घेतला जात होता.

बँक ऑफ महाराष्ट्रने अशा तीन बँका सुरू केल्या होत्या. मराठवाडा ग्रामीण बँक, नांदेड, औरंगाबाद, जालना ग्रामीण बँक आणि ठाणे ग्रामीण बँक अशी त्यांची नावे होती. या बँकांचे अध्यक्ष बँक ऑफ महाराष्ट्रकडून नियुक्त केले होते.

बँकेतील माझा विविध क्षेत्रांतील अनुभव लक्षात घेऊन बँकेने मला या तिन्ही बँकांवर संचालक म्हणून नेमले. या बँकांच्या संचालक मंडळाच्या बैठकीस मी जात असे. बँकेच्या ठेवीतील वाढ, कर्जाचे वितरण, गुंतवणुकीचा दर्जा, कर्ज वसुलीचे प्रयत्न, नफ्याचे प्रमाण, कर्मचाऱ्यांची काम करण्यातील उत्पादकता यावर चर्चा होत असे. आगामी कार्याची दिशा ठरत असे.

ग्रामीण भागातील कर्जाविषयी धोरणे आखणे, त्याची अंमलबजावणी करणे हा अनुभव या काळात मला प्रामुख्याने आला.

भारतातील सुमारे २०० ग्रामीण बँकांच्या संचालक आणि अधिकाऱ्यांना प्रशिक्षण देणारे केंद्र लखनौ येथे आहे. संचालकांच्या सेमिनारसाठी मी बँकेतर्फे जाऊन आलो. ग्रामीण भागात बँकिंग सेवा पोहोचविण्याच्या या राष्ट्रीय योजनेतही योगदान देता आले.

समृद्ध अमरावती

अमरावती हे वऱ्हाडातलं प्रमुख व्यापारी केंद्र आहे. ते कापूस उत्पादनासाठी प्रसिद्ध होतं. जिनिंग मिलला कर्ज दिलेलं होतं. कापड व्यापारासाठीही कर्ज दिलेली चांगली व्यापारी खाती होती.

एक दिवस आमचे सन्माननीय खातेदार प्रा. जी. पी. चिठोरे यांचा फोन आला. त्यांच्याकडे फ्रीजची एजन्सी होती. दसऱ्याला बरेच फ्रीज विकले जात. बँकेने फ्रीज ठेवलेल्या गुदामाच्या तारणावर कॅश क्रेडिट दिलं होतं. दसऱ्याच्या आधीचा दिवस रविवार होता. बँकेस सलग दोन दिवस सुट्टी होती. सुट्टीच्या दिवशी त्यांना अधिक फ्रीज गुदामातून बाहेर काढून घ्यायचे होते. त्यासाठी आवश्यक रक्कम चेकने ते देत होते. प्रश्न होता तो म्हणजे सुटीच्या दिवशी जाऊन हे काम करायचं होतं. ग्राहकांच्या मालाची विक्री होणं ही बँकेसाठी आनंद निर्माण करणारीच गोष्ट होती. ग्राहकांचा लाभ हा दूरगामी विचार करता बँकेसही लाभदायक असतो. मी अतिशय आनंदानं ती सेवा पुरवली. चेक ताब्यात घेऊन गुदामातून फ्रीज काढून दिले.

पुढे त्यांचे सर्व प्रकारचे साहाय्य शाखेला मिळाले. इतर कर्ज प्रकरणांत ते अर्जदाराबद्दल माहिती देत. तसेच स्वत:च्या ठेवीही देत. ग्राहकाला आपण मदत करत राहावी म्हणजे तेही आपणास सहकार्याचा हात देतातच.

अमरावती हे चित्रपट व्यवसायाबद्दलही प्रसिद्ध होतं. चित्रपट निर्मितीमध्ये पैसे गुंतविणारे लोक तेथे होते. चित्रपट वितरणाचे हक्क भुसावळ ते मध्य प्रदेश एवढ्या क्षेत्रासाठी विकत घेणारे चित्रपट फायनान्सर होते. त्यांची चालू खाती होती. ते बँकेतून ड्राफ्ट घेत. चित्रपटाबद्दल गोष्टी चालत. मीही त्या माहितीत लक्ष देत असे.

■

ओलीचिंब नायिका

माझं चित्रपटाचं वेड पाहून एक खातेदार माझ्याकडे आले.

"मी सिनेमा काढणार आहे. तुम्ही कथा ऐका. मग मला सिनेमासाठी कर्ज द्या."

"आम्ही सिनेमाला कर्ज देत नाही."

"तुम्ही नुसती कथा तर ऐका. तुम्हालाही त्या सिनेमात भूमिका देतो."

"बँकेच्या सध्याच्या धोरणात सिनेमा कर्ज बसत नाही."

तो बँकेतून गेला, पण दोन दिवसांनी घरीच आला. मला कथा ऐकवायला सुरुवात केली. मधूनच तो डोळे मिटून घ्यायचा. मला वाटतं, त्याला बराच भाग पाठ येत असावा. नाहीतर वाचताना डोळे मिटून कसे चालेल? नायक-नायिका अगदी जवळ येतात तेव्हा दोन फुले जवळ आलेली दाखविणार हे सांगताना त्यानं स्वत:च्या हाताची मिठी मारून दाखविली. एवढं करूनही मी त्याला कर्जाबाबत नकारच सांगितला.

बँकेत त्याने त्याचे खाते उघडले होते. चित्रपट-निर्मिती सुरू केली होती. पैसे कोठून उभे केले हे कळले नाही, पण थोडेफार व्यवहार खात्यात होत होते. महिन्याभराने तो एकदा धावतपळत बँकेत आला आणि सांगू लागला, "साहेब, चिखलदऱ्याला सिनेमाचं शूटिंग चाललंय. नायिका पावसात भिजते असा देखावा आहे. कृत्रिम पावसासाठी अमरावतीहून पाण्याचा बंब नेला होता. पावसामध्ये नायिका भिजली, पण शॉट ओके झाला नाही. दोन-तीन वेळा रिटेक झाले. बंब

रिकामा झाला. पुन्हा एक पाण्याचा बंब न्यायचाय. नगरपालिकेत पैसे आगाऊ भरल्याशिवाय बंब देत नाहीत. आग लागल्यावर ॲडव्हान्स मागत नाहीत तसं समजून बंब द्या ही विनवणी केली, पण ते तयार नाहीत. तेव्हा आता तरी पाच हजार रुपयांचा ओव्हरड्राफ्ट द्या. तिकडे ओली नायिका बसलीय. वाटल्यास बघायला चला!''

कर्ज अर्जाचे कित्येक निर्णय मी घेतले होते, पण इथं क्षणभर मी अडखळलो. सिनेमाला कर्ज द्यायचं नाही हे धोरण आणि ओली नायिका खोळंबलीये ही परिस्थिती यामध्ये मनाची ओढाताण झाली. नायिकेला सर्दी झाली, तर व्हिस्कीची बाटली बरोबर घेऊन जा असं सांगावंसं वाटलं, पण ते मनातच ठेवलं.

वैयक्तिक कर्ज मंजुरीचे मला जेवढे अधिकार होते त्यामध्ये मी त्याला पैसे दिले. बँकेचा नियम मोडला नाही. इतका 'नीड बेस्ड' गरज भागविणारा कर्जपुरवठा मी त्यापूर्वी कधीच अनुभवला नव्हता. तो चित्रपट चांगला चालला. ओव्हरड्राफ्टचे पैसे सव्याज परत आले.

हा अनुभव मी माझ्या मित्राला सांगितला. तेव्हा मस्करीनं तो म्हणाला, ''स्टॉक व्हेरीफिकेशनला गेला होता का? सत्यस्थिती पडताळली का?''

मोठ्या मनाचे स्वरभास्कर

बाजीराव रोड पुणे शाखेत असताना एक दिवस संगीतप्रेमी विजय दीक्षित यांचा फोन आला.

''भीमसेन जोशींना वीस हजार रुपयाचं कर्ज बँकेकडून हवं आहे. अट एकच आहे. आत्ता त्वरित हवंय.''

''देतो. बँकेत या. तुम्ही या कर्जाला जामीनदार राहा.''

''ठीक आहे. अर्ध्या तासात पोहोचतो.''

अर्जदार नामवंत होते. त्यांना कर्ज देणं हे त्यांना सेवा देण्याची बँकेला मिळालेली संधीच होती. अशा वेळी मन दोन प्रकारे विचार करीत होतं. एक म्हणजे 'कर्जाविषयी फारसं बोलणं हे या महान व्यक्तिमत्त्वाच्या बाबतीत बरं दिसणार नाही. तेव्हा आपण प्रत्यक्षात त्यांना कर्जाचे कारण, परतफेड कालावधी असले काहीही विचारायचे नाही. कर्ज हा विषयच काढायचा नाही. सन्मानाने पैसे सुपूर्त करायचे.'

दुसरं व्यवहारी मन सांगत होतं. 'अर्जामध्ये कर्जाचे कारण काय लिहिणार?' मग वैयक्तिक कारण लिहायचं ठरवलं. कागदपत्रात फक्त प्रॉमिसरी नोट घ्यायची व कोणतेही तारण घ्यायचे नाही असा निर्णय घेतला. माझ्या मंजुरी अधिकारात एकाच्या सहीनं हे कर्ज देता येत नव्हतं. त्यासाठी दीक्षित यांना जामीनदार म्हणून घेतलं. सर्व कागदपत्रे तयार ठेवली. कॅशिअरना रु. २०,०००च्या कोऱ्या नोटा

घेऊन माझ्या केबिनमध्ये बोलवलं. एक गुलाब मागवून घेतला. स्वरभास्कर शाखेत येणार यामुळे आम्हा कर्मचाऱ्यांमध्ये उत्साहाचं वातावरण निर्माण झालं होतं.

स्वरभास्कर भीमसेन जोशी केबिनमध्ये आले. मी उभं राहून त्यांना अभिवादन केलं. त्यांना बसण्याची विनंती केली. ते बसताच मी व कॅशिअरने मिळून रु.२०,०००च्या कोऱ्या नोटा असलेले बंद पाकीट व गुलाब त्यांना दिले. त्यांनी ते स्वीकारले. मी चहा मागविला होताच. तो येईपर्यंत अगदी मोजक्या अशा कागदपत्रांवर सह्या घेऊन टाकल्या. बँकेच्या आठवणी, सवाई गंधर्व महोत्सव अशा विषयांवर बोलणं झालं. कोठेही कर्जाबद्दल विषयही काढला नाही.

चहापानानंतर स्वरभास्कर गेले. एका महान व्यक्तिमत्त्वाला सेवा दिल्याचा आनंद मला मिळाला. थोड्याच वेळात आमच्या हेड ऑफिसमधून फोन आला. बँकेचे जनरल मॅनेजर व्ही. बी. गांधीसाहेब बोलणार होते. काही काम करायचे राहिले की साधारणत: त्यांचा फोन यायचा. थोड्याशा विवंचनेतच फोन घेतला. आश्चर्य म्हणजे त्यांनी माझं अभिनंदन करण्यासाठी फोन केला होता. माननीय भीमसेन जोशी यांनी गांधीसाहेबांना फोन करून बँकेत उत्कृष्ट सेवा मिळाल्याचं सांगितलं होतं. ते म्हणाले अर्जदार कर्जासंबंधी एकही शब्द बोलत नाहीत तरीही त्याला हवी ती रक्कम त्याच्या खिशात येते. असं बँकिंग या पूर्वी झालं नसेल व पुढेही होणे नाही.

भीमसेन जोशींकडून झालेलं कौतुक सदैव स्मरणात राहील.

वेळेपूर्वीच कर्जाची परतफेड झाली होती. बँकेने वैयक्तिक कर्ज देण्याचे अधिकार दिलेले असल्यामुळे अशी सेवा देता आली.

मी केवळ उत्सुकता म्हणून हे पैसे कशासाठी घेतले याची माहिती मिळविली. भीमसेनजींना चांगल्या गाड्या वापरायला आवडत. ते स्वत: कौशल्यानं गाडी चालवत. ते विलंबित रागात गाणारे असले तरी गाडी मात्र द्रुतगतीनं चालवत. गाड्यांची देखभाल व्यवस्थित होते ना हे पाहण्यास स्वत: मोटर गॅरेजमध्ये जात. त्यामुळे गॅरेजमधील मेकॅनिक मंडळींमध्ये त्यांच्याबद्दल आदर होता. या मेकॅनिक लोकांना बक्षिसी म्हणून ती रक्कम त्यांनी दिली होती. केवढ्या मोठ्या मनाचं हे व्यक्तिमत्त्व!

शेवानी समूह

लक्ष्मी रोड हे पुण्याचं वैभव आहे. इथं राजूशेठ शेवानी यांची ओळख एक मान्यवर खातेदार या नात्यानं झाली. भारत-पाकिस्तान फाळणीच्या वेळी सिंधी लोक भारतात आले. राजूशेठ यांचे वडील पुण्यात आले. रस्त्यावर उभे राहून ते कापड विकायचे. शाळेत जाणारा राजूही त्या वेळी शाळेतून सुटल्यावर घरी न जाता रस्त्यावर वडिलांबरोबर उभं राहून माल विकायचा. घरी जायला रात्रीचे अकरा

वाजायचे. त्यातूनच त्यांना व्यापार उद्योगाचे धडे मिळाले. आज त्यांची लक्ष्मी रोडवर अकराच्या वर कापड दुकाने आहेत. दागिने, गृहप्रकल्प यामध्येही त्यांनी जम बसवलाय. अशा कर्तृत्ववान खातेदारांचा मला अभिमान वाटायचा.

डी. एस. के.

एफ.वाय.ला असतानाच डी. एस. कुलकर्णी यांनी ठरविलं की, नोकरी करायची नाही. व्यवसायात रमायचं. घरी व कार्यालयात असणारे टेलिफोन स्वच्छ करून द्यायचे. त्यामध्ये सुगंधी द्रव लावायचा. महिन्यातून एकदा टेलिफोन पुसणे हे काम करायला त्यांनी टेलिस्मेल ही कंपनी काढली. सायकलवरून घरोघर जायचं. शंतनुराव किर्लोस्करांनी त्यांना प्रोत्साहन दिलं. ग्राहकांच्या कामाच्या वेळा, विश्रांतीच्या वेळा हे सारं ध्यानात घेऊन ते ग्राहकोन्मुख सेवा द्यायचे.

टेलिफोन स्वच्छ करताना कोणी म्हणायचं नळ गळतोय, तर कोणी किरकोळ दुरुस्तीची कामं सांगायचं. त्या त्या क्षेत्रातले कारागीर घेऊन डी.एस. कें.नी घर दुरुस्तीची कामे सुरू केली. त्यानंतर घरे रंगवून देण्याच्या क्षेत्रात ते उतरले. ते दिवाळीपूर्वी दुकानदारांच्या पाट्या स्वच्छ करून देऊ लागले.

त्यानंतरचा टप्पा गाठला तो गृहप्रकल्प निर्माण करण्याचा. वर्षाला एक लाख स्क्वेअर फूट बांधकाम करून फ्लॅट, रो हाउसेस विकण्यापर्यंत ते यशस्वी झाले. पुणे, मुंबई, बंगळुरू, दुबई, अमेरिका सर्वत्र कार्यालये थाटली. प्रकल्प उभे केले.

टोयोटा कंपनीचे अधिकृत प्रतिनिधी, उपाहारगृहे, संगणक, शिक्षण संस्था अशा अनेक व्यवसाय व प्रकल्पांमध्ये जाऊन त्यांनी यशाची शिखरे पादाक्रांत केली.

ते अभिमानानं सांगतात, बँक ऑफ महाराष्ट्रकडून पाच हजार रुपये कर्ज मिळवून व्यवसायास सुरुवात केली. बाजीराव रोड येथे दर आठवड्याला त्यांची भेट होत असे.

एकदा त्यांच्या एका साइटवर ते घसरून पडले. पायाला लागले. पाय प्लास्टरमध्ये बांधावा लागला. पायाला लागलेले असतानाही त्यांनी काम चालू ठेवले. मी त्यांना विचारले, ‘‘पायाला लागलंय. विश्रांती घ्या.’’

त्यावर ते म्हणाले, ‘‘फक्त पायाला लागलंय. मला काही झालेलं नाही!’’

डी.एस.के. कंपनीला पंचवीस वर्षे पूर्ण झाली तेव्हा ते म्हणाले, ‘‘बेदम काम करायचं, भरपूर काम करायचं.’’

ठाकूर सावदेकर

बिडी निर्मितीमध्ये वर्षानुवर्षे कार्यरत असलेल्या ठाकूर सावदेकर कंपनीचे

खाते पंचवीस वर्षांहून जुने होते. मध्य प्रदेश, हैद्राबाद, सोलापूर इत्यादी भागातून तेंदू पत्ता ते लिलावात घेत. ही पाने त्या त्या भागातील गुदामात ठेवली जात. त्या त्या भागातील बिडी कामगार, विशेषत: स्त्रिया बिड्या वळण्याचे काम करीत. भारतभर बिडी विक्रीचे जाळे निर्माण केले होते. आमच्या शाखेतील त्यांचे कॅश क्रेडिट खाते चांगले चालले होते. या खात्याच्या नूतनीकरणाच्या वेळी बँकेच्या संचालक मंडळाने कंपनीच्या सर्व गुदामांना भेट देण्यास सांगितले. मी व माझे सहकारी एस. एम. मालशे भेटीसाठी निघालो. पुण्याहून गाडीने सोलापूरला पोहोचलो. तेंदू पत्ता ठेवलेली गुदामे पाहिली. आता ही पाने किती आहेत आणि त्यांची किंमत किती हे पाहणे हुशारीचे काम होते. पाने गुदामात ठेवताना व त्यातून काढताना त्याच्या नोंदी कशा ठेवतात याचा प्रथम आम्ही अभ्यास केला. त्यावरून शिल्लक पानांशी प्रत्यक्ष पानांचा साठा जमतो ना पाहिले. गुदामावर महाराष्ट्र बँकेची पाटी लावली आहे ना, मालाचा विमा उतरविला आहे ना हेही पाहिले.

सोलापूर सोडले दर १०० ते १५० किलोमीटर अंतरावर एक-एक गुदाम पाहत हैद्राबादला पोहोचलो. एक वेगळा अनुभव गाठीशी आला.

मशीन डिपार्टमेंट

बँकांमध्ये संगणक आले नव्हते तेव्हाचा तो काळ होता. तेव्हा संगणकाला नाव बदलून आमच्या शाखेत कामाला लावले होते. 'ऑटोमॅटिक लेजर पोस्टिंग मशीन' ही फक्त बाजीराव रोड शाखेत होती. या मशीनवर काम करणारी मंडळी अनुभवात ज्येष्ठ होती. क्लिअरिंग हाउसकडून मोठ्या संख्येने चेक यायचे. ज्यांच्या कॅश क्रेडिट लिमिटमध्ये चेक बसत नाहीत त्यांची नोंद ओव्हरड्राफ्ट रजिस्टरमध्ये लिहून ते निर्णयासाठी पुढ्यात यायचे. मी तिसऱ्या मजल्यावरच्या केबिनमधून त्या वेळी तळमजल्यावर येत असे. पाच रजिस्टरमधील चेकचा निर्णय पंधरा मिनिटांत द्यावा लागे. सोबतीला कर्ज विभागाचे अधिकारी असत. रजिस्टरमध्ये 'हो', 'नाही' असं कळण्यासाठी 'सही' किंवा 'फुली' मारली जाई. त्या वेळी फुली पडलेले खातेदार त्यांची बाजू मांडायचा प्रयत्न करीत.

कोट्यवधी रकमेची उलाढाल या विभागात रोज होई.

घाऊक बदल्या

पुणे शहरातील पासष्ट शाखा, केंद्रीय कार्यालये, क्षेत्रीय कार्यालये यांतील क्लार्कच्या बदल्या दर पाच वर्षांनी होत. बदल्या गावातल्या गावात असल्या तरी

त्याबद्दल फार औत्सुक्य असे. बदल्यांचा आराखडा चालू आहे, तयार होत आला, पुढच्या महिन्यात आहे अशा बातम्या चर्चेत असत.

एक वर्ष आमच्या शाखेतील १६५ जण बदलून जायचे होते. त्यांच्या बदलीच्या ऑर्डर्सही आल्या. कोणाला घराजवळ मिळाली, कोणाला लांब याच्या चर्चा चालू होत्या. एवढ्या लोकांना सोडल्यावर शाखा कशी चालणार ही चिंताही कर्मचारी व्यक्त करीत होते.

एवढ्या लोकांना सोडायचं म्हणजे मलाही अवघडच वाटत होतं. पण शेवटी मनाचा निर्धार केला. साऱ्यांसाठी निरोप समारंभ आयोजित करण्याचं ठरलं. दोन गट केले. एकदा पंच्याहत्तर जणांना, तर दुसऱ्या वेळी नव्वद जणांना निरोप देण्यात आला. सारे भावनावश झालेले. कोणी भाषण वाचून दाखवले, तर कोणी शाखेवर खास कविता सादर केली. स्टाफच्या वतीनं प्रत्येकाला लेटरस्टँड भेट म्हणून दिला. एकाने त्या प्रसंगाला साजेशा सुमित्रानंद पंतांच्या काव्यपंक्ती उद्धृत केल्या -

वियोगी होगा पहला कवि
आहसे उपजा होगा गान।
निकलकर आँख से चूपचाप
बही होगी कविता अनजान।।

एक आठवड्यात एका शाखेतून एवढ्या कर्मचाऱ्यांना सोडल्याचे बँकिंगमधील हे एकमेव उदाहरण असेल.

कर्मचाऱ्यांना विश्वासात घेऊन बदल्या केल्यामुळे नवीन कर्मचारी शाखेत येईपर्यंत सर्वांनी अधिक काम करून सहकार्य केलं. ठेवी आणि कर्ज या विभागात कोणताही व्यत्यय येऊ दिला नाही.

सोलापूर हे चादरीचं गाव

सोलापूर हे चादरींबद्दल प्रसिद्ध. सोलापुरातील पूर्व भागातील अशोकनगर, साखरपेठ या शाखांतून चादरींचे उत्पादन करणाऱ्या कारखानदारांना कर्ज दिले होते. आफ्रिकेला रंगीत टॉवेलची निर्यात व्हायची. मशिनरीसाठी कर्ज, तर उत्पादनचक्र पूर्ण होण्यासाठी खेळते भांडवल दिले जायचे. उत्पादकांच्या शोरूमबाहेर आकर्षक रंगातील बेडशीट्स लावलेल्या असत. त्यामुळे सारा आसमंत सोलापूर चादरींच्या उत्पादनाचं अस्तित्व दाखवून देई.

मी क्षेत्रीय प्रबंधक असल्याने शाखांकडून आलेले कर्जाचे प्रस्ताव त्वरेनं मंजूर करणं हे माझं काम होतं. निर्णय लवकर दिल्यानं ग्राहकाला त्याचा प्रकल्प वेळेवर पूर्ण होण्यास साहाय्य होई. तसेच बँकेचा व्याजाचा मीटरही लवकर सुरू होई. सोलापूर

आणि उस्मानाबाद येथील ५५ शाखांना तिमाही भेटी देण्याचे कामही माझ्याकडे होते. मी दिवसभर प्रवासातही कागदपत्रे वाचत असे. शिवाय रात्री घरीही फोल्डर्स पाहत असे. सर्व फोल्डर पाहिल्यावरच झोपी जात असे. त्यामुळे निर्णय लवकर होऊ शकत.

बोराची शेती

गायकवाड नावाचे प्रगतीशील शेतकरी होते. त्यांनी बोराची लागवड मोठ्या प्रमाणावर केली होती. जिथे जिथे बोराचे उत्पादन होते तिथे जाऊन त्यांनी माहिती घेतली होती. सर्वोत्कृष्ट बोरे आपल्या शेतात तयार व्हावीत यासाठी ते प्रयत्नशील होते. त्यांना यश आलं होतं. बोराचं उत्पादन मोठ्या प्रमाणावर होत होतं. प्रश्न बोरांच्या विक्रीचा होता. त्यासाठी त्यांनी बोरे ठेवण्यासाठी जाळीची पिशवी वापरण्यास सुरुवात केली. ही जाळी भगव्या रंगाची असेल, तर त्याचा बोरांवर प्रकाश पडून ती पिवळी, सोनेरी अशी दिसतात. या आकर्षक पॅकिंगचे तेच जनक होते.

बोराचे लोणचे, चटणी, जॅम, सॉस असे नवनवीन प्रकारचे उत्पादन त्यांनी सुरू केले. या प्रक्रियेत अर्थसाहाय्य म्हणून आमची बँक सदैव त्यांच्यासमवेत होती.

बैलगाड्यांचा कारखाना

साखर कारखाना उभारणीसाठी बँकेने अनेक कारखान्यांना कर्ज दिलं होतं. या कारखान्यांना ऊस पुरवठा करणारे शेतकरी ट्रक, ट्रॅक्टर आणि बैलगाड्या यांचा वापर करीत. पूर्वापार पद्धतीच्या लाकडाची चाके असलेल्या बैलगाड्या ओढायला बैलांना अधिक शक्ती लावावी लागे. त्यावर उपाय म्हणून लोखंडाची चाकं आणि ती फिरताना बॉल बेअरिंगचा केलेला वापर यामुळे बैलगाड्या हलक्या आणि वेगवान झाल्या.

अशा बैलगाड्यांचा कारखाना ढोकी येथील उद्योजक देशमुख यांनी काढला होता. महाराष्ट्रातील विविध साखर कारखान्यांकडून या गाड्यांना मागणी होती. कारखाने शेतकऱ्यांना या आधुनिक बैलगाड्या पुरवू लागले होते. कारखान्यांना बैलगाड्यांचा पुरवठा देशमुख करत, परंतु बिलाचे पैसे मिळण्यास दोन ते तीन महिने लागत. या काळात त्यांच्या येणे रकमेच्या तारणावर आम्ही त्यांना कर्ज देत असू.

उस्मानाबाद जिल्ह्यातील ढोकीसारख्या छोट्या गावातील कारखानदारांनी जिद्दीने कोट्यवधी रुपयांच्या बैलगाड्यांची विक्री करून दाखविली. त्यात आमच्या बँकेचा अर्थसाहाय्याचा वाटा होता. बैल विनासायास बैलगाडी ओढू लागले. ही करामत या कारखानदारांनी केली होती.

■

वसुलीचे काम; हुशारीचे काम

न्यायालयाकडून हुकूम

''मॅनेजर कुठं आहेत? मी केंद्रीय कार्यालयातून जनरल मॅनेजर क्रेडिट बोलतोय.''

''ते आज रजेवर आहेत. अजून दोन दिवसांनी येतील.'' – मी.

''मग तुम्ही एक महत्त्वाचं काम करा. मॅस्वी अँड कं. यांच्या विरुद्ध वसुलीसाठी आपल्या बँकेने मुंबईत दावा दाखल केला होता. त्यांचं दुकान तुमच्या शाखेशेजारीच आहे. त्या दुकानातील मालाचा ताबा घ्यायचाय. माल दुकानाबाहेर नेण्यास परवानगी नाही. दुकानालाही बँकेचे कुलूप लावायचे नाही. कंपनीला दुकान चालू ठेवता आलं पाहिजे. नमुना म्हणून दाखवायला मालाच्या प्रमुख प्रकारातील एक एक नग बाहेर ठेवायला हरकत नाही, पण किमतीच्या दृष्टीने अधिकाधिक मौल्यवान माल बँकेच्या ताब्यात असायला हवा. हे सारं आजच व्हायला हवं. कोर्ट ऑर्डर घेऊन निघालेला माणूस तुमच्याकडे थोड्या वेळाने पोहोचेल.'' केंद्रीय कार्यालयाने स्पष्ट निर्देश दिले.

''ठीक आहे. मी सारं काही व्यवस्थित करतो.'' मी ग्वाही दिली.

मी विचार करायला लागलो. एखादं कोडं सोडवायला घालतात तसा हा प्रकार होता. अमुक आहे, पण तमुक नाही. मग ओळखा पाहू? मालाचा ताबा बँकेकडे घ्यायचाय, पण माल तर दुकानाबाहेर काढायचा नाही. दुकानही चालू राहिले पाहिजे.

मी कोर्ट ऑर्डर हातात पडण्याची वाट पाहत होतो. सायंकाळी पाच वाजता

ती मिळताच एकही मिनिट वाया न घालविता मी शाखेच्या शेजारीच असणाऱ्या कंपनीच्या शोरूममध्ये पोहोचलो. कंपनीकडून येणं थकीत होतं; परंतु तेथील कंपनीचे मॅनेजर, कर्मचारी यांचे शाखेशी संबंध चांगले होते. त्यांना सर्व परिस्थिती समजावून सांगितली. त्यांनी त्वरित मुंबईस त्यांच्या प्रमुख कार्यालयाला फोन लावला. त्यांनी खुलासा केला की, बँकेला दुकानाला कुलूप लावता येणार नाही. दुकानातून मालही बाहेर नेता येणार नाही.

मी मॅस्वीच्या मॅनेजरशी चर्चा करून एक योजना मांडली. दुकानात मोठमोठी शेल्फ होती. त्यात भरपूर माल होता. त्या शेल्फचा दर्शनी भाग आत वळवला. त्या सर्व मोठ्या शेल्फची मिळून एक खोली बनविली. एक सुतार बोलावला. त्याच्याकडून त्या खोलीला एक दार करवून घेतलं. कडीकोयंडा लावून कुलूप लावलं. त्या खोलीवर 'बँक ऑफ महाराष्ट्रकडे ताबे गहाण माल' असा नेहमीच्या गुदामाला लावतात तसा फलक लावला. बाहेर काही शेल्फ शिल्लक होती. त्यावर अगदी थोडा नमुन्यापुरता माल ठेवला होता. दुकान एकदम मोकळं वाटत होतं. मग मालाच्या चित्रांची पोस्टर्स, छायाचित्रे, कंपनीची जाहिरातपत्रकं वगैरे लावून दुकानाचं रितेपण नाहीसं केलं.

येणाऱ्या ग्राहकाला माल दाखवायचा. तो देईल ती रक्कम शेजारी बँकेत भरावयाची व त्या रकमेच्या बदल्यात बँकेने त्या बंद खोलीतून माल बाहेर काढून द्यायचा. ही योजना त्या कंपनीलाही मान्य झाली. दुकान बंद पडले नाही. रात्री साडेबारा वाजता हे काम झाले. मी रात्रीच पुण्यास साहेबांच्या घरी फोन करून काम झाल्याचे सांगितले. त्यांनीही शाबासकी दिली.

पुढे बँकेचा माणूस शेजारील कंपनीच्या दुकानात जाऊन माल काढून देत असे. वसुली होत होती. न्यायालयाचा हुकूम आम्ही तंतोतंत पाळला होता.

उसाचा गाव

कर्ज वसुली वेळेवर झाली तरच बँकांना पुढील कर्जे मंजूर करण्याची शक्ती प्राप्त होते. यासाठी कर्ज देताना प्रामुख्यानं एकच गोष्ट पाहायची. ती म्हणजे कर्ज वसुली होईल ना?

कर्ज देताना अर्जदाराचं कॅरॅक्टर म्हणजे चारित्र्य कसं आहे हे पाहिलं जातं. तो प्रामाणिक आहे ना, कर्ज परत करण्याची त्याची इच्छा आहे ना, याबद्दल माहिती काढली जाते. त्यानंतर कपॅसिटी म्हणजे अर्जदाराची व्यवसाय करण्याची क्षमता आहे ना याची पडताळणी केली जाते. त्याचे शिक्षण, कामाचा अनुभव, व्यवसायातील बदलांना सामोरे जाण्याची क्षमता, बोलणे, वागणे यातील हुशारी,

विक्रयकलेतील नैपुण्य यावरून ही पडताळणी होते. यानंतर कॅपिटल म्हणजेच व्यवसाय सुरू करण्यासाठी स्वत:चे भांडवल आहे ना, ते कसे उभे करणार, त्यात कर्जाने आणलेल्या पैशाचा समावेश नाही ना हे पाहिले जाते. कर्जाचं कारण हे उत्पादक गोष्टीसाठी असावं. कर्जाच्या रकमेतून उत्पन्न वाढविणारं काम व्हायला हवं. होणाऱ्या उत्पन्नातून खर्च वजा जाता निव्वळ नफा राहतो. त्यातून घरखर्चाची रक्कम 'उचल' म्हणून कमी केल्यास कर्जफेडीसाठी उपलब्ध असणारी रक्कम कळते. ही रक्कम उपलब्ध झाली, तर ते कर्जप्रकरण योग्य. नसेल तर कर्जप्रकरण नाकारलेले बरे.

कर्जासाठी अर्ज भरला की, कर्ज मंजूर असं नसतं. त्या माहितीवर आधारित पडताळणी करण्याचं काम बँक करते. अवाच्या सव्वा कर्ज मागितलं नाही ना, हेही बँक पाहते. एकदा एक अर्जदार मला म्हणाले, ''तुम्ही फार माहिती घेता हो.'' त्यावर मी त्याला समजावलं, ''हा ठेवीदारांचा पैसा आहे. त्यांना वेळेवर परत करण्याची जबाबदारी बँकेची आहे. कर्ज देणं, मुलगी सासरी देताना जशी नीट माहिती घेतात तसं आहे.''

कर्ज देताना अधिक माहिती घेणं याचा अर्थ अर्जदाराला त्रास देणं असा नव्हे. कर्ज देताना जितक्या सुलभपणे देऊ तेवढीच वसुलीही सुलभपणे होते असा माझा अनुभव आहे.

अर्जदार त्याची बाजू बरोबर आहे असंच सांगतो. त्याला कर्ज हवं असतं, पण मॅनेजरने आपलं डोकं वापरून व्यवसाय नीट चालेल ना हे पाहायचं असतं. याबाबत मला एक गोष्ट आठवते. वधू परीक्षेच्या वेळी मुलीच्या बाजूचे लोक तिचं गुणगान करत असतात. एकदा अशाच एका वधूपरीक्षा कार्यक्रमात मुलाकडील मंडळी म्हणाली, ''पोहे छान झाले आहेत.'' त्यावर मुलीची आई मुलीचं कौतुक करत म्हणाली, ''रेखानंच केलेत.'' नंतर टेबल क्लॉथवरील विणकामाची तारीफ करीत मुलाकडील गृहस्थांनी स्तुती केली. त्यावर रेखाची मावशी म्हणाली, ''रेखानंच केलंय.'' भिंतीवरील चित्र दाखवत एक जण म्हणाला, ''सुरेख चित्र काढलंय.'' त्यावर रेखाची आत्या म्हणाली, ''रेखानंच काढलंय!'' त्यावर ते गृहस्थ म्हणाले, ''पण त्या चित्राखाली मुळगांवकर लिहिलंय.''

''तेही रेखानंच लिहिलंय.'' आत्याने पुस्ती जोडली.

तेव्हा अर्जदार काहीही म्हणो, बँकेच्या मार्गदर्शक तत्त्वाप्रमाणे पडताळणी हवीच. ती झाल्यास कर्ज वसुलीचा त्रास होत नाही.

कर्जदाराला पैसे परत केव्हा करावयाचे आहेत हे लेखी कळविण्याची काळजी मी घेत असे. रहिमतपूरला शाखाधिकाऱ्यांनी तिमाही व्याजाची पत्रं त्वरेनं पाठविण्याचा धडा घालून दिला होता. तो सर्व ठिकाणी पाळला. कर्ज थकीत

झाल्यास कर्जदाराला स्मरणपत्रे पाठवावी लागत. त्यानेही काम भागलं नाही तर दूरध्वनीवरून संपर्क करावा लागे. त्यानंतरचं काम म्हणजे प्रत्यक्ष जाऊन पैसे भरण्यास सांगणे होय.

कोल्हापूरची गोष्ट आहे. कावळा नाक्यावरच्या सायकलवाल्यास आम्ही बारा सायकली विकत घेण्यास कर्ज दिलं होतं. सायकली भाड्यानं देणं व दुरुस्ती करणं हे त्याचं काम होतं. त्याला कितीतरी वेळा भेटून सांगितलं, पण तो अजिबातच पैसे भरायला तयार नव्हता. दर वेळी खोटी आश्वासने देत असे. माझे शाखाधिकारी निकमसाहेब व मी जीपने त्या दुकानावरून चाललो होतो. निकमसाहेबांनी ड्रायव्हरला जीप थांबवायला सांगितले. ते दुकानाकडे पळत सुटले. मी त्यांच्यामागून धावत होतो. दुकानात त्यांनी आरडाओरड सुरू केली. ते मला जोरात म्हणू लागले, "बघत काय बसलात? दुकानाला ताबडतोब कुलूप लावा." माझ्यावर ते ओरडत होते तरी मला माहीत होतं की, हे सारं वसुलीचं वातावरण निर्माण करण्यासाठी आहे. शेवटी तो दुकानदार घाबरला. दुसऱ्या दिवशीपासून त्याने कर्ज परतफेडीला सुरुवात केली.

स्मरणपत्रे, भेटी यानंही काम होईना झाल्यावर वसुलीचा अखेरचा मार्ग असायचा तो कोर्टात दावा करण्याचा. साधारणत: कागदपत्रे तीन वर्षे चालत. त्यापूर्वी त्याचं नूतनीकरण करावं लागे. हे एक मोठं काम असायचं. अनेक ठिकाणी मला शाखेतील शिपाई बंधूंनी नूतनीकरण सह्या आणण्यात मदत केली; पण जर कर्जदार नूतनीकरण करून देत नसेल तर कागदपत्र कालबाह्य होण्यापूर्वी कोर्टात दावा करावा लागे. कोर्टाच्यामार्फत वसुली म्हणजे वेळ आणि खर्च दोन्ही भरपूर लागे.

नाटककार राम गणेश गडकरी यांच्या एका वाक्याची आठवण मला कोर्टात जर पुढची तारीख पडली तर हमखास होई. ते वाक्य म्हणजे, "दिवाणी दाव्याची लज्जत त्याच्या दिरंगाईतच असते."

बँकेने निवड केलेल्या वकिलामार्फतच हा दावा करावा लागे. तारखेच्या आधी वकिलांच्या घरी जाऊन त्यांची भेट घेणे, त्यांच्या सूचनेप्रमाणे साक्षीदारांना हजर ठेवणे हे सारे मी करत असे. न्यायालयात आपण ताटकळत उभं राहून आपला खटला सुनावणीसाठी केव्हा येईल याची वाट पाहावी लागे. त्यात आपले वकील दुसऱ्या न्यायाधीशापुढे कामात असतील तर आपली चांगलीच धावपळ होते. कर्जदार, वकील, न्यायाधीश सारे आरामात असत. कर्ज देऊन अडकलेले आपण तेवढे विवंचनेत असतो. खटल्याचा तीन-चार वर्षांनी निकाल लागायचा. तो बँकेच्या बाजूने असला की, मग डिक्रीच्या प्रती मिळवायची धडपड करायची. त्यानंतर आपणास तारण दिलेल्या वस्तू बेलिफाला दाखवून ताब्यात घ्यायच्या. मग त्याचा

रीतसर लिलाव करायचा. त्या लिलावात झालेल्या बोलीप्रमाणे आलेल्या पैशांची तेवढी वसुली व्हायची. असे शेकडो दावे एकाच शाखेत करण्याची वेळ माझ्यावर अमरावती येथे आली.

मुले ही खरी संपत्ती

सुवर्ण नियंत्रण कायदा १९६२ साली अमलात आला. फक्त चौदा कॅरेट सोन्याचे दागिने बनवण्याची परवानगी होती. ग्राहकांना ते पसंत नव्हते. अनेक सुवर्णकार बेकार झाले. महाराष्ट्र शासनाने अशा लोकांना पर्यायी उद्योगासाठी कर्ज देण्याचे ठरविले. त्या योजनेचे नाव होते 'स्टेट एड टू इंडस्ट्रीज.' ही कर्जे केवळ चार टक्के व्याजाने देण्यात आली होती. अशी कर्जे आम्ही अनेक जणांना दिली होती. त्यातील थकीत खात्याचा पाठपुरावा सुरू होता.

एका पवार नावाच्या खात्यात वसुली येत नव्हती. न्यायालयात दावा दाखल झाला होता. दाव्याचा निकाल बँकेच्या बाजूने लागला होता. वसुली येत नाही यासाठी अखेरचा मार्ग म्हणून डिक्रीची म्हणजेच हुकूमनाम्याची अंमलबजावणी करून घरावर जप्ती न्यावयाचे ठरले. मी घरास भेट दिली. घरी काहीच संपत्ती नव्हती. हुकूमनाम्याची अंमलबजावणी करण्यास आपल्याला संपत्ती दाखवावी लागते.

येथे तर अठराविसे दारिद्र्य होते. या घरावर जप्ती आणणे बरोबर नाही असे मला वाटले. कर्ज घेऊन सुमारे बारा वर्षे झाली होती. ही १९७३ मधील घटना असावी. त्या वेळी कर्ज माफ करण्याची फारशी पद्धत नव्हती. अशा परिस्थितीत काय करावं या विचारात मी होतो.

मी शाखाधिकारी निकमसाहेबांना भेटलो. त्यांना सत्यस्थिती सांगितली. ''पवार यांना आपण वेल्डिंग मशीन घेण्यासाठी १९६२मध्ये रु. २५००/- कर्ज दिले. तारण म्हणून वेल्डिंग मशीनचे हायपॉथिकेशन घेतले. मशीन खरेदी केल्यावर त्यांनी स्टीलच्या कॉट्स बनविल्या. त्या भाड्याने दिल्या. काहींनी भाडे दिले नाही, तर काहींनी कॉटसह पोबारा केला. वेल्डिंग करीत असताना पवार यांच्या डोळ्यात ठिणगी घुसली. हॉस्पिटलमध्ये दाखल केले. खूप खर्च झाला. होत्या त्या कॉट व वेल्डिंग मशीन विकून हॉस्पिटलची बिले भागविली. एक डोळा कायमचा गेला. घरात खायची मारामार. यांच्या घरावर जप्ती आणून बँक काय साधणार?''

''तुम्हाला वसुलीसाठी पाठविलं तर तुम्ही त्यांचीच बाजू घेऊन बोलत आहात. बँकेची वसुली कशी होईल ते सांगा.'' साहेब म्हणाले.

''पवारांना दोन मुलं आहेत. एक तेवीस वर्षाचा, दुसरा वीस वर्षाचा. घरच्या

गरिबीमुळे ते फार शिकले नाहीत. दोघं दोन वेगळाल्या किराणा मालाच्या दुकानात नोकरी करतात. एकाला रु. ३५ तर दुसऱ्याला रु. ४० दरमहा पगार आहे. साहेब, आपल्या दोन मोठ्या खातेदारांना जर तुम्ही सांगितलंत, तर या दोघांना जादा पगाराच्या नोकऱ्या मिळतील. त्यातून आपण या कर्जासाठी हप्ता ठरवून घेऊ. जप्ती न आणता आपलं कर्ज वसूल होईल. मी फोन लावून देतो. तुम्ही नुसता शब्द टाका.''

''लावा फोन. एक घाडगे पाटील इंडस्ट्रिजला आणि दुसरा पोल्सनला.''

मी फोन जोडून दिले. दोघांनीही सकारात्मक प्रतिसाद दिला. दोन्ही मुलांच्या मुलाखती झाल्या. एकास रु. १२५/- तर दुसऱ्यास रु. १३०/- दर महा पगाराची नोकरी मिळाली. त्यातून प्रत्येकी दर महा रु. ५०/- कापून घेऊन आम्ही कर्ज वसूल केलं. त्यांनाही आनंद झाला. बँकेचे पैसे देऊनही घरी दर महा पूर्वीपेक्षा अधिक पैसे येत होते.

पवार बँकेत येऊन निकमसाहेबांच्या पाया पडले. माझे हात हातात धरले. त्यांच्या डोळ्यांतून आनंदाश्रू वाहत होते.

आत्महत्या

नागपूर येथील बँकेची मिटिंग आटोपून मी अमरावतीस परत आलो. रात्रीचे अकरा वाजले होते. लांबूनच लक्षात आलं की, घरी काहीतरी भयंकर घडलंय. सर्व दिवे चालू होते. दार उघडं होतं. घरी आलो तर बँकेची एक खातेदार बाई सौ.ला तिची कहाणी ऐकवत होती. मी घरात आल्यावर पुन्हा तिनं तिचा प्रश्न मांडला. तिचं लग्न ठरलं होतं. लग्नाची तारीख ठरली होती. लग्नपत्रिका वाटल्या होत्या. मुलाकडील मंडळींनी दहा हजार रुपयांची मागणी केली होती. ते पैसे तिच्याकडे नव्हते. घरच्या लोकांची पैसे देण्याची स्थिती नव्हती. बँकेनं कर्ज द्यावं असं तिचं म्हणणं होतं. कर्ज न मिळाल्यास ती आत्महत्या करायला निघाली होती.

एकंदर परिस्थिती पाहता ती जिवाचं बरंवाईट करून घेईल असं वाटत होतं. मी तिला दुसऱ्या दिवशी बँकेत यायला सांगितलं.

सकाळी अकरालाच त्या बाई त्यांच्या नातेवाइकांसह बँकेत आल्या. कर्ज न दिल्यास आत्महत्येशिवाय पर्याय नाही असे म्हणू लागल्या. मी त्यांना सांगितले की, बँकेतले निर्णय भावनेपोटी घेऊन चालत नाही. बँकेचे पैसे कर्जाने द्यायचे, तर ते बँकेच्या धोरणात बसायला हवेत. हे तुमचे नातेवाईक बरोबर आहेत. यातील चांगल्या उत्पन्नाचे दोन जामीनदार द्या. त्यास ते तयार झाल्यावर मी रु. ५००० कर्ज दिले. अर्जदार बाई बी. एड. झाल्या होत्या. त्यांना नोकरी लागणार होती. त्यातून वसुली व्हायची होती.

लग्न झालं, परंतु कर्जाचे हप्ते येईनात. त्या बाई लग्नानंतर कोल्हापूरला गेल्या. तिथे त्यांना नोकरी लागला, पण पैसे येईनात. तेवढ्यात माझीही बदली कोल्हापूरला झाली. मी त्या बाईंचा ठावठिकाणा शोधून काढला. बँकेचे पैसे भरण्यास सांगितले. त्यांना कोणत्या परिस्थितीतून वाचविले याची जाणीव करून दिली. विशेष म्हणजे तिचा नवराही हे कर्ज फेडण्यासाठी धडपड करू लागला. उशिराने का होईना कर्ज फिटलं. एक आत्महत्या थांबली. एक जीव न जाता त्या जोडप्यानं पुढं मुलगा झाल्याचे पेढे आणून दिले.

क्रोधे सर्वनाश

एका जुन्या कर्जखात्याचा दावा कोर्टात सुरू होता. बँकेला डिक्री मिळाली. ते पैसे वसूल करण्यासाठी कर्जदाराला प्रत्यक्ष भेटणे, नोटिशी पाठविणे सारे झाले होते. पण पैसे येत नव्हते. बँकेला तारण असलेला बंगला पुण्यात प्रभात रोडजवळच्या कांचन गल्लीसारख्या अतिश्रीमंत भागातला होता. जागेला सोन्याचा भाव होता. बंगल्याच्या किमतीच्या मानाने घेतलेले कर्ज नगण्य होते; पण बंगला विकण्यात अडचणी निर्माण झाल्या. त्याच प्रॉपर्टीवर आणखी दोघांकडून थोडे थोडे कर्ज घेतले गेले होते. त्यांना ती प्रॉपर्टी घ्यावी वाटत होते.

मला या खात्याबद्दल समजलेली माहिती ऐकून मी थक्कच झालो. घरातील प्रमुख बाईंना कलर टी. व्ही. घ्यायचा होता. त्या वेळी जवळ पैसे नव्हते. घरातून त्याबाबत सहकार्य मिळालं नाही. रागाच्या भरात त्या बाईंनी एवढा मोठा बंगला तारण ठेवून खासगी कर्ज काढलं. रागातच बँकेचे किंवा अन्य कोणाचे पैसे भरले नाहीत. पंधरा वर्षांत कर्जाची रक्कम मोठी झाली. व्याज रात्रंदिवस पळत असतं.

छोट्या हव्यासापोटी रागाच्या प्रभावाखाली जाऊन मोठी प्रॉपर्टी गेल्याचं दृश्य पाहायला मिळालं.

वेफर्स प्रकल्प

एक गृहस्थ परदेशात गेले होते. तिथं त्यांनी हॉटेलात बिअर मागविली. त्याबरोबर बटाटा वेफर्स देण्यास सांगितले. नंतर बिल पाहिले, तर बिअरच्या किमतीपेक्षाही वेफर्सची किंमत जास्त होती. भारतातील वेफर्सच्या किमतीपेक्षा ती कितीतरी अधिक होती. त्याच्या मनात आले की, आपण भारतातून येथे वेफर्सची निर्यात करू या.

त्यानी वेफर्सची प्रकल्पासाठी जागा घेतली. त्यासाठी बँकेचे कर्ज घेतले. मशिनरीसाठीही कर्ज घेतले. वेफर्सचे उत्पादन केले, तरी मालाचा दर्जा जमेना. कुरकुरीत वेफर्स तयार होईनात. नंतर त्यांच्या लक्षात आलं. नेहमी खातो तो बटाटा वेफर्स तयार करण्यास चालत नाही. त्यासाठी चाकण भागात विशेष प्रकारच्या बटाट्याची लागवड करतात. अशा शेतकऱ्यांकडील बटाटा आधीच अन्य वेफर्स उत्पादकांनी विकत घेऊन ठेवला होता.

अशा खास उत्पादकांना आगाऊ रक्कम देण्यासाठी त्याने पुन्हा बँकेकडून कर्ज काढले. प्रत्यक्ष उत्पादन सुरू झाले. बटाट्याचे वेफर्स झाले. वेफर्स ठेवायला फार मोठी जागा लागते हे त्याच्या ध्यानात आले. त्यासाठी प्रचंड शेड बांधावी लागली. त्या शेडसाठी बँकेकडून कर्ज घेतले. वेफर्स परदेशात विकण्यासाठी संपर्क हवा. त्यासाठी परदेश वाऱ्या झाल्या.

बोटीने माल परदेशात गेला. तिथे जाईपर्यंत तो मऊ पडला. मालाची गुणवत्ता टिकू शकली नाही. वेफर्स चांगल्या स्थितीत राहावे यासाठी त्याने 'स्टील कंटेनर्स' बनविले. त्यासाठी पुन्हा बँकेचे कर्ज घेतले.

माल त्वरेने जावा यासाठी विमानाने वेफर्स पाठवायचे ठरले. वेफर्सच्या पार्सलला अधिक जागा लागते, त्यामुळे परदेशी कागदपत्रात अडचणी येऊ लागल्या.

कल्पकतेला वास्तवाचं भान राहिलं नाही. अनुभवही नव्हता. परदेशातील वेफर्सची महाग किंमत दिसली, परंतु भारतातून ते पाठविणं कितपत योग्य आहे याचा व्यावहारिक विचार झाला नाही. खातेदार व बँक दोघेही अडले.

वसुलीसाठी हे खाते मी ताब्यात घेतले तेव्हा ही 'वेफर्स कथा' ध्यानात आली. वसुलीसाठी फार मेहनत घ्यावी लागली. फार वेळ लागला. संबंधित अधिकाऱ्यांवरही कारवाई झाली. आजही वेफर्स पाहिल्यावर मला ही कथा आठवते.

राजा रविवर्मा

लोणावळ्याजवळ मळवली येथील डोंगरावरच्या एकवीरा देवीचे दर्शन घेतले आणि राजा रविवर्मा यांच्या प्रशस्त बंगल्याकडे गेलो. बाजीराव रोड शाखेचा कार्यभार स्वीकारल्यावर जुनी वसुलीची खाती पाहताना एका व्यक्तीला चालू खात्यात ओव्हरड्राफ्ट दिलेला होता. त्या व्यक्तीचा पत्ता म्हणजे हा राजा रविवर्मा यांचा बंगला होता. वसुलीसाठी पाठविलेल्या पत्रांना प्रतिसाद मिळत नव्हता. दूरध्वनी क्रमांक नव्हता. या जुन्या वसुलीसाठी एकदातरी प्रत्यक्ष जागेवर जाऊन प्रयत्न करावा यासाठी पुण्याहून मी आलो होतो.

बंगल्याचं आवार खूप मोठं होतं. बंगल्यात प्रवेश कसा करायचा हा विचार

करीत होतो. भरपूर झाडी होती. झाडांमधून थोडीफार वास्तू बाहेरून दिसत होती. आमची गाडी बंगल्याच्या दारात येताच दोन भलीमोठी कुत्री जोरजोरात भुंकायला लागली.

त्या बंगल्यात एक बाई राहत होत्या. त्यांनी बंगला परिसर पाहायला परवानगी दिली. राजा रविवर्मा हे तिरुअनंतपूरम्चे. केरळचे. तिथे त्यांनी काढलेल्या तैलचित्रांचे भव्य संग्रहालय आहे. त्याच गावी त्यांचा राजवाडाही आहे. नामदार जगन्नाथ शंकरशेठ यांनी राजा रविवर्मा यांना चित्रे काढण्यास निवांत जागा मिळावी, म्हणून या परिसरात येण्याचे आमंत्रण दिले होते. बंगल्यात जाऊन पाहिलं, तर भिंतीवर एका गाडीच्या चित्राचं भव्य पोर्ट्रेट लावलं होतं. काही चित्रांच्या छापील प्रती इतस्तत: पडल्या होत्या. देवी सरस्वतीचे रविवर्मा यांनी काढलेले चित्र तर जगप्रसिद्ध आहे! चित्रे छापण्याच्या दगडी शिळाही तिथे होत्या.

बँकेच्या वसुलीचा विषय न काढता मी या वास्तूचा अभ्यास करावयाचा आहे असे सांगितले. अधिक माहिती मुंबईस ज्यांच्याकडून मिळेल हे कळले त्यांचा पत्ता मिळविला. ओव्हरड्राफ्ट घेणाऱ्या व्यक्तीचं तेच नाव होतं. त्यांच्याशी संपर्क साधला. राजा रविवर्मा यांची ही संपत्ती ज्यांच्या ताब्यात होती त्यांचा हा वंशज होता. त्याने जुना ओव्हरड्राफ्ट भरला. वसुलीमध्ये चिकाटी असेल तर काम होतं.

वसुलीसाठी दिल्लीपर्यंत मजल

सोलापूर येथील एका टेक्सटाईल मिलवर कर्ज वसुलीसाठी आमच्या बँकेने दावा केला होता. कारखाना बंद पडण्यापूर्वी त्याला काही सवलती देऊन, आर्थिक साहाय्य करून तो पुन्हा नीट चालेल का हे पाहण्यासाठी दिल्लीला एक बीआयएफआर – बोर्ड फॅार इंडस्ट्रियल फायनान्स अँड रिकन्स्ट्रक्शन आहे. कंपनीने तेथे अर्ज केला. त्यामुळे कोर्टातील दावा जैसे थे स्थितीत राहिला. बीआयएफआरच्या निर्णयानंतर पुढे तारीख चालणार होती. आता बीआयएफआरपुढे बँकेची बाजू मांडायची होती. दिल्लीच्या आमच्या विधी अधिकाऱ्यास मी सर्व माहिती देऊन केवळ वेळ काढण्यासाठी कारखानदार बीआयएफआरकडे गेल्याचे पटवून दिले. कारखाना पुढे चालविण्यास ते असमर्थ असल्याचेही सांगितले. ठरलेल्या तारखेस मी दिल्लीला गेलो. या बोर्डवरचे सदस्य म्हणजे जणू कोर्टातले न्यायाधीशच!

बँकेची बाजू एवढी व्यवस्थित मांडली गेली की, बीआयएफआरने कारखानदाराचा अर्ज फेटाळला. बँकेने दावा कोर्टात चालू ठेवला. मी वरचेवर भेटून कंपनीस समझोता प्रस्ताव देण्यास सांगितले. शेवटी तसा प्रस्ताव मिळविला. तो

केंद्रीय कार्यालयास पाठविला. मंजुरीनंतर वसुली झाली. आठ वर्षे अडकलेली मोठी रक्कम बँकेस प्राप्त झाली.

भीमा सहकारी साखर कारखाना

सोलापूर जिल्ह्यात टाकळी सिकंदर येथे भीमा सहकारी साखर कारखाना उभारणीमध्ये बँक ऑफ महाराष्ट्रने अर्थसाहाय्य केलं होतं. पंढरपूर भागातील भीमा नदीचे नाव या कारखान्यास दिले होते. साखर कारखाना उभारायचा म्हणजे सभासद आणि त्यांचे भागभांडवल जमा करण्याचे मोठे काम असे. शेतकऱ्यांकडे भागभांडवलासाठी देण्यासाठी पैसे नसत. भागभांडवल उभे राहिले तर कारखाना, इमारत, मशिनरी इ.साठी बँकेकडे कर्जासाठी अर्ज करता येई. ही अडचण लक्षात घेऊन बँकेने भागभांडवलासाठी शेतकऱ्यांना कर्जे दिली. मी सोलापूर क्षेत्राचा रीजनल मॅनेजर असताना अशी माहिती मिळाली की ही भागभांडवल कर्जखाती थकीत आहेत. कारखाना चालू आहे. शेतकऱ्यांना उसाचे पैसे देताना कारखाना पैसे कापून घेऊन बँकेत भरत नव्हता. सहकार्य कमी पडत होतं. या कारखान्याच्या व्यवहारासाठी आम्ही टाकळी सिकंदर ही शाखा कारखाना परिसरात काढली होती; परंतु कारखान्याचे बहुसंख्य आर्थिक व्यवहार आमच्या बँकेतून होणं थांबलं होतं. ज्या व्यवहारात लाभ नाही, ज्याला 'हमाली काम' म्हणतात ते आमच्या शाखेत होत होतं. कारखान्याचे आणि बँकेचे आर्थिक संबंध दुरावले होते.

कारखान्याच्या गळीत हंगामाचा शुभारंभ थाटात साजरा होणार होता. पूर्वी बँकेच्या रीजनल मॅनेजरना अशा समारंभास सन्मानानं आमंत्रित करीत; परंतु आता काही वर्षं तसं आमंत्रण येत नव्हतं. कारखान्याचं छापील आमंत्रण पोस्टानं आलं होतं. मी त्या कार्यक्रमाची नोंद दैनंदिनीत घेतली. त्या कार्यक्रमास इतर सदस्यांप्रमाणे आपणही जाऊन हजर राहायचं हे मनाशी ठरविलं. 'भांडण मिटायचं असेल, तर आपण भेटत राहिलं पाहिजे. त्यांच्या आणि आपल्या मागण्यांमध्ये तडजोड केली पाहिजे.' कारखान्याचे प्रमुख, त्या विभागातील आमदार, पंढरपूर संस्थानचे पदाधिकारी सुधाकरराव परिचारक होते. जनमानसात त्यांच्याबद्दल आदर होता. समारंभात हमखास भेट होणार होती. भेटीच्या पूर्वसंमतीची गरज नव्हती. मी त्या समारंभास हजर राहिलो. कार्यक्रम सुरू झाला होता. व्यासपीठावर अनेक नेतेमंडळी स्थानापन्न झाली होती. मी कार्यक्रमाच्या ठिकाणी जाताच श्रोत्यांमध्ये बसू लागलो, परंतु संयोजकांनी ध्वनिक्षेपकावरून माझ्या आगमनाची घोषणा करून व्यासपीठावर बोलावून घेतलं. कार्यक्रमास हजारो शेतकरी बांधव उपस्थित होते. माझा शाल, श्रीफळ देऊन सत्कारही केला

गेला. मला मनोगत व्यक्त करण्याची संधी दिली.

मी कारखान्याच्या प्रगतीची स्तुती केली. कारखाना परिसरात निर्माण झालेल्या सुबत्तेचे वर्णन करून शेतकरी सभासदांचं अभिनंदन केलं; परंतु या परिसरातील आमच्या बँकेची शाखा कर्ज वसुलीच्या प्रश्नामुळे अडचणीत आल्याचं सांगितलं. ''आपण सारे वारकरी पंथातले असल्यानं 'ग्यानबा तुकाराम' म्हणत दोन पावले पुढे टाकतो, तर एक पाऊल मागे घेतो. तुम्ही व आम्ही ही मानसिकता ठेवली तर आपल्यामधील प्रश्न सुटतील.''

माझ्या भाषणाला श्रोत्यांकडून उत्स्फूर्त प्रतिसाद मिळत होता. कार्यक्रमानंतर कारखान्याच्या अधिकारी वर्गाबरोबर चर्चा केली. सर्व खात्यांचा एकत्र विचार न करता एका-एका सदस्याला त्याच्या व्याजात सूट देऊन खाती बंद करावीत असा प्रस्ताव त्यांनी दिला. तो केंद्रीय कार्यालयास पाठवून नियमात योग्य ते बदल घडवून आणले. बऱ्यापैकी वसुली झाली. शाखेचे बँक व्यवहारही सुधारले.

लोकअदालत

न्यायालयातून निकाल लागल्यावर डिक्रीच्या आधारावर पैसे वसूल करणं हे फार वेळकाढू होतं. त्यावर उपाय म्हणून 'लोकअदालत' ही योजना सरकारनं सुरू केली होती. या योजनेनुसार दोन्ही पक्षांत तडजोड घडवून तो प्रस्ताव न्यायाधीशांच्या उपस्थितीत पारित होत असे. संमतीने हा प्रस्ताव ठरत असल्यानं वसुली सुकर होई. लोकअदालत ही फक्त बँक प्रकरणापुरती मर्यादित नव्हती. विमा क्षेत्रातील नुकसान-भरपाईच्या तंट्याबाबतही लोकअदालत भरत असे.

अशा एका 'लोकअदालत'चं आयोजन सोलापुरात करण्यासाठी मी तेथील न्यायाधीशांना विनंती केली. त्यांनी पुढाकार घेऊन त्याचे आयोजन केले. या लोकअदालतीचे प्रायोजकत्व बँक ऑफ महाराष्ट्रने स्वीकारले. विमाविषयीच्या लोकअदालतीच्या निर्णयानंतर त्या संबंधातील ठेवी बँकेसाठी मिळविल्या होत्या. बँक कर्ज वसुलीसाठीचे प्रस्ताव लोकअदालतीकडे येण्यासाठी न्यायालयातील कर्मचारी, वकील, बँकेतील कर्मचारी साऱ्यांनीच प्रचार केला.

लोकअदालतीचे उद्‌घाटन दीपप्रज्वलनाने न्यायाधीशांच्या हस्ते झाले. लोकअदालत म्हणजे त्वरित निर्णय असे महत्त्व त्यांनी उपस्थितांना सांगितले. उद्‌घाटनानंतर विविध विभागांत लोकअदालतीचं कामकाज झालं. अनेक प्रकरणांत तडतोड प्रस्ताव मान्य झाले. बँक वसुली सुलभ झाली.

वसुली शिबिरे

जागतिकीकरणाचे वारे सन १९९१पासून वाहू लागले. बँक कर्जखात्याचा दर्जा जागतिक परिमाणाप्रमाणे ठरविण्याकडे वाटचाल सुरू झाली. चांगली दर्जेदार, कमी दर्जेदार, वसुलीस संशयास्पद, बुडीत अशी कर्जखात्यांची वर्गवारी करण्याची प्रथा पडली. फक्त दर्जेदार खात्यासच व्याज लावून ते नफ्यात धरता येईल असाही नियम अमलात आला. बाकी खात्यांवर वसुली होईल तेव्हाच व्याज लावण्याचा नियम झाला. बँकांचा नफा कमी झाला. काही बँका तोटा दाखवू लागल्या. ज्या खात्यावर व्याज लावले जात नव्हते त्यांना एन.पी.ए. (नॉन परफॉर्मिंग ॲसेट म्हणजेच अनुत्पादक कर्जे) म्हणत. अशा एन.पी.ए खात्यांचे प्रमाण कमी करण्यासाठी बँका विशेष प्रयत्न करू लागल्या. एन.पी.ए. खात्यांवर ऑडिटर काही प्रमाणात शंकास्पद वसुलीचे कारण देऊन प्रोव्हिजन म्हणजेच तरतूद करावयास सांगू लागल्या. एन.पी.ए. खात्यांमुळे बँकेचं दुहेरी नुकसान होऊ लागलं. व्याजाचं उत्पन्न बुडालं आणि वर त्या खात्यावर बुडीत खाते तरतूद करावी लागली.

एन.पी.ए. या संकल्पनेने बँकिंग क्षेत्राला हादरवून टाकले. एन.पी.ए.चे प्रमाण कमी करण्यासाठी जे विविध मार्ग आम्ही अवलंबित होतो त्यातील एक होता वसुली शिबिरे. प्रत्येक शाखेत असे शिबिर घेण्याचे मी वेळापत्रक आखले. त्या दिवशी सर्व थकीत कर्जदारांना पत्र पाठवून बोलावले जात असे. शाखेत कर्जदाराशी चर्चा करून, व्याजात काही सूट देऊन कर्जवसुलीची रक्कम ठरवीत असू. एकदम रक्कम भरणाऱ्यास 'वन टाईम सेटलमेंट' योजनेत अधिक सवलत देत असू. शाखागणिक शिबिराशिवाय संपूर्ण क्षेत्रासाठी अशी शिबिरे मी सोलापूर आणि कोल्हापूर येथे घेतली. सकाळी नऊ वाजता सुरू केलेले शिबिर रात्री अकरापर्यंत चालले. बऱ्यापैकी वसुलीदेखील झाली.

■

बँकेच्या माध्यमातून समाजकार्य

एकलव्याच्या गावी

बँकेमध्ये नोकरी मिळविण्यासाठी प्रथम बँकिंग सर्व्हिस रिक्रूटमेंट बोर्डाच्या परीक्षेत उत्तीर्ण व्हावे लागते. नंतर मुलाखतीमध्ये प्रावीण्य दाखवावे लागते. नंदुरबार भागातील आदिवासी विद्यार्थी परीक्षेमध्ये पास व्हायचे नाहीत. त्यामुळे राखीव जागा असूनही उमेदवार मिळत नव्हते. बँक ऑफ महाराष्ट्रचे संचालक पी. डी. दलाल हे धुळे येथे राहत. त्यांनी पुणे येथे मला बोलावून विचारले, "या आदिवासी मुलांना शिकविणार का?"

मी होकार दिला.

धुळ्यास दलाल यांच्या घरी गेलो. एक दिवस त्यांच्याकडेच राहिलो. सकाळी स्नानासाठी गरम पाण्याची बादली स्वत: दलाल यांनी आणून दिली. माणूस कितीही मोठ्या हुद्यावर असला तरी 'अतिथी देवो भव' या नात्याने घरात तो सर्व कामे स्वत: करायला आनंदानं तयार होतो. सेवावृत्ती जोपासणारी ही पद्धत माणसाचा अहं कमी होण्यास उपकारक होते.

दुसरे दिवशी नंदुरबारला बसने गेलो. शाळा, दुकाने, संस्था यांच्या नावांमध्ये बऱ्याच ठिकाणी 'एकलव्य' हे नाव येत होते. एकलव्य हा वनात राहणाराच होता. तो येथील लोकांचा आदर्श होता. मला एकलव्याच्या गावी आल्यासारखं वाटत होतं.

शालेय अभ्यासक्रमात मला 'शिरीषकुमार' नावाचा धडा होता. ब्रिटिशांविरुद्ध त्यानं विद्यार्थी दशेत आंदोलन केलं होतं. भारतीय स्वातंत्र्यलढ्यात नंदुरबार येथील

विद्यार्थी गोळीबारात मारले गेले होते. त्यात शिरीषकुमार होता. त्यामुळे त्याच्या नावाचं स्मारक पाहण्याची इच्छा होती. एका चौकात स्वातंत्र्यस्तंभ होता. त्यावर शिरीषकुमारचे नाव होते. त्या स्तंभाचे दर्शन घेतले. मन भारावून गेले होते. त्याच अवस्थेत वर्गात पोहोचलो. समोर आदिवासी युवक स्थानापन्न झाले होते.

मी माझ्या व्याख्यानास आकर्षक रीतीने सुरुवात केली –

''मुलांनो, नंदुरबार कशासाठी प्रसिद्ध आहे?''

'शिरीषकुमार' या उत्तराची अपेक्षा मनात धरून मी स्मितहास्य करीत मुलांकडे पाहिले.

''सामूहिक कॉपी केल्याबद्दल मॅट्रिकच्या संपूर्ण वर्गाला पकडले यासाठी नंदुरबार सर्व वृत्तपत्रांतून झळकले.'' मुलांनी सांगून टाकले!

माझी विकेट उडाली. मी स्वत:ला क्षणातच सावरले.

''स्वातंत्र्यलढ्यात बलिदान करणारा नंदुरबारचा युवक कोण?'' असे विचारून उत्तर मिळविले.

''शिरीषकुमार!''

सामान्यज्ञान व क्लेरिकल ॲप्टिट्यूड हे विषय मी शिकवित होतो. माझ्या एक गोष्ट लक्षात आली की, आपण नेहमीच्या समजावून सांगण्याच्या आवाजात बोलतोय ते त्यांना समजत नव्हतं. जरा ओरडून बोललं की, त्यांच्या ध्यानात येत होतं! मी विद्यार्थ्यांचा अभ्यास करण्याचा ओढा कायम राहण्यासाठी त्यांना छोट्या गोष्टी सांगत असे. जे शिकवले त्यावर परीक्षा घेत असे. त्यामुळे त्यांना समजले ना हे पडताळून पाहता येत होते.

मला शिकवणं आवडत होतं. मुलांना मी आवडलो होतो. सर्व जण वर्गाला वेळेवर उपस्थित राहत होती. वर्गात सुरुवातीला घेतलेल्या चाचणी परीक्षेत दहा टक्के मुलं उत्तीर्ण झाली होती. महिनाअखेर ते प्रमाण ९६% इतकं वाढलं. उरलेल्या ४% मुलांना मी 'तुम्हीही पास होणार' असे सांगून त्यांच्यामध्ये आत्मविश्वास निर्माण केला. उशिरा थांबून त्यांना पुन्हा शिकवलं. सारे उत्तीर्ण झाले. एका कार्यपूर्तीचा आनंद घेतला. पास झाली होती वनवासी मुलं, पण मीच पास झाल्यासारखं वाटत होतं.

नंदुरबारचे आमचे शाखाधिकारी मुळे यांच्या सौभाग्यवती व प्राध्यापक गंभीर हेही विद्यार्थ्यांना शिकवित. महिन्याभरात विद्यार्थी आणि मी यांमध्ये एक अतूट नातं निर्माण झालं होतं.

पुण्यास परत जाण्यासाठी सायंकाळच्या एस.टी.मध्ये बसलो होतो. बाहेर पाहतो तो एस.टी. स्टँड गर्दीनं फुलून गेला होता. मला पूर्वकल्पना न देता आदिवासी, वनवासी विद्यार्थी आणि त्यांचे पालक मोठ्या संख्येनं जमले होते. मी

बसमधून खाली येऊन साऱ्यांना भेटलो. कंडक्टरही माझ्याकडं आदरानं पाहू लागला. मी बसमध्ये आलो. बस सुरू झाली. मुलं मला हात करीत गाडीमागे धावत होती.

कुष्ठरोगी वसाहतीत

डॉ. शिवाजीराव पटवर्धन यांनी कुष्ठरोग्यांच्या कल्याणासाठी अमरावती येथे 'तपोवन' नावाची संस्था सुरू केली होती. कुष्ठरोग्यांचं आरोग्य सुधारणं व त्यांना स्वावलंबी बनविणं असं आव्हानात्मक कार्य त्यांनी स्वीकारलं होतं. हातमागावर कुष्ठरोगी कापड विणत. त्या कापडापासून काही वस्तू व कपडे बनविले जात. काही जण बागकाम करीत. त्यांना मिळणाऱ्या पैशातून ते बचत करत. ही बचतीची सवय लागावी यासाठी आमच्या बँकेचा तिथं विस्तारित कक्ष काढला होता. आमच्या जवाहर रोड, अमरावती शाखेतून तपोवनला यंत्रमाग घेण्यासाठी केवळ चार टक्के दराने अकरा लाख रुपयांचं कर्ज दिलं होतं.

विस्तारित कक्षात फक्त ठेवींचे व्यवहार होत. कर्जव्यवहार करता येत नसत. प्रत्येक कुष्ठरोग्याला स्वत: बँकेत जाऊन कर्जव्यवहार करता यावा यासाठी त्या विस्तारित कक्षाचं स्वतंत्र शाखेत रूपांतर करावयाचं ठरलं.

त्याप्रमाणे तपोवन शाखेचं उद्‌घाटन झालं. त्याप्रसंगी डॉ. शिवाजीराव पटवर्धन म्हणाले, ''कुष्ठरोग्यांची दुःख त्यांच्याजवळ गेल्यानंच समजतात. कुष्ठरोग्यांच्या बाबतीत गैरसमज अधिक आहेत. हा संसर्गजन्य रोग नाही. तो बरा होऊ शकतो. या कामासाठी काही लोक देणगी देतात, परंतु माझी या समाजाला विनंती आहे, एका वेळी पाचशे रुपयांची देणगी देऊन जबाबदारीतून मुक्त होऊ नका. वरचेवर एक एक रुपया देत राहिलात, तर तुम्हाला त्यांची सातत्यानं आठवण राहील.

''बँक ऑफ महाराष्ट्रनं ही शाखा तपोवन येथे काढून त्यांना सामाजिक बांधीलकी असल्याचे दाखवून दिले आहे. त्यांनी कुष्ठरोग्यांना आत्मनिर्भर बनविण्यास साहाय्य केले आहे. एक धट्टाकट्टा माणूस भिक्षा मागत फिरत होता. हाताची सर्व बोटे होती, परंतु आपली बोटे नसतानाही एका कुष्ठरोग्याने त्या भिकाऱ्यास भिक्षा घातली. कुष्ठरोग्यांचे हे मनोबल लक्षात घेऊन आपणही त्यांच्यापासून बोध घ्यावा. माझ्याकडे काय नाही हे रडगाणं न गाता जे आहे त्यातून आनंद कसा निर्माण करायचा हे पाहू या.''

शाखेच्या उद्‌घाटन समारंभानंतर त्यांच्या घरी दाजीसाहेबांच्या शेजारी मी जेवायला बसलो होतो. बरोबर माझा मुलगा सचिनही होता. तो सात वर्षांचा होता. त्याच पंक्तीत काही कुष्ठरोगी कार्यकर्तेही होते.

'बोले तैसा चाले त्याची वंदावी पाऊले.' या उक्तीप्रमाणे डॉ. पटवर्धन हे

वंदनीय होते. त्यांच्या कन्या अनुताई भागवतही या कार्यामध्ये समरस झाल्या होत्या. त्या दिवशी दाजीसाहेब पटवर्धन मला म्हणाले, "तुमच्या या मुलाला दोन गोष्टी करू देत. त्याला स्वतः होऊन एक रोप लावू दे. ते वाढत असताना पाहू दे. दुसरी गोष्ट म्हणजे त्याला जिवंत पक्षी पाहू दे."

दर वर्षी मला त्यांच्या या उपदेशाचा नवनवीन अर्थ कळत जातो.

काही दिवसांनी कुष्ठरोग्यांना मिळणाऱ्या अनुदानाबाबत प्रश्न सुटावेत यासाठी दाजीसाहेबांनी सरकारी कचेरीसमोर सर्व कुष्ठरोग्यांसमवेत धरणे धरला, उपोषण केले; परंतु त्यांच्या मागण्या मान्य झाल्या नाहीत. त्यांनी तपोवनची धुरा सरकारकडे सोपविली.

दाजीसाहेब हे नेताजी सुभाषचंद्र बोस यांचे स्नेही होते. राष्ट्रपतिपदासारखा सन्मान त्यांना मिळाला असता; परंतु कुष्ठरोग्यांसाठी सारं जीवन त्यांनी वाहून घेतलं. त्यांनी प्रायोपवेशन केलं, अन्नत्याग केला. साऱ्यांची मने गलबलली. त्यांचा निर्धार कायम होता. अठ्ठाविसाव्या दिवशी त्यांची प्राणज्योत मालवली.

मृत्यूपूर्वी ते म्हणाले, "कुष्ठरोग्यांचं जीवन खऱ्या अर्थानं कळण्यासाठी मला पुढील जन्म कुष्ठरोग्याचा दे!"

बाबा आढावांचा मोर्चा

पुण्यातील बँकिंग क्षेत्राविरुद्ध कोणासही निदर्शने करावयाची असली की, ते बँक ऑफ महाराष्ट्रच्या बाजीराव रोड शाखेची निवड करीत. ही शाखा म्हणजे भव्य दगडी इमारत आहे. पाहिल्यावर बँक आहे असं कोणालाही वाटतं. दुसरं म्हणजे या इमारतीत १९७८ पूर्वी बँक ऑफ महाराष्ट्रचं केंद्रीय कार्यालय होतं. पुण्यात सर्वाधिक अशा ६६ शाखा असणारी ही बँक आहे. बाजीराव रोड हे पुण्यातलं मध्यवर्ती ठिकाण आहे. एकोणीस राष्ट्रीयीकृत बँकांमध्ये केंद्रीय कार्यालय पुण्यात असणं हे फक्त या बँकेच्या बाबतीत आहे.

बाबा आढाव हे मोठे सामाजिक कार्यकर्ते. हमाल पंचायतीचे नेते. कष्टकऱ्यांच्या वतीने त्यांचे सतत काही ना काही कार्यक्रम चालू असत. कष्टकऱ्यांना त्यांच्या श्रमाच्या तारणावर बँकांकडून कर्ज मिळाले पाहिजे अशी त्यांची मागणी होती. त्या मागणीच्या समर्थनार्थ त्यांनी एक विशाल मोर्चा काढला होता. हा मोर्चा जरी पूर्ण बँकिंग क्षेत्राकडे मागणी करणारा होता तरीही तो बाजीराव रोड शाखेसमोर आला. बाबा आढाव आणि त्यांचे तीन सहकारी मला भेटण्यास दुसऱ्या मजल्यावर केबिनमध्ये आले. "आमच्या कष्टकऱ्यांकडे बँकेस देण्यास काहीही तारण नाही. श्रम हेच तारण धरून बँकांनी कर्ज द्यावे" अशी त्यांनी मागणी केली.

"तुमची मागणी योग्य आहे. कष्टकऱ्यांनी श्रम आधारित असा व्यवसाय करावा की,

त्यातील नफ्यातून त्याचा खर्च जाऊन 'बँकेचे कर्ज' परत करता आले पाहिजे.'' असे मी त्यांना सांगितले. ते म्हणाले, ''तुम्हाला काय सांगायचे ते मोर्चातील लोकांपुढे सांगा.'' मी अजिबात आढेवेढे घेतले नाहीत. त्यांच्याबरोबर रस्त्यावर गेलो. त्यांनी आणलेल्या ट्रकवर चढलो. ट्रकचा माथा हेच स्टेज होते. त्यावर चढण्याची कसरत केली.

समोर पाहतो तो चहूकडे जनसमुदाय रस्त्यावर बसला होता. चितळे बंधूंच्या दुकानापासून ते फडतरे चौकापर्यंत माणसं दाटीवाटीत बसलेली दिसत होती. बाजीराव रस्ताही माणसांनी व्यापला होता. अतिविशाल सभेत पक्षाचे नेते कसे व्याख्यान देत असतील याची कल्पना आली. पाच हजार लोकांपुढे बाबा आढाव यांनी बँकेला निवेदन दिल्याचं सांगितलं व मला बोलण्याची विनंती केली.

मी म्हणालो, ''श्रमतारणावर कर्ज मिळाले पाहिजे ही कल्पना चांगली आहे. श्रम करणाऱ्या प्रत्येक व्यक्तीचा मी आदर करतो. बँक ऑफ महाराष्ट्र ही अशी बँक आहे की जिने राष्ट्रीयीकरणापूर्वीपासून कष्टकऱ्यांना कर्जे दिली. सन १९५३मध्ये या शाखेने जवळ कोणतेही भांडवल नसणाऱ्या एका न्हाव्याला व्यवसायासाठी कर्ज दिले. त्याने व्यवसाय करून पैसे कमविले. रोज थोडे पैसे बाजूला टाकून बँकेचे हप्ते भरले. त्या काळी असे कर्ज देणे ही क्रांतिकारक घटना होती. आज श्रमकऱ्याला हातगाडी हवी असेल तरी कर्ज मिळेल. 'कर्जास तारण नको, कारण हवे' हे बँकेचे तत्त्व आहे. गरज आहे ती कष्ट करण्याची व हुशारीने काही व्यवसाय करण्याची. बारा बलुतेदार व्यवसाय करतात. त्यात प्रामुख्याने श्रम व कौशल्यच असते. त्यांनाही आम्ही कर्ज देतो....''

कष्टकरी जनतेनं टाळ्यांच्या कडकडाटात माझं स्वागत केलं.

आमचे सहकारी कर्मचारी म्हणाले, ''साहेब, तुमचं मोर्चापुढं बोलण्याचं धाडस औरच आहे!''

भजीवाल्याची मुलगी बोर्डात

बाजीराव रोड शाखेच्या बाहेर अनेक हातगाडीवाले उभे राहत. शाखेच्या अगदी जवळच एक भजीवाला होता. शाखेत तीनशेच्यावर स्टाफ होता. ते रोज घरून जेवणाचा डबा आणीत. या डब्याबरोबर चवीला म्हणून या भजीवाल्याकडून भजी विकत घेत. भजीवाला आणि कर्मचारी यांच्यामध्ये स्नेहाचं अतूट नातं निर्माण झालं होतं. शाखेतील महिला कर्मचारी विशेषकरून भजी खरेदी करीत.

एक दिवस वर्तमानपत्रात बातमी झळकली की, भजीवाल्याची मुलगी एस. एस. सी. परीक्षेत बोर्डामध्ये पहिल्या दहा क्रमांकांत आली. आमच्या स्टाफमध्ये चर्चा सुरू झाली, ''आपल्या भजीवाल्याची मुलगी बोर्डात आली.'' साऱ्यांनी त्याचं अभिनंदन केलं.

कर्मचाऱ्यांनी वर्गणी काढून पैसे जमविले. यामध्ये महिला कर्मचाऱ्यांनी पुढाकार घेतला. त्या भजीवाल्यास व त्याच्या त्या हुशार मुलीस शाखेत बोलाविले. जमलेल्या पैशातून त्या मुलीसाठी पंजाबी ड्रेस विकत आणला होता. तो माझ्या हस्ते तिला देण्यात आला. दुसऱ्यासाठी काही केल्याचा आनंद आमच्या चेहऱ्यावर झळकत होता.

ग्राहकांना नव्या नोटा

'बॅड मनी ड्राइव्हज आउट गुड मनी' असा नोटांबाबत अनुभव आहे. लोक देताना प्रथम खराब नोटा देतात. कोऱ्या नोटा कमी वापरात येतात. खराब नोटा पुढे इतक्या खराब होतात की, त्या चलनात कोणीही स्वीकारायला तयार होत नाही. त्या नोटा चलनातून काढून टाकण्याचे व नव्याकोऱ्या नोटा जनतेस प्राप्त होण्यासाठी त्यांचा पुरवठा करण्याचे काम रिझर्व्ह बँक करते.

आमच्या बाजीराव रोड शाखेत करन्सी चेस्ट होती. मी शाखाप्रमुख होतो, तसाच या करन्सी चेस्टचाही प्रमुख होतो. करन्सी चेस्टच्या कामामुळे बँकेला ठेवी मिळणार का असा विचार मी केला नाही. जनतेला नव्याकोऱ्या नोटा पुरविणे हे एक समाजकार्य आहे असेच मी मानले.

खराब नोटा रिझर्व्ह बँकेच्या सूचनेप्रमाणे नष्ट केल्या जात. त्याची नोंद तपशीलवार रजिस्टरमध्ये होई. त्या वेळी मी रिझर्व्ह बँकेचा प्रतिनिधी या नात्याने काम पाही. बँकेच्या टेरेसवर सर्व व्यवस्था झाली की मला बोलवत. नोटा जाळण्यासाठी मंगल कार्यालयातून शेगड्या आणल्या होत्या. कोळसे, रॉकेल सारे जमविले. रजिस्टरमध्ये नोटांच्या नोंदी झालेल्या पुन्हा एकदा मी पाही. त्यावर साक्षीदार या नात्याने अन्य अधिकाऱ्यांच्या सह्या घेतल्या जात. रिझर्व्ह बँकेच्या अनुमतीचे पत्र पाहिले जात असे.

नोटांचे एक-एक पॅकेट रॉकेलमध्ये बुडवून धगधगत्या कोळशाच्या शेगडीत सोडले जात होते. त्यावर हात शेकत मी म्हणालो, ''नोटांची शेकोटी आपण अनुभवत आहोत!''

करन्सी चेस्ट तळघरात असल्यानं पावसाळ्यात काही वेळा अतिवृष्टी झाली की चेस्टमध्ये पाणी यायला लागे. त्या वेळी त्वरेने पाणी बाहेर खेचणारे पंप लावले जात. हे सारं करताना काही वेळा दिवसाचे सर्व तास बँकेतच थांबावं लागे.

पुढे बाजीराव रोड शाखेतून बदलून गेल्यावर मी पुण्यात असल्याने एकदा रात्री बारा वाजता घरी फोन आला, ''बाजीराव रोडच्या करन्सी चेस्टमध्ये पाणी येतंय.''

धुवाधार पाऊस पडत होता. मी त्वरेनं तिथं पोहोचलो आणि पाणी बाहेर टाकण्याची यंत्रणा सुरू झाली ना हे पाहिलं.

■

श्याम भुर्के लिखित, दिग्दर्शित 'बोनस' चित्रपटातील भूमिकेत श्याम भुर्के.

अमरावती येथे कविवर्य सुरेश भट यांचे समवेत.

किल्लारी, लातूर भूकंपाचे वेळी फिरती बँक सुरू केली.

सोलापूर येथील नाट्य परिसंवादात सहभाग –
सोबत डॉ. निर्मलकुमार फडकुले, प्रभाकर पणशीकर, डॉ. वि.भा. देशपांडे.

आचार्य अत्रे जयंती, सोलापूर – विवेक घळसासी, श्याम भुर्के,
शिवाजीराव भोसले, निर्मलकुमार फडकुले.

शिवाजी वर्क्स, सोलापूर – येथे आय एस् ओ प्रमाणपत्राबद्दल
शंतनुराव किर्लोस्कर यांचेशी चर्चा करताना.

आळंदी येथील अ.भा. मराठी साहित्य संमेलनात श्याम भुर्के, अविनाश देशमुख, द.मा. मिरासदार, वि.दा. कराड, उल्हास पवार.

हनुमान टेकडी, पुणे येथे अरण्यवाक संस्थेत वृक्षारोपण करताना सुंदरलाल बहुगुणा यांचे समवेत.

पं. भीमसेन जोशी यांचे निवासस्थानी.

‘खुमासदार अत्रे’ पुस्तक प्रकाशन – सोबत नाना जोशी, रामदास फुटाणे, हे.वि. इनामदार.

पाचव्या दैवज्ञ साहित्य संमेलनाचे अध्यक्ष या नात्याने दीप प्रज्वलन करताना. सोबत – उदय गडकरी, मनोहरपंत पालशेतकर, द.मा. मिरासदार, समाजश्रेष्ठी जगन्नाथभाई पेडणेकर, दिलीपकुमार चाचड.

दैवज्ञ साहित्य संमेलनात बालांसाठी पुस्तक हंडीचे आयोजन केले होते.

लिहायला लागा – बोलायला लागा कार्यशाळेत,
सोबत डॉ. मनीषा पोतदार, कविवर्य गंगाधर महाम्बरे.

विश्रामबागवाडा, पुणे येथे ना. जगन्नाथ शंकरशेट यांचे तैलचित्र लावण्यात आले.
सोबत शिवशाहीर बाबासाहेब पुरंदरे, पद्मजा शंकरशेट.

खुमासदार अत्रे या कार्यक्रमाचे उद्घाटन प्रसंगी डॉ. वसंतराव पटवर्धन,
मोहन धारिया, डॉ. दीपा देव, डॉ. वि.भा. देशपांडे, सुधीर गाडगीळ.

कोल्हापूर येथे खुमासदार कार्यक्रमाचे वेळी कादंबरीकार बाबा कदम.

सांगली येथे पु.ल. एक आनंदयात्रा कार्यक्रम सादर करताना.

येथे अर्थश्री पुरस्कार प्राप्त झाल्यावर अभिनेत्री सुलोचना यांनी अभिनंदन केले.

अ.भा. मराठी साहित्य संमेलनात औरंगाबाद येथे.

स्नेहसेवा संस्थेत डॉ. अनिल अवचट यांचे समवेत.

कलाकारांसाठी बँकिंग या कार्यशाळेत राहुल सोलापूरकर, लालन सारंग व अशोक दुगाडे यांचे समवेत.

अ.भा. मराठी साहित्य संमेलनाध्यक्ष मारुती चितमपल्ली यांची मुलाखत घेताना श्याम भुर्के, सोबत कविवर्य गंगाधर महाम्बरे.

श्याम भुर्के षष्ठ्यब्दीपूर्ती समारंभात द.मा. मिरासदार, डॉ. विजय भटकर, मंगेश तेंडुलकर, गीता भुर्के, डी.एस. कुलकर्णी, गंगाधर महाम्बरे.

डॉ. चित्रा नाईकांकडे

बाजीराव रोड शाखेतून माझी बदली पुणे ग्रामीण क्षेत्र येथे झाली. पुणे जिल्ह्यातील ७६ शाखांच्या विकासाचे काम माझ्याकडे होते. इथंही मी रमेश चिंचळकर साहेब यांच्याकडूनच पदभार स्वीकारला. ग्रामीण विभागामध्ये साक्षरतेचे प्रमाण वाढावे यासाठी बँकेच्या माध्यमातून एक साक्षरता मोहीम सुरू करण्याचे ठरवले. डॉ. चित्रा नाईक यांच्या शिक्षणशास्त्र संस्थेत प्रशिक्षणाची सोय केली. पूर्ण दोन दिवसांच्या वर्गाला आमच्या क्षेत्रीय कार्यालयातील सर्व सदस्यांना त्या वर्गात सामील करून घेतले.

साक्षरता म्हणजे फक्त अक्षरओळख नव्हे. कार्याची माहिती हाही भाग साक्षरतेमध्ये येतो. बँकिंग या विषयाचे ज्ञान प्राप्त करणे ही साक्षरताच होय. यासाठी अक्षरओळख कशी करून द्यायची इथपासून ते बँकेत खाते व्यवहार कसे करावयाचे इथपर्यंत सारं काही नागरिकांना शिकवायचं ठरलं.

अक्षरओळख करून देताना अ, आ, इ, ई किंवा क, ख, घ असं शिकवित नाहीत. उपस्थित प्रौढ विद्यार्थ्यांना एक चित्र दाखवलं जातं. एक शिक्षक प्रौढांना शिक्षण देत आहेत. त्या धड्याचं नाव होतं, 'या शिकायला या.'

शिक्षक हे चित्र दाखवून प्रौढ विद्यार्थ्यांना प्रश्न विचारतात.

"गुरुजी काय करताहेत?"

"मोठ्या माणसांना शिकवत आहेत."

"वर्गाबाहेर कोण आहे?"

“हा वर्ग कसा चाललाय ते पाहणारी माणसं आहेत.”

“गुरुजी त्यांना काय म्हणतात?”

“या.”

“कशासाठी?”

“शिकायला या.”

“ “या, शिकायला या” असं गुरुजी म्हणत आहेत. हे म्हणताना आपण ‘या’ किती वेळा म्हणतो?”

“दोनदा.”

“दोन वेळा म्हणजेच एकसारखा दिसणारा शब्द कोणता?”

“या.”

“आज आपण ‘या’ हा शब्द शिकलो. तो लिहून दाखवा.”

प्रशिक्षणानंतर पुणे जिल्ह्यातील सर्व कर्मचाऱ्यांना आवाहन केले. – आपल्या भागातील साक्षरता वर्गात सहभागी व्हा. त्या वर्गाला मदत करा. तसेच शाखेतील निरक्षर ग्राहकांना बचतीची सवय लावा. त्यांनाही साक्षर करा.

बचत हवी, खातं उघडा!

अंगठा नको, सही करा!

सर्व अंगठा खातेदारांना सही शिकवा. बँकेच्या विविध सेवांची त्यांना माहिती द्या.

मढ येथील कॅशिअरने स्वत:च्या खर्चाने रात्रशाळेला इलेक्ट्रिक वायर घेऊन दिली. शिंदेवाडीच्या स्टाफने पिण्याच्या पाण्याचे माठ दिले. कोणी सतरंजी दिली.

कर्मचारी ग्रामीण स्त्रियांना बचतगटाची माहिती देऊ लागले.

वडेश्वर येथे बचत गट स्थापन झाले. त्याचबरोबर ग्रामीण भागात आरोग्य योजना आखण्यात आली. एक फूट रुंद, उंच अशा आकाराचा जमिनीत खड्डा खोदायचा. त्याला शोषखड्डा म्हणायचे. या खड्ड्यात तळात मोठे दगड-गोटे पसरायचे, त्यावर विटांचे तुकडे, त्यावर वाळू. यात सांडपाणी शोषले जायचे. डास-माशा कमी व्हायच्या. या खड्ड्याजवळ ‘शोषखड्डा’ असे लिहिले जात असे. त्या भागात काम करणारे सामाजिक ट्रस्टही मार्गदर्शन करत असत.

कर्मचाऱ्यांमध्ये सामाजिक भान निर्माण झाले. बचत गटाची ठेव खाती बँकेस मिळाली.

नवऱ्यांचं कर्ज आम्ही फेडू!

खेडजवळ सुरू झालेल्या महिला बचत गटाला मी भेट दिली. सोप्या भाषेत सांगायचं तर हे भिशी मंडळ असायचं. काही स्त्रिया एकत्र यायच्या. दर महा ठरावीक रक्कम गटाच्या सचिवाकडे जमा करायच्या. गरजू बायकांना त्यातून कर्ज म्हणून मिळायचं. असा गट सहा महिने कार्यरत राहिला, तर त्या गटास बँकेकडून त्यांच्या निधीच्या तिप्पट कर्ज मिळायचे. मग त्यातून त्या अधिक कर्ज देऊ शकायच्या. आमच्या जवळच्या शाखेचे शाखाधिकारी त्यांना कर्ज देत नसल्याची त्यांची तक्रार होती. शाखाधिकारीही माझ्याबरोबर होतेच. मी त्यांना सत्य काय आहे हे विचारले.

''येथील लोकांची आपल्या शाखेतील कर्ज थकीत आहेत.''

त्यावर त्या महिला म्हणाल्या, ''आमच्या नवऱ्यांची कर्ज थकीत असतील, त्याचा आम्हाला का त्रास? तुम्ही आम्हाला कर्ज द्या. ते तर आम्ही परत करूच, शिवाय आमच्या नवऱ्यांचीही कर्ज आम्ही परत करू. फक्त आमची एक अट आहे. यापुढे आम्हाला विचारल्याशिवाय आमच्या नवऱ्यांना कर्ज द्यायचं नाही.''

आम्ही या योजनेस मान्यता दिली. बचत गटांनी प्रगती केली. खेड तालुक्यात सुधा कोठारी यांनी स्त्रियांमध्ये जागृती निर्माण करून शंभरावर गट तयार केले. त्यांची एक शिखर बँक स्थापन केली. बचत गटांच्या खात्यामुळे ठेवींमध्ये वाढ होत होती. बचत गट सहा महिने व्यवस्थित चालला, तर आम्ही कर्ज देत असू. कर्जामध्येही वाढ होत होती.

मोफत धंदे शिक्षण

बँकेने ग्रामीण विकासासाठी हडपसर आणि भिगवण येथे ग्रामीण विकास केंद्रं सुरू केली. शेतीमध्ये नवनवीन प्रयोग करणे, त्याची माहिती शेतकऱ्यांना देणे हे काम चालायचं. शेंगा सोलण्याचं मशीनही तयार केलं होतं. वाल्हे भागात लोणचे तयार करण्याचा कारखाना काढला होता. त्या दुर्गम भागात स्त्रियांमध्ये कशी जागृती केली, हे दाखविणारी चित्रफीतही तयार केली होती.

बेकार युवकांना मोफत धंदेशिक्षण देणारे केंद्रही हडपसरला सुरू झाले होते. स्कूटर दुरुस्ती, ट्रान्झिस्टर बनविणे, शिवणकाम, संगणक इ. वर्ग चालायचे. युवकांचा राहण्या-जेवण्याचा खर्च बँक करायची. त्या वर्गात 'उद्योजकता' या विषयावर मी व्याख्याने देण्यास जात असे. ग्रामीण विकास केंद्राच्या कार्याचा सर्व शाखांतून आम्ही प्रचार केला. गरिबांना दारिद्र्यरेषेच्या वर आणण्याचा प्रामाणिकपणे प्रयत्न करणारे शाखाधिकारी होते. माणूस जिवंत राहण्यासाठी त्याला रोज चोवीसशे

कॅलरी इतके अन्न मिळायला हवे. या धान्याची किंमत रु. १.१२ एवढी होती. पाच माणसांचे कुटुंब धरल्यास त्या कुटुंबाचे वर्षाचे उत्पन्न किमान रु. २००० हवे. (हे गणित १९७१च्या किमतीप्रमाणे आहे.) ज्या कुटुंबाचे उत्पन्न वर्षाला रु. २००० च्या आत असेल ते कुटुंब दारिद्र्यरेषेखालील होते. या खर्चात अर्थात निवास, कपडे, औषध, धार्मिक खर्च याचा विचार केलेला नाही.

अशा लोकांसाठी खास कर्ज योजना होती. त्यात शासनाकडून अनुदान मिळायचे.

लोकसंख्येत वाढ होतच होती. लोकसंख्यावाढीचा सिद्धान्त सांगणाऱ्या माल्थसचा भारतीय जनतेने कृतीने पराभव केला होता. एका सेकंदाला दोन नवी बाळं जन्माला येत होती. एक चुटकी वाजविली, तर त्या वेळात किमान एक बाळ जन्माला यायचं. याचाच अर्थ गरीब लोकांची संख्याही वाढत होती. एका चुटकीला एक कर्ज प्रकरण बँकांनी मंजूर करण्याचं आव्हान त्यांच्यापुढं होतं.

अग्रणी बँक या नात्याने पुणे जिल्ह्यासाठी पतपुरवठा योजना आम्हाला करावी लागायची. त्या वेळी जिल्हाधिकारी श्रीनिवास पाटील होते. उंचेपुरे व्यक्तिमत्त्व, झुपकेदार मिशा, लोकांना आकर्षून घेणारे वक्तृत्व इ. गुण त्यांच्यात होते. त्यांनी बँकेच्या आणि माझ्याही कामाचं खास कौतुक केलं. त्यांना माझं भाषणही आवडलं. त्याबाबत ते म्हणाले, ''पहिली दोन-चार वाक्यं ऐकल्यावर भाषणाचा अंदाज येतो. भुर्के यांचं भाषण जोरदार होणार हे मी आधीच ओळखलं.''

■

लातूर भूकंप

त्या रात्री घरी चांगलाच भूकंप जाणवला; परंतु फार मोठी भीती वाटली नाही. याचं कारण कोयनानगर भूकंपाचे हादरे साताऱ्यात असताना अनुभवले होते. हळूहळू सर्व माध्यमांतून बातम्या येऊ लागल्या. लातूर भूकंपामध्ये आमची किल्लारी शाखा पडली. मी त्वरेनं भूकंपग्रस्त भागाला भेट दिली. घराच्या ढिगाऱ्याखालून प्रेतं बाहेर काढली जात होती. तव्यावरचा पदार्थ उलथण्यानं उचलावा तसं प्रेत घराच्या पडलेल्या छपराच्या पत्र्यावर घेऊन बाजूला ठेवायचे. चार-पाच प्रेतं एकत्र झाल्यावर त्यांचा पंचनामा होई. अंगावरचे दागिने बाजूला काढीत. मृतांच्या नातेवाइकांना बोलावीत. चार-पाच प्रेतांचा एकत्र अग्निसंस्कार करत. अधिक प्रेते स्त्रियांची होती. राहणीमान गरिबीतलं होतं; परंतु अंगावर सोन्याचे दागिने होते. किल्लारी शाखेचं रेकॉर्ड आम्ही एका जीपमध्ये ठेवलं. ती जीप फिरती बँक म्हणून ठरावीक वेळी ठरावीक ठिकाणी उभी राहू लागली. संकटकाळात लोकांना बँक सुविधा मिळत राहाव्यात या दृष्टीने टाकलेलं हे पाऊल होतं.

किल्लारी भागातील जखमींना वेगवेगळ्या गावच्या हॉस्पिटलमध्ये दाखल केलं होतं. सोलापुरातही सुमारे बावीस हॉस्पिटल्समध्ये रुग्ण ठेवले होते. भूकंपग्रस्तांचे नातेवाईक हवालदिल झाले होते. ते आपलं माणूस शोधण्यासाठी एका हॉस्पिटलमधून दुसऱ्या हॉस्पिटलकडे पळत सुटायचे. आम्ही रुग्णांच्या याद्या तयार केल्या. त्याच्या प्रती सर्व हॉस्पिटलमध्ये लावल्या. त्यामुळे रुग्ण नक्की कोणत्या दवाखान्यात आहे हे समजू शकत होते.

महाराष्ट्र राज्याची अग्रणी बँक व सरकारशी सामंजस्य राखणे हे काम बँक ऑफ महाराष्ट्रकडे होते. तिला 'कन्व्हेनर, स्टेट लेव्हल बँकर्स कमिटी' म्हणत. भूकंपग्रस्तांना काय साहाय्य करायचे हे ठरवायचे होते. मला पुण्याहून केंद्रीय कार्यालयातून दूरध्वनी आला. "भूकंपग्रस्त भागाची पाहणी करण्यासाठी राष्ट्रीयीकृत बँक व स्टेट बँक ऑफ इंडिया या बँकांचे २१ चेअरमन सोलापूरला येतील. त्या पाहणी दौऱ्याचे सर्व आयोजन करा."

एवढ्या मोठ्या व्यक्ती एकाच वेळेला येणार हे जाणून मी नियोजनाला सुरुवात केली. सोलापुरातील हॉटेलमध्ये जागा नव्हती. मा. शरद पवार भूकंपग्रस्तांच्या मदतीसाठी सोलापुरात आले होते. त्यांनीही काही हॉटेल्स बुक केली होती. सरकारी अतिथीगृह तर भूकंपग्रस्त मदतकेंद्रे म्हणून वापरली होती. कोणतीही सोयीची जागा मिळेना. मी केंद्रीय कार्यालयास सत्यस्थिती सांगितली. शामियाना उभारून राहण्याची व्यवस्था करण्याचा पर्याय सुचविला.

नंतर असं ठरलं की, सर्व अध्यक्षांना मुंबईहून लातूरजवळच्या हेलिपॅडला विमानाने आणायचे. त्यासाठी किर्लोस्कर कंपनीचे विमान मिळविले. सर्व अध्यक्ष पाहणी करून परत जातील. रात्रीच्या मुक्कामाची गरज पडणार नाही अशी योजना होती.

परंतु सुरक्षा अधिकाऱ्यांच्या नियमानुसार एका वेळी एवढ्या महत्त्वाच्या व्यक्ती विमानात बसू शकत नव्हत्या. त्यामुळे ही योजना रद्द झाली. अखेरीस असे ठरले की, बँक ऑफ महाराष्ट्रचे अध्यक्ष पी. बी. कुलकर्णी पाहणी करतील. ते सर्व बँक अध्यक्षांना मुंबईत परिस्थितीची कल्पना देतील. बँकांकडून करावयाची कारवाई ठरवतील.

पी. बी. कुलकर्णी साहेबांना किल्लारीत नेण्यासाठी मी प्रथम तिथे जाऊन सरकारी अधिकाऱ्यांशी चर्चा केली. त्यांच्या भेटीच्या आदल्या दिवशी आमचे जनरल मॅनेजर व्ही. बी. गांधीसाहेब सोलापूरला आले. बँकांतर्फे काय मदत करता येईल याचा आराखडा तयार केला. रात्री १ वाजेपर्यंत काम चालले. सकाळी ५ वा. उठून पुन्हा तयारी सुरू केली. सकाळी ८ वाजता पी. बी. कुलकर्णी साहेबांना रेल्वे स्टेशनवर घ्यायला गेलो. ते म्हणाले, "माझे सर्व रेल्वेमध्येच आवरले आहे. मी पुढच्या कामाला तयार आहे." त्यांची राहणी साधी होती. डामडौल, बडेजाव त्यांना नको असायचा. बँकेला फार खर्च पडणार नाही याकडेही त्यांचे लक्ष असायचे.

कुलकर्णी साहेब आमच्या बँकेत येण्यापूर्वी जागतिकीकरण, मुक्त अर्थव्यवस्था यांचे वारे १९९१पासून वाहू लागले. बँकांमध्ये जागतिक स्तरावरील पद्धती अमलात येऊ लागल्या. बँकांच्या कर्जांची चांगली खाती व अनुत्पादित खाती अशी वर्गवारी सुरू झाली. एनपीए खात्यांना बँक व्याज लावू शकत नव्हत्या. बँका

तोटा दाखवू लागल्या. आमच्या बँकेला तोटा झाला. या पार्श्वभूमीवर रिझर्व्ह बँकेतून आलेल्या कुलकर्णी साहेबांनी पदभार स्वीकारला होता. सर्व स्तरावर कर्मचाऱ्यांशी बोलून त्यांनी सर्वांना कामासाठी उद्युक्त केलं होतं. त्यांच्या योग्य नेतृत्वामुळे बँक ऑफ महाराष्ट्र पुन्हा नफ्यात आली.

असं हे आदरणीय व्यक्तिमत्त्व विश्रांतीशिवाय कामाला तयार होतं.

शिवाजी वर्क्सच्या गेस्ट हाउसमध्ये ब्रेकफास्ट घेऊन आम्ही निघालो. वाटेत गांधीसाहेबांनी बँकांच्या सहभागाबद्दलचा सर्व आराखडा त्यांना सांगितला. बराच प्रवास झाल्यानंतर मी गाडी एका झाडाखाली उभी केली. छान गारवा होता. डबे भरून आणलेले अन्न पेपरडीशमधून सर्वांना दिले. एक सतरंजी अंथरली होती. वाढण्याचे चमचे, पाण्याच्या बाटल्या, पेपर नॅपकीन सर्वकाही होते.

जेवण झाल्यावर चेअरमनसाहेबांनी विचारलं, ''हे ठिकाण कसं निवडलंत? एवढी चांगली व्यवस्था कशी केलीत?''

''हे झाड व पर्यायी एक झाड मी दोन दिवसांपूर्वी पाहून गेलो होतो. नाश्ता झाल्यावर किती वेळाने जेवण हवं त्यानुसार त्या अंतरावर हे झाड निवडलं होतं. किल्लारीत पोहोचल्यावर काही खावं लागू नये अशी ही योजना होती. बाकी सर्व लागणाऱ्या वस्तूंची बारकाईने यादी करून ते आलं ना हे पाहिलं होतं. हे सारं मनापासून करणारी माणसं आमच्याजवळ आहेत.''

किल्लारी तहसीलदार कार्यालयात बैठक झाली. मृत खातेदारांच्या वारसांना किमान कागदपत्रांवर कसे पैसे देता येतील, पुनर्वसनासाठी अल्प मुदतीने बँका कसे कर्ज देतील, सध्याच्या कर्ज खात्यांच्या बाबतीत सुधारित दीर्घकालीन परतफेडीचा काळ कसा ठरविता येईल अशा सर्व बाबींचे तपशील ठरविले गेले.

रात्री आम्ही सोलापूरला परत आलो.

सोलापूर येथे चेअरमन साहेबांशी जयकुमार पाटील, मुरलीधर मारुती अँड सन्सचे नानासाहेब कांबळे, अर्चना ट्रान्सपोर्टचे राजाभाऊ साळुंके यांची ओळख करून देताना मी म्हणालो, ''हे आमचे लोकल गार्डियन - स्थानिक पालक आहेत. गावातील कर्ज प्रकरणाबाबतच्या वेळी अर्जदार कसा आहे याबद्दल यांच्याकडून माहिती मिळते. त्वरित निर्णय घेण्यास मदत होते.''

सोलापूर क्षेत्राची प्रगती होत होती.

महाबँक भूषण

सोलापूरहून पुण्यास केंद्रीय कार्यालयात मार्केटिंग व पब्लिसिटी विभागात चीफ मॅनेजर म्हणून बदली झाली.

पी. बी. कुलकर्णी साहेबांच्या नेतृत्वाखाली बँकेने तोट्याकडून नफ्याकडे प्रवास केला होता. कठीण काळात बँकेबद्दल काही चांगल्या बातम्या वृत्तपत्रांत यायच्या. त्या बँकेतील खेळाडू, कलाकार, लेखक यांच्याबाबत. त्यामुळे बँकेने अशा मंडळींना 'महाबँक भूषण' हा किताब व मानचिन्ह देऊन सत्कार करण्याचे ठरविले. मी मार्केटिंग विभागातर्फे या कार्यक्रमाची जय्यत तयारी केली. आप्पासाहेब जोग हॉलमध्ये पुरस्कार वितरण समारंभ झाला. साहित्यिक व कलाकार म्हणून मलाही हा पुरस्कार मिळाला.

विविध सांस्कृतिक, सामाजिक, संगीत, साहित्यिक आदी कार्यक्रमांना बँकेचे प्रायोजकत्व मिळावे या उद्देशाने सतत मंडळी येत. त्या कार्यक्रमाचा व बँकेला मिळणाऱ्या प्रसिद्धीचा विचार करून मी मंजुरी देत असे.

पेशवेकाळात रमणा होता. त्याची मला आठवण झाली. विद्वान, अभ्यासू व्यक्तींना पेशवे रमणा म्हणजे देणगी देत. पुण्यात रमणबाग, विश्रामबाग वाडा व पर्वती पायथा येथे ही केंद्रे होती. तशी माझी मार्केटिंग विभागातील केबिन होती.

सवाई गंधर्व महोत्सव

पुण्यातील सांस्कृतिक क्षेत्रातला वर्षातला महत्त्वाचा कार्यक्रम म्हणजे सवाई गंधर्व संगीत महोत्सव. पंडित भीमसेन जोशींच्या नेतृत्वाखाली चालणारा हा महोत्सव श्रवणीय असतो, तसा प्रेक्षणीयही असतो. प्रायोजकत्वाची रक्कम मंजूर करणं एवढंच काम नव्हतं. हे प्रायोजकत्व बँक-हिताचं व्हावं यासाठी खूप मेहनत घ्यावी लागायची. कार्यक्रमस्थळी रंगमंचाच्या मागे बँकेचे बोधचिन्ह कसे दिसावे, रंगमंचापुढील खालच्या भागाला बँकेचा बॅनर कसा दिसेल, कार्यक्रमाच्या चित्रीकरणात तो कितपत दिसेल, मंडपातील बॅनर्सचा मजकूर काय असावा, कार्यक्रमस्थळी बँकेची छोटी जाहिरात-फीत कशी दाखवावी, फक्त ऐकण्यासाठी आकाशवाणीवरील जाहिरातीसाठी केलेले संगीत येथे वापरता येईल का, बँकेचा कार्यक्रमस्थळी स्टॉल कसा असावा, तिथे बँकेच्या कोणत्या सेवांची पत्रके असावीत, ती किती हवीत, बँकेच्या वरिष्ठ अधिकाऱ्यांपैकी समारंभाच्या प्रवेशपत्रिका कोणाला किती द्याव्यात, त्यांची बसण्याची व्यवस्था, त्यांना तिथे चहापाणी कसे द्यावे, आलेल्या वरिष्ठांच्या हस्ते रंगमंचावर कलाकारांचा सत्कार केव्हा करावा अशा अनेक गोष्टी कराव्या लागत.

भारतातील जवळजवळ सर्व प्रमुख शास्त्रीय कंठ संगीत, नृत्य, वाद्य कलाकार यांना भेटण्याची या महोत्सवात संधी मिळाली. हरिप्रसाद चौरासिया, बालमुरली कृष्णन् आदींचे सत्कार करण्याचे भाग्य लाभले.

सवाई गंधर्व महोत्सव सुरू होण्याच्या दिवशी सकाळी दहा वाजता सवाई गंधर्वांच्या पुतळ्यास पं. भीमसेन जोशी यांच्या हस्ते पुष्पहार घातला जातो. जवळच असलेल्या सवाई गंधर्वांच्या वंशजांकडे, गायक श्रीकांत देशपांडे यांचेकडे चहापानाचा कार्यक्रम असतो. मी या कार्यक्रमाला दहा वेळा उपस्थित राहिलो आहे. सायंकाळी सनईवादनाने महोत्सव सुरू होतो. कार्यक्रमाच्या वेळी गोवा, कोल्हापूर, सांगली, सातारा, मुंबई, सोलापूर येथील ओळखीची माणसे भेटत. मी त्यांना म्हणे, ''चांगली माणसं चांगल्या कार्यक्रमात भेटतातच.''

महोत्सव संपल्यावर प्रायोजकत्वाचा चेक द्यायला भीमसेन जोशींच्या घरी जात असे. त्या वेळी अण्णा त्यांच्या सौभाग्यवतींना म्हणाले, ''बँकेचे साहेब चेक घेऊन आलेत. काही चांगलं खायला करा. नुसता फ्रीजमधला पेढा नको!''

पं. भीमसेन जोशींच्या वाढदिवसाला मी त्यांचं अभिनंदन करायला घरी जात असे. एकदा घरी गुच्छ दिल्यावर हॉलबाहेर पडलो. अंगणात त्यांचा कुत्रा होता. तो सुटा होता. मी वॉचमनला म्हटलं, ''त्याला बांधा.'' तर तो म्हणाला, ''काही करत नाही. घाबरू नका.''

कुत्रा माझ्याकडे आलाच. दोन पाय अंगावर देऊन हुंगू लागला. अंगाशी लगट करू लागला. मी स्थिर उभा होतो. या प्रकारात त्या बलदंड कुत्र्याचा दात पँट असूनही माझ्या मांडीला लागला.

मी डॉक्टरांना भेटलो. त्यांनी विचारले, ''पं. भीमसेन जोशींच्या कुत्र्याला इंजेक्शन दिलंय का?''

ही माहिती प्रायोजकत्व देताना घेतली नव्हती! परंतु ती माहिती मी आता घेतली.

डॉक्टर म्हणाले, ''एक इंजेक्शन बास आहे.''

दोनशे रुपयांचे इंजेक्शन घेतले व बँकेत कामाला आलो.

जनरल मॅनेजर सरदेशपांडे साहेबांनी विचारलं, ''कुत्रा कसा काय चावला?''

''प्रेमानं चावला!'' मी.

■

पु.लं.च्या घरी

मी बँक ऑफ महाराष्ट्रच्या लोकमङ्गल, पुणे येथे मुख्य जनसंपर्क अधिकारी म्हणून काम करीत होतो. एक दिवस मी काही कामानिमित्त ऑफिसमधील गोदरेज स्टील कपाट उघडलं, तर आत मोठाली दोन रिळं दिसली. मी ती कसली आहेत म्हणून बारकाईनं पाहिली. त्यावर 'मम सुखाची ठेव' असं लिहिलं होतं. मी लगेच ओळखलं, बँक ऑफ महाराष्ट्रनं प्रायोजित केलेल्या आकाशवाणीवरील कार्यक्रमाची ही रिळं होती. वसंतराव देशपांडे यांची सप्रयोग गायनासह मुलाखत विनोदी कथाकार द. मा. मिरासदार यांनी घेतली होती. मराठी नाट्यसंगीताची वाटचाल त्यात प्रभावीपणे विशद केली होती. कार्यक्रमाचं शीर्षकगीतही खूप आकर्षक होतं. या शीर्षकगीताचं संगीत नियोजन आनंद मोडक यांनी केलं होतं.

धन हवे उद्यासाठी
पुण्य भावी जन्मासाठी
थोडे पुण्य थोडे धन
नित्य करा साठवण
धन हवे, धन हवे

द. मा. व वसंतराव यांचे संवाद खुलत होते. मराठी नाट्यसंगीतावर काही कर्नाटकी प्रभाव पडला असं म्हणतात. मग कर्नाटकात नाटकं चांगली चालतात का? अशा अर्थाचा प्रश्न द. मां.नी विचारला होता. तेव्हा वसंतराव म्हणाले की 'कर नाटक' या शब्दावरूनच कर्नाटक शब्द झाला!

हा कार्यक्रम इतका लोकप्रिय झाला की, श्रोते दर आठवड्याला ठरावीक वेळी न चुकता रेडिओसमोर बसून राहत. ग.दि.मा. आणि सुधीर फडके यांच्या गीतरामायणानंतर आकाशवाणीवर गाजलेला हा एक कार्यक्रम.

मी ती रिळं कर्वे रोडवरच्या अलूरकर म्युझिक हाउसमधल्या अलूरकरांना दाखविली. ते म्हणाले, तुम्ही अगदी योग्य वेळी ही रिळं लोखंडी कपाटातून बाहेर काढलीत. त्या टेपवर असलेला मॅग्नेटचा परिणाम हळूहळू कमी होत चालला होता. काही दिवसांनी ही रिळं बाद झाली असती. बँकेने त्या रिळांच्या आधाराने ऑडिओ कॅसेट बनवून घेतल्या. मी पहिली कॅसेट घेऊन पु. लं. च्या एरंडवणा भागातील जोशी हॉस्पिटलच्या अलीकडील फ्लॅटमध्ये गेलो. जोशी हॉस्पिटलजवळ रस्ता बंद होतो म्हणून डेड एंड असलेला रस्ता असं नामाभिधान पु. लं. नी केलेलं. हॉस्पिटलमध्ये दगावणाऱ्या काही पेशंटमुळे मात्र डेड असं नाव दिलेलं नव्हतं हं!

पु.लं.च्या घरावरील बेल दाबली. सुनीताबाईंनी दार उघडलं. मी त्यांना का आलोय हे सांगितलं. कॅसेटचं प्रकाशन घरातल्या घरात करावं अशी विनंती करणारं पत्र व कॅसेट आणल्याचं सांगितलं. ''हल्ली तब्येतीच्या कारणामुळे पु.ल. असे काही कार्यक्रम स्वीकारत नाहीत. तरीही तुम्ही पत्र व कॅसेट देऊन जा. नंतर मी फोन करेन व काय करायचं ते नंतर ठरवू.'' असं त्या म्हणाल्या. दार उघडं असल्यानं समोरच बसलेले पु. ल. मला दिसत होते. तेवढ्यात सुनीताबाईंना गॅसवर काही ठेवल्याची आठवण झाली असावी. त्या आत गेल्या. पु. लं.नी मला हाताने खुणावून आत या म्हटले! मला साक्षात पु.ल.च आत या म्हणत होते. मग काय, मी समोर जाऊन बसलो. दिवाणखान्यात रवीन्द्रनाथ टागोर व चार्ली चॅप्लिन यांचे फोटो होते. पु. लं.ना मी वसंतरावांची कॅसेट दिली. सुनीताबाईही गप्पांत सहभागी झाल्या. मी आत कसा आलो म्हणून रागावल्या नाहीत. त्यांना अंदाज आला असावा, भाईंनीच यांना आत बोलावलं असणार!

पु.ल. म्हणाले, वसंतराव आणि त्यांच्या मराठी नाट्यसंगीतावर खूप गप्पा झाल्या होत्या. मराठी नाट्यसंगीताची वाटचाल सांगणारा कार्यक्रम करायचे ठरले होते. पु.ल. वसंतरावांची मुलाखत घेणार होते, पण पु.लं.ना परदेशातील कार्यक्रमामुळे वेळ जमत नव्हती. मग तितक्याच ताकदीनं हा कार्यक्रम करायला द. मां.ना आमंत्रित करण्यात आलं, पण मूळ कार्यक्रमाची कल्पना आखणी करताना त्यात पु.लं. चा सहभाग होता.

ही माहिती मिळाल्यावर मला कॅसेटचं मूल्य अधिकच जाणवलं. प्रकाशन कार्यक्रम नको म्हणताना पु.लं.च्या इतकं जिवावर आलं होतं की, आपण समोरच्याला दुखावतोय असे भाव त्यांच्या चेहऱ्यावर जाणवत होते. मी पहिली कॅसेट पु.लं.ना दिली होती. तिथून निघालो ते सेनापती बापट रोडवरच्या कै.

वसंतराव देशपांडे यांच्या घरी पोहोचलो. तिथं त्यांचे जावई, दूरदर्शनवर मराठी बातम्या देणारे अजित देशपांडे होते. त्यांना कॅसेट दिली. तिथून निघालो ते सुभाषनगरमध्ये द. मा. मिरासदारांच्या घरी गेलो. त्यांनाही कॅसेट दिली.

तो दिवस म्हणजे मला 'मम सुखाची ठेव' वाटली.

आनंदाचं खातं

पुण्यात सुरुवातीच्या काळात पु.लं.चं खातं बँक ऑफ महाराष्ट्रच्या बाजीराव रोड शाखेत होतं. मी त्या शाखेत चीफ मॅनेजर म्हणून काम करीत होतो. एक दिवस सेव्हिंग्ज डिपार्टमेंटच्या इनचार्जनी मला पु.लं.चं पासबुक दाखविलं. त्यावर खाते बंद केल्याचा शेरा होता. पु.लं.नी एरंडवणे शाखेत खातं सुरू केलं होतं. त्यामुळे कदाचित बाजीराव रोड शाखेतील खाते बंद केले असावे. मी म्हटलं, "पु.लं.चं पासबुक आपण जपून ठेवू या."

पुण्याच्या एरंडवणे शाखेत एक दिवस गेलो असता समोर पाहतो, तर केबिनमध्ये पाटणकर मॅनेजरांशी पु.ल. बोलत बसलेले. मीही त्या गप्पांत सामील झालो. "बँकेतले लोक रोज एवढ्या बेरजा वजाबाक्या कशा काय करतात कोणास ठाऊक! शिवाय रोज एवढे हिशेब जमवता म्हणता, कमाल आहे तुमची!"अशी टिप्पणी पु.लं.नी केली होती.

एरंडवणे शाखेतील प्रत्येक कर्मचाऱ्याची भावना अशी होती –

"पु.ल. आपलं आमच्या शाखेतलं खातं आम्ही पैशाचं मानीतच नाही. ते आमच्या आनंदाचं खातं आहे. आपण वेळोवेळी शाखेला भेट देऊन त्यात सातत्यानं भरच टाकीत असता."

पुन्हा मार्केटिंग

मार्केटिंग विभागात मी चीफ मॅनेजर म्हणून काम केलेल्या डिपार्टमेंटचा कामाचा व्याप बँकेच्या व्यवसायाबरोबरच वाढत होता. कोल्हापूरहून मी पुन्हा मार्केटिंग विभागात पुणे येथील केंद्रीय कार्यालयात साहाय्यक महाप्रबंधक या पदावर रुजू झालो.

लोकमङ्गल बसस्टॉप

बँक ऑफ महाराष्ट्रच्या लोकमङ्गल या वास्तूच्या जवळ पुणे मोटर ट्रान्सपोर्टचा बसस्टॉप होता. एक दिवस बँकेचे अध्यक्ष राघवन् यांनी मला बोलवलं.

मी बँकेचा जनसंपर्क अधिकारी असल्यामुळे त्यांनी मला सांगितलं, ''हा बसस्टॉप बँकेच्या दारात चांगला दिसत नाही. हा इथून हलवा.''

त्यानंतर मी पीएमटीला बसस्टॉप हलविण्याबद्दल विनंतीवजा अर्ज केला. तेथील अधिकाऱ्यांना प्रत्यक्ष जाऊन भेटलो, पण काहीच कारवाई होईना. राघवन् साहेब न विसरता रोज मला काम का झाले नाही हे विचारीत. त्याच वेळी त्यांनी इतर लोकांनाही हे काम सांगायला सुरुवात केली.

एका कारखानदार खातेदारांना त्यांनी याबाबतीत मदत करायला सांगितले. त्या कारखानदाराने सांगितले, ''पुणे महानगरपालिकेच्या स्टँडिंग कमिटीचा चेअरमन माझा मित्र आहे. तेव्हा हे काम झालंच म्हणून समजा.''

पण काम काही होत नव्हतं. पुन्हा अध्यक्ष मला म्हणाले, ''हा बसस्टॉप हलल्याशिवाय तुम्ही बँकेत येऊ नका! ''

मी पीएमटीच्या साहेबांची भेटीसाठी वेळ मागितली. त्यांनी दुसऱ्या दिवशी दुपारची वेळ दिली. दुसऱ्या दिवशी सकाळी नेहमीप्रमाणे फिरायला हनुमान टेकडीवर गेलो. उतरताना मनात विचार बसस्टॉपचे असावेत. एकदम माझा पाय मुरगळला. टेकडीवरून उतारावरचे राहिलेले थोडे अंतर कसाबसा उतरलो. पायथ्याला एका स्कूटरवाल्याला विनंती केली की, मला रिक्षापर्यंत पोहोचव. नंतर रिक्षाने घरी आलो. रिक्षावाल्याला पाय मुरगळल्याचे सांगितले असल्याने तो घरापर्यंत आला. फिरायला जाताना बरोबर पैसे नेले नव्हते. घरातून पैसे दिले.

आता मन द्विधा झालं होतं. 'बरं नाही म्हणून घरी बसावं, तर बसस्टॉपचं काम होत नाही म्हणून ऑफिसला दांडी मारतोय वाटायचं. जावं, तर पाय साथ देत नव्हता.' शेवटी जायचा निर्णय घेतला. पायावर उपचार करून लोकमङ्गलला ड्रायव्हरच्या मदतीने पोहोचलो. तोच अध्यक्षांनी बोलावले. कसाबसा लंगडत त्यांच्या केबिनपर्यंत पोहोचलो. त्यांनी पुन्हा बसस्टॉपचं विचारलं. मला लंगडताना त्यांनी पाहिलं होतं, परंतु त्याकडे त्यांनी पूर्ण दुर्लक्ष केलं. मी आज पीएमटीच्या साहेबांना भेटणार असल्याचं सांगितलं. त्यावर त्यांनी पुन्हा तेच सांगितलं, ''बसस्टॉप दारातून हलवल्याशिवाय तुम्ही बँकेत येऊ नका!''

दुपारी निघण्यापूर्वी पीएमटीच्या स्वारगेटजवळील मुख्यालयात फोन केला, तर साहेब महत्त्वाच्या मिटिंगला गेल्याचं कळलं. आज ते भेटू शकणार नाहीत हेही समजलं. सत्यस्थिती चेअरमनसाहेबांना सांगावी, तर ते ऐकण्याच्या मन:स्थितीत नव्हते. तरीही मी सांगावयाचे ठरविले, तर तेही ऑफिसमधून बाहेर गेले होते. माझ्या जनरल मॅनेजरना मी सर्व वृत्तान्त सांगितला.

घरी पायावर उपचार चालू ठेवले. दुसऱ्या दिवशी अपॉइंटमेंट न घेताच पीएमटीमध्ये गेलो. थोड्या वेळाने पीएमटी कमिशनर साहेबांनी त्यांच्या केबिनमध्ये

बोलवलं. माझी विनंती ऐकून घेतल्यावर ते म्हणाले, ''तुमचे चेअरमन हा बसस्टॉप हलविण्यासाठी वेगवेगळ्या लोकांकडून माझ्यावर दबाव आणत आहेत. स्टँडिंग कमिटीच्या चेअरमनचा मला फोन आला होता. मी ठरवलंय की, हा बसस्टॉप अजिबात हलवायचा नाही. मी जरी परवानगी दिली तरी मी असं काही करेन की, हा बसस्टॉप हलणार नाही.''

मी एकंदरीत नूर ओळखला व म्हटले, ''साहेब, तुम्ही म्हणता ते मला पटते. हा बसस्टॉप १९७८ सालापासून बँकेच्या दारात आहे. शिवाजीनगर स्टँडकडून येणाऱ्या लोकांना हाच स्टॉप सोयीचा आहे, हे तुमचं म्हणणं वास्तवाला धरून आहे. विशेष म्हणजे मी बाजीराव रोड शाखेत मुख्य प्रबंधक असताना पी.एम.टी.च्या विस्तारास कर्ज मंजूर केले होते. त्यात बसस्टॉपची उभारणीही होती. आम्हीच उभारणी केली असताना बसस्टॉप हलवा हे म्हणणे बरोबर नाही. पुण्यातल्या बसस्टॉपचं वर्णन मी माझ्या पुस्तकात केलंय.''

''तुम्ही पुस्तकं लिहिलीत?''

''हो. मी पंधरा पुस्तकं लिहिली आहेत. त्यातील एक पुस्तक पुण्यावर आहे. दुसरे आचार्य अत्रे यांच्यावर आहे. आचार्य अत्रे पुणे महानगरपालिकेत नगरसेवक होते. त्यांनी 'शिवाजीनगर' हे नाव त्या भागाला दिलं. रे मार्केटचं नामांतर 'फुले मंडई' केलं. अत्रे म्युनिसिपालिटीच्या नगरसेवकांवर विनोद करीत. रस्ते डांबरीकरण करण्याचा प्रस्ताव होता, तर एक अडाणी नगरसेवक म्हणाला होता, ''इथं पुण्यात रस्त्यात खूप चिखल झालाय. ते डांबरी केले तर डांबरात पाय रुतूनच बसंल नां! त्यापेक्षा मातीचा चिखल बरा!'' ''

अमराठी कमिशनरसाहेबांना आचार्य अत्रे चांगले ठाऊक होते. त्यांना मराठी लिहिता-वाचता येत होते. ते म्हणाले, ''मला तुमची पुणे आणि अत्रे यांच्यावरची दोन्ही पुस्तकं वाचायला द्या. मी ती वाचून परत करीन.''

''आता घेऊन येतो.'' मी.

त्यांनी चहा मागविला. साताऱ्यात आचार्य अत्रे यांना मी कसा स्पर्श केला हे सांगितलं. चहा घेऊन बाहेर पडलो. माझ्याजवळ पुस्तकं नव्हती. घरीही नव्हती. मी तडक अप्पा बळवंत चौकात गेलो. खरेदीसाठी दुकानात गेलो.

''पुस्तकं चांगली आहेत. जरूर वाचा.'' दुकानदार मला म्हणाला. बरं वाटलं. आपल्या लिखाणाची प्रशंसा लेखकाला नेहमीच आवडते. ती प्रोत्साहित करते. मी पुस्तकं कमिशनरसाहेबांना दिली. तत्परतेनं आणल्यामुळे त्यांच्या चेहऱ्यावर समाधान दिसलं. ते म्हणाले, ''ही पुस्तकं दिलीत म्हणजे बसस्टॉप हलेल असं नाही. त्याचा आणि याचा काहीही संबंध नाही. दोन दिवसांनी ही पुस्तकं तुम्ही येऊन परत घ्यायचीत.''

"साहेब, तुम्ही सांगाल तसं मी करणार. माझी फक्त एक विनंती आहे. सांगू का?"

"सांगा."

"मला बसस्टॉपसंबंधीची भूमिका पटली असल्यानं मी पुन्हा त्याबद्दल काही बोललो नाहा; पण तुम्हाला ऐकून आश्चर्य वाटेल की, चेअरमनसाहेबांनी सांगितलंय की, हे काम झाल्याशिवाय बँकेत येऊ नका. तेव्हा मला तुम्हाला परत परत भेटण्याची तेवढी परवानगी द्या."

"तुमच्यासारख्या साहित्यिकावर ही वेळ यायला नको होती. तुम्ही ए.जी.एम. आहात. केवळ मी तुमच्या साहित्यप्रेमापोटी हा बसस्टॉप हलविण्याची परवानगी देतो. फक्त एक अट आहे. तुमच्या चेअरमनसाहेबांना सांगा की, स्टँडिंग कमिटीच्या चेअरमननं सांगितलं म्हणून हे काम मी करीत नाही."

"मान्य. तुम्ही माझं फार मोठं काम केलंत. मी ठरल्याप्रमाणे त्वरेनं हा स्टॉप समोरील बाजूस उभारून देतो."

"उद्या येऊन ऑर्डर घेऊन जा, पण दोन दिवसांनी ही पुस्तकं परत न्यायची हं!"

"साहेब, अजून एक काम आहे."

"बोला."

"हो जाय इस बातपे. पुन्हा आपण चहा घेऊ या!"

सारा वृत्तान्त मी सरदेशपांडेसाहेब, जनरल मॅनेजर यांना सांगितला. त्यांनी मनापासून अभिनंदन केलं.

दोन दिवसांनी ऑर्डर हाती पडताच बसस्टॉप हलवायचं काम सुरू केलं गेलं. तीन कोटेशन्स मिळविली. ज्याला काम सांगितलं त्याला कल्पना दिली की, एका रात्रीत हे काम पूर्ण व्हायला हवं.

रात्री अकरा वाजता प्रवासी बसेस हलल्यावर गॅस कटरनं बसस्टॉपचे पाय कापले. बसस्टॉप आडवा झाला. एव्हाना रात्रीचा एक वाजला होता. दुसऱ्या बाजूस खड्डे खणण्याचं काम सुरू होतं. तोच एक ट्रक त्या पडलेल्या बसस्टॉपवर आदळला. मी चांगलाच हादरलो. सुदैवानं कोणासही लागलं नव्हतं. हे प्रकरण मिटवलं. सकाळी पाच वाजता बसस्टॉप रस्त्याच्या पलीकडे उभा राहिला.

पुढे या बसस्टॉपला 'लोकमङ्गल बसस्टॉप' असं नाव दिलं गेलं. प्रवासी त्याच नावानं हा स्टॉप ओळखू लागले.

हे काम चालू असताना मला मानसिक त्रास वाटत होता, पण नंतर लक्षात आलं की, चेअरमनसाहेबांनी ही टोकाची भूमिका घेतल्यानंच बसस्टॉप हलला ना? यशप्राप्तीनंतर मीही मधला त्रास विसरून गेलो. पुढं मला एका परिसंवादात

बोलायचं होतं – साहित्यानं मला काय दिलं. तेव्हा माझ्या मनात आलं, 'संत ज्ञानेश्वरांनी भिंत हलवली. इथं साहित्यानं बसस्टॉप हलवला!'

के. इ. एम. हॉस्पिटलजवळ हनुमान मंदिरात एक भव्य कार्यक्रम होता. राघवन् साहेबांच्या प्रमुख उपस्थितीत आणि योगाचार्य अय्यंगार यांच्या शुभहस्ते काहींचे सत्कार होते. कार्यक्रमाला प्रचंड गर्दी झाली होती. राघवन् साहेबांनी मला सांगितले, ''लांब उभं राहायचं नाही. माझ्याजवळ थांबायचं.''

त्या दिवशी राघवन् साहेबांचं भाषण फार चांगलं झालं. ते म्हणाले, ''प्रभू रामचंद्र तर सर्व जण पूजतात, पण आपल्या गुरूंसाठी सतत काम करत राहणं हे महत्त्वाचं! ते काम हनुमानानं केलं. त्यातून स्वत:चा लाभ न मागता केवळ रामासाठी त्यानं जिवावर उदार होऊन काम केले. त्यामुळेच मला संत रामदासांचं कामही मोलाचं वाटतं.'' अय्यंगार साहेबांच्या हस्ते विशेष कार्य केलेल्यांचे सत्कार सुरू झाले. चेअरमनसाहेबांच्या शिफारशीवरून माझंही नाव पुकारलं गेलं. साहित्य व बँकिंग यातील सेवेबद्दल माझाही सत्कार करून सन्मानचिन्ह दिलं.

रणजी करंडक सामना पुण्यात होता. खेळाडूंचा परिचय व नाणेफेक राघवन् साहेबांच्या हस्ते होती. तेव्हाही ते मला म्हणाले, ''माझ्याबरोबर राहायचं.'' दोन्ही संघ उभे होते. प्रत्येकाची ओळख करून दिल्यावर खेळाडू चेअरमनसाहेबांशी हस्तांदोलन करत. चेअरमनसाहेबांच्या इशाऱ्याप्रमाणे मीही त्यांच्याशी हस्तांदोलन केलं.

माणूस चांगला किंवा वाईट नसतो. बसस्टॉप प्रकरणात माझा पिच्छा पुरविणारे हेच ते, आता मलाही सन्मान मिळावा म्हणून प्रयत्नशील होते. आपण एखाद्याविषयी एकदम मत बनवू नये. आपलं काम शांत मनानं करत राहावं. पुढे आनंदाचे दिवस येतातच.

धोंडूमामा साठे नीलफलक

बँक ऑफ महाराष्ट्रचे एक अध्यक्ष धोंडूमामा साठे ज्या ठिकाणी राहत त्या वास्तूवर त्यांच्या नावाचा नीलफलक लावला गेला. त्या फलकाचे उद्घाटन माझ्या हस्ते झाले याचा मला खूप आनंद झाला. त्या वेळी मी म्हणालो, ''पुण्यात हेड ऑफिस असलेली एकमेव राष्ट्रीयीकृत बँक म्हणजे बँक ऑफ महाराष्ट्र! या बँकेच्या स्थापनेमध्ये पुढाकार घेतलेल्या धोंडूमामांचे आपण स्मरण करीत आहोत. १ सप्टेंबर १८९१ रोजी पुण्यात जन्मलेले धोंडूमामा १९१२मध्ये उच्च शिक्षणासाठी इंग्लंडला गेले. परत आल्यावर व्यापारात लक्ष घातले. स्वातंत्र्यप्राप्तीसाठी लोकमान्य टिळकांसमवेत कार्य केले. कायदेभंग चळवळीत भाग घेतल्यामुळे

येरवडा कारागृहात सहा महिने राहिले. पुढे हैदराबाद सत्याग्रहात भाग घेतला. दि महाराष्ट्र एक्झिक्युटर अँड ट्रस्टी कं.ची त्यांनी स्थापना केली. अशा महान व्यक्तिमत्त्वाला प्रणाम!''

हिंगणे येथील कर्वे इन्स्टिट्यूटमध्ये एका सभागृहाला बँक ऑफ महाराष्ट्रतर्फे देणगी देऊन धोंडूमामा साठे यांचे नाव देण्यात आले.

महाबँक साहित्यिक मेळावा

आकड्यांबरोबरच अक्षरांचेही मित्र असलेल्या बँक ऑफ महाराष्ट्रमधील साहित्यिकांच्या पुस्तकांचे प्रदर्शन रमणबागेच्या मैदानावर 'अक्षरभारती ग्रंथ प्रदर्शन' मध्ये भरवले. अठ्ठावन्न साहित्यिक व कलाकारांच्या एकशे पंधरा साहित्यकृती व ध्वनिफिती प्रदर्शनात मांडण्यात आल्या होत्या. प्रदर्शनाचे उद्‌घाटन सुप्रसिद्ध विनोदी साहित्यिक द. मा. मिरासदार यांच्या हस्ते झाले. बँकेच्या साहित्यिक मेळाव्याचे उद्‌घाटन बँकेचे उपमहाव्यवस्थापक विकास धापेकर यांच्या हस्ते झाले.

प्रदर्शनात बँकेचे अध्यक्ष वा. गो. काळे, चिं. वि. जोग, डॉ. वसंतराव पटवर्धन यांची पुस्तके होती. विजय पडळकर, श्यामराव कुलकर्णी, श्रीनिवास भणगे, आनंद मोडक, चंद्रकांत काळे, डॉ. दामोदर खडसे इ.च्या साहित्यकृती होत्या. माझी पंधरा पुस्तके व सहा ध्वनिफिती प्रदर्शनात होत्या.

एकाच बँकेतील 'साहित्य प्रदर्शन' प्रथमच भरविण्याचा आनंद उपभोगला.

वाजपेयींच्या व्याख्यानाचे प्रायोजकत्व

बँक ऑफ महाराष्ट्रच्या मार्केटिंग विभागात असताना पंतप्रधान अटलबिहारी वाजपेयी यांना भेटण्याचा योग आला.

सवाई गंधर्व संगीत महोत्सव तर प्रसिद्धच आहे. या मंडळींनी विद्यापीठ रस्त्यावर 'सवाई गंधर्व वास्तू' उभी केली. त्याच्या उद्‌घाटन समारंभास भारताचे पंतप्रधान अटलबिहारी वाजपेयी आले होते.

कार्यक्रमाची वेळ दुपारी १२-४०ची होती. सुरक्षाव्यवस्था म्हणून आत येणाऱ्यांची तपासणी ११ वाजेपासून होती. बँकेचे चेअरमन एस. सी. बसूसाहेब आमंत्रित या नात्याने आले होते. मी आत जाताना माझ्या खिशातली व्हिक्सची छोटी डबी उघडून पोलिसांनी त्याचा वास घेऊन पाहिला. मी मजेनं पोलिसांना म्हटलं, ''तुमची सर्दी निघून जाईल.''

आत गेल्यावर आकाशवाणीवरील अधिकाऱ्यांची भेट घेतली. पंतप्रधान अटलबिहारी वाजपेयींचं व्याख्यान सर्व जनतेला ऐकायला मिळावं यासाठी आमच्या बँकेनं ते प्रायोजित केलं होतं.

अटलजी व्यासपीठावर आले. सर्वांकडे पाहून त्यांनी स्मितहास्य केले. साऱ्या श्रोत्यांनी उभे राहून त्यांचा मान राखला. वाजपेयींनी साऱ्यांना नमस्कार केला. हातानं खूण करून श्रोत्यांना बसण्याची विनंती केली. सर्व जण बसल्यावर ते स्थानापन्न झाले. लहानसहान गोष्टींतूनही या मोठ्या माणसाचं मोठेपण दिसून येत होतं.

त्या दिवशी अटलजी म्हणाले, ''मला पंडित भीमसेन जोशींनी बोलवले. मी म्हणालो, ''उद्घाटनाला अवकाश आहे. तेव्हा मी पंतप्रधान नसलो तर?'' त्यावर पंडित भीमसेनजी म्हणाले, ''तुम्ही पंतप्रधान असा वा नसा, आम्ही तुम्हालाच बोलावणार.'' मग मी येतो म्हटले. राजनीती दोलायमान असते. काय विलासराव देशमुख, हे खरं आहे ना? (त्या वेळी महाराष्ट्राचे मुख्यमंत्री बदलण्याच्या बातम्या वृत्तपत्रांत येत होत्या.) मी ग्वाल्हेरचा म्हणून मला बोलवले. ग्वाल्हेर हे शास्त्रीय संगीताबद्दल प्रसिद्ध आहे. ग्वाल्हेरचे मूल रडते तेही सुरातच. भारतीय जनता दोन पंडितांना मानते – एक पंडित जवाहरलाल नेहरू आणि दुसरे पंडित भीमसेन जोशी!''

जवळच बसलेले प्रमोद महाजन दुजोरा देत म्हणाले, ''दोघेही पंडितच!''

■

वृक्षांना प्रायोजकत्व

हनुमान टेकडीवर फिरायला जाणं हा एरंडवणे भागातील निसर्गप्रेमींचा आवडता छंद! या टेकडीवर वृक्षारोपण कार्यक्रम झाला. नव्या रोपांना पाणी देण्यासाठी प्रत्येक रोपाचं पालकत्व एकएका निसर्गप्रेमीकडे दिलं गेलं. प्रत्येक जण घरून वॉटरबॅग भरून आणायचा. आपल्या ठरलेल्या झाडाला प्रेमानं पाणी घालायचा. अशा वेळी पाण्याची कमतरता पडू नये यासाठी टेकडीवरच पाण्याचे टँक बसवून घेतले. त्या टाक्यांमध्ये टँकरनं पाणी आणलं जायचं. या टँकरचा येणारा खर्च बँक ऑफ महाराष्ट्र देत होती. ही व्यवस्था करून आमच्या मार्केटिंग विभागानं एक आगळंवेगळं प्रायोजकत्व मिळवलं होतं. मी टेकडीवर फिरताना त्या झाडांकडे पाहत असे. तेव्हा त्यांच्या टवटवीतपणात आपल्या बँकेचाही वाटा आहे या जाणिवेनं खूश होत असे. त्यांचाही आपल्याला आशीर्वाद आहे असं वाटायचं.

बहुगुण असलेले सुंदरलाल!

गुरुपौर्णिमेचा दिवस. सकाळी सहा वाजता कांचन गल्लीतून हनुमान टेकडीवर गेलो. आज ज्येष्ठ पर्यावरणवादी सुंदरलाल बहुगुणा यांच्या हस्ते वृक्षारोपण व्हायचं होतं. निसर्ग संगोपनाचं कार्य करणारी 'अरण्यवाक' ही संस्था हृषीकेश तळवलकरच्या नेतृत्वाखाली पुण्यात काम करीत होती. हृषीकेशचे वडील सुंदरलाल बहुगुणांना घेऊन आले. एवढे मोठे जागतिक कीर्तीचे हे व्यक्तिमत्त्व, पण

गाजावाजा नाही. डामडौल तर नाहीच नाही. वय वर्ष पंचाहत्तर, पण तरुणाईचा अमाप उत्साह असणारे बहुगुणा हनुमान टेकडी सहजपणे चढू लागले. मी त्यांना टेकडीची माहिती देऊ लागलो. –

"हनुमान टेकडीवरचा खडक लाव्हा रसापासून बनला आहे. हा रस जेव्हा जमिनीतून वर आला तेव्हाच्या फेसामुळे येथील दगड रंगीत बनले. मी प्रथम छप्पन्न साली या टेकडीवर आलो तेव्हा टेकडी पूर्ण लाल व हिरव्या खडकांनी भरलेली, रंगीबेरंगी दिसत होती. आजही थोडे रंगीत दगड दिसतात. टेकडीची धूप थांबविण्यासाठी दगडाचे बंधारे जागोजाग बांधले आहेत. ही टेकडी म्हणजे पुणेकरांची तब्येत तब्येतीत ठेवणारी संजीवनी आहे. चढताना श्वासाची लय अशी काय सुरेख लागते की सारं शरीर प्राणवायूनं भरून जातं. पुणेकरांच्या तब्येतीला रुचेल, पचेल अशी 'मेड टू ऑर्डर' ही टेकडी आहे."

ही माहिती देतानाच मी त्यांना थोडी विश्रांती घेण्यासाठी थांबायचंय का विचारलं. ते हसत म्हणाले, "मी तर हिमालयात फिरणारा माणूस आहे. मला डोंगरात फिरायची भरपूर सवय आहे."

कोठेही न थांबता ते टेकडी चढले, पण त्यांच्या सहवासाने भारावून गेल्यासारखे झाले होते. थकवा, कंटाळा अजिबातच नव्हता. त्यांच्या पायात साधे काळे कातडी बूट होते. संपूर्ण पोशाख खादीचा होता. वापरामुळे लेंग्याला गुडघ्याजवळ भोक पडले होते. किरमिजी रंगाचा नेहरू शर्ट. डोक्याला पांढरा रुमाल बांधलेला आणि पांढरीशुभ्र लांब दाढी.

आपल्या दाढीचा उल्लेख करताना ते म्हणाले, "जंगले वाढवा असे मी म्हणतो, ते माझ्या दाढीपासून सुरू केले."

एखादे वाक्य बोलल्यावर दुसरे वाक्य बोलण्यापूर्वी ते फार छान हसतात.

अरण्यवाक संस्थेच्या हृषीकेश तळवलकरने त्यांना 'सुंदरलाल बहुगुणा, टेहरी, उत्तरांचल प्रदेश' एवढ्या पत्त्यावर पुण्यास येण्याचे आमंत्रण धाडले होते. तेवढ्यावर ते आले होते. त्यावर ते म्हणाले, "पुण्यात अरण्य निर्माण करू पाहणारा हा कोण आहे ते पाहावं म्हणून मी आलो."

अरण्यवाक म्हणजे जंगलची भाषा. मला या वेळी व्यंकटेश माडगूळकरांची आठवण झाली. सांगली जिल्ह्यात आटपाडीजवळ माडगूळ हे त्यांचं गाव. गेल्या वर्षी मी माडगूळकरांचं घर पाहावं म्हणून तिथं गेलो. त्यांचे थोरले बंधू श्यामराव आठवणी सांगत होते.

"व्यंकटेश माडगूळकर इथं आले की, सकाळी जंगलात फिरायला जात. पाणवठ्याच्या कडेच्या खुणा पाहत. ते म्हणत, सकाळचं जंगल म्हणजे वर्तमानपत्र असतं. कोणते प्राणी कोठे, केव्हा येऊन गेले ते खुणा, प्राण्यांचे केस इ. वरून कळतं. थोडक्यात काय, अरण्यालाही एक भाषा असते."

टेकडीवर वृक्षारोपण करताना बहुगुणांनी विचारलं, “कोणती झाडे लावायची?”

त्यावर हृषीकेशनं सांगितलं, “कांचन व पिंपळ”.

“ज्या झाडावर पक्षी येतात ती झाडे लावा. जिथे फळे येतात, घरटी बांधता येतात ती झाडे पक्ष्यांना आवडतात.”

कांचनवृक्ष प्रथम रमाबाई बखले यांनी या टेकडीकडे येणाऱ्या रस्त्याच्या कडेला लावला. ती कांचनगल्ली झाली. पण कांचनवृक्षापेक्षा पिंपळवृक्ष पक्ष्यांना आवडतो.

“यापुढे या टेकडीवर आवळ्याची झाडं लावा.”

बहुगुणाजी सांगू लागले, “च्यवनप्राश कथा माहिती आहे?” त्यांच्या या प्रश्नावर हो किंवा नाही असा प्रतिसाद देण्यापूर्वीच त्यांनी त्यांच्या मृदू आवाजात सांगण्यास सुरुवात केली.

“च्यवन नावाचा ऋषी होता. त्याचे डोळे तेजस्वी होते. तो एकदा बसलेला असताना एका राजकन्येने खेळ म्हणून त्या चकाकणाऱ्या डोळ्यांना इजा केली. च्यवन ऋषीवर झालेल्या या अन्यायाचे परिमार्जन म्हणून राजाने या च्यवनऋषींना आपला जावई करून घेतले. आता राजाचा जावई अंध असणे बरे दिसणार नाही! त्यावर उपाय म्हणून आवळ्याचा औषध म्हणून वापर केला. ऋषींचे नेत्र पूर्ववत झाले. गुणी आवळ्याच्या औषधाला ‘च्यवनप्राश’ नामकरण झाले! च्यवन यांनी जे प्राशन केले ते च्यवनप्राश. तेव्हा ‘आवळा’ हा उपयुक्त आहे. त्यात सी व्हिटॅमिन मुबलक आहे. तो खाताना सुरुवातीस आंबट वाटला तरी नंतर गोड लागतो. आवलेका स्वाद और बुढेकी बात बादमे मीठी लगती है।”

आपल्या या म्हणीवर थोडं हसून ते पुढे म्हणाले, “तुम्ही तरुण आज म्हाताऱ्याचे ऐकायला उत्सुक आहात हे विशेष. ‘बुढा बोले दाढी हिले’ अशी ऐकून सोडून देणारी तुम्ही मुलं नाही.”

हनुमान टेकडीवरच्या मारुतीचे दर्शन घेतले. मी त्यांना गो. नी. दांडेकरांनी वर्णन केलेले मारुतीच्या मूर्तींचे दोन प्रकार सांगितले. नमस्कार करून भक्तिभावाने उभा असतो तो ‘दास मारुती’ व हातात गदा घेतलेला किंवा हातावर डोंगर उचललेला ‘वीर मारुती’. टेकडीवर आहे हा वीर मारुती.

वृक्षारोपण करताना बहुगुणाजी पुढे सरसावले. त्यांच्या प्रत्येक कृतीतून झाड जिवंत राहिले पाहिजे, ते मोठे झाले पाहिजे या भावनेतून ते रोप लावत आहेत हे लक्षात येत होते. “खड्डा खणला तर तो फार खोल नको. झाडाचा ठरावीक भागच जमिनीत जायला हवा” असे ते म्हणाले. जमिनीच्या पातळीवर रोप आले पाहिजे. झाडास पाणी सतत मिळत राहावे म्हणून खड्ड्यात तळाशी नारळाच्या चोयट्या टाकण्यात आल्या. लावलेले झाड उभे राहण्यासाठी आधार म्हणून एक उभी

लाकडाची पट्टी खड्ड्यात खोचण्यात आली. रोप पट्टीला एका वेलीनं बांधलं.

बहुगुणांनी माती बोटांनी बारीक करून ती प्रेमानं पसरली. मुलाच्या जन्माप्रमाणे आनंदानं वृक्षारोपण केलं. पाणीसुद्धा ममतेनं घातलं. मी एक पिंपळ वृक्ष लावू लागलो तर त्यामध्येही त्यांनी मदत केली. यापूर्वी काही समारंभांत पाहिलेले वृक्षारोपण कसे उरकल्यासारखे होते! फोटो काढला की संपले. त्या झाडांचे काहीही होवो. इथं सुंदरलालजी किती बारकाईनं त्या रोपाची निगा राखत होते.

वृक्षाच्या वृद्धीसाठी बहुगुणांनी सर्वांकडून एक प्रार्थना म्हणवून घेतली – ''धन्य प्रभू हम करके वारंवार, वृक्षोंका सृजन....''

उभ्याउभ्याच बहुगुणांनी आपले मनोगत व्यक्त केले. टेकडी चढून आल्यावर ते एकदाही बसले नाहीत. एक तास पुढे उभे राहून त्यांनी विचार मांडले –

''झाडाच्या रक्षणासाठी राजस्थानमध्ये अमृतादेवी झाडांना चिकटून उभी ठाकली. झाड तोडायचे असेल तर आम्हास तोडा. एक झाड इतके काही देते की, 'एक पेड दस पुत्र समान' म्हटले जाते. झाड मनुष्यास अत्यावश्यक असणारा प्राणवायू देते. हवेमधला कार्बनडाय ऑक्साइड कमी करते. भगवान शंकर त्यांच्या जटेतील गंगेमधून जसे पाणी देतात तसे वृक्षही पाऊस पाडण्यास साहाय्यभूत होतात. वृक्ष म्हणजे Water Towers of Human आहेत. पाण्याचे दुर्भिक्ष नष्ट करण्यासाठी वृक्षारोपण करा ही युगवाणी आहे. झाडांच्या मुळामुळे जमिनीतील खडक फोडला जातो. माती निर्माण होते. प्रत्येक झाड म्हणजे Factory of soil manufacturing आहे.

''वृक्ष आपल्याला फळे देतात. अंध सूरदासांनी म्हटलंय, माणसाने वृक्षापासून शिकावं. वृक्ष कापणाऱ्यावर तो कधी रागावत नाही. दगड मारणाऱ्यालाही तो फळ देतो. वृक्षाचा प्रत्येक भाग उपयुक्त असतो. वृक्ष पाने, फुले व बियाही देतात. वृक्ष पक्ष्यांना आसरा देतात. माणसाला सावली देतात. औषधे पुरवितात. वृक्ष मेल्यावर घर बांधायला लाकूड मिळते. माणूस मेल्यावर त्याच्या अंत्यविधीस वृक्षच लाकडे देतो.

''खऱ्या अर्थाने वृक्षमित्र व्हा. झाडे लावा. झाडे तोडू नका. झाडे स्वत:हून देतील ती फळे, फुले घ्या. वृक्षांच्या संगतीत मानवाला सात्त्विकता प्राप्त होते. सात्विक विचार रोगमुक्त मानव निर्माण करतात. आपण या बाबतीत आपले मन जागे केले पाहिजे -

From your head to your Heart

From your hearts to your Hands

''मन जागे झाल्यावर ते कार्यप्रवृत्त करते. भविष्यात वृक्षशेतीसच महत्त्व प्राप्त होईल. वृक्षशेतीमुळे अनुत्पादक कामे कमी होतील. हॉस्पिटलांची गरज कमी होईल. पाणीटंचाईवर वृक्षारोपण हाच उपाय आहे. वृक्षशेती ही युगवाणी ठरणार आहे.''

साऱ्या युवकांना सुंदरलालजींनी भारावून टाकले होते. त्यांनी साऱ्यांकडून घोषणा वदवून घेतल्या –

Yes to life, no to death.

जीवनकी जय, मृत्यूका क्षय.

मुलांना ते म्हणाले, "आज तुमच्या सहवासात या म्हाताऱ्याला तुम्ही तरुण केलंत."

संध्याकाळी गरवारे महाविद्यालयात सुंदरलालजींच्या शुभहस्ते पंचवीस पर्यावरणप्रेमी संस्थांचा सत्कार करण्यात आला. रणमर्दाचा पोवाडा रणमर्दानं गावा, त्याचप्रमाणे निसर्गप्रेमी मंडळींचा सत्कार सुंदरलाल बहुगुणांच्या हस्ते होण्यात एक अतुलनीय आनंद होता.

त्या वेळी सुंदरलालजी म्हणाले, "प्रगतीबद्दलच्या आपल्या कल्पना तपासून पाहायला हव्यात. आपण कृत्रिम गोष्टींच्या मागे धावत आहोत. अधिक संपत्तीत सुख आहे असे मानत आहोत. पश्चिमेकडील भोगवादी वृत्तीचे अनुकरण करीत आहोत. त्यागात सुख आहे हे सांगणारी भारतीय संस्कृती आपण विसरत चाललो आहोत. भगीरथ राजाने सिंहासन सोडून दिले. तो दगडावर बसला. मोठी तपश्चर्या केली. अथक परिश्रमाला भगीरथ प्रयत्न म्हणण्याचा प्रघात पडला. भगीरथाने गंगा आणली. सिंहासनावर बसलेले कित्येक राजे आले आणि गेले, पण लक्षात राहिला भगीरथ. महात्मा गांधींनी पंचा नेसला. तसेच ते ब्रिटनला गेले. आपण महान संस्कृतीचे वारसदार आहोत. ती मूल्ये जितकी आचरणात आणू तितके आपण मोठे होऊ.

"शहर वाढते तेव्हा पहिला घाव झाडांवरच पडतो. निसर्गाची हत्या करून त्यावर वाढलेल्या शहरी संस्कृतीला आपण प्रगती मानतो. येथे पिण्यासाठी जिवंत पाणी नाही. आपण साठविलेले पाणी पितो. फ्रीजमधील बर्फाचे पाणी पितो. 'जिंदा जल' Living Water वाहत्या नदीचे पाणी आपल्याला प्यायला मिळाले पाहिजे. आपण मेलेले पाणी पितोय, मग आपल्यात जान कोठून येणार! श्वासासाठी शुद्ध हवा मिळेनाशी झालीये. आपण धूर, धूळ व गोंधळ यातच घुसमटतो आहोत. जिवंत राहण्याचा प्रश्न पूर्वी नव्हता. आपण मरत नाही म्हणून खिशातील औषधाच्या साहाय्याने जगण्याचा प्रयत्न करीत आहोत. चालतेफिरते मुडदे आहोत आपण!

"शहरी संस्कृतीने निर्माण केलेल्या प्रदूषणाच्या राक्षसापासून दूर राहण्यासाठी निसर्गाला जवळ केले पाहिजे. संयम, साधेपणा, मानवी ऊर्जा, पशुऊर्जा, सौर ऊर्जा, पवन ऊर्जा यांचा वापर केला तर आयुष्यातील समस्या संपतील."

दुपारी पत्रकार परिषदेत सुंदरलालजींना एक मोठा गुच्छ देण्यात आला. तो

पाहून ते म्हणाले, "ही फुले झाडावरच राहिली असती तर काही कीटकपक्षी चार-पाच दिवस मजेत राहिले असते. या गुच्छाऐवजी मला जर शेंगदाण्याची माळ दिली असती तर ती उद्या प्रवासात खायला उपयोगी पडली असती! अरण्यवाक संस्थेचे प्रमुख हृषीकेश तळवलकर यांच्या घरीच ते उतरले होते. अंघोळ करून बाथरूममधून बाहेर येताना हृषीकेशच्या आईने त्यांना सांगितले की, कपडे वॉशिंग मशीनमध्ये धुता येतील. ठेवून द्या. पण त्याआधीच त्यांनी स्वत:चे कपडे धुवून टाकले होते. वाळलेले कपडे उशाखाली ठेवले होते. तेवढीच नैसर्गिक इस्त्री होईल या भावनेने. जवळ एकही पैसा न घेता हिमालयातील ५००० किलोमीटरची भटकंती पूर्ण करून निसर्गप्रेम जागे करणाऱ्या या विभूतीचे आचरण वंदनीय आहे.

कृपया देणगी घ्या!

मार्केटिंग विभाग म्हणजे कार्यक्रमांना प्रायोजकत्व देणे. चांगल्या कार्याला देणग्या देणे. बँकेने चतु:शृंगी देवस्थानला रु. ७ लाख मंजूर केले होते. या रकमेतून देवस्थानच्या परिसरातील नूतनीकरण व प्रवेशद्वाराशी भव्य अशी कमान बांधण्यात येणार होती. मोठ्या प्रमाणावर नूतनीकरण झालं होतं. परिसर इतका विशाल आहे की, त्यासाठी कितीतरी मोठा निधी देवस्थानने खर्च केला असणार. बँकेने काही रक्कम देवस्थानला दिली होती. बँकेच्या नावाचा फलक दर्शनी भागात लावताच राहिलेली रक्कम द्यावयाची व बँकेच्या अध्यक्षांच्या शुभहस्ते उद्घाटन करावयाचे अशी योजना होती.

या देवस्थानमध्ये दोन समिती होत्या. दोघांचे हक्क भिन्न होते. त्यामुळे एका समितीने बँकेने पैसे त्यांना द्यावेत असे कळविले. दुसरी समिती पैसे त्यांना द्यावे म्हणत होती. त्यांचा वाद मिटण्यास वेळ लागत होता. दिलेले पैसे देवस्थानकडून परत मागणे अवघड होते. नियम पूर्ण होत नसल्याने राहिलेले पैसे देणे बँकेलाही शक्य नव्हते. आता एकच उपाय होता. दोन्ही समित्यांमध्ये दिलजमाई घडवून आणणे व कृपा करून आमच्या राहिलेल्या देणगीचा स्वीकार करा असे म्हणणे. त्यासाठी दोन्ही समितीतील सदस्यांना मी भेटत होतो. रात्री नऊ वाजता मीटिंग सुरू व्हायची ती अकरा वाजेपर्यंत चालायची.

अखेर तीन महिन्यांनी दिलजमाई झाली, समेट झाला. राहिलेली देणगीची रक्कम त्यांनी स्वीकारली. सर्व सदस्यांना तडजोड करण्याची बुद्धी चतु:शृंगी देवीने दिली असे मला वाटले.

उद्घाटन सोहळा समितीने जोरदार केला. बँकेचे अध्यक्ष सुकमलचंद्र बसू यांच्या हस्ते प्रवेशद्वाराचे उद्घाटन झाले.

देवस्थानच्या दारातील बँकेचा फलक पाहिल्यावर आमची देणगी स्वीकारण्यासाठी रात्री अकरापर्यंत केलेला अजब पाठपुरावा आठवतो!

पुढे सदर देवस्थानच्या विश्वस्तांनी माझा सत्कार एका भव्य कार्यक्रमात केला. स्मृतिचिन्ह दिले.

रिंगिंग ऑफ द बेल

येणार येणार म्हणून गाजत असलेला बँकेचा 'आयपीओ' जाहीर झाला. त्याचा अर्थ इनिशिअल पब्लिक ऑफरिंग. बँकेचे शेअर्स सर्वसामान्य गुंतवणूकदारांना घेण्याची संधी आली.

मार्केटिंग डिपार्टमेंटवर या योजनेच्या जाहिरातीची जबाबदारी आली. वार्ताहर परिषदांचे पुणे, मुंबई येथे आयोजन केले गेले. मुंबई येथील वार्ताहर परिषद आटोपल्यावर आम्ही तत्कालीन अध्यक्ष एस.सी.बसू साहेबांना घेऊन एन.डी.टीव्हीच्या कार्यालयात गेलो. तेथे त्यांची मुलाखत प्रत्यक्ष प्रक्षेपणाद्वारे दाखविली गेली. योग्य इंग्रजी शब्दांचा वापर केल्यामुळे बसूसाहेबांचे भाषण प्रभावी व्हायचे.

भारतभर सर्व शाखांतून बॅनर्स व पोस्टर्स लावली गेली. केवळ दहा दिवसांच्या सूचनेने भारतातील सर्व राज्यांमध्ये 'आयपीओ'ची जाहिरात करणारे होर्डिंग्ज लावणे हे फार मोठे आव्हानात्मक काम होते. मुंबईतील कन्सेप्ट जाहिरात कंपनीनं भराभर मेल करून सर्व राज्यांत होर्डिंग मिळविले. रातोरात रंगकाम करणाऱ्या हजारो रंगाऱ्यांचे हात कुशलतेने फिरत होते. जिथे फ्लेक्स लावणे शक्य होते तिथे त्यासाठी प्राधान्य देण्यात आले. मी रोज रात्री कितपत प्रसिद्धी झाली याचा अंदाज घेत असे. गुवाहाटी, तिरुवनंतपुरम, पाटणा अशा सर्व भागांत होर्डिंग्ज लावली गेली.

भारतभर पसरलेल्या १३०० शाखांतील १४,००० कर्मचाऱ्यांनी आय. पी. ओ. यशस्वी करण्याचा ध्यास घेतला होता. त्याला एवढे प्रचंड यश आले की, अकरा पट अधिक रक्कम जमा झाली. शेअर लिस्टिंगचा समारंभ खास असतो. स्टॉक मार्केट मुंबई येथे चेअरमन साहेबांना ज्या गाडीने जायचे ती गाडी गडद ब्ल्यू रंगाची होती. त्यांनी परिधान केलेला सूटही गडद ब्ल्यू रंगाचा होता. हा ड्रेसकोड ठरलेला आहे. सोबत बँकेचे निवडक वरिष्ठ अधिकारी व संचालक आनंद पंडित होते. चेअरमन साहेबांनी हातातील हातोडा गॅव्हल टोलावर मारला. वरून झिरमिरीत चांदीच्या रंगीबेरंगी कागदांचा वर्षाव झाला. रिंगिंग ऑफ द बेल सेरेमनी साजरा झाला. महाबँकेचा शेअर यादीमध्ये झळकला!

■

बँक क्लिनिक

बँकेच्या खातेदाराला बँक व्यवहारासंबंधी काही माहिती हवी असली किंवा काही अडचण असेल, तर त्याने बँकेत योग्य त्या अधिकाऱ्याला भेटायचे असते; परंतु प्रत्यक्षात बरेच जण बँकेसंबंधी आपल्या ओळखीचे कोण आहे हे पाहून त्यांच्याशी बोलणे अधिक पसंत करतात. मी बँकेच्या ट्रेनिंग कॉलेजला प्राचार्य म्हणून बदलून आलो तरी अनेक ग्राहक बँकेच्या कामासंबंधी माझ्याकडे येत. 'आपल्या ओळखीचे कोणीतरी हवे' ही एक ग्राहकांची गरज आहे हे ओळखून मी 'बँक क्लिनिक' सुरू केले. या योजनेचे उद्‌घाटन प्रतापराव पवार, मुख्य कार्यकारी अधिकारी, सकाळ समूह यांच्या शुभहस्ते झाले. अध्यक्षस्थानी बँक ऑफ महाराष्ट्रचे अध्यक्ष सुकमल बसू होते. पत्रकारांना बँकिंग विषयाचे अद्ययावत ज्ञान देण्यासाठी मी आयोजित केलेल्या कार्यशाळेत हा समारंभ झाला.

मी व आमच्या ट्रेनिंग कॉलेजचे प्राध्यापक दर सोमवारी दोन तास बँक क्लिनिकमध्ये येणाऱ्या ग्राहकांशी चर्चा करीत होतो.

पुण्यातील थिऑसॉफिकल सोसायटीचे एक खाते मिरजेसही होते. जुन्या नोंदीवरून त्यांच्या असं लक्षात आलं की, अकरा वर्षांपूर्वी एका देणगीदाराने काही रक्कम मिरज खात्यात जमा केली होती. ती त्या खात्यात जमा दिसत नव्हती. मी मिरज शाखेशी दूरध्वनीवरून संपर्क साधल्यावर लक्षात आले की, तेथील अधिकारी मला ओळखत होते. मी पूर्वी कोल्हापूरला असिस्टंट जनरल मॅनेजर होतो. मला तो अधिकारी 'अकरा वर्षांपूर्वीचे रेकॉर्ड कोठे सापडणार?'

असे म्हणाला नाही. दोन दिवसांत फोन करून सांगितले, ''आता रक्कम जमा केलीये.''

एक सेवानिवृत्त बाई भरत नाट्य मंदिराजवळ राहत होत्या. त्या घरात घसरून पडल्यामुळे त्यांच्या पायाला फ्रॅक्चर झालं होतं. त्यांना घराबाहेर पडता येत नव्हतं. बँकेतून पैसे काढायचे होते. जवळ विश्वासाचं असं मदत करायला कोणी नव्हतं. त्यांनी या परिस्थितीत मार्ग दाखवायची विनंती केली. मी टिळक रोड शाखेतल्या अधिकाऱ्याला विनंती केली. त्याने त्या बाईंना हवे असलेले रु. २००० बरोबर नेले. त्या बाईंच्या घरी विथड्रॉवल फॉर्मवर सही घेऊन पैसे दिले.

बँक क्लिनिकच्या माध्यमातून सरासरी रोज एकाचंतरी काम होत होतं.

कलाकारांसाठी बँक कार्यशाळा

पत्रकारांसाठी बँकिंग अशी कार्यशाळा घेतली, त्या वेळेस पत्रकार व कलाकार असलेले राहुल सोलापूरकर यांनी कलाकारांसाठी अशी बँकिंगबद्दल माहिती सांगणारी कार्यशाळा घेण्यास सुचविले. मी ती आयोजित केली. अभिनेत्री लालन सारंग यांनी कार्यशाळेचे उद्घाटन केले. अशोककुमार दुगाडे, एक्झिक्युटिव्ह डायरेक्टर अध्यक्षस्थानी होते. सभागृह कलाकारांनी भरून गेले होते.

ट्रेनिंग कॉलेज हे फक्त आपल्या अधिकाऱ्यांना प्रशिक्षण देणारे केंद्र ही कल्पना मी विस्तारित केली. विविध क्षेत्रातील मंडळींना आमंत्रित केले. काही वेळा विविध सेवांची माहिती देणारे वर्ग घेतले.

पुण्यातील शाखांना भेटी देऊन ग्राहक सेवेबद्दल जागरूकता निर्माण केली. आमच्या बँकेचे डहाणूकर कॉलनी, कोथरूड येथील ट्रेनिंग सेंटरला मी दर आठवड्याला जात असे. क्लार्क असोत नाहीतर शिपाई; बँकेसाठी काम करण्याचे आवाहन करत असे.

महाबँकेतल्या १४,००० जणांचं हे एक कुटुंब आहे. त्यांची शक्ती जागृत करून एक कोटी ग्राहकांना आनंदी व समृद्ध करण्याचं काम आपण करीत आहोत याचं समाधान होतं.

संत तुकाराम वेबसाईट

परमसंगणकाचे निर्माते डॉ. विजय भटकर यांच्या मार्गदर्शनाने संत तुकाराम यांचे जीवन व साहित्य यावर इंटरनेटवर वेबसाइट करण्याचे ठरले. तत्कालीन केंद्रीय मंत्री विखे पाटील यांनी याबाबत पुढाकार घेतला होता. माननीय साखरेबुवा

व विविध मठांचे प्रमुख यांची या कामासाठी एक समिती गठीत केली होती. बँक ऑफ महाराष्ट्रचे या वेबसाइटसाठी प्रायोजकत्व होते. बँकेतर्फे मी या समितीवर कार्य करीत होतो.

ही वेबसाइट तयार करताना एक प्रश्न पुढे आला की, संत तुकाराम प्रत्यक्षात दिसायचे कसे? साइटवरची चित्रे ही संत तुकाराम चित्रपटातून घेतलेली होती. नटवर्य पागनीस हेच तुकारामाची भूमिका करीत. संत तुकारामांचे त्यांच्या हयातीत छायाचित्र घेतले असण्याची शक्यता नाही. शेवटी उपलब्ध चित्रेच ग्राह्य धरावीत असं मत पडलं.

संत तुकारामांच्या अभंगांचे निरूपण अनेक नामवंतांनी केले. त्याचे चित्रिकरण या संकेतस्थळासाठी केले. एका अभंगाचे निरूपण मी केले. त्यासाठी संत तुकारामांचे साहित्य वाचले. भरपूर तयारी केली. मगच चित्रीकरणासाठी गेलो.

संत तुकारामांच्या वेबसाइटमुळे त्यांची शिकवणूक जगभर पोहोचण्यास मदत झाली.

दिशादर्शक फलक

एकदा पुणे महानगरपालिकेतील अधिकाऱ्यांना भेटलो. त्यांच्यापुढे एक योजना मांडली. पुण्यातील महत्त्वाच्या स्थळांजवळ त्या स्थळांचं नाव असलेल्या पाट्या लावण्याची ही योजना होती. शनिवारवाडा, सारस बाग, केळकर संग्रहालय, बाजीराव रस्ता, बाबू टांगेवाला रस्ता अशी दोनशे नावं ठरवली. त्या नावांच्या पाट्या बँक ऑफ महाराष्ट्रच्या खर्चानं संपूर्ण पुणे शहरात लावल्या. त्या पाट्यांवर सौजन्य म्हणून बँकेचंही नाव होतं. जनतेला ठिकाणं सापडणं सोपं झालं आणि बँकेची प्रतिमाही जनमानसापर्यंत पोहोचली.

या फलकांकरता बँकेला नंतर कोणतेही भाडे द्यावयाचे नव्हते. याच पद्धतीने आकाशवाणी चौकात मोठी दिशादर्शक कमान उभारून घेतली. त्यालाही भाडे आकार नव्हता.

वृत्तपत्रांतून बँकेबद्दलच्या वरचेवर बातम्या येणं महत्त्वाचं असतं. खर्च नाही, प्रसिद्धी भरपूर! बातमीच्या प्रसिद्धीला जाहिरातीच्या प्रसिद्धीपेक्षा अधिक मूल्य असतं. ■

श्याम भुर्के लिखित,
दिग्दर्शित ‘बोनस’
चित्रपटातील भूमिकेत
श्याम भुर्के.

अमरावती येथे कविवर्य
सुरेश भट यांचे समवेत.

किल्लारी, लातूर भूकंपाचे वेळी
फिरती बँक सुरू केली.

सोलापूर येथील नाट्य परिसंवादात सहभाग –
सोबत डॉ. निर्मलकुमार फडकुले, प्रभाकर पणशीकर, डॉ. वि.भा. देशपांडे.

आचार्य अत्रे जयंती, सोलापूर – विवेक घळसासी, श्याम भुर्के,
शिवाजीराव भोसले, निर्मलकुमार फडकुले.

शिवाजी वर्क्स, सोलापूर – येथे आय एस् ओ प्रमाणपत्राबद्दल
शंतनुराव किर्लोस्कर यांचेशी चर्चा करताना.

आळंदी येथील अ.भा. मराठी साहित्य संमेलनात श्याम भुर्के,
अविनाश देशमुख, द.मा. मिरासदार, वि.दा. कराड, उल्हास पवार.

हनुमान टेकडी, पुणे येथे अरण्यवाक संस्थेत
वृक्षारोपण करताना सुंदरलाल बहुगुणा यांचे समवेत.

पं. भीमसेन जोशी यांचे निवासस्थानी.

'खुमासदार अत्रे' पुस्तक प्रकाशन – सोबत नाना जोशी,
रामदास फुटाणे, हे.वि. इनामदार.

पाचव्या दैवज्ञ साहित्य संमेलनाचे अध्यक्ष या नात्याने
दीप प्रज्वलन करताना. सोबत – उदय गडकरी, मनोहरपंत पालशेतकर,
द.मा. मिरासदार, समाजश्रेष्ठी जगन्नाथभाई पेडणेकर, दिलीपकुमार चाचड.

दैवज्ञ साहित्य संमेलनात बालांसाठी पुस्तक हंडीचे आयोजन केले होते.

लिहायला लागा – बोलायला लागा कार्यशाळेत,
सोबत डॉ. मनीषा पोतदार, कविवर्य गंगाधर महाम्बरे.

विश्रामबागवाडा, पुणे येथे ना. जगन्नाथ शंकरशेट यांचे तैलचित्र लावण्यात आले.
सोबत शिवशाहीर बाबासाहेब पुरंदरे, पद्मजा शंकरशेट.

खुमासदार अत्रे या कार्यक्रमाचे उद्घाटन प्रसंगी डॉ. वसंतराव पटवर्धन,
मोहन धारिया, डॉ. दीपा देव, डॉ. वि.भा. देशपांडे, सुधीर गाडगीळ.

कोल्हापूर येथे खुमासदार कार्यक्रमाचे वेळी कादंबरीकार बाबा कदम.

सांगली येथे पु.ल. एक आनंदयात्रा कार्यक्रम सादर करताना.

येथे अर्थश्री पुरस्कार प्राप्त झाल्यावर अभिनेत्री सुलोचना यांनी अभिनंदन केले.

अ.भा. मराठी साहित्य संमेलनात औरंगाबाद येथे.

स्नेहसेवा संस्थेत डॉ. अनिल अवचट यांचे समवेत.

कलाकारांसाठी बँकिंग या कार्यशाळेत राहुल सोलापूरकर, लालन सारंग व अशोक दुगाडे यांचे समवेत.

अ.भा. मराठी साहित्य संमेलनाध्यक्ष मारुती चितमपल्ली यांची मुलाखत घेताना श्याम भुर्के, सोबत कविवर्य गंगाधर महाम्बरे.

श्याम भुर्के षष्ठ्यब्दीपूर्ती समारंभात द.मा. मिरासदार, डॉ. विजय भटकर, मंगेश तेंडुलकर, गीता भुर्के, डी.एस. कुलकर्णी, गंगाधर महाम्बरे.

माझं आवडतं ट्रेनिंग

बँकेत क्लार्क या पदावर असताना पहिलं ट्रेनिंग घेण्यासाठी पुण्यास गेलो. ट्रेनिंग सेंटर कर्वे रोड शाखेच्या वरील मजल्यावर होतं. बँकेकडून प्रशिक्षणार्थींची राहण्याची सोय होणार नव्हती.

प्र. बा. जोग – एक अवलिया

ट्रेनिंग काळात राहायला प्रथम मामाकडे गेलो. चिमणबागेत माजी उपमहापौर ॲडव्होकेट प्र. बा. जोग यांच्याकडे ते भाडेकरू म्हणून राहत होते. प्र. बा. जोग म्हणजे एक आगळंवेगळं व्यक्तिमत्त्व होतं. त्यांनी आपल्या घराला 'मोरारजी कृपा' हे नाव दिलं होतं. 'मोरारजींनी दारूबंदी केली त्यामुळे वकिलांचा व्यवसाय वृद्धिंगत झाला! घरात जाताना दारात नियमावली लावली होती. लक्स-बिक्स, इना-फीना इ. विक्रेत्यांनी येऊ नये. वर्गणी, देणगी मागणाऱ्यांनी येऊ नये. व्याख्यान हवे असल्यास रु. १००/- मानधन बरोबर आणले असल्यासच भेटावे. भेटण्याच्या वेळा... माझ्या मताशी जे सहमत नाहीत त्यांनी कटावे. कटण्याचा मार्ग असे म्हणून बाहेर बाण दाखविलेले.'

वसंत व्याख्यानमालेत त्यांना वक्ता म्हणून आमंत्रित केले नाही म्हणून त्यांनी पसंत व्याख्यानमाला काढली. कारच्या टपावर स्टेज केले. त्यावर बसून ते बोलत. खाली मुलगा ड्रायव्हिंग करायचा! चौकाचौकांत गाडी उभी करून भाषणं चालायची.

अशा व्यक्तीच्या घरात तळमजल्यावर मी माझा पुण्यातला मुक्काम सुरू केला. मग काही दिवस आपटे रोडवरच्या वैदिकाश्रमात माझा मित्र, आप्पा पटवर्धन याच्याकडे गेलो. एकच खोली असतानाही त्यांनी मला आनंदानं सामावून घेतलं. अंघोळ मात्र त्या आश्रमातील सार्वजनिक नळावर करत असे. कॉलेजविश्वात केलेल्या समाजकार्यात लोक कसे जीवन व्यतीत करतात हे पाहिले होते. त्यामुळे जुळवून घेण्यास अडचण नव्हती.

रंगभूषाकार भावे

प्रभाकर भावे हा सातारचा मित्र पुण्यात कमिन्समध्ये नोकरीला होता. नाटकासाठी मेकअप करण्यात तो पटाईत होता. मेकअप कला आपणही शिकावी असे माझ्या मनात आले. कोरेगाव येथील शाळेतील शिक्षकांनी 'दिवा जळू दे सारी रात' हे नाटक बसविले होते. प्रभाकरकडे या नाटकाच्या मेकअपचे काम आले होते. मेकअप कसा करतात हे पाहावे व त्यातूनच हळूहळू शिकावे म्हणून मी त्याच्याबरोबर गेलो. एका कलाकाराला प्रभाकर मेकअप करीत होता. फौंडेशन म्हणून एक रंग तो बोटाने चेहऱ्यावर लावीत होता. तेवढ्यात एक स्त्री कलाकार तिथे आली व प्रभाकरला म्हणाली, "भावे, मला जरा लवकर मेकअप करा."

"इथं बसा." असं प्रभाकरनं सांगितलं अन् ती नटी माझ्या पुढ्यात बसली.

"फौंडेशन लाव." प्रभाकरनं मला सल्ला दिला.

हे सगळं अनपेक्षित होतं. एक बाई पुढ्यात बसलीये आणि तिच्या चेहऱ्याला बोटानं रंग लावायचा! मला घाम फुटला. पण प्रभाकरनं सांगितलंय म्हणून मी रंगकाम सुरू केलं. हात कापत होता. रंग कमीजास्त प्रमाणात लागत होता. माझी अवस्था पाहून प्रभाकर म्हणाला, "चालू दे. मी आवश्यक ते बदल करीन!"

या दिलासेपर शब्दानंतर मी ते पात्र पूर्ण केले. मग एक पुरुषपात्र पुढ्यात आले. हे म्हणजे वार्षिक परीक्षेनंतर सहामाही परीक्षा घेतल्यासारखे झाले!

एक दिवस प्रभाकर शनिवार पेठेतल्या गाणी ऐकण्याची सोय असलेल्या रेकॉर्ड लायब्ररीमध्ये घेऊन गेला. तिथे आठ आणे भरून अरुण दाते यांचं 'भातुकलीच्या खेळामधली राजा आणिक राणी' व कुमार गंधर्वांचं 'अजुनी रुसुनी आहे' ही दोन गाणी ऐकली. रेकॉर्ड ऐकायची अशी सोय असते हे मला प्रथमच कळलं. 'पुणं म्हणजे किती मोठं' हे सर्वत्र सांगताना मी ही रेकॉर्ड लायब्ररीची आठवण अगदी आठवणीने सांगत असे.

महाबँक ट्रेनिंग कॉलेज

बँकेच्या ट्रेनिंग कॉलेजमध्ये बँकिंग व व्यवस्थापन विषयातले धडे मिळत होते. खातेदार हा खरा राजा असून तो समाधानी राहील तरच आपण व्यवसायात राहू हे तत्त्व आमच्यावर बिंबविलं होतं. उभयकर सर म्हणत की, बँकेच्या दरवाजातून आत येणारी प्रत्येक व्यक्ती महत्त्वाची -

From this door enter VIPs

Who are they?

They are our custormers, they are our customers, they are our customers!

असं तीन वेळा बालवर्गातल्या पद्धतीनं ते म्हणवून घ्यायचे.

चाफळकर सरांनी 'बँक' या शब्दाचा उगम मनोरंजकपणे सांगितला होता –

पूर्वी ग्रीसमध्ये परगावी जाताना लोक त्यांच्याजवळील मौल्यवान वस्तू, जादा पैसे घरात सुरक्षित राहणार नाहीत या काळजीने खासगी सावकाराकडे ठेवत. त्याबद्दल सावकार त्यांना पावती देई. परगावी गेले असताना पैशाची गरज पडली तर ही पावती पाहून काही वेळा तेथील सावकार पैसे देत. गावाहून परत आल्यावर आपल्याकडील पावती सावकारास परत केल्यावर आपल्या मौल्यवान चीजवस्तू परत मिळत. हे व्यवहार करणारे सावकार त्यांच्या विशिष्ट बाकावर बसत. या बाकाला 'बँको' असा शब्द आहे. या बँकोवरूनच 'बँक' हा शब्द प्रचलित झाला. परगावहून परत आल्यावर त्या बाकावर जर तो बँकर दिसला नाही व त्याने पलायन केले आहे, असे लक्षात आले तर हे खातेदार रागाने ते बाक मोडून टाकीत. या कृतीस 'बँकरप्ट' म्हणत. म्हणजेच दिवाळे वाजले!

करमरकर सर चेकचे सर्व कायदे शिकवित. ते खूप मनापासून शिकवित; परंतु काही वेळा आमचे मन दुसरीकडेच असायचे. आमच्या वर्गातून जवळच असलेल्या कमला नेहरू पार्कमधील मोहक कारंजे दिसायचे. एक दिवस तिथं चित्रपटासाठी चित्रिकरण चालू होतं. नायक कारंजाच्या एका बाजूने येतो व नायिका दुसऱ्या बाजूने येते व एकत्र येऊन हातात हात घेतात, असा चित्ताकर्षक देखावा होता. सर निगोशिएबल इन्स्ट्रूमेंट ॲक्ट शिकवित होते, तर आम्ही या देखाव्याचे पाच-सहा रिटेक पाहून या विषयाची उजळणी करीत होतो!

क्लेरिकलमधील ट्रेनिंग कर्वे रोड येथील केंद्रात झाले. त्यानंतर अधिकारी झाल्यावर प्रभात रोड येथील बँकेच्या ट्रेनिंग कॉलेजमध्ये ट्रेनिंग झाले.

आता मी ट्रेनिंग देणारा फॅकल्टी मेंबर होऊ इच्छित होतो.

महाराष्ट्र एक्सप्रेसची दोन टोकं

कोल्हापूरहून माझी बदली नागपूर येथे बँकेचे ट्रेनिंग सेंटर सुरू करण्यासाठी झाली होती. शिकविण्याची आवड असणाऱ्या अधिकाऱ्यांच्या पुण्यात मुलाखती घेतल्या होत्या. मी मुलाखतीच्या वेळी एकच गोष्ट आत्मविश्वासपूर्वक सांगितली होती, ''मला बँकेच्या स्टाफला शिकविण्याची फार इच्छा आहे.'' माझी निवड झाल्यावर नेमणूक झाली ती नागपूरसाठी.

कोल्हापूरमधील दोन खोल्यांतला संसार आवरला. एका ट्रकमध्ये सामान भरले. सकाळी ११-३० वाजताच्या महाराष्ट्र एक्सप्रेसने मी, सौ. व कन्या निघणार होतो. आदली रात्र भारतभर वेगळ्याच कारणाने आनंदाने साजरीही झाली होती. लोकसभेच्या निवडणुकीचे निकाल जाहीर झाले होते. राजनारायण यांनी इंदिरा गांधी यांना पराभूत केले होते. संजय गांधीही पराभूत झाले होते. भारतभर जनता पक्षाचे उमेदवार बहुसंख्येने निवडून आले होते. देशातली आणीबाणी उठली होती. एकोणीस महिने तुरुंगात कैदेत असलेले कार्यकर्ते सकाळी सुटले. त्यांची मिरवणूक निघाली. अकरा वाजता मला रेल्वे स्टेशनवर पोहोचायला हवे होते; परंतु साऱ्या परिचित राजबंदींचं दर्शन तर घ्यायचं होतं!

मी व सौ. गुजरीमध्ये आलो. तिथून मिरवणूक जात असताना श्रीराम तथा अण्णा ठाकूर व दादा बंकापुरे यांना वाकून नमस्कार केला. माधव ठाकूर, भारती ठाकूर, किसाताई ठाकूर अशी कितीतरी प्रिय माणसं कैदेतून सुटली होती. शक्य तेवढ्यांना भेटून एकदम रेल्वे स्टेशन गाठलं. साऱ्या रेल्वेत जनता पक्षाच्या विजयाची चर्चा होती. आणीबाणीमध्ये चांगल्या माणसांना विनाकारण कैदेत ठेवल्याची शिक्षा म्हणून जनतेनं काँग्रेसला नाकारले होते. जयप्रकाश नारायण यांच्यासारख्या देशभक्ताला आणीबाणीत तुरुंगात ठेवल्यावर काँग्रेसचे आणखी वेगळे काय होणार होते?

किसाताई ठाकूर या अनेक महिलांना काम मिळावं यासाठी विविध प्रकारचे खाद्यपदार्थ बनवून विकायच्या. त्यात पापड, चकल्या, राजगिऱ्याचे लाडू असे पदार्थ असायचे. प्रत्येक रुपयाच्या विक्रीतला एक पैसा त्या राष्ट्रसेविका समितीच्या कार्यासाठी बाजूला काढून ठेवायच्या. अपॉइंटमेंटशिवाय जाण्याचं हे आमचं घर होतं. अशा माणसांना सरकारने त्रास दिला याचं फार वाईट वाटलं. गरीब महिलांसाठी काम करणाऱ्या या घरावर आणीबाणीत गंडांतर आलं होतं.

महाराष्ट्र एक्सप्रेस वर्धा स्टेशनवर आली होती, तेव्हा बातमी समजली. नव्या जनता पक्ष सरकारचे मोरारजी देसाई पंतप्रधान झाले होते.

वीस तासांचा प्रवास करून नागपूरला आलो. कोल्हापूरहून नागपूरला बदली म्हणजे महाराष्ट्र एक्सप्रेसची दोन टोकं होती.

नागपूरला दोन प्रकारचं हवामान असतं. एक म्हणजे अति उन्हाळा नाहीतर अति थंडी. मधलं काहीच नाही. ते कडक उन्हाळ्याचे दिवस होते. आमचे तेथील सर्वकाही पाहणारे माझे सहकारी पुरुषोत्तम कराडकर हे होते. त्यांची बदली नगरहून नागपूरला झाली होती. ते मूळचे नागपूरचेच होते. त्यांच्या घराजवळच त्यांनी आम्हाला तीन खोल्यांची सुरेख जागा शृंगारपुरे यांच्या बंगल्यात मिळवून दिली.

आम्ही रात्री अंगणात लाकडी खाटांवर झोपायचो. बारा रुपयाला एक याप्रमाणे दोन खाटा सीताबर्डीला रस्त्यावर विकत घेतल्या. अंगणात झोपून आकाशातले तारे बघायला छान वाटायचं. कराडकरांनी मला सायकल घ्यायला लावली. त्यामुळे भरपूर फिरता यायचं. ट्रकने पाठविलेले सामान यायचे होते. स्टोव्हमध्ये रॉकेल नव्हते. जवळच एका सिंधी माणसाचं किराणा भुसार मालाचं दुकान होतं. तिथं आम्ही काही खरेदी केली. रॉकेल आहे का विचारलं. त्याच्याकडे रॉकेल नव्हतं. त्यांनी आमचा रॉकेलचा डबा ठेवून घेतला व दुसरे दिवशी येण्यास सांगितले. दुकानातील इतर ग्राहक मंडळी आमच्याकडे बघून जरा हसत असावी असं वाटलं.

दुसऱ्या दिवशी पुन्हा त्या दुकानात गेलो. त्यांनी रॉकेल दिलं. तेव्हा मी विचारलं, ''बाकी लोक आम्हाला काल का हसत होते?''

''नागपुरात रॉकेल किराणा मालाच्या दुकानात मिळत नाही. तुम्ही इथं विचारलंत.''

''मग कुठं मिळतं?''

''फिरते रॉकेल विक्रेते असतात. मी तुमच्यासाठी त्यांच्याकडून घेऊन ठेवलं.''

मला त्या सिंधी दुकानदाराचे कौतुक वाटले. नाही न म्हणता त्याने गिऱ्हाईक राखण्यासाठी दिलेली ही विशेष सेवा होती. पुढे मी हे उदाहरण ग्राहक सेवा विषय शिकविताना सांगायचो.

लाल औषध

एकदा मला सर्दी झाली. औषधासाठी जवळच एका दवाखान्यात गेलो. पेशंट रांगेत बसले होते. नंबर येईल त्याप्रमाणे डॉक्टर तपासणार होते. मी आपला नंबर येण्याची वाट पाहत बसलो होतो. तोच कंपाउंडर आला. त्याने विचारले, ''औषधाला बाटली आणली का?''

''हो.''

''द्या ती इकडे. औषध देतो.''

''अहो, पण मला अजून तपासायचंय.''

"ते तपासतील हो नंबर आल्यावर. आधी औषध घेऊन ठेवा!"

लाल औषधानं भरलेली बाटली जवळ घेऊनच नंबर आल्यावर डॉक्टरांना तब्येत दाखविली!

ऑन जॉब ट्रेनिंग

मी व कराडकर बँकेच्या सीताबर्डी येथील झोनल कार्यालयात गेलो. झोनल मॅनेजर एस. डी. बेंद्रे यांना भेटलो. त्यांनी सांगितले, "विदर्भ, वऱ्हाड ते कलकत्ता येथपर्यंतच्या कर्मचाऱ्यांना तुम्ही ट्रेनिंग द्यायचंय. त्यासाठी जागा शोधा. ट्रेनिंग काय द्यायचे, कसे द्यायचे याची तयारी करा. तीन महिन्यांत ट्रेनिंग सेंटर सुरू करा."

प्रशिक्षणाचं साहित्य, वेळापत्रक दोन-चार दिवसांतच झालं. कराडकर जागा पाहत होतेच. दोन-तीन महिने बसून काय करायचं या विचारानं मी आणि कराडकर साहेबांना भेटलो. आम्ही नागपूरमधील बारा शाखांमध्ये जाऊन शिकवायची योजना 'ऑन जॉब ट्रेनिंग' नावाने मांडली. त्यांनीही त्वरेने मान्यता दिली.

मी आणि कराडकर सायकली बाहेर काढत असू. बॅगा, गुंडाळीचा फळा सायकलवर मागे बांधायचे व रोज एका शाखेत जायचे. दिवसभर शाखेत फिरत असू. प्रथम शाखाधिकाऱ्यांना भेटून आम्ही येण्याचं प्रयोजन सांगत असू. संध्याकाळी स्टाफ मीटिंग किती वाजता घ्यायची हे ठरवले जात असे. प्रत्येक काउंटरवर जाऊन काम करणाऱ्याला त्या कामाचा अर्थ कळला ना ते पाहत असू. उदाहरणार्थ – चेक आणि डिमांड ड्राफ्ट यावरील मजकुरात महत्त्वाचा फरक काय हे पाहायला सांगत असू. त्याला ते शोधायला वेळ देत असू. 'व्हॅल्यू रिसिव्हड' हे पैसे मिळाल्याबद्दलचे ड्राफ्टवरील शब्द महत्त्वाचे हे त्याने ओळखेपर्यंत थांबत असू. काउंटरवर गर्दी असेल, तर प्रश्नोत्तरे न करता फक्त निरीक्षण करून पुढे जात असू.

पुन्हा पहिल्या काउंटरवर येत असू. चेक बेअरर किंवा ऑर्डर असू शकतो, पण ड्राफ्ट हा फक्त ऑर्डरच असतो असे का, या प्रश्नावर पुन्हा त्याला विचार करायला लावत असू. हमखास पैसे मिळणारा कागद म्हणजे ड्राफ्ट; परंतु कोणालाही त्याचे पैसे मिळत नाहीत. ड्राफ्टमध्ये ज्याचे नाव आहे त्यालाच त्याचे पैसे मिळतात. तो बेअरर केला, म्हणजेच येईल त्याला पैसे मिळू लागले, तर ती करन्सी नोट होईल. नोटा छापण्याचा अधिकार रिझर्व्ह बँकेला आहे; इतर बँकांना नाही. ड्राफ्ट बेअरर न देण्याचे हे कारण आहे; अशा सर्व बाबी सांगत असू. प्रथमच या स्वरूपातलं आमचं प्रशिक्षण कर्मचाऱ्यांना आवडलं. ते एकमेकांत बँकिंग ज्ञानावर आधारित प्रश्न विचारू लागले.

रोकड विभागात गेल्यावर कॅश केबिनचे दरवाजे लावतात ना हे आम्ही पाहत

होतो. ग्राहकांना कशी वागणूक मिळते, सेवा मिळण्यास किती वेळ लागतो, शाखेची स्वच्छता अशा सर्व बाबी पाहून त्या निरीक्षणाचा उपयोग सायंकाळच्या मीटिंगसाठी आम्ही करीत असू.

अशाच एका मीटिंगमध्ये कराडकरांनी स्वत:च्या खिशातून एक टोकन काढून दाखवलं. ते म्हणाले, ''हे टोकन मी काउंटरवर ठेवलेल्या टोकनमधून घेतलं. याचा अर्थ काउंटर क्लार्कचं लक्ष नाही.'' असं हे ट्रेनिंग अतिशय प्रभावी व्हायचं. त्या शाखेत घडलेल्या घटना तेथील कर्मचाऱ्यांकडून आम्हाला समजायच्या.

फोनचा रुपया कापला

सीताबर्डी शाखेत धंतोलीतील चितळेबाईंचं खातं होतं. त्यांनी खात्यातून हजार रुपये काढले. पैसे मोजले, तर शंभर रुपयांची एक नोट जास्त आली होती. त्यांनी कॅशिअरकडे जाऊन जरा गंमतच केली. त्या म्हणाल्या, ''मला शंभर रुपये कमी आले आहेत.''

''पैसे इथं काउंटरवर मोजून घ्यायला हवे होते. तिकडे बाजूला नेऊन मोजल्यावर जबाबदारी माझी नाही.'' अतिशय कटू आवाजात क्लार्कने नियम सुनावला.

चितळेबाई काही न बोलता घरी आल्या. सायंकाळी कॅशिअरला शंभर रुपये कमी असल्याचे लक्षात आले. त्याने चितळेबाईंना फोन करून विचारले. त्या म्हणाल्या, ''पैसे काउंटरवर मोजून देता ना? आता मला विचारू नका.''

फोन ठेवल्यावर त्यांनी मॅनेजरना पुन्हा फोन करून त्यांच्याकडे शंभर रुपये जास्त आले असल्याचे व दुपारी कॅशिअरने कसे उत्तर दिले ते सांगितले. कॅशिअरला शंभर रुपये घ्यायला पाठवा हा निरोपही दिला.

कॅशिअर चितळेबाईंच्या घरी आल्यावर त्यांनी त्यांच्या हाती रु. ९९ दिले व सांगितले, ''माझ्या फोनचा खर्च फक्त एक रुपया मी कापलाय. ग्राहकांशी नीट बोलायला शिका!''

ग्राहक सेवा सुधार समितीच्या मार्गदर्शक तत्त्वानुसार धरमपेठ शाखेमध्ये सूचना पेटी लावली होती. ग्राहकांनी त्या पेटीत टाकलेल्या सूचना शाखाधिकारी वाचत व योग्य ती कार्यवाही करत. आम्ही त्या पेटीत काय आहे हे पाहिले. त्यातील एका कागदावर लिहिले होते, ''आपल्यापर्यंत आमच्या सूचना याव्या असे वाटत असेल, तर या पेटीला कुलूप लावा.''

एका शाखेत कल्पकतेनं सूचना-पेटीवर लिहिलं होतं, 'प्लीज हेल्प अस टू हेल्प यू!'

फोनवरील एक संभाषण मी ऐकलं होतं. ते या मीटिंगमध्ये सांगितलं, “कोण कुलकर्णी का! मी जोशीसाहेब बोलतोय!”

या संभाषणात काय बदल हवा हे स्टाफला विचारून नंतर मी सुधारित वाक्य सांगे, “नमस्कार कुलकर्णीसाहेब, मी जोशी बोलतोय.”

साहेब बिरुदावली स्वत:ला न लावता ग्राहकाला लावायची. अगदी तो थकीत खातेदार असला तरीही!

एका शाखेत 'चौकशी' असं लिहिलेला लाकडी ठोकळा प्रवेशद्वारासमोरील सेव्हिंग्ज क्लार्कसमोर ठेवला होता. सुरुवातीला त्यानं येणाऱ्या मंडळींना सौजन्यशील वागणूक देऊन व्यवस्थित माहिती सांगितली. तासाभरानं तो कंटाळला. त्यानं हळूच तो बोर्ड बाजूच्या क्लार्ककडे सरकविला. त्याच्या जेव्हा ध्यानात आलं की, चौकशी फलक आपल्यापुढे आहे तेव्हा त्याने तो पुढच्या क्लार्ककडे सरकवला. असं होत होत तो बोर्ड दुपारपर्यंत शेवटच्या क्लार्कपर्यंत पोहोचला व त्याने तो चक्क खालीच काढून ठेवला! हे अगदी ट्रॅफिक पोलीससारखं झालं. सकाळी चांगला रुबाबदार पोशाख घालून तो सर्व वाहनांना दिशा दाखवित असतो. तासाभरानं हातवारे कमी होतात. त्यानंतर तो पोलीस बाजूला येऊन दुकानाच्या फलाटावर बसून राहतो.

पैसे एका खात्यातून दुसऱ्या खात्यात पाठवायचा सुरक्षित मार्ग म्हणजे मेल ट्रान्स्फर. हे डिमांड ड्राफ्टप्रमाणे निगोशिएबल इन्स्ट्रूमेंट नाही. परंतु हे न कळल्यामुळे एक डायरेक्ट अधिकारी म्हणून लागलेले गृहस्थ संबंधित क्लार्कला म्हणाले, “मेल ट्रान्स्फर क्रॉसिंग करून ती रजिस्टर्ड पोस्टाने पाठवा!”

नागपुरातील बाराही शाखांना दिलेल्या भेटी आम्हाला फारच उपयुक्त ठरल्या. रोज सकाळी डबा घेऊन सायकलवरून निघायचं. कडक उन्हाळ्याचे दिवस. मी डोक्याला सुती रुमाल बांधत असे. शाखेत निरीक्षण करायचं. स्टाफशी बोलायचं. संध्याकाळी मीटिंग घ्यायची. यामुळे आम्हाला ट्रेनिंगची काय गरज आहे ते समजलं. ट्रेनिंग क्लासमध्ये वापरायला जिवंत उदाहरणं मिळाली. वक्तृत्व सुधारण्यास मदत झाली. गावभर फिरल्यामुळे नागपूर काय चीज आहे ते समजलं.

कराडकरांना नागपूर पूर्णपणे परिचित होतं. त्यामुळे मला कुठेच चाचपडावं लागलं नाही. महलमध्ये मुगाची भजी चांगली मिळत. इतवारीत लस्सी झकास असते. ते सारं स्वस्त अन् मस्त असायचं.

डॉ. मुंजे पुतळा

झोनल ऑफिसमध्ये कामाबरोबर अनेक गमतीशीर प्रसंगही घडायचे.

मी झोनल ऑफिसमध्ये येऊन दोन महिने झाले होते. बँकेत सर्वांचा पगार न

चुकता दरमहा सव्वीस तारखेला होतो. माझा मात्र पगारच झाला नव्हता. कोल्हापूरहून तपशील येण्यास वेळ झाला असावा, असे मला वाटले आणि मी काही पाठपुरावा केला नाही. माझ्याजवळच्या शिलकेतून माझं भागत होतं. दुसऱ्या महिन्यालाही पगार झाला नाही. तेव्हा मी साहेबांकडे पगारापोटी ॲडव्हान्स मागितला. ते म्हणाले, ''ॲडव्हान्स हा काही वेळा पुढील पगारापोटी मागतात. मागील पगारापोटी नाही. तुमचा दोन महिने पगार झाला नाही. असं बँकेत अजिबात व्हायला नको होतं. हे पाहा, पर्सोनल ऑफिसर पगाराचे तपशील आले असू दे नाहीतर नसू दे. ताबडतोब अंदाजानं पगार घ्या आणि हो भुर्के, तुम्ही दोन महिने गप्प कसे काय?''

''माझी बदली ट्रेनिंगसाठी झालीये. महाराष्ट्रात शिक्षकांचे पगार वेळेवर होत नाहीत. मला त्यातलाच हा प्रकार वाटला!''

सीताबर्डी इमारतीसमोर डॉ. मुंजे यांचा पूर्णाकृती उभा पुतळा आहे. त्या पुतळ्यामुळे चौकाला शोभा आली आहे. त्या पुतळ्याची पाठ बँकेच्या बाजूला आहे. त्यावरूनही आम्हा बँक अधिकाऱ्यांमध्ये एक विनोद चर्चेत असायचा, 'पूर्वी डॉ. मुंजे यांच्या पुतळ्याचं तोंड आपल्या बँकेच्या इमारतीकडे होतं. परंतु सीताबर्डी शाखेतली ग्राहक सेवा पाहून डॉ. मुंजे यांचा पुतळाही वैतागला व त्यांनी तोंड फिरविलं!'

पण हे सारं कर्मचारीही विनोदानं हसतखेळत घ्यायचे. कामाच्या वेगाबद्दल नागपूरकरांबद्दल सांगतात. ते म्हणतात, ''दोन मिनट थांब हं! तासाभरात आलोच!''

हे असं म्हटलं तरी अनुभवांनी सांगतो, नागपूरचा माणूस मोठा मोकळा. 'तुज आहे तुजपाशी'मधल्या काकाजी वृत्तीचा. चांगल्याचा मनसोक्त आनंद देणारा आणि घेणारा! हातचे काही राखून न ठेवणारा!

रोल प्ले

ग्राहक सेवा प्रभावी होण्यासाठी प्रशिक्षण देण्यावर आमचा भर होता. आम्ही एक नाटिका प्रत्यक्ष वर्गात करत असू. सर्व पात्रे क्लार्कच रंगवायचे.

देखावा - शाखेमध्ये शाखाधिकारी काम करीत बसले आहेत.

महाविद्यालयीन विद्यार्थी असलेला बँक ग्राहक केबिनमध्ये रागाने प्रवेश करीत– ''साहेब, ही बँक आहे का काय?''

शाखाधिकारी – काय झालं?

तो – माझ्या वडिलांनी पैसे पाठवून तीन आठवडे झाले. अजून मिळत नाहीत. काउंटर क्लार्क म्हणतो साहेबांना विचारा. ऑफिसर म्हणतो आल्यावर देऊ.

शाखाधिकारी – मी क्लार्कला बोलावून विचारतो.

क्लार्क येतो.

शाखाधिकारी – तुम्ही दुसऱ्या शाखेत फोन करून पैसे केव्हा पाठविले विचारले का?

क्लार्क – मी त्यांना ऑफिसरकडे पाठविले.

शाखाधिकारी बारकाईनं पाहतात तो मेल ट्रान्सफर पूर्वीच आलेली असते व चुकून दुसऱ्या खात्यात जमा झालेली असते.

अशी नाटुकली झाल्यावर यावर प्रत्येक पात्राच्या वागणुकीतले गुणदोष सांगणारी चर्चा खूपच रंगायची.

ग्राहक सेवा सुधारण्याचा प्रयत्न यशस्वी व्हायचा.

रामटेक

ट्रेनिंगशिवाय एक सायंकाळ करमणुकीचे कार्यक्रम व्हायचे. सुटीच्या दिवशी रामटेक सहल व्हायची. रामटेकवर रामायणातल्या सर्व व्यक्तिमत्त्वांची मंदिरे आहेत. दशरथ राजाचे मंदिरही आहे. कालिदासाने मेघदूत इथंच बसून लिहिलं. त्या कालिदासाचं स्मारकही आहे. करमणुकीचे कार्यक्रम आणि सहल यांमुळे प्रशिक्षणार्थ्यांमधील परिचय वाढायचा; एकीची संघभावना निर्माण व्हायची.

ट्रेनिंगमध्ये भपका नव्हता. ट्रेनिंग संपताना सारे भावनाविवश व्हायचे. त्यातच आम्हाला यश दिसायचं.

काटकसरीनं ट्रेनिंगवरचा खर्च व्हायचा.

कराडकरांनी एकदा झोनल ऑफिसमध्ये प्रश्नपत्रिकेच्या प्रती काढून घेतल्या. तो गठ्ठा ट्रेनिंग सेंटरवर नेण्यास शिपायाला सांगितले. त्यावर शिपायाने विचारले, ''रिक्षाने नेऊ ना!''

''नको. माझ्या सायकलवर बांध.''

त्या शिपायाने त्याच्या सायकलवरून नेले.

ट्रेनिंग सेंटरला फोन नव्हता. मधुकर आर्ट्सचे मालक मधुकरराव वैद्य आम्हाला पूर्णपणे सहकार्य करायचे. त्यांच्याकडे फोन आल्यास ते आम्हाला बोलवायचे. त्यांनी निरोप देण्यास जिना चढून वर यावयास नको यासाठी त्यांच्याकडे एक विजेवर चालणारी 'कॉलबेल' बसविली होती. त्याचा अर्थ पुढीलप्रमाणे होता –

एक घंटा वाजली तर भुर्के यांना फोन आहे. दोन - कराडकर, तीन - अन्य कोणी व चार म्हणजे वैद्यांनी मला व कराडकरांना चहाला बोलावले आहे. ते चहा फार आवडीनं करायचे. दुपारचा चहा त्यांना स्वत:च केलेला लागायचा. आपल्या हातच्या चहाची सर घरातल्या मंडळींना नाही अशी त्यांची खात्री होती.

कराडकर किंवा मी खाली फोन घ्यायला गेलो, तर त्यांना मजेने विचारत असू,

''आम्हाला चार बेल ऐकल्याचा भास झाला. चहाला बोलवलेत का?''

त्यांच्याकडील हास्यविनोदात नागपूरच्या उन्हाळ्याची झळ कधी जाणवलीच नाही. त्या गप्पांत अनेक वेळा सध्याचे भाजप अध्यक्ष नितीन गडकरीही असायचे.

आणखी एक बढती

ऑफिसर श्रेणीतील उच्च श्रेणी म्हणजे स्केल तीनची होती. मी स्केल एक आणि दोन पहिल्या प्रयत्नातच प्राप्त केले होते. नागपूरमध्ये स्केल तीनसाठी मुलाखतीसाठी मला बोलविण्यात आले होते. त्या वेळी नवीन ट्रेनिंग सेंटर सुरू करण्यासाठी माझी बदली नागपूरला झाली होती. ट्रेनिंग सेंटर अजून सुरू व्हायचे होते.

मुलाखतीत बँकेचे अध्यक्ष डॉ. वसंतराव पटवर्धनांनी विचारले, ''ट्रेनिंग सेंटर अजून सुरू व्हायचे आहे. मग सध्या तुम्ही काय करता?''

''मी नागपुरातील शाखांमध्ये जाऊन 'ऑन जॉब ट्रेनिंग' देतो.''

''मला झोनल मॅनेजरनी त्याबद्दल एक रिपोर्ट दिलाय.'' त्यांनी एक रिपोर्ट त्यांच्या बॅगेतून बाहेर काढला व विचारले, ''हाच रिपोर्ट का?''

''हो.''

मला बँकेने ट्रेनिंग सेंटर सुरू करण्यासाठी तीन महिन्यांचा अवधी दिला होता. मी ते कारण न सांगता जागा नसतानाही ट्रेनिंग काम कसं सुरू केलं ते सांगितले.

तीव्र स्पर्धा असतानाही माझी निवड झाली. वयाच्या अवघ्या तिसाव्या वर्षी 'स्केल थ्री' ही बढती मिळाली. आपण काम करीत राहिलं आणि ते वरिष्ठांपर्यंत पोहोचलं तर यशाचा मार्ग सुकर होतो!

काळुराम दोधडे

जनता पक्ष केंद्रामध्ये सत्तेवर आल्यावर राष्ट्रीयीकृत बँकांमध्ये काही संचालकांची नव्याने नेमणूक झाली. त्यात बँक ऑफ महाराष्ट्रवर काळुराम दोधडे हे संचालक या पदावर आले. त्यांच्या नागपूर भेटीचा लाभ घेऊन मी त्यांना ट्रेनिंग सेंटरला भेट देण्याची विनंती केली. ती त्यांनी मान्य केली. ते आले. प्रशिक्षणार्थींशी बोलले.

दुपारची वेळ होती. मी त्यांना जेवायला घेऊन जाऊ लागलो. ते म्हणाले, ''मी ठाणे जिल्ह्यातील आदिवासी भागातला कार्यकर्ता आहे. मला आलिशान हॉटेलमधील चमचमीत जेवणाची सवय नाही. ते मनाला भावतही नाही. कमी खर्चातलं जेवताना मनाला समाधान लाभतं. राईस प्लेट मिळण्याची सोय असेल तिथे जाऊ या.'' माझ्या मनातल्या संचालकांना शोभणाऱ्या नैवेद्यम् हॉटेलचा नाद

मी सोडून दिला. रोज प्रशिक्षणार्थींना २॥ रु. ताटानं जेवण देणाऱ्या जवळच्या आनंदाश्रममध्ये त्यांना घेऊन गेलो.

क्लार्कच्या भल्यासाठी सत्यनारायण

नागपुरात आमचे जसे ट्रेनिंग सेंटर होते तसेच महाराष्ट्र स्टेट को-ऑप. बँकेचे होते. त्याचे प्राचार्य वाय. डी. देशपांडे हे एक आदर्श व्यक्तिमत्त्व होते. माझ्या व्याख्यानावर ते फार खूश असायचे. 'कथेकरी बँकर' असं त्यांनी माझं नामकरण केलं होतं. मला व्याख्यानाला बोलावल्यावर चहा मागवायचे. चहावाला मला चहा द्यायचा. त्यांना द्यायचा नाही. ते त्यांच्याजवळ असलेल्या थर्मासमधून चहा ओतून घ्यायचे व मग माझ्याबरोबर चहापान सुरू व्हायचे.

असं एकदोनदा पाहिल्यावर मी त्यांना एक दिवस विचारलं, "तुमचा चहा काही वेगळा असतो का?"

"आमच्या स्टेट को-ऑपरेटिव्ह बँकेच्या नियमात पाहुण्यांना चहा देण्याची तरतूद आहे. स्टाफला नाही. मला तर चहा फार आवडतो. मी घरून येताना थर्मासमधून चहा आणतो. प्रत्येक पाहुण्याबरोबर थोडा थोडा पितो. स्वत:चा खर्च बँकेवर पडू देत नाही."

त्यांना बँकेची गाडी होती. विमान प्रवासाला परवानगी होती. त्याचा ते योग्य तऱ्हेने लाभ घेत. एकदा त्यांना मुंबईला जायचे होते. वृत्तपत्रातील बातमीवरून त्यांना समजले, थोर समाजवादी नेते एस. एम. जोशी नागपुरात आले आहेत. ते मुंबईला रेल्वेने जाणार होते. तर वाय. डीं.नी विमानानं न जाता रेल्वेची एस. एम. जोशींच्या डब्यातील तिकिटे मिळविली.

विमानाने नागपूरला ते आले तर विमानतळावर त्यांना घ्यायला गाडी येई. विमान प्रवासात ते काही प्रवाशांची ओळख करून घेत व त्यातील एकाला तरी विमानतळापासून त्याच्या घरापर्यंत सोडत. अशाच प्रसंगी त्यांचा थोर साहित्यिक वामनराव चोरघडे यांच्याशी परिचय झाला. त्यांचे व्याख्यान त्यांनी ट्रेनिंग सेंटरवर आयोजले होते. आमच्या ट्रेनिंग सेंटरवर वाय. डीं.चे व्याख्यान झाल्यावर बँकेच्या प्रथेप्रमाणे मी त्यांना मानधनाचं पाकीट दिलं. ते नाकारताना ते म्हणाले, "मला मिळणारा प्रत्येक रुपया मी उत्पन्नात, कर विवरणात दाखवितो. त्यामुळे हे पैसे स्वीकारले तर करामध्ये जाणार. त्यापेक्षा ते न घेतलेले बरे!"

वाय. डीं.च्या कार्यालयातील क्लार्क भावे हा खूप आजारी पडला. बऱ्याच उपचारानंही लवकर बरे वाटेना. वाय. डीं.ना व त्यांच्या सौं. ना काळजी वाटत होती. त्यांनी देवाला नवस केला. त्याला बरे वाटल्यावर सत्यनारायणाची पूजा घातली.

पुढे काही दिवसांनी बँकेत संप होता. हाच भावे देशपांडे यांच्याविरुद्ध घोषणा देत होता. तेव्हा वाय. डी. हसत हसत म्हणाले, ‘‘हाच तो सत्यनारायणवाला भावे हं!’’ ते रागावले नाहीत. पुढे त्यांची बदली दिल्लीला झाली. त्यांचे पत्र आले त्यात एक वाक्य होते – ‘दिल्ली ही प्रामाणिकपणे वागणाऱ्यांसाठी नाही.’

थोड्याच दिवसांत त्यांचे निधन झाले. आठवड्यातच त्या धक्क्याने पत्नीही गेली. ते गेले; पण त्यांचा आदर्श राहिला.

चुकल्यास मी मारतो!

नागपूरमध्ये व्यावसायिक शिक्षण देणाऱ्या सर्व प्रमुखांची बैठक घ्यायची असं मी व वाय. डी. देशपांडे यांनी ठरवलं होतं. ‘कर्मचाऱ्यांना कामाला उद्युक्त कसे करावे’ हा एक विषय होता. बँक ऑफ महाराष्ट्र, महाराष्ट्र स्टेट को. ऑप बँक, एस टी, फायर बिग्रेड, पोलीस केंद्र अशा विविध विभागांचे प्राचार्य जमले होते.

एक शिपाई बॅग घेऊन पुढे आला. त्यानंतर त्याचे साहेब आले. ते होते पोलीस केंद्राचे प्राचार्य! त्यांच्या या वैशिष्ट्यपूर्ण आगमनानं त्यांची छाप बैठकीवर पडली. कम्युनिकेशन, मोटिव्हेशन, विश्वासात घेऊन सांगणे, चांगल्या कामाचे कौतुक करणे असे अनेकविध मुद्दे प्राचार्य सांगत होते. पोलीस केंद्राचे प्राचार्य चितळे खणखणीत आवाजात म्हणाले, ‘‘मी पोलिसांना त्यांनी काम कसं करायचं हे सांगतो. त्यांच्याकडून चूक झाल्यास त्यांना मारतो!’’

ट्रेनिंगचा हा प्रकार ऐकून बाकीचे प्राचार्य आ वासून ऐकतच राहिले.

ओव्हरहेड प्रोजेक्टर

प्रशिक्षणात आधुनिक तंत्राचाही वापर असावा यासाठी सध्या पॉवर पॉइंट प्रेझेंटेशनवर भर दिला जातो. व्हिडीओ फिल्मही दाखवतात. त्या वेळी मी कोलकात्यामध्ये, अलाहाबाद बँकेच्या कॉलेजमध्ये ओव्हरहेड प्रोजेक्टर पाहिला होता. तो घेण्यासाठीचा प्रस्ताव मी झोनल ऑफिसकडे पाठवला. त्या काळी रु. ४००० ही रक्कम मोठी होती. मी बेंद्रेसाहेबांना भेटलो. त्यांनी विचारले, ‘‘याचा वापर होईल असे तुम्हाला वाटते ना?’’

‘‘हो! मी यावर विविध फॉर्मही दाखविणार आहे.’’

त्यांनी क्षणात सही केली. बँक ऑफ महाराष्ट्रमध्ये प्रथम ओव्हरहेड प्रोजेक्टर आला.

स्टाफ कॉलेज, पुणे

नागपूर ट्रेनिंग सेंटरहून माझी बदली पुण्याच्या स्टाफ कॉलेजला झाली. मी नागपूरला क्लार्कना शिकवत असे. आता मॅनेजर व अधिकाऱ्यांना शिकवू लागलो. विषयाला अनुसरून उदाहरण सांगितल्यावर वर्ग जिवंत व्हायचा.

पापड कथा

शाखाधिकाऱ्यांच्या समोर बोलताना मी म्हटलं, ''हँडल द सिच्युएशन टॅक्टफुली. परिस्थिती कुशलतेने हाताळावी.'' त्या दिवशी माझ्या तोंडून तीन वेळा वरील वाक्य उच्चारले गेले. एका शाखाधिकाऱ्यांनी हात वर केला. त्यांनी विचारलं, ''टॅक्टफुली शब्दाची व्याख्या सांगता का? मी लिहून घेतो.''

''मी एकदा मुंबईला गेलो होतो. माझं काम लवकर आटोपलं. मी मित्राला फोन लावला. त्यानं रात्री जेवायला बोलवलं. बऱ्याच दिवसांत त्याच्या घरी गेलो नसल्यामुळे मीही त्वरेनं होकार दिला. त्याच्या घरी रात्री आमचं जेवण सुरू होतं. वहिनींनी पदार्थ मन लावून केले होते. त्या अगत्यानं वाढत होत्या.

''समोर तळलेले पापड ठेवलेली एक टोपली होती. त्या पापड काही वाढत नव्हत्या. गप्पागोष्टी चालल्या होत्या, पण माझं मन 'त्या पापडात' गुंतलं होतं. पापड मागावेत तर वहिनी म्हणतील 'काय हावरट पाहुणे आहेत. एवढे पदार्थ पुढ्यात वाढलेत, पण त्या पापडात जीव अडकलाय!' न मागावेत तर सर्वांचं भोजन झाल्यावर त्या म्हणतील, आमचे हे एक वेंधळे आहेत; पण पाहुण्यांनी तरी आठवण करायची. एवढे पापड तळले ते तसेच राहिले.

''काहीही केलं तरी कठीणच परिस्थिती होती. त्यावर एक युक्ती सुचली. मी म्हणालो, ''दुपारी काम लवकर आटोपल्यावर वेळ होता. मी राणीच्या बागेत गेलो. विविध प्रकारचे प्राणी होते. एक अजगर तर इतका लांबलचक होता की, इथून त्या पापडाच्या टोपलीइतका लांब! पापड ताटात आले हे वेगळं सांगायलाच नको.'' याला म्हणतात 'टॅक्टफुली!'.''

व्हॅक्युम क्लीनर

मार्केटिंग या विषयावर माझं व्याख्यान चाललं होतं –

''ग्राहकाच्या अपेक्षा जाणून आपल्यामध्ये बदल करणे हे मार्केटिंगमध्ये अपेक्षित असते. विक्रीमध्ये आहे त्या मालाचे गुणगान गाऊन तो माल खपविला

जातो. ग्राहकांच्या अपेक्षा न जाणता उत्पादन-विक्रीस चालना मिळणे अवघड आहे.

''एका कंपनीने धूळ ओढून घेऊन स्वच्छता करणाऱ्या व्हॅक्युम क्लिनरचे उत्पादन केले. मार्केटिंग करणाऱ्या मंडळींना ते कसं चालतं हे दाखविलं. ते कसं विकावं याचं ट्रेनिंग दिलं. ते सांगताना एक युक्ती सांगितली.

''व्हॅक्युम क्लिनरची माहिती सांगितल्यावर भावी ग्राहक ते नको म्हणू लागले, तर जवळच्या बॅगेत थोडी धूळ ठेवा. ती तिथे फेका. जवळच्या मशिनने ती धूळ खेचून घ्या. हा प्रयोग पाहिल्यावर भावी ग्राहक आपले उत्पादन खरेदी करण्यास उत्सुक होतील, असं प्रशिक्षण घेतलेला एक मार्केटिंग अधिकारी एका महिलेला व्हॅक्युम क्लिनरची माहिती देत होता. ती 'नको नको' म्हणत होती.

''संपूर्ण माहिती देऊनही ती आपलं मशिन घेत नाहीत हे पाहिल्यावर त्याला ट्रेनिंग आठवले. त्याने बॅगेतील धूळ काढली. ती फेकली. जवळचं मशीन सुरू करून चमत्कार दाखवावा या उद्देशानं त्यानं विचारलं - ''इलेक्ट्रिक कनेक्शन कुठंय? मला प्लग लावायचाय.''

'' ''मी मघापासून तुम्हाला तेच सांगतेय. मला अजून इलेक्ट्रिक कनेक्शन मिळालं नाही; परंतु तुम्ही आपलं तुमचंच घोडं दामटत बसलाय.''

''तात्पर्य, ग्राहकाची परिस्थिती, अपेक्षा जाणून मगच मार्केटिंग करावे.''

शंभर पैसे आयुष्य संपले

थिअरी आणि प्रॅक्टिस हे दोन्ही बरोबर जावेत. नुसते ज्ञान असेल आणि व्यवहारज्ञानाचा अभाव असेल, तर उपयोग नाही हे सांगताना वर्गात मी एक उदाहरण सांगितले –

''एक नावाडी नाव हाकत असतो. त्यात एक विद्वान पंडित बसलेला असतो. नाव पुढे गेल्यावर पंडित नावाड्यास विचारतो, ''तू रामायण ग्रंथाचं पठण केलंस का?''

'' ''नाही महाराज.''

'' ''मग तुझं रुपयातील पंचवीस पैसे आयुष्य वाया गेलं. तू महाभारताचे खंड तरी वाचलेस का?

'' ''नाही महाराज!''

'' ''मग तुझं पन्नास पैसे आयुष्य वाया गेलं. तू भगवद्गीतेचे पारायण तरी केलेस का?''

'' ''नाही महाराज!''

'' ''मग तुझं पंच्याहत्तर पैसे आयुष्य वाया गेलं.''

''एवढ्यात नावाड्याच्या लक्षात आलं की, होडीला एक छिद्र पडलंय. त्यातून

नदीतील पाणी होडीत आलंय. होडी बुडण्याची भीती आहे. तेव्हा नावाड्यानं पंडितजींना विचारलं, ''पंडितजी, आपल्याला पोहायला येतं ना?''

'' ''नाही रे! ''

'' ''पंडितजी, मग आपलं शंभर पैसे आयुष्य वाया गेलं! '' ''

मी कन्सल्टंट आहे

बँकेत मोठ्या रकमेच्या कर्जासाठी अर्ज येतात ते अर्जदाराने बऱ्याच वेळा सल्लागाराकडून म्हणजेच कन्सल्टंटकडून तयार करवून घेतलेले असतात. माहिती आकर्षक स्वरूपात मांडलेली असते. आकृती, आलेख असतात. जागतिक आर्थिक स्थितीपासून त्या प्रकल्पापर्यंतचा आर्थिक आढावाही मांडलेलं असतो. तो प्रकल्प त्या भागात खरोखरच यशस्वी होईल का, हे शंभर टक्के खरेपणानं मांडलेलं असेलच याची खात्री नसते. अर्जदाराला त्वरेने, कमी व्याजदरात कर्ज मिळवून देणं हे त्याचं काम असतं. असे प्रकल्प वायर बाइंडिंग करून आकर्षक स्वरूपात दिले जातात.

मी शाखाधिकाऱ्यांना सांगे की, तुमचं डोकं लढवा. व्यवसाय सुरू करणाऱ्याला त्यातील कितपत अनुभव आहे ते पाहा. कन्सल्टंटला या सर्व उद्योगाची माहिती असतेच असे नाही.

एकदा एका मुलाला काटेरी कुंपणापलीकडे जायचे होते. त्याने एका सल्लागाराला मार्गदर्शन करायची विनंती केली. त्याने अंगी लवचीकता कशी आणावी, त्यासाठी कोणते व्यायाम करावेत, पोशाख कसा असावा, कशा पद्धतीचे बूट घालावेत, कोणती वेळ चांगली, किती दुरून स्टार्ट घ्यावा, जर्क कसा घ्यावा असे अनेक बारकावे सांगून काटेरी कुंपणावरून उडी कशी मारावी हे सविस्तरपणे सांगितले. काही शंका आहे का हे विचारले.

''सर, तुम्ही एकदा प्रात्यक्षिक म्हणून उडी मारून दाखवा ना!''

''अरे, ते कसं शक्य आहे. मी कन्सल्टंट आहे!''

बार्किंग फ्रीज

अमेरिकेमध्ये बार्किंग फ्रीज नावाचे नवे उत्पादन बाजारात आले होते. प्रत्येक व्यक्तीची तब्येत तपासून डॉक्टर त्याला आहार सुचवीत. प्रत्येक पदार्थातून किती कॅलरी शरीरास जातात ते सांगणारी एक कॅसेट तयार केली होती. ही कॅसेट फ्रीजचे दार उघडताच सुरू व्हायची. तो फ्रीज बोलायला लागायचा.

''अहो, मघाशीच खाल्लंत ना? आता पुन्हा एवढ्यात कशाला खाता?

डॉक्टरांनी सांगितलेले कॅलरीजचे प्रमाण ध्यानात आहे ना? आपल्या वजनावर आपलं नियंत्रण आहे ना?....''

या फ्रीजला बार्किंग फ्रीज असे म्हणत. अमेरिकेत या फ्रीजची चांगली विक्री झाली. भारतात हा फ्रीज चालला नाही. याचं कारण इथं आपलं आपल्यावर नियंत्रण आहे.

खाणंच काय, सर्व गोष्टींवर स्वत:चं नियंत्रण हवं. सारासार विचार करून वागणं हवं!

ड्यूक सोडा

नवीन उत्पादन बाजारात आणण्यापूर्वी त्याबद्दल ग्राहकांमध्ये कुतूहल निर्माण करावे. प्रचंड ओढ निर्माण करावी.

ड्यूक सोडा ज्या वेळी बाजारात आणावयाचा होता तेव्हा त्या कंपनीने मुंबईवर आपले लक्ष केंद्रित केले. एक मार्केटिंग टीम तयार केली. त्या गटातील एक-एक जण मुंबईतील विविध उपाहारगृहांत गेले.

प्रत्येक जण त्या उपाहारगृहात गेल्यावर साधारण अनेक ग्राहक बसलेला भाग बघून तिथे बसायचा. वेटर आल्यावर त्याला तो ऑर्डर द्यायचा, ''एक ड्यूक सोडा.''

''काय?''

''ड्यूक, ड्यूक सोडा!''

तो वेटर गोंधळायचा. त्याने कधी 'ड्यूक सोडा' हे नाव ऐकलेले नसायचे. तो नाही म्हणायचा. त्यावर पुन्हा हे प्रशिक्षित ग्राहक म्हणायचे, ''अरे, मालकाला विचार. ड्यूक सोडा. मिळत नसेल तर इथं कोण येईल?'' तो मालकाला विचारून 'नाही' सांगायचा. हा दुसरा कोणताही सोडा न घेता बाहेर जायचा. आतापर्यंत हे नाट्य अनेक ग्राहकांनी पाहिलेलं असायचं. त्यांच्या कानावर 'ड्यूक सोडा' शब्द गेलेला असायचा. तो बाहेर जायचा ते पुढच्या उपाहारगृहात!

असे अनेक जण मुंबईत फिरल्यावर साऱ्या उपाहारगृह मालकांकडून 'ड्यूक सोड्या'बद्दल मागणी येऊ लागली.

ड्यूक सोडा सर्वांनी धरला. आपलासा केला!

बँकिंग सर्व्हिस रिक्रूटमेंट बोर्ड

बँकेत नवीन क्लार्क घ्यायचे होते. त्यासाठी बँकिंग सर्व्हिस रिक्रूटमेंट बोर्डातर्फे अर्ज मागविले होते. उमेदवारांच्या मुलाखती अकोल्याला होत्या.

मुलाखती घेणाऱ्यांमध्ये माझी निवड झाली होती. उमेदवार संपूर्ण महाराष्ट्रातून आले होते.

यापूर्वी नागपूर येथे असतानाही मी हे काम केले होते. त्या वेळी बडकस कमिशन या नावानं प्रसिद्ध असलेले न्यायमूर्ती बडकस मुलाखत समितीमध्ये होते. एक उमेदवार मुलाखत देऊन गेला. बेताचाच होता. त्या वेळी बडकस साहेब म्हणाले, "त्यानं शर्टाची बटणे लावली नव्हती. असली उनाड मुलं निवडू नका हं!"

प्रत्येक पिढीचा एक-एक दृष्टिकोन असतो. मुलांनी आपणास काय आवडते याबरोबरच मुलाखत घेणारे कोणत्या पिढीचे आहेत याचाही थोडा विचार करायला हवा. एक उमेदवार सिंधी होता. सिंधी मुलगा धंद्यात जाऊन भरपूर पैसे कमविणार. तो बँकेत कसा काय येत होता कोणास ठाऊक? त्याला मी प्रश्न विचारला, "चेक आणि डिमांड ड्राफ्ट यात फरक काय?"

"चेक के पैसे कभी कभी मिलते है. कभी कभी नही मिलते. ड्राफ्टके पैसे तो मिलतेही है?" अतिशय व्यवहारी उत्तर त्यानं दिलं होतं.

एका उमेदवाराला विचारलं, "तुम्ही एम. कॉम. झालात. एम. कॉम. चा अर्थ काय?"

"मास्टर ऑफ कॉमर्स."

"बरोबर आहे. हा झाला फुलफॉर्म. त्याचा अर्थ काय? जसं, लोहार म्हटलं की, विळी, कोयता बनवून देतो. सुतार हा दारं, खिडक्या तयार करतो. एम.कॉम. काय करतो?"

त्याला उत्तर देता येईना. मुलाखत पुढे सुरू राहिली.

"तुम्ही एम.कॉम. होऊन दोन वर्षे झाली. तुम्हाला टायपिंगही येतं. आतापर्यंत तुम्ही काही पैसे कमविले का?"

"नाही. मी सुशिक्षित बेकार आहे. त्यामुळे तर मी नोकरीसाठी अर्ज केलाय."

"तुम्ही आता बाहेर जा व दोन रुपये कमवून या. आम्ही येथे दिवसभर आहोत. त्यानंतर पुढे मुलाखत घेऊ."

"सर, मला या गावात आता कोण काम देणार? माझ्या इथं कोणाशीही ओळखी नाहीत. मला आता पैसे कमविणे जमणार नाही."

त्यानंतर आलेला उमेदवार पाहा –

"मी एफ.वाय. बी.कॉम. करतोय. अभ्यास चालू असतानाच मी दर शनिवारी एका पेट्रोल पंपावर जातो. तिथे दोन तास बसून आठवड्याचे हिशेब लिहितो. मला महिन्याला दोनशे रुपये मिळतात."

"याशिवाय काही करता का?"

“हो. मी कृष्णा हॉस्पिटलमध्ये छंद म्हणून जातो. माझ्या शबनम बॅगेत पोस्टाची कार्ड–पाकिटे असतात. प्रत्येक पेशंटजवळ जाऊन नातेवाइकांना पत्र लिहायचे का विचारतो. त्यांच्या तोंडी माहितीप्रमाणे पत्र लिहून देतो. कोणी पन्नास पैसे देतं, तर कोणी रुपया. एखादा गरीब रुग्ण काहीही देऊ शकत नाही. आपल्या नातेवाइकांशी पत्ररूपाने का होईना बोलू शकलो, याचा रुग्णांच्या चेहऱ्यावर दिसणारा आनंद हा मला सुखद वाटतो.”

एम.कॉम.वाला मागे पडला. एफ.वाय.वाल्याचे गुण वाढले.

एक उमेदवार एम.कॉम. झाला होता, परंतु मुलाखतीत उत्तरे नीट देऊ शकत नव्हता. मी त्याला खूप सांभाळून घ्यायचा प्रयत्न करीत होतो; परंतु त्याच्यामध्ये आत्मविश्वासच नव्हता. थोड्या वेळानं एक मुलगी मुलाखतीस आली. ती बी.एससी. झाली होती. फार हुशारीनं व आत्मविश्वासानं उत्तरं देत होती. तिचे आणि थोड्या वेळापूर्वी आलेल्या एम.कॉम. उमेदवाराचे एकच आडनाव होते. तिला विचारलेला प्रश्न –

“तुमच्या घरातील आज दुसरे कोणी मुलाखतीस आले आहे का?”

“हो. तो माझा थोरला भाऊ आहे.”

“समजा, आम्ही तुम्हा दोघांपैकी एकाची निवड करावयाचं ठरविलं, तर कोणाची करावी?”

“सर, माझ्या भावाला निवडा. त्याला नोकरी मिळत नसल्यामुळे संपूर्ण घर चिंतेत आहे.”

तिची मुलाखत संपल्यावर मुलाखती घेणाऱ्यांमध्ये चर्चा झाली –

“मुलाला घेतले, तर संपूर्ण घर आनंदी होईल.”

“आपल्याऐवजी भावाला घ्या हा उदात्तपणा दाखविल्यामुळे या मुलीचे गुण वाढले. भावाचे कसे वाढणार?”

त्या मुलीची निवड झाली!

दरमहा शंभर कोटी ठेवी

“आय.ओ.बी.चे मॅनेजर वेणूगोपाल यांना भेटून या” – राघवन् साहेब.

“येस सर.” एवढेच म्हणून मी चेअरमन साहेबांच्या पी.ए.कडून अधिक माहिती घेतली.

दोनच दिवसांनी इंडियन ओव्हरसीज बँकेच्या फोर्ट शाखेचे चीफ मॅनेजर वेणूगोपाल यांना जाऊन भेटलो.

“अभिनंदन! आमचे राघवन् साहेब तुमच्याबद्दल फार चांगलं सांगत होते.” मी

खडा टाकला.

“हो, हो! गेल्या आठवड्यात पुण्याला तुमच्या हेड ऑफिसमध्ये मी त्यांना भेटलो.”

“तुमची खासियत काय?” मी.

“मी या शाखेत आलो तेव्हा शाखेच्या ठेवी होत्या रु. ३०० कोटी. दोन वर्षांत त्या रु. ११०० कोटींवर गेल्यात. सध्या त्या दर महा शंभर कोटीने वाढतात! परदेशातून कर्जे सात टक्के दराने मिळतात. त्यामुळे आमच्या १३ टक्के दराच्या कर्जाला फारशी मागणी नसते. मी परदेशात काम केलेले असल्यामुळे ही कर्जे कशी मिळतात याची मला माहिती आहे. ही कर्जे मिळण्यासाठी रिझर्व्ह बँकेच्या कोणत्या अटींची पूर्तता करावी लागते, हे काम पाहणारे रिझर्व्ह बँकेत कोण आहेत हे मला माहीत आहे. अशा कामात साहाय्य करणाऱ्या व्यावसायिक चार्टर्ड अकाउंटंट्ची यादी माझ्याकडे आहे. त्यामुळे मुंबईतील मोठ्या व्यावसायिकांना, कारखानदारांना परदेशी कर्ज मिळण्यासाठी मी मार्गदर्शन करतो. ते मिळेपर्यंत मदत करतो. प्रत्येक कर्जप्रकरण तीन ते पन्नास कोटीपर्यंत असते. अशा कर्जामुळे मिळालेले पैसे स्वाभाविकपणे ते माझ्या शाखेत, करंट खात्यात जमा करतात. कोणीही एकरकमी पैसे काढत नाहीत. त्यामुळे दर महा करंट खात्यातील ठेवी शंभर कोटींनी वाढताहेत!”

“अभिनंदन! यासाठी तुम्हाला सर्वांशी मोठ्या प्रमाणावर संपर्क ठेवावा लागत असेल?”

“हो. आमची मदार ग्राहकांना ज्ञानाधिष्ठित सेवा देणे व त्यासाठी संबंधितांशी सलोख्याचे संबंध ठेवणे, यावर आहे. रिझर्व्ह बँकेतील संबंधित साहेबांचा वाढदिवस मी विसरत नाही. आमच्या तिरुपती शाखेच्या मॅनेजरकडून साहेबांच्या वाढदिवसाला तिरुपती बालाजीला अभिषेक केल्याची पावती मी मागवून घेतो. ऑफिस सुटण्याच्या दरम्यान मी त्यांच्याकडे जातो. बहुसंख्य कर्मचारी घरी गेल्यावर त्यांना भेटून त्यांच्या वाढदिवसाच्या दिवशी तिरुपती बालाजीला अभिषेक केल्याचे सांगतो. त्याची पावती व प्रसाद देताना बरोबर नेलेले गुरुजी मंत्रोच्चार सुरू करतात. त्यांना दीर्घायुष्य लाभो अशी प्रार्थना करतात. या वेळी आता ऑफिसमध्ये त्यांचे निष्ठावंत दोनचार अधिकारी फक्त उपस्थित असतात. त्यामुळे धार्मिक विधी यथासांग पार पडतो. तो अधिकारी या आपल्या सदिच्छा कधीही विसरत नाही. मी हे नाटक म्हणून करत नाही. आपल्याला मदत करणाऱ्या अधिकाऱ्याबद्दल मला खरंच आपुलकी असते.”

“तुमचा हा अनुभव माझ्या कायम लक्षात राहील.” मी.

“तेथील अधिकाऱ्यांच्या सेक्रेटरींचे माझे चांगले संबंध आहेत. साहेबांच्या

आईला धार्मिक पुस्तक आवडते हे मला त्यांच्याकडून कळलेले असते. मी त्यांना ते हमखास पाठवितो. कोणत्याही अधिकाऱ्याला त्याला काय दिलं यापेक्षा त्याच्या आईचा मान राखलेला अधिक आवडतो.''

''एक अधिकारी हैदराबादजवळच्या त्याच्या जन्मगावी गेले होते. तिथे त्यांच्या नात्यातील लग्नसमारंभ होता. त्या वेळी मा आमच्या त्या गावातील शाखाधिकाऱ्याला त्या साहेबांना दोन दिवस गाडी देण्यास सांगितले. त्यांना ती गाडी लग्नात उपयोगी आली. नवरदेवाची वरातही त्या गाडीतून निघाली. सर्व नातेवाइकांना साहेबाचं कौतुक वाटलं. मुंबईत गाडी वापरायला देण्याला काही किंमत नाही. किंबहुना ती शिक्षाच वाटायची. कारण मुंबईच्या ट्रॅफिकमध्ये अधिकच त्रास वाटायचा.''

''तुमच्या या कार्यात स्टाफचं किती सहकार्य असतं?'' मी.

''आपली शाखा वाढतेय हे पाहून तेही भरपूर काम करतात. बँकिग क्षेत्रात प्रति कर्मचारी व्यवसाय दोन कोटी असताना माझ्या शाखेचा आठ कोटी आहे.

''शाखेत परगावचा मोठ्या रकमेचा चेक जमा करण्यासाठी आला की, चेकची एक झेरॉक्स प्रत माझ्या ड्रॉवरमध्ये असते. समजा, चेक हैदराबादवरील असेल, तर मी स्टाफला तो चेक विमानाने घेऊन जायला परवानगी देतो. तो खूश होतो. तीन कोटी रुपयाच्या चेकला प्रत्येक दिवस महत्त्वाचा असतो. हैदराबादच्या मॅनेजरला सांगतो की, एक दिवसात तिथं चेकचे पैसे जमा करून दाखविलेस, तर तीन कोटींपैकी पाच लाख रुपयांची ठेव तुझ्या शाखेला देईन. प्रत्येक जण प्रवृत्त झालेला असे. ते ज्या बँकेवरचा चेक आहे त्यांना, क्लिअरिंग हाऊसच्या लोकांना सर्वांना भेटत. तीन दिवसांत चेकचे पैसे खातेदाराच्या खात्यात जमा होत. वेगानं चेकचे पैसे जमा करणारी शाखा असा आमचा नावलौकिक आहे.''

मी त्या शाखेची ही यशस्वी कथा ऐकून आपल्या बँकेतील अधिकाऱ्यांना सांगायला चांगला विषय मिळाला म्हणून खूश झालो. मग निघताना त्यांना एकच प्रश्न केला, ''तुमच्या बँकेत मुंबईतील सर्व शाखांत असा व्यवसाय होतो?''

''नाही. अशी सेवा देण्यासाठी आवश्यक ज्ञान व प्रखर इच्छाशक्ती हवी.''

हे उदाहरण मी ट्रेनिंग कॉलेजच्या माध्यमातून बँकेतील हजारो अधिकाऱ्यांपर्यंत पोहोचविले. विपरीत परिस्थितीतही ग्राहकाला जी कोणती सेवा हवी आहे ती पुरविल्यास व्यवसाय वाढू शकतो.

चेतनामय मल्ल्या

बँकेच्या शेअरची किंमत इतर बँकांच्या तुलनेत वधारत नव्हती. अशा स्थितीत एम.डी. मल्ल्या यांनी बँकेचा पदभार स्वीकारला. ते आले आणि त्यांनी जिंकलं अशी स्थिती झाली.

बँकेची कामं सुरू होण्याची वेळ साडेदहा. मल्ल्यासाहेब पावणेदहालाच येऊन काम करू लागले. त्यांच्या वेगाशी मिळतेजुळते घेण्यासाठी सारे जण वेळेवर येऊ लागले. कामाची गती वाढली. निर्णय वेगाने घेतले जाऊ लागले.

अनिरुद्ध देशपांडे, चार्टर्ड अकाउंटंट, नागपूर यांची बँकेच्या नागपूर ट्रेनिंग सेंटरमध्ये भेट झाली. त्यांची बँकेचे संचालक म्हणून भारत सरकारतर्फे नेमणूक झाली होती. दुपारी नेमणुकीची ऑर्डर हाती पडली, तर संध्याकाळी त्यांनी मल्ल्यासाहेबांना फोन केला. ''तुमच्या बँकेवर माझी संचालक म्हणून नेमणूक झालीये. मी तुमच्या बँकेची ऑडिटची कामेही करत होतो.''

''तुम्हाला ऑर्डर मिळून चार तास होऊन गेले. तुमची बँक म्हणू नका. आपली बँक म्हणा.''

मल्ल्यासाहेबांनी बँकेत आल्यापासून आपली बँक म्हणायला सुरुवात केली. दर गुरुवारी पुण्यातील सर्व कार्यचालकांची लोकमङ्गल येथे बैठक व्हायची. बँकेच्या बत्तीस रिजनच्या कामाचा आढावा घेतला जायचा. गेल्या गुरुवारपासून या गुरुवारपर्यंत प्रत्येक रिजनला किती करंट अकाउंट आले, किती ठेव गोळा झाली हे पॉवरपॉईंट प्रेझेंटेशनने दाखविले जायचे. प्रथम वाटले, दर आठवड्याला सर्व ठेवी कर्जांची इतकी सविस्तर माहिती कशी मिळणार? पण पुढे ते सरावाने जमून गेले. प्रत्येक गुरुवारी बँकेची स्थिती पाहण्याची उत्सुकता असायची. ज्या रिजनचे काम अपेक्षेप्रमाणे झाले नसायचे त्यांना त्याच रात्री इ मेल करून परिस्थिती सुधारण्यास सांगितले जायचे. जेवढ्या कर्मचाऱ्यांना भेटता येईल तेवढ्यांना भेटण्याचा मल्ल्यासाहेबांनी सपाटा लावला. आमच्या ट्रेनिंग कॉलेजला येण्याचे आमंत्रण देताच दुसरे दिवशीच ते आले. काही वेळा तर प्रत्येक आठवड्यात आले. स्टाफशी बोलून त्यांना प्रोत्साहित केले.

एकदा डहाणूकर कॉलनी ट्रेनिंग सेंटर येथे येऊन त्यांनी कोअर बँकिंग सोल्यूशन योजना राबविणाऱ्या अधिकाऱ्यांशी चर्चा केली. बाजूच्याच वर्गात क्लार्क मंडळींचं प्रशिक्षण चाललं होतं. चेअरमन साहेब शेजारीच आलेत हे पाहून त्यांना याही वर्गाला भेट देण्याची विनंती करण्यात आली. 'ऐन वेळी चेअरमनना क्लार्कशी बोलायला कसे बोलवता' असं त्यांनी मनात आणलं नाही. ते येऊन सर्व क्लार्कला भेटून गेले. लोणावळा इथं सर्व वरिष्ठ कार्यपालकांचा सेमिनार होता. विषय होता 'बँकेचे व्हिजन २०१०.' सकाळी दहाला सुरू झालेली चर्चा रात्री बारापर्यंत चालली. त्या चर्चेला मल्ल्यासाहेब व एक्झिक्युटिव्ह डायरेक्टर मधोक साहेब पूर्ण वेळ उपस्थित होते. परिणामत: प्रत्येक तिमाहीला बँक उद्दिष्टे पार करीत गेली. बँकेने चांगला नफा दाखविला. शेअरचा भाव वधारला!

■

मोठी माणसं

मोठी माणसे भेटली तर ते खरे जगलेले क्षण! त्यांच्या कर्तृत्वाचा आपल्या मनावर कळत-नकळत परिणाम होतो. आपणही मोठं व्हावं असं मनात येऊ लागतं. त्या दिशेने कार्यरत होतो.

बँक आणि अन्यत्र ठिकाणी मला खूप मोठी माणसं भेटली. बँकेनं मला जे भरभरून दिलं, त्यात मोठ्या माणसांच्या सहवासाची संधी ही गोष्ट महत्त्वाची आहे.

जगदीश खेबुडकर यांची उचकी

ख्यातनाम कवी जगदीश खेबुडकर हे प्रायव्हेट हायस्कूलमध्ये शिक्षक होते. शैक्षणिक परिवारातील म्हणून ते विद्यार्थी परिषदेच्या कोल्हापूर शाखेचे अध्यक्ष झाले.

त्यामुळे माझे त्यांच्याकडील जाणे-येणे वाढले. तेव्हा ते अंबाबाई मंदिराच्या घाटी दरवाजाजवळ राहायचे. या देवळाला चार दिशांना चार प्रवेशद्वाराच्या कमानी आहेत. ज्या प्रवेशद्वाराला मोठी घंटा बांधली आहे तो घाटी दरवाजा. मी त्यांच्या व्याख्यानाचा दौरा आखला. मी त्यांच्याबरोबर शनिवारी रात्री निघायचो. रविवारी कार्यक्रम आटोपून सोमवारी बँकेच्या वेळेपूर्वी कोल्हापुरात पोहोचत असे. सातारा, फलटण, अहमदनगर, पंढरपूर इ. गावी कार्यक्रम केले.

त्या वेळी व्ही.शांताराम यांचा 'पिंजरा' चित्रपट अतिशय जोमात चालला होता.

त्यातील गाणीही खूप गाजली होती. ही गाणी जगदीश खेबुडकरांनी लिहिली होती. त्यांची काव्यप्रतिभा जबरदस्त आहे. बसल्याजागी ते सरसर गाणे लिहून काढीत; पण तितकेच ते मेहनती आहेत. पिंजरा चित्रपटातील बारा गाण्यांची निवड होईपर्यंत, ती गाणी व्ही.शांताराम यांना पसंत पडेपर्यंत ते सतत काव्य लिहीत होते. त्यासाठी त्यांनी एकूण ऐंशी गाणी लिहिली. पिंजरा चित्रपटात डॉ. श्रीराम लागू यांनी मास्तरची भूमिका केलीये. ती इतकी गाजली की, डॉ. लागू यांच्या कित्येक अप्रतिम भूमिका असूनही सर्वसामान्य जनता 'डॉ. लागू म्हणजे पिंजरा चित्रपटातले मास्तर' अशीच त्यांना ओळखू लागली.

या मास्तरची पूर्ण कथा शेवटच्या एका गाण्यात चित्रित केलीये... 'होतं असं गाव... त्याच्या पतंगाची दोरी तिनं तोडली... कशी नशिबानं थट्टा आज मांडली....' असे त्या गाण्यातील शब्द आहेत. या गाण्यासाठी जगू नानांनी त्यांचे स्वत:चे एक तयार गाणे व्ही. शांतारामना ऐकविले. हे गाणे एका सामान्य माणसाच्या इच्छा व्यक्त करणारे गाणे आहे. त्या गाण्यातील निवेदकाला नवे कपडे घालावे वाटायचे. बायकोनं आपल्याशी प्रेमानं वागावं व लोकांनीही आपल्याला जवळ करावं असं वाटायचं, पण गरिबीमुळे त्याच्या या इच्छा पूर्ण होत नाहीत. त्याच्या मृत्यूनंतर मात्र या साऱ्या इच्छा पूर्ण होतात. त्याची बायको त्याच्यासाठी ढसढसा रडत असते. आजूबाजूची मंडळी त्याला खांद्यावर घेऊन चाललेली असतात. अंगावर नवेकोरे कापड पांघरलेले असते. या गाण्याच्या चालीवरच पिंजऱ्यामधील गीत रचले गेले. जगूनानांचे मूळ गीत इतके प्रभावी आहे की, आमच्या दौऱ्यात मी त्यांना ते म्हणायला सांगत असे. हमखास दाद मिळायची.

तेव्हा दूरदर्शन फारसे प्रचलित नव्हते. त्यामुळे जगूनानांना लोकांनी पाहिलेले नव्हते. कार्यक्रमस्थळी मी त्यांना घेऊन गेलो की, लोकांना मीच जगदीश खेबुडकर वाटे. जनतेच्या मनात गैरसमज नको यासाठी गाडीतून उतरल्यावर मी संयोजकांना त्वरेनं ओळख करून देत असे. "हे जगदीश खेबुडकर!" मग पुढे कोणताही घोटाळा होत नसे.

पिंजऱ्यामुळे त्यांची लोकप्रियता अधिकच वाढली होती. कार्यक्रमाला प्रचंड गर्दी होई. लोकांच्या गर्दीतून वाट काढत त्यांना व्यासपीठावर न्यावे लागे. त्यांचा पोशाख रुबाबदार असे. ते टाय बांधीत, जाकीट घालत. मी त्यांची ओळख करून देताना सांगे, "काव्य यांच्या घरात इतकं मुरलंय की, यांनी त्यांच्या चार मुलांची नावं ठेवलीत - कविता, अभंग, अंगाई आणि मुक्तछंद! 'पिंजरा' चित्रपटातील 'याला लागली कुणाची उचकी' या गाण्यातील 'उचकी' ही जगदीश खेबुडकरांचीच आहे!" या वाक्यावर प्रचंड टाळ्या मिळत.

"धुंदी कळ्यांना, धुंदी फुलांना, शब्दरूप आले मुक्या भावनांना" या गाण्याची जन्मकथा ते प्रात्यक्षिकासह सांगत. त्यांना 'ड'च्या भाषेत संगीतकार सुधीर फडके यांनी चाल ऐकविलेली होती. 'डा डा डडाना, डा डा डडाऽनाऽऽ' ही चाल ऐकवून होताच जगूनानांनी कविता शब्दबद्ध केली होती.

विद्यार्थी परिषद व बँक ऑफ महाराष्ट्रचे खातेदार या दोन्ही नात्यांनी मला जगूनानांचा सहवास लाभला.

बारशाची तार

कोल्हापूर म्हणजे श्रीमंत शाहू महाराजांची नगरी. राजघराण्याबद्दल साऱ्यांना आदर. न्यू पॅलेस ही देखणी वास्तू. महाराजांचं वास्तव्याचं ठिकाण. तळमजल्यावर प्रेक्षणीय वस्तू संग्रहालय. परिसरात प्राणी संग्रहालय. येथील विशाल परिसर राजघराण्याचं वैभव मनावर बिंबवतो. पॅलेसचा मनोरा म्हणजे या साऱ्या वास्तूवरचा शिरपेच! अतिशय देखणा. वैभव दाखवण्याचं महत्त्वाचं काम वास्तूवरील मनोरा करीत असतो.

एक दिवस आमचे सन्माननीय खातेदार, आमदार पोपटराव जगदाळे सकाळीच बँकेत आले. ते म्हणजे राजकीय नेते, सम्राट हॉटेलचे मालक, एक दिलदार व्यक्तिमत्त्व! मी विचारलं, "साहेब, आज सकाळी सव्वादहालाच कसे काय आलात? शाखेची वेळ तर अकराची आहे."

"मला अंदाज होता. तुम्ही लवकर बँकेत येता. तेव्हा तुम्ही भेटाल. माझं एक वैयक्तिक काम आहे. मी आज सकाळी राजवाड्यावर महाराजांकडे गेलो होतो. राणीसाहेबही भेटल्या. त्यांना नातू झालाय. त्यालाही पाहिलं. त्यावर राणीसाहेब म्हणाल्या, "नातू झाल्यावर अभिनंदनाची तार तुम्ही पाठविली नाहीत." तेव्हा मी तिथून निघालो तो तुमच्याकडे आलो. मला एका तारेचा मजकूर सुरेख इंग्रजीमध्ये लिहून द्या. त्यात नातू झाल्याबद्दलचं अभिनंदन व तार करायला वेळ झाला याबद्दलची दिलगिरी या दोन्ही गोष्टी यायला हव्यात."

"नातू होऊन किती दिवस झाले?" माझा प्रश्न.

"झाले दोन-तीन आठवडे."

मी तारेचा मजकूर लिहून दिला व ते पोस्टाकडे गेले. ग्राहकांशी माझे एवढे जिव्हाळ्याचे संबंध होते की, ते वैयक्तिक विषयही माझ्याकडे मोकळेपणाने सांगत.

समृद्ध वारणानगर

वारणानगरचा साखर कारखाना म्हणजे कोरे कुटुंबीयांच्या कर्तृत्वाची किमया होय. कारखान्याचे होणारे प्रचंड उत्पन्न लोकोपयोगी कामासाठी वापरलेले. कारखान्याची कार्यालयाची इमारत दिल्लीच्या लोकसभेच्या इमारतीसारखी बांधली आहे. वारणेतील बालचमूंचा वाद्यवृंद इतका मनोहारी आहे की, तो जागतिक कीर्तीचा बनला.

एक दिवस कोरे कुटुंबीयांपैकी एक जण आमच्या लक्ष्मीपुरी शाखेत आले. त्यांना गाडी घेण्यासाठी कर्ज हवे होते. ते मी दिले. त्यांच्या आग्रहाखातर केव्हातरी एकदा वारणानगरला त्यांच्याकडे जेवायला जायचे ठरले. मधल्या काळात या गाडीचा विमा हप्ता खात्यात नावे टाकला गेला. ते पत्रानं श्री. कोरे यांच्या घरी कळविलं.

एका रविवारी मी माझे सहकारी मधुकर खोत यांच्यासह वारणानगरला गेलो. घरात कर्जदाराचे वडील होते. विमा पत्रामुळे आपल्या मुलाने बँकेतून गाडीसाठी कर्ज घेतल्याचे त्यांच्या लक्षात आले होतेच. त्यात आम्ही बँकेतले अधिकारी असल्याचे सांगितल्याने त्यांना एकूण परिस्थिती लक्षात आली. त्यांनी आम्हाला बसावयास सांगितले. मुलाला बोलावणे पाठविले. आम्हास चहा दिला.

मुलगा आल्यावर आमच्यादेखत ते त्याला म्हणाले, ''बँकेचं कर्ज काढून गाडी घेतलीत. गाडी मजेसाठी असते. ती स्वत:च्या पैशानं घ्यायची असते, कर्जानं नाही. कर्जाचे हप्ते आणि व्याज भरायला कोल्हापूरला एस.टी.नं जात जा म्हणजे गाडीच्या खर्चाची तुला कल्पना येईल. ज्यातून जादा उत्पन्न येईल अशा कामाला कर्ज काढावं. कर्जानं फायदा झाला पाहिजे. तुझी गाडी इथं उभी असली तरी व्याज दिवसरात्र पळत असतं.''

कोट्यधीश माणसं पैशाचं नियोजन विचारपूर्वक करतात. रुपया चैनीत गेला का कामाला लावला हे ते पाहतात. त्यामुळेच ती कोट्यधीश बनतात.

उसाच्या मळ्यात आमचं भोजन झालं. यथावकाश कर्जही फेडलं गेलं.

राजापूरची उन्हाळी

कोल्हापुरात असताना जवळजवळ पंधरा दिवस मी अर्धशिशीनं त्रस्त होतो. सकाळपासून डोकं ठणकायला सुरुवात व्हायची ते दुपारी एक वाजेपर्यंत त्रास सुरू राहायचा. मित्र, नातेवाईक विविध प्रकारचे उपाय सांगायचे. पहाटे उठून पेढे खा, फार दुखणाऱ्या शिरेवर नवसागर खाराचा डाग द्या वगैरे. डॉक्टरांनी सांगितलेल्या गोळ्याही सुरू होत्या, पण डोकं दुखणं कमी होत नव्हतं. बँकेत काम भरपूर होतं. रजा मागणं अवघड वाटत होतं. तसाच रोज बँकेत जात असे. सकाळी बारा-एकपर्यंत तसंच काम रेटत असे. मग मात्र संध्याकाळी सातपर्यंत भरपूर काम व्हायचं.

त्यातच आमचे मॅनेजर नवीन होते. त्यांनी मला कोकणात राजापूरला तात्पुरत्या रजेच्या काळातील शाखाधिकारी पदावर जाण्यास सांगितले. अर्धशिशीने त्रस्त असताना हा प्रवास करून तिथे काम कसे करणार हा माझ्यापुढे प्रश्न होता. मी ही परिस्थिती शाखाधिकाऱ्यांना सांगून पाहिली, पण त्यांनी मी जावे असेच सांगितले. रजेवर जाऊन शाखाधिकाऱ्यांचा रोष पत्करणे किंवा त्रासदायक असले तरी जाणे हे दोन पर्याय माझ्यापुढे होते.

मी त्यापूर्वी राजापूरला गेलो नव्हतो. 'तो भागही बघून होईल. औषध काय कोल्हापुरात घेतो ते राजापूरला घेऊ. शाखाधिकारी म्हणून काम करण्याचा अनुभव तर मिळणारच आहे.' नवीन संधी कधी सोडायची नाही हा विचार करून मी 'हो' म्हटलं. शिवाय मी हे 'हो' म्हटलं ती वेळ संध्याकाळची होती. त्या वेळी मी ठणठणीत असायचो. अर्धशिशीचा त्रास फक्त सकाळी असायचा.

कोल्हापूरहून पहाटेच एस.टी.ने निघून मी बँकेच्या वेळेतच राजापूरला पोहोचलो. पाहतो तो तेथे परिचित शाखाधिकारीच होते. त्यांची ओळख पूर्वीपासूनच होती. एक तत्त्वनिष्ठ व काटकसरीने वागणारे अधिकारी या गुणांनी ते बँकेत प्रसिद्ध होते. मला पाहताच त्यांना आनंद झाला. पूर्वीचा ओळखीचा अधिकारी भेटला या कारणासाठी जसा आनंद झाला असावा तसाच खरंच कोणीतरी आपली सुटका करायला बँकेनं यांना पाठविलं हेही कारण असावं.

शाखाधिकारी राजापूरकरांबद्दल सांगू लागले, ''कोकणात भरपूर पाऊस पडतो. हे पाणी अडवलं, तर इथं समृद्धी येईल; पण इथल्या लोकांना कष्ट करायला नकोत. या खिडकीतून समोर जो डोंगर दिसतो तो फोडून रस्ता केला तर कोल्हापूर पन्नास किलोमीटरनं जवळ येईल, पण इथले लोक ते करत नाहीत.'' माझ्याबरोबरच्या सुमारे सहा तासांच्या सहवासात त्यांनी आठ वेळा तरी तो डोंगर फोडण्याबद्दलचे विधान केले. वेळ मिळाला की, ते खिडकीतून बाहेर डोंगराकडे पाहायचे आणि ''हा फोडला तर....'' हे पालुपद म्हणायचे.

शाखेतली काउंटरची रचना वरचेवर बदलायला त्यांना फार आवडायचे. आता काउंटरमध्ये बदल करावयास हेड ऑफिस खर्चाला कशी मान्यता देणार? त्यावर उपाय म्हणून ते बिनखर्चाची योजना आखायचे. बँकेतले कॅशियर, शिपाई व ग्राहकांना ते काउंटर हलवायला लावायचे. बँकेतल्या हातोडीनेच ते खिळे ठोकून बसवायचे. ग्राहकांना बँकेत येताना 'आज साहेब काउंटर धरायला लावणार नाहीत ना?' असं वाटत असणार.

ते अतिशय साधे राहत. लेंगा-शर्ट किंवा पँट-शर्ट हा त्यांचा पोशाख. लेंगा इस्त्री केला नसल्यानं दोरीवर तो वाळल्याची रेघ उमटलेली दिसत असे. याउलट तेथील शिपाई अतिशय रुबाबात राही. तो मिलिटरीमधून सेवानिवृत्त झालेला होता.

पांढरी पँट व पांढरा बुशशर्ट हा गणवेश त्यांना बँकेने दिलेला होता; परंतु तो गणवेश हा शिपाई कडक इस्त्री करून मग वापरायचा. त्याने बुटाला चकचकीत पॉलिश केलेलं असे. एकदा तो कपाटात बँकेची स्टेशनरी लावीत होता. शाखेत एक जण कर्जाच्या चौकशीसाठी आला होता. रुबाबदार कपड्यातलं व्यक्तिमत्त्व पाहिल्यावर त्याला हा शिपाईच शाखाधिकारी वाटला. तो त्याच्या पाठीशी जाऊन उभा राहिला. स्टेशनरी लावत असल्यामुळे शिपायास ते माहिती नव्हते. लेंगा-शर्टातले शाखाधिकारी जवळच होते. त्यांनी त्या गृहस्थास विचारलं, ''काय हवं?''

त्यावर त्या रुबाबदार शिपायाकडं बोट दाखवित तो म्हणाला, ''होऊ दे साहेबांचं. काही गडबड नाही!'' त्या गृहस्थानं हे चक्क शाखाधिकाऱ्यांनाच सांगितलं!

थोडक्यात काय, शाखाधिकाऱ्यानं 'असायला' जसं 'साहेब' हवं तसं 'दिसायला'ही हवं!

त्यांच्या गमती जशा आठवतात तसे त्यांचे गुणही. बँकेच्या हितासाठी अत्यंत प्रामाणिकपणे काम करणं त्यांच्या रोमारोमात भिनलं होतं. गरीब स्थितीतील ग्राहकांना त्यांच्या आर्थिक उन्नतीसाठी ते मनापासून मार्गदर्शन करीत.

स्वत: मॅनेजर ताकदवान होते. त्यांना शक्तीचे प्रयोग करायला आवडायचं. इलेक्ट्रिक पंखा वेगात फिरत असायचा तो ते हातानं दाबून थांबवून दाखवायचे!!! त्यांना केव्हा हुक्की येईल हे सांगता येणं कठीण होतं. खातेदार जरा मोकळा दिसला की हे म्हणणार, ''हा समोर दिसतो तो डोंगर फोडला तर....'' किंवा ''मी हा फिरता पंखा हातानं थांबवू शकतो. पाहायचंय का?''

राजापूरला गंगा प्रसिद्ध. ती बारा वर्षांनी प्रकटते. काही वेळा मध्येही प्रकटते म्हणतात. मला ती गंगा नाहीतर किमान ती जागा पाहायची होती. ती योजना आखून मी लॉजवर आलो. राजापुरातलं हे पहिलं लॉज, पहिला दिवस, मी पहिला ग्राहक. त्यामुळे समारंभाचं वातावरण होतं. रांगोळ्या घातलेल्या होत्या. मोठ्या आवाजात गाण्याच्या रेकॉर्ड्स लावलेल्या होत्या. रात्री उशिरापर्यंत गाणी ऐकणं अनिवार्य होतं. पण गाणी सुरेख होती. मग त्याचा त्रास कशाला वाटून घ्यायचा? त्यातही मजा आली.

सकाळी स्नानासाठी कुंडावर गेलो. राजापूरची गंगा काही दिवसांपूर्वी येऊन गेली होती. तेथे उन्हाळी नावाचे दोन कुंड होते. मध्ये भिंत होती. एकीकडे पुरुष तर दुसरीकडे स्त्रिया. कुंडामध्ये गरम पाण्याचे झरे होते. माझी अर्धशिशी दुखत असताना मी त्या उन्हाळीत स्नान केलं. अर्धा तास खूप डोकं दुखलं. नेहमीपेक्षा जास्त दुखलं, पण त्यानंतर जे थांबलं ते थांबलंच! आजपर्यंत पुन्हा अर्धशिशीचा त्रास झाला नाही. मॅनेजरनी बळेबळेच मला राजापूरला धाडले ते पथ्यावरच पडले. वाइटातही काहीतरी चांगलं दडलेलं असतं हेच खरं.

श्रीमंत बाबासाहेब पुरंदरे लिखित 'राजा छत्रपती' पुस्तकात मी राजापूरचा

उल्लेख वाचला होता. छत्रपती शिवाजी महाराजांचे लेखनिक बाळाजी आवजी हे राजापूरचे. त्यांचे अक्षर मोत्यासारखे सुरेख होते. राजापूरची देखभाल कुशे सरदारांकडे होती. आमच्या बँकेची शाखा ज्यांच्या वाड्यात होती, तेच हे कुशे. मी त्यांना भेटलो. त्यांचे नाव बाबासाहेब पुरंदरे यांच्या पुस्तकात आहे हे त्यांना समजल्यावर आनंद झाला. त्यांना बरोबर घेऊन मी 'फ्रेंचांची वखार' पाहिली. आता तिथे फक्त अवशेष आहेत.

राजापूरची मुख्य बाजारपेठ म्हणजे फक्त एक बैलगाडी जाईल असा रस्ता! दुतर्फा दुकाने. खरंच बैलगाडी आली तर पादचाऱ्यांनी दुकानात जायचं, तेव्हा गाडी पुढं जाणार. बाजारात लांब वालाच्या हिरव्यागार शेंगा, तांदूळ, मासे, शिंपले, खेकडे विकायला होते. बाजार म्हणजे सर्व वस्तू एकत्र मिळण्याचं ठिकाण. सोयीच्या दृष्टीनं पाहिलं, तर बाजार आणि आधुनिक मॉल यात साम्य आढळतं.

एक दिवस लॉजवर भूगावकर नावाचे गृहस्थ आले. ते माजी नगराध्यक्ष होते. त्यांनी राजापुरात छत्रपती शिवाजी महाराजांचा पुतळा बसविला. त्यास विरोध होण्याची शक्यता लक्षात घेऊन ते हातात बंदूक घेऊन पुतळा पूर्ण होईपर्यंत राखण करीत. माझं आडनाव ऐकून ते माझ्याकडे आले होते.

''सातारची गुलाब आणि मुंबईची जीजी कोण?'' त्यांनी विचारलं.

''माझी आई आणि मावशी!''

त्यांना हे समजल्यावर त्यांनी घरी आग्रहानं जेवायला बोलवलं.

बँकेतून संध्याकाळी लॉजवर आलो, तर दारात चक्क आप्पा उर्फ गो. नी. दांडेकर! एवढे मोठे साहित्यिक आपल्या लॉजवर उतरले आहेत हे पाहून मला अत्यानंद झाला. मी त्यांना नमस्कार करीत म्हणालो, ''मी कोल्हापूरहून आलो. आपली कन्या वीणा देव हिचेबरोबर मी अरुणाचल प्रदेशात आंतरराज्य छात्र जीवनदर्शन कार्यक्रमातून गेलो होतो. आपण आम्हाला बोरीबंदर स्थानकात निरोप द्यायला आला होतात. आज राजापूरला कसे येणे झाले?''

''ओळखीची माणसं कुठं भेटतील याचा नेम नसतो. आम्ही कृष्णेश्वरास चाललो होतो. गाडी नादुरुस्त झाली तेव्हा इथं मुक्काम केला.''

आपल्या लॉजवर गो.नी.दां. आहेत ही बातमी सांगायला मी काउंटरवरच्या मॅनेजरकडे गेलो. अतिउत्साहात त्याला सांगितले, ''बाहेर उभे आहेत ते गो. नी. दांडेकर!''

''हां! रजिस्ट्रीत लिव्हला!''

त्याच्या हिशेबी ते एक प्रवासीच होते!

एकंदरीत राजापूर दौरा असा संस्मरणीय झाला.

■

ज्ञानेश्वरभक्त रणजित देसाई

विद्यार्थी परिषदेतर्फे विविध परीक्षांत प्रावीण्य मिळविलेल्या विद्यार्थ्यांचा सत्कार करावयाचा होता. प्रमुख पाहुणे म्हणून 'स्वामी'कार रणजित देसाई यांना बोलवायचं ठरलं होतं. त्यांना आणायला मी कोवाडला जायचं ठरलं. एवढ्या मोठ्या साहित्यिकाला आणायचं, तर टॅक्सी न्यायला हवी होती. आमच्या संस्थेकडे तर पैसे बेताचेच. मग एस.टी.ने बेळगावपर्यंत गेलो. तिथून कोवाडला टॅक्सी नेली. कोल्हापुरातून निघताना मी संयोजक मित्राला रणजित देसाईंचा कोवाडमधला पत्ता मागितला होता. तेव्हा त्यानं हसतंच सांगितलं होतं की, कोवाडचे ते सरकार आहेत, इनामदार आहेत. कोवाडला टॅक्सीवाला बरोबर त्यांच्या वाड्यावरच नेईल. मी पत्ता विचारला होता. म्हणजे इतर ठिकाणचे अनुभव जमेस धरून. लोक 'त्या भागात कोणालाही विचारा' म्हणतात अन् तिथं प्रत्यक्ष गेल्यावर पत्ता सापडता सापडत नाही.

पण टॅक्सी सरळ रणजित देसाईंच्या वाड्यावरच आली. दारात ससे, माकडे असे पाळीव प्राणी. कारभाऱ्यांनी मला दिवाणखान्यात नेले. वाड्याला शोभेल अशीच सजावट होती. सर्वत्र भारतीय बैठक. लोड, गाद्या, गालिचे, छताला एक रथचक्र टांगलेले. भिंतीवर ज्ञानेश्वर ज्ञानेश्वरी लिहितानाचे सुरेख चित्र.

"इथं बसून सरकार लिखाण करतात."

वरच्या मजल्यावर एक उंटाची तोंडे कोरलेली लाकडी खुर्ची होती. "इथंही सरकार कधी-कधी बसतात."

रणजित देसाईंचे आवरेपर्यंत मी जास्तीत जास्त वाडा पाहून घेतला. चहापानानंतर आम्ही निघालो. दारातील भागी माकडीण ते बाहेर चालले म्हणून ओरडून तक्रार करायला लागली. टॅक्सीपर्यंत ते आले होते, पण मग म्हणाले, ''आता आपली अजून दहा मिनिटे सुटका नाही.'' भागी माकडिणीशी ते बोलत होते. ''दोन दिवसांत परत येतोच. मजेत राहा.'' 'सारस्वताच्या दरबारात' हे शब्दप्रयोग बहुतांश गरीब लेखक पाहून मला विरोधाभासी वाटायचे. पण इथे खरोखरीच दरबारी मान घेत आमची टॅक्सी पुढे चालली होती. ''बेळगावला माझे मित्र राजाभाऊ मराठे आहेत तिथं गाडी घ्या.'' रणजित देसाई.

राजाभाऊंकडे त्यांच्या कामाच्या वगैरे सबबी न ऐकता त्यांनी त्यांना सोबत घेतले. कोल्हापूरकडे निघताना वाटेत रणजित सारखे 'हे बंध रेशमाचे' या त्यांच्या नाटकातील गाणे गुणगुणत होते.

''इथं त्या वसंतरावानं असं अवघड गाऊन ठेवलंय की, आपल्याला ते बरोबर जमत नाही.'' गाताना मधेच थांबत रणजित म्हणाले. ''वसंतराव देशपांडे उद्या कोल्हापुरात आहेत. राजाभाऊ, परवा त्याला घेऊन कोवाडला यायचं. तिथं मैफल भरवू या.''

गाडीत रणजित देसाईंनी राजाभाऊंची माझ्याशी ओळख करून दिली. ''हा माझा मित्र. 'स्वामी'ला साहित्य अकादमीचं बक्षीस मिळालं तेव्हा मी भाऊंना भेटायला कोल्हापूरला चाललो होतो. वाटेत याच्याकडे बेळगावला गेलो. सगळे माझं अभिनंदन करत होते. यानं मला शाबासकी कशी दिली माहितीये?''

मी ऐकायला उत्सुक झालेलो.

''ज्ञानेश्वरांच्या चित्राखाली बसून मी लिहायचो. म्हणून हा म्हणाला, ''ज्ञानेश्वरांनी खरंच रेड्याच्या तोंडातून वेद वदवून घेतले असतील का, अशी माझी शंका होती! पण तुझ्या 'स्वामी'ला पुरस्कार मिळाला आणि माझ्या शंकेचे निरसन झाले.'' '' त्यावर रणजित देसाईंनी पुढे केलेले मतप्रदर्शन स्मरणीय आहे.

''मला आजवर अनेक सन्मान मिळाले, पण 'ज्ञानेश्वरांचा रेडा' हीच पदवी जास्त मौल्यवान वाटते.''

संत-महंतांबद्दल मनोमनी आदरभाव असणाऱ्या या व्यक्तिमत्त्वाबरोबर मिळालेले सहवासाचे ते क्षण म्हणजे जगलेले क्षण होते.

रजनीशभक्त श्यामराव

बँकेच्या लक्ष्मीपुरी शाखेत माझ्याबरोबर श्यामराव कुलकर्णी काम करीत होते. साहित्य, संगीत, अध्यात्म याचा त्यांचा गाढा अभ्यास होता. बँकेतून चार वर्षांतून

एकदा सहकुटुंब भारतात कोठेही फिरून येण्याची मुभा होती. एक वर्ष श्यामराव माउंट अबूला गेले. महिन्याभराने बँकेत परत आले ते पूर्ण भगव्या पोशाखात. नेहमी ते रुबाबात असायचे. जाकीट घालायचे. कधीकधी टायही बांधायचे. आता आले ते भगवी पँट व वर भगवा गुरूशर्ट. गळ्यात माळ. त्यात भगवान रजनीशांचा फोटो. बँकेत भगवे कपडे घालून काम करायचं म्हणजे येणाऱ्या प्रत्येकाच्या नजरा त्यांच्याकडे वळायच्या.

ते माउंट अबूला भगवान रजनीशांच्या शिबिराला गेले होते. तिथे ध्यानधारणा करताना त्यांना शरीर एका शक्तीनं भरल्याचं जाणवलं. आपण जरी एका जागी बसलो आहोत तरी असे दूर गेल्यासारखे वाटले. रजनीशांचे विचार त्यांना पटले. त्यांनी, त्यांच्या सौं.नी, शाळेत जाणाऱ्या मुलाने व लहान मुलींनी साऱ्यांनी रजनीशांची दीक्षा घेतली होती. सारे जण भगवे कपडे परिधान करीत. श्यामरावांचे नामकरण झाले स्वामी धर्मव्रत.

स्वत:ला पटेल तसे वागायचे, कोणत्याही गोष्टीचा सखोल अभ्यास करायचा, प्रयोग करायचे, अनुभव घेण्याचे धाडस करायचे हे त्यांचे वैशिष्ट्य. संत ज्ञानेश्वरांनी समाधी घेतली त्या वेळी ते वज्रासनात बसले होते. चित्रात दाखवितात तसे पद्मासनात नव्हे, असं ते सांगत. तेव्हा त्याचा त्यांनी खूप अभ्यास केलेला असे.

चित्रपट, नाटक यातील व्यासंगामुळे या विषयावर त्यांनी पुस्तके लिहिली. संगीतातील त्यांचा अभ्यास एवढा प्रचंड होता की, अल्लादियाँ खाँ यांच्या गायकीवर 'त्यांनी मला उमजलेले अल्लादिया खाँ' हे पुस्तक लिहिले. ते संगीतालंकार होते. कोल्हापुरात त्यांनी घर बांधलं ते बँकेपासून दहा किलोमीटर लांब, एका माळावर होतं. तिथे फारशी वस्तीही नव्हती. बी. जी. शिर्के कंपनीने सिपोरेक्स तंत्रज्ञानानं घराच्या भिंती, छप्पर, दारं सारं तयार विक्रीला ठेवलं होतं. ते मागवून त्यांनी दोन महिन्यात घर उभं केलं. आता इतक्या लांब कसं जायचं हा प्रश्न सोडविण्यासाठी त्यांनी सायकल घेतली. वयाच्या पस्तीसाव्या वर्षी ते सायकल शिकले. माळावरच्या त्यांच्या घरात हाती तंबोरा धरून त्यांचा मनसोक्त रियाज चाले.

बँकेच्या कामात ते निष्णात होते. आता त्यांना भगव्या कपड्यात पाहण्याची लोकांना सवय झाली होती. बढती स्वीकारून ते बंगळुरूला गेले. काही महिने तिथे अधिकारी या पदावर काम केल्यावर त्यांनी चक्क बँक ऑफ महाराष्ट्रची नोकरी सोडली व ते पुण्याला रजनीश आश्रमात आले. ते भगवान रजनीशांना भजने गाऊन दाखवित. काही दिवसांनी आश्रमही सोडून दिला. निपाणी या मूळ गावी जाऊन गाण्याचे वर्ग घेतले. पुढे पुण्यात येऊन काँट्रॅक्टर बँकेत नोकरी केली. तीही सोडली. लिखाण व संगीत हे चालूच होते.

माझा व त्यांचा संबंध मात्र येतच राहिला. ते बँकेत नव्हते तरीही त्यांच्याविषयीच्या प्रेमामुळे मी त्यांना भेटत राहिलो. भेटायचे म्हणजे दर वेळी श्यामरावांनी घर बदललेले असायचे. कोल्हापूर, मिरज, निपाणी अशा घरांतून भेटलो होतोच. एकदा येरवडा येथील अगदी छोट्या घरात त्यांना भेटलो. ते म्हणाले, ''काल मुलीच्या म्हणजे चारूच्या शाळेत मला बोलावलं होतं.''

''का?'' मी.

''तिला पाढे पाठ म्हणता येत नाहीत अशी गुरुजींची तक्रार होती. मी त्यांना ठणकावून सांगितलं. पाढे पाठ करण्यात वेळ घालवायचा नाही असं मी तिला सांगितलंय. तिला मी कॅलक्युलेटर घेऊन दिलाय. कोणताही गुणाकार ती करून दाखविते. तुम्हाला येणार नाही इतका मोठासुद्धा! तिला ३५% गुण पडून ती पास झाली तरी मला पुरेसं आहे!''

श्यामरावांच्या या उत्तरात गुरुजी गारच पडले असतील. त्यांच्या या भटकंतीमुळे मुलगा धनंजय व कन्या चारू यांचंही शिक्षण कोणत्याही शाळेतून, मराठीतून होत होते; परंतु ही मुलं इतकी कर्तृत्ववान झाली की, आज अमेरिकेत दोघंही उच्चपदस्थ सॉफ्टवेअर इंजिनिअर आहेत. दोघांनीही संसार थाटलेत. धनंजय तर गाण्याच्या मैफिलीही करतो.

पुण्यात श्यामरावांनी असंख्य पुस्तके लिहिली. 'नॉटी भगवान' हे रजनीशांवरील त्यांचं पुस्तक त्यांच्यावर टीका आहे की, त्यांच्या बाजूनं आहे हे कळायला चांगलाच वेळ लागतो. प्रभात रोडवरच्या फ्लॅटमध्ये त्यांना भेटलो. ते म्हणाले, रु. ५००० साठले की, एक पुस्तक प्रकाशित करतो. त्यांनी मला व सौ. ला आग्रहानं जेवायला बोलवलं. भेट म्हणून त्यांनी पाकीट दिलं. आत पाहतो तर रु. २०००/- होते. आता या श्यामरावांना काय म्हणावं! मी त्यावर काहीच बोललो नाही.

पुन्हा भेटलो तो डी.एस.के. विश्व या लांब असलेल्या घरात. पुन्हा चौकशी केली तर आता आहेत अमेरिकेत!

संगीत, अध्यात्म यामध्ये ते मुरब्बी आहेत. मला साहित्य, अध्यात्म, ध्यान याबाबत एखादी नवी म्हणून गोष्ट समजायची तेव्हा आठवायचं की, श्यामरावांनी हे बारा वर्षांपूर्वीच सांगितलं होतं किंवा लिहून तरी ठेवलं होतं.

■

सुरेश भट स्नेहसंमेलनात

धंतोलीतून लुनावरून जाताना कविवर्य सुरेश भट दिसायचे. त्यांना महाबँक स्पोर्ट्स क्लब नागपूरने स्नेहसंमेलनाला प्रमुख पाहुणे या नात्याने बोलवले होते. ते समारंभास आले. धनवटे रंगमंदिरात कार्यक्रमास सुरुवात झाली. त्यांचा परिचय करून देण्यात आला.

"रंगूनी रंगात साऱ्या रंग माझा वेगळा... असं हे व्यक्तिमत्त्व. भावगीत, चित्रपट गीत, गझल अशा काव्यप्रकारामध्ये अग्रेसर असलेलं हे नाव. बँक ऑफ महाराष्ट्र या आपल्या जिव्हाळ्याच्या बँकेचे सन्माननीय ग्राहक...."

सुरेश भट बोलायला उभे राहिले. कार्यक्रमाची पाठविलेली आमंत्रणपत्रिका त्यांनी खिशातून बाहेर काढली. त्याच्या दोन ओळी जाहीररीत्या वाचल्या, "बँक ऑफ महाराष्ट्र, आपली जिव्हाळ्याची बँक, अल्पोपाहार फक्त कर्मचाऱ्यांसाठी!"

एकच हशा झाला. टाळ्यांचा कडकडाट झाला.

बँकेची विविध गावांतली स्नेहसंमेलने मी पाहिली, परंतु नागपूरसारखे जोरदार संमेलन कोठेच नसे. तीन दिवस भरगच्च कार्यक्रम चालायचा. नाटक, कबड्डी, वक्तृत्व, रस्सीखेच असे विविध प्रकार असत. धमाल यायची. नागपूरकरांनी एकदा तुम्हाला आपलं मानलं की, मग त्यांचं अगत्य अन् प्रेम नुसतं अनुभवत राहावं!

एक दिवस कविवर्य सुरेश भट जवाहर रोड अमरावती शाखेत आले. आमचा शिपाई त्यांना घेऊन माझ्या केबिनमध्ये आला. सुरेश भट शाखेत आहेत या घटनेमुळे मला खूप आनंद झाला. त्यांचं शाखेतलं काम मी तत्परतेनं केबिनमध्येच करून दिलं.

मी त्यांना घरी चहाला येण्याचं आमंत्रण दिलं. ते म्हणाले, ‘‘असं पुणेकरांसारखं ‘केव्हातरी या’ पद्धतीचं आमंत्रण देऊ नका!’’

‘‘आज संध्याकाळी या.’’

‘‘येतो.’’

‘‘साडेपाचला या.’’

‘‘ठीक आहे.’’

मी घरी सौ.ला अतिशय आनंदानं फोन केला, ‘‘आज आपल्या घरी कवी सुरेश भट चहाला येणार आहेत.’’

शाखेत शिपाई म्हणाला, ‘‘सुरेश भट शाखेतून गेले ते फुगे खायला.’’

‘‘फुगे?’’

‘‘फुगे म्हणजे पाणीपुरी. त्यांना ती इतकी आवडते की, गाडीवरचे सगळे फुगे त्यांनी संपविले!’’

सायंकाळी मी बरोबर साडेपाच वाजता पोहोचलो व त्यांची वाट पाहत बसलो. ते आले साडेआठ वाजता. सौ.नं. कांदेपोहे व शेवया असा तिखट व गोड बेत केला होता. तिने खाद्यपदार्थांच्या डिशेस भरून आणल्यावर ते म्हणाले, ‘‘अशा बशा नकोत. तुम्ही ज्यामध्ये तयार केलंय ती पातेलीच बाहेर आणा.’’

थोड्या गप्पा झाल्यावर त्यांनी त्यांची गाणी गायला सुरुवात केली.

रंगूनी रंगात साऱ्या रंग माझा वेगळा!

खरंच मी भाग्यवान होतो. कविवर्य सुरेश भट आमच्या घरात गात होते.

रात्री दहा वाजता एक मुलगा त्यांना शोधण्यासाठी माझ्या घरी आला. तो सुरेश भट यांना म्हणाला, ‘‘आमच्याकडं तुमची जेवणासाठी वाट पाहताहेत.’’

‘‘इथं छान गाणं चाललंय. तूही ऐकायला बैस. आज मी येत नाही. उद्या येऊन नाश्ता करतो.’’

रात्री अकरापर्यंत मैफल रंगली.

काही दिवसांनी पुण्यात बालगंधर्व रंगमंदिरात भेट झाली.

‘‘बँक ऑफ महाराष्ट्रनं कवीला त्या काळी एक लाखाचं कॅश क्रेडिट दिलं, हे तुमचं उदाहरण मी बँकेच्या एका कार्यक्रमात अभिमानानं सांगितलं.’’ मी.

‘‘ती रक्कम मी भरून टाकली हेही सांगा हं.’’

विनोबाजींची भेट

पुण्याच्या आमच्या महाविद्यालयाचे प्राचार्य रंगनाथन नागपुरास आले. विमानतळावर त्यांच्या स्वागतासाठी मी व कराडकर गेलो होतो. विमानातून

उतरल्यावर हातावर शेला असावा तसे परीक्षेचे पेपर त्यांनी धरले होते. सी.ए.आय.आय.बी. परीक्षेचे पेपर ते विमानात तपासत होते.

नागपुरातील काही प्रेक्षणीय स्थळांना भेटी द्यायच्या आहेत का हे विचारल्यावर त्यांनी वर्धा येथे विनोबाजी भावे यांना भेटण्याची इच्छा प्रदर्शित केली. आम्ही दुसऱ्या दिवशी वर्धा येथे पोहोचलो.

आश्रमात विनोबाजी बसले होते त्या दालनात आम्ही गेलो. विनोबाजींचे मौनव्रत चालू होते. ते काहीही बोलले नाहीत. आम्ही कोण आणि कोठून भेटीस आलो हे त्यांच्या साहाय्यकानं त्यांना सांगितलं. त्यांना आम्ही संदेश देण्याची विनंती केली. त्यांनी लिहून दिले –

"ग्रामराज्यातून ग घालवा, रामराज्य येईल."

काशिनाथ घाणेकर

शनिवार दिनांक एक मार्च एकोणीसशे शहाऐंशी, अमरावतीच्या वनिता समाज नाट्यगृहात पु. ल. देशपांडे लिखित 'तुझं आहे तुजपाशी' या सदाबहार नाटकाचा प्रयोग होता. काकाजींच्या भूमिकेत दाजी भाटवडेकर, तर श्यामच्या भूमिकेत काशिनाथ घाणेकर होते.

नाटक सुरू होताच काशिनाथ घाणेकरांची तब्येत पाहून वाईट वाटले. हाताच्या काड्या दिसत होत्या. त्यांचे पहिले वाक्य ऐकल्यावर मनस्वी दुःख झाले. आवाज अस्पष्ट व बसल्यासारखा येत होता. सर्वच चाहते 'अरेरे, काय ही दशा झाली!' अशा विचारात होते.

तेवढ्यात प्रेक्षकांतून एक आवाज आला, "आवाज!" डॉक्टर घाणेकर आवाज सुधारण्याचा प्रयत्न करीत होते, पण जमत नव्हते.

तिसऱ्या अंकात शेवटी नाटक संपण्यापूर्वी १५ मिनिटे ते स्टेजवरच उषाताईला (आशू) म्हणाले, "बरंय मी येतो" व ते आत निघून गेले. डॉ. काशिनाथ घाणेकरांनी रंगभूमीचा घेतलेला तो अखेरचा निरोप.

सोमवारी सकाळी वृत्तपत्रांमध्ये डॉ. काशिनाथ घाणेकरांच्या दुःखद निधनाची बातमी वाचल्यावर मन सुन्न झाले.

डॉक्टरांना अस्थम्याचा त्रास होता. त्यांच्याजवळ बरीच औषधे होती, पण त्यांना अस्थम्याशिवाय प्रचंड मानसिक ताण सहन करावा लागला असणार. 'रायगडाला जेव्हा जाग येते' या नाटकात डॉक्टर संभाजीच्या भूमिकेत आग्र्याहून सुटकेनंतरच्या प्रसंगाची आठवण सांगतात –

'... चिमुकल्या मनाला ब्रह्मांड आठवलं. शेकडो कोसांची पायपीट बिनतक्रार

करणाऱ्या पोराचे पाय ओसरीवरून माजघरात जाईतो पांगळे होतात.'

डॉक्टरांच्या यशस्वी नाट्यप्रवासानंतर अखेर अमरावतीच्या रंगभूमीवर एका प्रयोगासाठी त्यांना जी तसदी घ्यावी लागली ती अशीच माजघरापर्यंतची होती. त्यांना रात्रभर अस्वस्थता असणार. 'मी ज्या रंगभूमीवर चैतन्य निर्माण केले तिथे मला प्रेक्षकांनी सूचना कराव्यात?' हे त्यांना क्लेशदायक झाले असणार. त्यातच त्यांचे दु:खद निधन झाले असणार.

खापर्डे यांची पगडी

अमरावती वनिता समाजातर्फे नाटककार राम गणेश गडकरी जन्मशताब्दीचा कार्यक्रम आखला होता. त्यामध्ये सौ.ने व मी गडकरी लिखित 'प्रेमसंन्यास' नाटकातील दोन प्रवेश बसविले होते. दोघांनीही घरी चोख पाठांतर केले. प्रवेश वेशभूषेसह सादर केला. माझ्या डोक्यावर एका प्रवेशात पागोटे म्हणजेच रुमाल बांधलेला, तर एका प्रवेशात पगडी होती. विसरभोळ्या गोकुळची भूमिका मी करीत होतो. सौ.ने गोकुळच्या कजाग बायकोची, मथुरेची भूमिका अगदी ठसक्यात केली.

वेशभूषेसाठी पगडी मिळत नव्हती. ती वनिता मंडळातील बाईंनी मिळविली होती. त्या म्हणाल्या, ''भुर्के भाग्यवान आहेत. देशभक्त दादासाहेब खापर्डे यांच्या घरातील पगडी आज त्यांना वापरायला मिळाली.''

स्वामी विवेकानंद

अमरावतीमध्ये मी ज्या बंगल्यात राहत होतो, त्यांच्यासमोरच सर मोरोपंत जोशी यांचा राजवाडा थाटाचा मोठा बंगला होता. त्यावर छत्रीच्या आकाराचे मोठे बांधकाम होते. त्यामुळे त्याला 'छत्री बंगला' म्हणत.

एक दिवस आमंत्रणावरून आम्ही त्यांच्याकडे गेलो. घरात राजवाड्याप्रमाणे फर्निचर होते. संध्याकाळी त्यांच्या बंगल्यासमोरील बागेत आम्ही गप्पा मारीत बसलो होतो. सर मोरोपंतांचे वय ९१ होते. ते सांगत होते, ''पूर्वी दर उन्हाळ्यात आम्ही महाबळेश्वरला जायचो. आमचा तिथे बंगला आहे. एके वर्षी माझे वडील, आई यांच्याबरोबर मी होतो. आईने सांगितलेली आठवण मी तुम्हाला सांगतोय. त्या वेळी मी एक वर्षाचा होतो. एक संन्यासी आमच्याकडे महाबळेश्वरच्या बंगल्यात आला. वडिलांशी गप्पा झाल्या. रात्रीचे जेवण झाले. त्याच रात्री मी रडायला लागलो. घरच्यांनी खूप प्रयत्न केले, पण माझे रडणे थांबेना. शेवटी त्या संन्याशाने मला मांडीवर घेतले.

मी रडायचा थांबलो. मला बराच वेळ त्या संन्याशाने त्याच्या मांडीवर थोपटत ठेवले होते, तेच संन्यासी पुढे स्वामी विवेकानंद म्हणून जगप्रसिद्ध झाले.''

स्वामी विवेकानंदांचा स्पर्श झालेल्या व्यक्तीशी आपण बोलत आहोत या भावनेने मन भरून आले.

चारोळ्याच्या पुरणपोळ्या

पुण्यात अपॉईंटमेंटशिवाय जायचं घर म्हणजे देशमुख आणि कं. होती. असं जर एकही घर नसेल, तर माणूस कंटाळून जातो. घरी एकटं असलं तर ते फारच जाणवतं. टी. व्ही. लावावा, तर त्यावर चांगले कपडे घातलेल्या, नटलेल्या बायका दुष्ट कारस्थान करणाऱ्या मालिकांत दिसतात. तेव्हा कुठंतरी जाऊन यावं असं मनात येतं. हे 'कुठेतरी' असं असावं की, गेल्यावर 'या' हे शब्द मनापासून असावेत. केवळ ओठांमधून नसावेत. देशमुख आणि कं.मधील सुलोचनाबाई देशमुख यांचे 'या' हे शब्द मायेचे असत.

महात्मा जोतिबा फुले यांच्या 'शेतकऱ्याचा असूड' या पुस्तकाला शंभर वर्षे पूर्ण झाली. या निमित्तानं या शंभर वर्षांत शेतकऱ्यांच्या जीवनात काय परिवर्तन झाले याचा शोध घेणारे लेख त्यांना हवे होते. 'शेतकरी व कर्जबाजारीपणा' या विषयावर त्यांनी मला लेख लिहायला सांगितला. मी 'हो' म्हटलं. नंतर त्यांनी इतका पाठपुरावा केला की, लेख पूर्ण करावाच लागला. या निमित्तानं त्यांचा परिचय झाला. त्यांच्या आपुलकीनं मी व सौ. त्यांच्या घरचेच झालो.

भाऊसाहेब खांडेकरांच्या एक्काहत्तरीच्या निमित्तानं रा. ज. देशमुख यांनी भाऊंचं 'स्वप्न आणि सत्य' या विषयावर व्याख्यान आयोजित केलं होतं. त्या निमित्तानं जेवायला तीनशे लोक बोलवले होते. पक्वान्न म्हणून चारोळ्याच्या पुरणपोळ्या करण्याचा रा. जं.चा हुकूम होता. बाईंनी चारोळ्या दळून आणल्या होत्या. त्याचं पुरण बनविलं. चारोळ्यांच्या सालांमुळे पुरणाला मऊपणा राहिला नाही. सारं पुरण वाया गेलं. बाई जिद्दीच्या. चारोळ्यांच्या पुरणपोळ्या जमवायच्याच हा निग्रह! पुन्हा चारोळ्या आणल्या. आता त्या भिजत घालून नंतर एकएक चारोळी सोलून तिचा गर वेगळा काढला. बोटं सुजली. सुरेख पुरण झालं. चारोळ्यांच्या पुरणपोळ्यांनी पाहुणे मंडळी तृप्त झाली.

साहित्यकृतीची प्रशंसा समाजाकडून होत असते. प्रकाशकांनी साहित्यिकांची केलेली सेवा प्रकाशात येतेच असे नाही. मी बाईंच्या घरी गेलो की मजेने म्हणायचो, ''काय आज चारोळ्यांच्या पुरणपोळ्या जेवायला होत्या का?''

वेळ मिळाला की, मी बाईंकडे जात असे. प्रत्येक वेळी तिथं कोणीतरी साहित्यिक

भेटायचेच. सरिता पत्की, शांताबाई शेळके, डॉ. संभाजी भोसले, विश्राम बेडेकर, कुसुमाग्रज, मालतीबाई बेडेकर, राम गबाले, रामदास फुटाणे, दया पवार, डॉ. अरुण गद्रे, डॉ. सरोजिनी वैद्य, नामदेव कांबळे असे कितीतरी साहित्यिक इथं भेटले.

बाईंचे खास मित्र म्हणजे नरहर कुरुंदकर आणि इरावती कर्वे. इरावतीबाईंना जाऊन पंचवीस वर्षे झाली, त्या निमित्ताने बाईंनी त्यांच्या साहित्यावर एक दिवसाचे चर्चासत्र घडवून आणले. मुंबईहून डॉ. सरोजिनी वैद्य आल्या. आनंद यादव, डॉ. एस. एस. भोसले यांच्या सहभागात कार्यक्रम अर्थपूर्ण झाला. इरावतीबाई पंढरपूरच्या विठ्ठलाला मित्र मानीत. त्यांना भेटीची इच्छा झाली की, देशमुखबाईंना घेऊन त्या पंढरपूरला जात. इरावती बाईंनी विठ्ठलासंबंधी 'बॉयफ्रेंड' हा विचारप्रवर्तक असा लिहिलेला लेख गाजला होता. मी या चर्चासत्राचे सूत्रसंचालन केले. बाईंनी कौतुक केले.

मी काहीही चांगलं केलं की, त्या मला पाकिटातून अकरा रुपये देत. ती पाकिटे मी जपून ठेवलीत.

त्यांना सौ.ला 'व्हय मी सावित्रीबाई' हा प्रवेश निमंत्रितांपुढे करावयास संधी दिली. तिला साडी दिली. त्या म्हणाल्या, "ही नेसून पुढील प्रयोग करीत जा."

देशमुख आणि कं.च्या वास्तूचे नाव 'सावली' असे आहे. ते बाईंच्या मायेच्या सावलीचे आहे!

ड्रीम गर्ल – हेमामालिनी

पुण्याच्या सेवासदन या महिला संस्थेने 'हेमामालिनी समवेत भोजन' असा दिलखेचक कार्यक्रम आखला होता. दोन जणांसाठी दोनशे रुपयांची देणगी पत्रिका होती. मी व सौ. वेळेपूर्वीच कार्यक्रमस्थळी उपस्थित राहिलो.

श्रीकांत पारगावकरांचं गायन होतं. नटवर्य राजा गोसावी यांनी मंदार कारुळकर या नकलाकाराची ओळख करून दिली. त्याचा कार्यक्रम झाला. सारे वाट पाहत होते ते ड्रीम गर्ल हेमामालिनीची.

ती आली. मी उभा होतो तिथं माझ्या शेजारीच उभी राहिली. हा अगदी योगायोगच! थोड्याच वेळात ती रंगमंचावर गेली. तिची मुलाखत आकाशवाणीचे निवेदक प्रकाश सावरकर घेऊ लागले.

"स्वयंपाक करायला आवडतो व फ्राईड राईस करते." असे काहीतरी तिने सांगितले.

त्या वेळी गायन कार्यक्रमास श्रीकांत पारगावकर गझला पेश करू लागले. छान गात होते, पण पुरुष मंडळी हेमामालिनीला पाहण्यात दंग होती, तर बायका

नवऱ्यांना 'जेवायला चला' म्हणून आग्रह करीत होत्या.

पापडकवी

मंगेश पाडगावकरांची मी प्रथम सही घेतली ती साताऱ्याच्या १९६२मधील साहित्य संमेलनाच्या वेळी. त्यांच्या वात्रटिका तर मी मुखोद्गत केलेल्या. बाबासाहेब परांजपे फौंडेशनने आयोजित केलेल्या काव्यमैफिलीत मी प्रमुख पाहुणा या नात्याने उपस्थित होतो, तर मैफिलीचे उद्घाटक होते कविवर्य मंगेश पाडगावकर. त्यांच्या कविता मराठी माणसाच्या मनामध्ये रुंजी घालतात. 'पाऊस' या विषयावरची त्यांची कविता दर वर्षी पावसाच्या आगमनाच्या वेळी वृत्तपत्रातून प्रसिद्ध होते त्याबाबत त्यांचे मित्र जयवंत दळवी त्यांना चिडवत – लिज्जत पापड या संस्थेने ती कविता प्रसिद्ध केलेली असे. 'पापडकवी' पाडगावकर यांची कविता प्रसृत झाल्यावरच पाऊस पडतो म्हणे. किंबहुना कवितेच्या मानधनाचा चेक मिळाल्यावर आणि तो वटल्यावर पाऊस पडतो!

मंगेश पाडगावकरांच्या एका आठवणीची उजळणी त्या दिवशी केली. पाडगावकर पुणे विद्यापीठात कार्यक्रमासाठी आले होते. अतिथीगृहात उतरले होते. सकाळी उठून पाहतात तो समोर एक टपोरं लालबुंद फूल उमललेलं होतं. ते पाहून ते आनंदले. हा आनंद कोणालातरी सांगून द्विगुणित करावा यासाठी ते आजूबाजूला पाहू लागले.

एवढ्यात विद्यापीठातला एक विद्यार्थी त्यांच्याकडे आला. ते म्हणाले, "अरे, काय सुरेख फूल आहे. पाहा!"

"सर, आय एम स्टुडंट ऑफ केमिस्ट्री!" यावर पाडगावकर काय बोलणार?

काव्य मैफलीच्या वेळी पाडगावकर म्हणाले, "सर्व कलांमध्ये अवघड कविता आहे. कविता हे साधन आहे. माध्यम नव्हे. मी वयाच्या १४ व्या वर्षांपासून ७७ व्या वर्षांपर्यंत कविता लिहितोय. आज मला शाळेतील कविता आठवतेय –

फुलपाखरू छान किती दिसते
या वेलीवर, फुलांबरोबर
छान किती उडते.
मी धरू जाता, येई न हाता
छान किती उडते.

"अजूनही माझ्या हाती ही कविता आली नाही. मला ती सापडली नाही. शोध चालूच आहे!"

■

शरद तळवलकरांसमवेत

महाबँक स्पोर्ट्स क्लब आयोजित चिं. वि. जोग करंडकासाठी आंतरबँक एकांकिका स्पर्धेचं ते पाचवं वर्ष होतं. साल होतं १९९०. पारितोषिक वितरण समारंभास प्रमुख पाहुणे होते नटवर्य शरद तळवलकर. कार्यक्रमाचे सूत्रसंचालन मी केले. कार्यक्रम सुरू होण्यापूर्वी भरत नाट्यमंदिराच्या अतिथी खोलीत तळवलकरांनी विनोदाची कारंजी उडविणे सुरू केले.

ते म्हणाले, ''या ७३ वर्षांत मला सिक लीव्ह घ्यावी लागली नाही. याचं कारण विनोद. विनोद सांगण्याच्या माझ्या छंदानं माझं आयुष्य वाढलं. मी मिलिटरी अकाउंट्समध्ये नोकरीस होतो तेव्हा बरोबर वसंतराव देशपांडे होते. आम्ही नभोवाणीत काही काम मिळते का पाहायला जायचो. रेकॉर्डिंगला जायचो. ऑफिसमध्ये हे कळू नये म्हणून खुर्चीला कोट लावून जायचो. नभोवाणीत पु. ल. देशपांडे होता. त्याला सुरुवातीस ध्यानात येईना की, शऱ्या आणि वसंता कोट न घालता का येतात, पण लवकरच त्याला सत्य कळलं. तेव्हा तो म्हणाला, ''शऱ्या आणि वसंता कोट शिवायला टाकताना स्वत:च्या अंगाचं माप न देता ऑफिसच्या खुर्चीचं माप देत असावेत!''

''बँक कलाकारांना स्पर्धेत भाग घ्यायला आता पाठिंबा मिळतोय. आम्हाला अशी सवलत नव्हती!''

ई. डी. कॉन्फरन्स

'नॅशनल इन्स्टिटयूट ऑफ बँक मॅनेजमेंट', पुणे येथे भारतातील सर्व राष्ट्रीयीकृत बँकांच्या एक्झिक्युटिव्ह डायरेक्टर्सची परिषद होती. अठरा ई. डी. आले होते. आमचे ई. डी. होते व्ही. लीलाधर. ते मूळचे कॉर्पोरेशन बँकेतले होते. अतिशय प्रभावीपणानं काम करणारे. एकदा तर ऑईल कॉर्पोरेशनचा भलामोठा कर्ज प्रस्ताव दिल्लीहून फॅक्सवर मागवून दोन दिवसांत त्याची मंजुरी कळविण्याचं कसब त्यांनी करून दाखविलं होतं. त्यासाठी एक गट पूर्ण रात्र काम करीत होता. लीलाधर साहेबांनी मला बोलविले. त्यांनी सांगितले की, आपल्या बँकेतर्फे एका रात्रीचे भोजन सर्व ई.डीं.ना द्यावयाचे आहे. सर्व तयारी करा.

मी कोहिनूर एक्झिक्युटिव्ह या हॉटेलमध्ये एक हॉल बुक केला. भोजनास मेनू काय असावा हे ठरविलं. तो लीलाधर साहेबांना संमतीसाठी दाखविला. ते म्हणाले, "तुमच्यावर सोपविलं आहे. तुम्हीच निर्णय घ्यायचा."

भोजनाच्या वेळी सर्व ईडी गोलाकार खुर्च्यांवर बसले होते. मी व इ.डीं.चे सेक्रेटरी मागील रांगेत थोडे बाजूला होतो. तेव्हा लीलाधर साहेब म्हणाले, "तुम्ही इथे आलात म्हणजे सर्वांबरोबर राहायचे." त्याच गोलाकारात आम्हाला बसण्याचा सन्मान त्यांनी दिला. 'एनआयबीएम'ची प्राध्यापक मंडळीही होती. एनआयबीएम'ला सर्व बँकांसाठी काम करण्याची मोठी संधी बँकांनी द्यावी, असं एक प्राध्यापक सांगत होते. तेव्हा एक ईडी म्हणाले, "आम्ही पुण्यात आलोय. तुमचं काम तुम्ही आमच्या गावी येऊन मांडा. आम्ही विचार करू."

अशा चर्चेच्या वेळी जवळ बसलेल्या एका ई.डीं.नी मला सांगितलं, "हे बोलताहेत ते ई.डी. पाहून ठेवा. ते तुमच्या बँकेत चेअरमन म्हणून येणार आहेत."

थोड्याच दिवसांत राघवन् साहेब महाराष्ट्र बँकेचे चेअरमन झाले.

दिलदार सुबराव कदम

सुबराव कदम म्हणजे पुण्याचे आमचे शेतकरी ग्राहक आणि लोकप्रिय नगरसेवक.

"मी सोलापूरला आलोय. आम्हाला भूकंप दाखवा!"

ही त्यांची बोलण्याची पद्धत होती. मी गेस्ट हाउसवर गेलो. आमच्या गप्पा रंगल्या. मी भूकंपातील आँखो देखा हाल त्यांना सांगत होतो. तेव्हा त्यांच्या बाजूला बसलेला एक माणूस मध्येच बोलला. ते त्याला एकदम रागावले - "तू कुठं! ते कुठं! ते विद्वान आहेत. अख्खी महाराष्ट्र बँक त्यांना मानते. त्यांच्यामध्ये कशाला बोलतोस. गप्प बसून ऐक. आपल्या हातून पुस्तकं वाचून होत नाहीत. यांची एक भेट झाली की, एक पुस्तक वाचल्यासारखं होतं."

मी त्यांना भूकंपाची माहिती दिल्यावर ते म्हणाले, ''आपण उद्या सकाळीच किल्लारीला जाऊ. आता एक प्रश्न विचारतो. काल मी गोठ्याजवळ बसलो होतो, तेव्हा उगीचच चाळा म्हणून गळ्यातली सोन्याची साखळी हातात घेऊन वर टाकायचो. झेलायचो. असं करत असताना ती साखळी कुठं गेली तेच लक्षात येईना. खूप शोधली, पण सापडली नाही. सोन्याची साखळी गेली म्हणून कालपासून मी फार निराश झालोय.''

त्यावर मी म्हटलं, ''अंगावरचा सोन्याचा दागिना गेला की, ते चांगलं झालं समजायचं. आपल्या अंगावर बेतलेलं जीवघेणं संकट दूर झालं समजावं.''

यावर ते एवढे खूश झाले की काही विचारू नका. ''बरं झालं सांगितलंत, मी उगीचच दु:ख करत बसलो होतो.''

मी त्यांना पुन्हा किल्लारीचं वर्णन सांगितलं. ''अंगावर सोनं असलेल्या बायकांची प्रेतं आम्ही पाहिली. त्यांचं सोनं राहिलं, पण सोन्यासारखा जीव गेला!''

त्यावर सुबराव म्हणाले, ''आलं लक्षात. माझं सोनं गेलं, पण मी सुरक्षित आहे. आता आपण उद्या भूकंपग्रस्तांना काही मदत करू या!''

अशोक सराफ

अमरावतीमध्ये मी १९८३मध्ये लायन्स क्लबचा सदस्य झालो. ते आजतागायत आहे. सोलापूरला आमचे लायन नेते होते गुलाबचंद शहा. एक दिवस त्यांचा फोन आला. - ''तुम्ही लवकर हॉटेल सूर्यावर या. आपल्याला अशोक सराफला घेऊन अक्कलकोटला लायन्स क्लबमध्ये जायचंय.'' हॉटेल सूर्यापासून आम्ही निघालो. डॉ. गुलाबचंद शहा स्वत: गाडी चालवत होते. बरोबर वरिष्ठ पोलिस अधिकारी अवस्थीसाहेब होते. त्यांनी अशोक सराफसह साऱ्यांना एक किस्सा सुनावला.

शहा यांच्या माहितीतले एक डॉक्टर होते. ते आय स्पेशालिस्ट होते. त्यांच्या एकसष्टीचा जाहीर कार्यक्रम होता. सभागृह चाहत्यांनी भरलं होतं. ते सभागृहात येऊन पहिल्या रांगेत बसले. व्यासपीठावर जायचं होतं. ते एका मखमली पडद्यानं झाकलं होतं. पडदा बाजूला गेला. रंगमंचावर एक मोठ्या डोळ्याची प्रतिकृती काढली होती. त्यात डॉक्टरांचं पूर्णाकृती चित्र दाखविलं होतं. हे सारं डॉक्टरांना अनपेक्षित होतं. आपली डोळ्यांमध्ये उभी असलेली आकृती पाहून ते शेजाऱ्याला म्हणाले, ''थँक गॉड! आय ॲम आय स्पेशालिस्ट अँड नॉट अ गायनॉकॉलॉजिस्ट!''

गाडी हास्यकल्लोळात पुढे चालली होती. समोर एक ट्रक चालला होता. त्यावर लिहिलं होतं, 'रेखा, सुरेखा, रमेश, सुरेश - बँक ऑफ महाराष्ट्रच्या

सौजन्याने.' त्यावर अशोक सराफ उत्तरले, "भुर्केसाहेब, तुमचं बरंच कार्य दिसतंय या भागात!"

मी म्हटलं, "त्या ट्रकमालकाला किती मुलांनंतर थांबायचं हे कळलं नाही. आणि ते रंगविणाऱ्या पेंटरला कुठं पूर्णविराम द्यायचा हे ध्यानात आलं नाही. म्हणून हा गोंधळ झालाय. हायपॉथिकेशन ऑफ व्हेईकल याखेरीज आमचा थोडाफारसुद्धा संबंध नाही!"

स्वामी समर्थांचे दर्शन घेऊन आम्ही लायन्स क्लबच्या मंचावर पोहोचलो. अवस्थीसाहेबांच्या भाषणानंतर अशोक सराफ यांच्या हस्ते लहान मुलांना पारितोषिके देण्यात आली. ते झाल्यावर अनपेक्षितपणे माझं नाव 'चार शब्द सांगावेत' म्हणून जाहीर झालं. मी म्हणालो, "... आज अशोक सराफांच्या हस्ते बक्षिसे स्वीकारलेली मुले भाग्यवान आहेत. त्यांच्या डोळ्यांत आनंद दिसत होता. नाटक, सिनेमा, टीव्हीवर झळकणाऱ्या अशोक सराफांकडून आपण बक्षीस घेतलं या भावनेनं ते हे बक्षीस घरी जपून ठेवतील. ज्याला त्याला दाखवतील. इतकंच काय, अजून पन्नास वर्षांनी त्यांच्या नातवंडांना ते दाखवून म्हणतील, "बाळा, नीट अभ्यास कर म्हणजे असं मोठ्या माणसांच्या हातून बक्षीस मिळतं." हे पाहिलंस, मला अशोक सराफांच्या हस्ते बक्षीस मिळालं होतं. हा बघ ते घेताना फोटोही काढला होता. हा लहान मुलगा दिसतो तो मीच आहे. मला वाटतं ते एकोणिसशे त्र्याण्णव साल असावं...."

या समयोचित शब्दांना श्रोत्यांबरोबर अशोक सराफांचीही दाद मिळाली होती.

अशोक सराफांनी तर त्या दिवशी भाषणाला उभं राहिल्यावर गंमतच केली. पहिलं वाक्य झाल्यावर तोंडातून शब्द न काढता केवळ बोलण्याचा मूक अभिनय केला. लोकांना काहीच ऐकू येईना. फक्त दिसत होतं. त्यावर तो म्हणाला, "हा माइकसुद्धा फार बोलू नकोस असं म्हणतोय."

याच क्लबमध्ये एके वर्षी अभिनेत्री वर्षा उसगावकर यांना आणले.

ला. गुलाबचंद शहांकडे चाणक्य फेम प्रकाश त्रिवेदी तसेच ज्येष्ठ पत्रकार अरुण शौरी यांच्याबरोबरही गप्पा मारता आल्या.

लायन्स क्लबमध्ये विक्रम गोखले

लायन्स क्लब सेंट्रल, सोलापूर येथे एका कार्यक्रमाला प्रमुख पाहुणे म्हणून सुप्रसिद्ध अभिनेते विक्रम गोखले व अभिनेत्री स्वाती चिटणीस आले होते. त्या वेळी 'संकेत मिलनाचा' हे नाटक जोरात चाललं होतं. विक्रम गोखले यांची ओळख करून देताना काचेच्या विविध आकृत्या दाखविणाऱ्या रंगीबेरंगी शोभादर्शकाचा

(कॅलिडोस्कोप) उदाहरण म्हणून वापर केला होता –

''कॅलिडोस्कोप पाहावा तर मराठी चित्रपटात प्रथम स्त्री भूमिका करणाऱ्या कमलाबाई गोखल्यांचा हा नातू. पुन्हा कॅलिडोस्कोप फिरवा, तर दिसतात सहजसुंदर अभिनय करणारे चंद्रकांत गोखले यांचे हे सुपुत्र! अजून कॅलिडोस्कोप फिरवला, तर विक्रम गोखले बालकलाकारही होते हे लक्षात येतं. प्रथम काम केलं ते 'शेवग्याच्या शेंगा'मध्ये. नंतर सत्तरहून अधिक चित्रपटांत भूमिका केल्या. अजून कॅलिडोस्कोप फिरवल्यावर दिसते त्यांची हिंदी चित्रपटातील कारकीर्द. अमिताभ बच्चनबरोबर 'अग्निपथ' या चित्रपटात काम केलं. पंचवीसहून अधिक चित्रपटांत त्यांनी कामे केली. पण आणखी कॅलिडोस्कोप फिरवू या. आता ते दिसतात नाट्यकलाकार म्हणून. पुन्हा कॅलिडोस्कोप फिरविल्यावर त्यांचा अभिनय दिसतो तो छोट्या पडद्यावर. आज ते इतक्या मालिकांमध्ये दिसतात की, 'गोखलेमय टीव्ही' असंच म्हणावं लागेल.

''कॅलिडोस्कोप फिरवावा तेवढा थोडाच. ते अंधमित्र, पुणे, वंचित विकास संस्था, निराश्रित स्त्रियांच्या संस्था, अलर्ट इंडिया मुंबई, कुष्ठरोग निर्मूलन संस्था अशा सेवाभावी संस्थांना सहकार्य करतात. फोटोग्राफी हा त्यांचा छंद आहे.

'' 'संकेत मिलनाचा' या नाटकातील पत्नी म्हणजे आज उपस्थित असलेल्या स्वाती चिटणीसांना ते 'कोकी' म्हणतात, पण त्यांची खरी कोकी इंटरनॅशनल एअरपोर्ट सहारा येथे काम करते. दोन कन्या शिक्षण घेत आहेत.''

या ओळख प्रकाराला विक्रम गोखले व स्वाती चिटणीस यांनी मनापासून दाद दिली.

कविराय रामजोशी

सोलापुरात उत्तर कसब्यातल्या विठ्ठल मंदिराशेजारी कविराय रामजोशी यांच्या घरी गेलो. त्यांच्या सातव्या पिढीतले लोक इथं राहतात.

रामजोशींचे बंधू प्रवचन द्यायचे, तर हे लावण्या लिहायचे. त्यामुळे त्यांना घरात अपमानित व्हावे लागायचे; परंतु त्यांची वहिनी त्यांना धीर द्यायची. सतराशे अठ्ठ्याण्णवमध्ये मुद्‍गल शास्त्री वारले. त्यांच्या पत्नी गंगाबाई म्हणजेच रामजोशींच्या वहिनी सती जायला निघाल्या. सतीचा सोहळा हृदयस्पर्शी झाला. शास्त्रीजींच्या पुत्राने पिंडदान केले. सोलापुरात संपूर्ण मार्गावर हळदी-कुंकवाचे सडे घातले होते. जागोजागी सुवासिनींनी गंगाबाईस ओवाळले. चंदनाच्या काष्ठाची चिता रचलेली. त्यावर शास्त्रीजींचा देह ठेवलेला. गंगाबाईंनी चितेस प्रदक्षिणा घातली. तेवढ्यात मुलाने, बजरंगाने आईच्या कमरेस मिठी मारली. परंतु ती निश्चयापासून

ढळली नाही. जवळच उभ्या असलेल्या रामच्या हाती त्याला सोपवलं व सांगितलं, ''मी तुझा सांभाळ केला, तसा तू त्याचा सांभाळ कर.'' टाळ, मृदंग, तुताऱ्या, नगारे यांच्या घोषात गंगाबाईंनी चितेत प्रवेश केला.

सोलापूरच्या तुळजापूर वेशीवस्तीत लिंगायत स्मशानभूमीत या सतीचा दगडी चबुतरा होता. त्यावर शिवलिंग होतं. तिथं सतीचा दगडी हात होता.

घरातली दु:खं ज्यानं अनुभवली, बाह्य जग न्याहाळलं त्याच्या शब्दाला प्रचितीचा कसदारपणा न आला तरच नवल! रामजोशींच्या काव्याला बहर आला.

जुन्या विठ्ठल मंदिरातील खांबाला मी कान लावला. चाळ आणि टाळ या दोहोंचा ध्वनी कानावर पडल्याचा मला भास झाला.

कलेचे पुजारी – श्रीराम

कुमार गंधर्वांच्या गायकीवर दिल्ली विद्यापीठात तीन दिवस व्याख्यानं देऊन पुजारीसर आले होते. त्यांचा सत्तरावा वाढदिवस त्यांचे चाहते साजरा करणार होते. त्यात मीही होतो. मी सरांवर एक लेख लिहिला. तो 'केसरी'त प्रसिद्ध झाला. वाढदिवसासाठी पु. ल. देशपांडे पुण्याहून आले होते.

सर मला म्हणाले, ''माझ्यावरचा लेख तुझ्या हातानं भाईला दे.''

मी तो लेख सरांच्या घरी पु. लं. ना दिला. त्या लेखात सरांचा चाळिशीच्या वयाचा फोटो छापला होता. ते पाहून पु. ल. म्हणाले, ''काय रामचा मुंजीतला फोटो छापला वाटतं!''

सत्तरीचा कार्यक्रम झाल्यावर दुपारी एक गप्पांचा अनौपचारिक कार्यक्रम ठेवला होता. झाडाच्या सावलीत पु.ल., सर, भीमसेन जोशी, वसंत बापट, मंगेश पाडगावकर, राम गबाले ही मंडळी गप्पा मारत होती. आम्ही कार्यकर्ते त्यांच्या मागं खुर्च्या टाकून ते काय बोलतात हे जीव ओतून ऐकत होतो.

पु. लं. नी बॅटिंग सुरू केली. ''हा राम इतका वेडावाकडा वागायचा की, हा फार जगेल असं वाटलं नव्हतं. म्हणून आम्ही याचा पन्नासावा वाढदिवस जोरात साजरा केला, पण हा अजूनही टुमटुमीत आहे. आम्ही कसेबसे इथं पोहोचलो. हा राम ज्याला त्याला अरे-तुरे म्हणतो. त्याच्या या अरेतुरेतून फक्त दोन माणसं सुटली. एक म्हणजे लोकमान्य टिळक व दुसरे म्हणजे महात्मा गांधी. त्याचे कारण म्हणजे टिळक गेले तेव्हा रामचा जन्मच झाला नव्हता आणि महात्मा गांधींची आणि याची समोरासमोर भेटच झाली नाही!''

पुजारी सरांच्या अरेतुरेचा अनुभव मला बेळगावला साहित्यसंमेलनात आला होता. पत्रकार व संपादक अनंत दीक्षित सभामंडपात पहिल्या रांगेत बसले होते.

तेथेच पुजारी सरही होते. ‘खुमासदार अत्रे’ हा कार्यक्रम संमेलनात सादर करण्यासाठी मला व सौ.ला अनंत मनोहरांमार्फत आमंत्रण मिळाले होते. त्यामुळे आम्हीही तिथं उपस्थित होतो. तेव्हा पुजारी सर अनंत दीक्षितांना म्हणाले, ‘‘परवा शरद भेटला होता....’’

हे शरद पवार यांच्यासंबंधी चाललंय हे मी ओळखलं.

‘‘... त्याला मी म्हटलं, ‘एक मिनिट बैस. समजा तुला उद्या सांगितलं की, तुझं राजकारण बंद. तर तू काय करशील!’’ तर शरद मला म्हणाला, ‘‘मला त्याची काहीच चिंता नाही. आजपर्यंत सत्कारात इतके फेटे आणि शाली मिळाल्यात की, त्या विकायचं दुकान काढलं तरी आयुष्य कमी पडेल!’’ ’’

तर पु. लं. ची बॅटिंग इतकी सुरेख झाली होती की, पंडित भीमसेन जोशी यांना स्फुरण चढलं. ते म्हणाले, ‘‘आमचं कुटुंब इथं हजर नाही ना? हं नाहीये. मग सांगतो - एक दुःखद घटना होती. एक बाई वारली होती. तिची अंत्ययात्रा चालली होती. पुढं नवरा मडकं घेऊन चाललेला. मागे माणसांची खूप मोठी गर्दी. त्यात एक चमत्कारिक दृश्य होतं. अंत्ययात्रेत पुढं एक कुत्रा होता. त्या कुत्र्याच्या गळ्यात एक फुलांचा हार घातला होता. रस्त्याच्या कडेला उभे राहून हे दृश्य पाहणाऱ्या एका माणसाला आश्चर्य वाटले. त्याने अंत्ययात्रेतल्या एका गृहस्थांना ‘कुत्रा अंत्ययात्रेत का?’ हे विचारलं. त्यानं खुलासा केला. ही जी बाई वारली ती फार खाष्ट होती. नवऱ्याला फार त्रास द्यायची. तिला हा कुत्रा चावला. त्यामुळे ती वारली. तेव्हा कृतज्ञता व्यक्त करण्यासाठी त्या नवऱ्याने कुत्र्याला हार घालून मिरवणुकीत आणले.’’

‘‘ ‘‘तेव्हा तो गृहस्थ म्हणाला, ‘‘हा कुत्रा फार गुणी आहे हो! मला एखादा दिवस आमच्या घरी न्यायला मिळेल का?’’ तेव्हा त्याला खुलासा करण्यात आला, ‘‘ही जी गर्दी झालीये ती कुत्र्यासाठी वेटिंग लिस्ट लावण्यासाठीच झालीये.’’ ’’

एकच हास्यकल्लोळ झाला.

पुजारी सरांना भीमसेन जोशींचं गाणं एवढं प्रिय होतं की, पु. ल. म्हणाले, ‘‘भीमसेनच्या गाण्याला एक वेळ भीमसेन नसला तरी चालेल, पण राम हवाच.’’

मला हे सारं ऐकायला मिळालं हा आनंदाचा ठेवा होता.

हराळी गावाचं पुनर्वसन

लातूर भूकंपानंतर पुनर्वसन कार्य विविध संस्थांनी सुरू केलं होतं. रोटरी क्लबनं एक नगर वसविण्यास सुरुवात केली. ज्ञान प्रबोधिनीनं केलेलं कार्य वैशिष्ट्यपूर्ण आहे. त्यांनी हराळी गावच्या लोकांना विश्वासात घेऊन कामाला सुरुवात केली.

पडझड झालेल्या घरापासून दूर नवं गाव वसविलं, तर गावकरी तिथं घर नवं असूनही जायला नाखूश असत. आहे तिथंच घर दुरुस्त करून राहायचं ते पसंत करीत. ज्ञान प्रबोधिनीनं तेच केलं. पडलेल्या घरांच्या भिंती अर्ध्यापर्यंत उतरविल्या. तिथून तिरपे उंच छप्पर बांधले. हे करताना त्या घरातील लोकांना श्रमदानामध्ये समाविष्ट करून घेतले. त्यांना मार्गदर्शन अण्णा तथा व. सी. ताम्हणकर व स्वर्णलता भिशीकर करीत.

थोर विचारवंत विवेक घळसासी व मी स्वर्णलता भिशींकरांबरोबर हराळीला जाऊन हे कार्य पाहून आलो. पुढे सातत्याने या गावकऱ्यांसाठी आर्थिक, सांस्कृतिक कार्यक्रम राबविले जात आहेत.

स्वर्णलता हे एक कर्तृत्ववान व्यक्तिमत्त्व! पंजाबमध्ये खलिस्तानची मागणी काही अतिरेक्यांनी केली अन् भारतीय एकात्मतेला तडा जाण्याची भीती निर्माण झाली. आपल्या देशाचं पुन्हा एकदा विच्छेदन होऊ नये यासाठी पंजाबमधील जनतेला भेटून सलोख्यानं राहावं ही विनंती करण्याचं ठरलं. त्याची कार्यवाही म्हणून ज्ञान प्रबोधिनीच्या ११५ युवक-युवती, अध्यापक यांनी सद्भावना यात्रा काढली. त्याचं नेतृत्व करणाऱ्यांत होत्या लताताई भिशीकर. तो काळ होता एप्रिल १९८४चा. स्व. इंदिरा गांधींच्या हत्येपूर्वी पंजाबात अतिरेक्यांनी धुमाकूळ घातलेला होता. त्या परिस्थितीत १५ दिवस लताताईंनी गुरुद्वारांतून प्रवचनं-व्याख्यानं दिली. सशस्त्र अतिरेक्यांपुढे नि:शस्त्र तरुण-तरुणी महाराष्ट्रातून गेले. केवढी ही निर्भयता!

तेथे जायचं म्हणून त्या गुरुग्रंथसाहिबामधले शब्द, भजनं त्या शिकल्या. अडीच हजार शस्त्रधारी शीख सुवर्णमंदिरातील मंजीसाहिब मंडपात जमले होते. त्यांच्यापुढे लताताई म्हणाल्या, "आम्ही जाणतो की, आपण सारे वीर आहात. गुरू गोविंदसिंहांचे छावे आहात. आम्ही ज्या प्रांतातून आलो तो छत्रपती शिवाजी महाराजांचा प्रांत आहे. तेथेही आजवर शूरांच्या पोटी शूर बच्चे जन्माला आले आहेत. आपण म्हणता आम्ही जंगसाठी, युद्धासाठी निघालो आहोत. आम्हीही युद्धासाठीच निघालो आहोत. आपल्या हाती शस्त्र आहेत ती भाला, तलवारी, बंदुका! आमच्या हाती शस्त्रे आहेत ती प्रेम, बंधुता, स्वदेशभक्ती यांची! आमचा झगडा कोणा व्यक्तीशी नाही. निरपराध्यांचे बळी घेणाऱ्या हिंसेशी आहे. विद्वेषाशी आहे. आपण एका भूमीत जन्मलो, एकाच संतपरंपरेचा आपण वारसा सांगतो. मग आपल्याला भांडता येणार नाही. आपआपसांत लढता येणार नाही. गुरू नानकदेव आम्हाला अतिशय प्रिय. गुरू गोविंदसिंह तर महाराष्ट्रातच विसावले. आपण त्यांची मुलं एकत्र, अभिन्न राहू या. आपला हा देश अखंड राहू द्या."

संत भिंद्रनवाले यांनासुद्धा हे पथक भेटून आलं. या पथकाचं राष्ट्रपती ग्यानी

झैलसिंग यांनी राष्ट्रपती भवनात अभिनंदन केलं.

अशा पराक्रमी सद्भाव यात्रेत सहभागी झालेल्या लतातार्इंचा परिचय सोलापुरात झाला. ज्ञान प्रबोधिनीच्या कार्यक्रमात मी अनेक वेळा सहभागी झालो.

मी व सौ.ने 'पु. ल. एक आनंदयात्रा' हा कार्यक्रम इथंच सादर केला.

सोलापुरातून माझी बदली पुण्यास झाली. त्या वेळी झालेल्या निरोप समारंभात लतातार्इंनी मला मोठं चॉकलेट भेटीदाखल दिलं.

वक्तृत्वाचा झरा - विवेक घळसासी

सोलापुरात माझी मैत्री जमली ती शब्दप्रभू विवेक घळसासी यांच्याशी!

एकदा शिक्षक दिनाच्या कार्यक्रमासाठी विवेकजी आमच्या लायन्स क्लबमध्ये आले होते. त्यांचं भाषण आम्ही उत्सुकतेनं ऐकत होतो. त्यांनी एक सुरेख उदाहरण दिलं. – "वडील जेवायला बसलेले असतात. तिथं त्यांचं लहान मूल त्यांच्या मांडीवर येऊन बसतं. वडलांनी मुलाला भरवण्याऐवजी ते मूल त्या ताटातला घास घेऊन वडलांना भरवतं. वास्तविक अन्न वडलांच्या श्रमांनी घरात आलं. भरवतो आहे मात्र मुलगा. इथं ख्यातकीर्त वडीलधारे गुरुजन जमलेत. त्यांनी आम्हाला शिकवलं आणि आम्ही त्यांच्यापुढं बोलत आहोत. जे काही आहे ते त्यांचंच आहे. ज्ञानेश्वरांनी अमृताशी पैजा जिंकणारी जी मराठी डोळ्यापुढं ठेवली असेल ती ऐकायला विवेकजींकडेच जायला हवं."

विवेकजींनी संपूर्ण महाराष्ट्र आपल्या वक्तृत्वानं बहरून टाकला. दुसऱ्याला मदत करण्याची त्यांची प्रवृत्ती आहे. माझ्या व्याख्यानाची शिफारसही ते जागोजाग करीत.

'सुसंगती सदा घडो सृजन वाक्य कानी पडो' या ओळींच्या अर्थाप्रमाणे माझ्यामध्ये सद्विचार येण्यास विवेक घळसासींच्या संगतीचा उपयोग झाला असणार.

रंगराजन यांची भेट

एस. ए. उर्फ शांताराम कामत यांनी बँक ऑफ महाराष्ट्रच्या अध्यक्षपदाची सूत्रे पी. बी. कुलकर्णी यांच्याकडून स्वीकारली. लोकमङ्गलमध्ये कामतसाहेब यांनी प्रवेश केला तेव्हा केंद्रीय कार्यालयातील कर्मचारी पोर्चमध्ये, जिन्यामध्ये उभे होते. टाळ्यांच्या कडकडाटात त्यांचे स्वागत झाले. हेड ऑफिसमध्ये कोणताही कार्यक्रम असो, आमच्या मार्केटिंग डिपार्टमेंटला भरपूर काम असायचं. गुच्छ, फोटोग्राफर, बातमी तयार करणं, प्रेसला देणं, आकाशवाणी, दूरदर्शन यांना मुलाखती देणं या

साऱ्याची तयारी चालायची. आलेल्या अध्यक्षांना त्वरेनं बँकेची डायरी, टाय, पीन्स इ. देणं हेही आधीच योजलेलं असायचं. पु. ल. देशपांडे यांच्या 'व्यक्ती आणि वल्ली'मधील नारायणासारखी आमची भूमिका असायची.

कामतसाहेबांच्या कारकिर्दीमध्ये बँकेचा हीरक महोत्सव साजरा झाला. खास विशेषांक काढला. बालगंधर्व रंगमंदिरात मुख्य कार्यक्रम झाला. संपूर्ण परिसर सजविला होता. रात्री व्यासपीठाची सजावट पूर्ण केली. रात्रीचा एक वाजला होता. सकाळी पुन्हा लवकर उठून काम सुरू. रंगराजन, गव्हर्नर रिझर्व्ह बँक ऑफ इंडिया, अण्णा हजारे, बाळासाहेब भारदे हे पाहुणे म्हणून आले होते. दारात सुवासिनींनी त्यांना ओवाळले. गंध लावले. रंगराजन यांना गंधाची ॲलर्जी होती का काय कोणास ठाऊक! कोटातील रुमाल काढून त्यांनी कुंकू पुसून टाकले. नव्याकोऱ्या रुमालाला लालभडक कुंकू लागले. त्यांचा साहाय्यक जवळच होता. क्षणार्धात त्याने रंगराजन यांना दुसरा नवा रुमाल दिला. मला त्यांच्या त्या सहायकाची कमाल वाटली. केवढी ही तयारी!

मी पुढं आलो. सभागृहात पाहतो तो पहिल्या दोन रांगांतील आसनांवर धूळ होती. आदल्या दिवशी संध्याकाळी झाडून घेतले होते, पण रंगमंचावरील कामामुळे बहुधा रात्रीत पुन्हा धूळ उडाली होती. महानगरपालिकेच्या कर्मचाऱ्यांनी सकाळी सफाई केली नव्हती.

आता पाच मिनिटांत अनेक महत्त्वपूर्ण व्यक्ती, ज्यात सर्व माजी अध्यक्ष, संचालक मंडळ सदस्य आत येऊन आसनस्थ होणार होते. सफाई कामगाराला बोलावणे पाठविले. तो येईपर्यंत थांबणे शक्यच नव्हते. माझ्याजवळच्या रुमालाने मी दोन रांगा इतक्या वेगात पुसून घेतल्या की, जणूकाही ती सर्कसमधील चपळाईच होती!

कार्यक्रम बहारदार झाला. बँकांच्या सबलीकरणासाठी 'कॅमल रेटिंग'चं महत्त्व त्या वेळी प्रथमच सांगितलं गेलं. मोठ्या प्रमाणावर खातेदार व कर्मचारी उपस्थित होते. रंगराजन यांचा एक हात अधू होता, पण हा अधूपणा ते कोठेही दाखवून देत नव्हते. कोणाचीही मदत घेत नव्हते. दुसऱ्या हाताने क्षणार्धात अधू हाताला आधार द्यायचे. दीपप्रज्वलन असो, वाचनाचा कागद पुढं ठेवणं असो, शाल-श्रीफल स्वीकारणं असो. सारं सहजपणे होत होतं. दूर बसलेल्यांना तर त्यांचा एक हात अधू असल्याची कल्पनाही आली नाही.

हिरवळ कवितेची

रविवारचा दिवस होता. अचानक घरी दोन कवी आले. दत्ता हलसगीकर आणि लक्ष्मीनारायण बोल्ली. हलसगीकर कवी म्हणून काय आहेत हे पाहायचं असेल तर

त्यांची 'झपझप चाललेत नाजुक पाय' ही कविता त्यांच्या मुखातूनच ऐकायला हवी. ते स्वत: लक्ष्मी विष्णू मिल्समध्ये नोकरीला होते. कामगार जीवन जवळून न्याहाळलेलं. एका कामगाराची मुलगी आपल्या वडिलांसाठी कारखान्यात जेवणाचा डबा घेऊन जाते. आई आजारी असल्यानं धाकट्या बहिणीला तयार करणंही तीच पाहते. स्वयंपाकही तीच करते – हलसगीकरांनी कविता ऐकविली.

झपझप चाललेत नाजुक पाय
पायाखाली ऊन, माथ्यावर ऊन
परिस्थितीचे मनात ऊन
निखाऱ्यानं तापलेल्या धरणी माते
पोरीचे पाऊल कमळाचे आहे
तिच्या पायाखाली चंदन हो
माथ्यावरच्या सूर्या चंद्रमा हो
अरे, तिच्या डोळ्यातली भीती पहा
घड्याळा थोडेसे मागे रहा
बापासाठी लेक ओढीनं जाय
झपझप चाललेत नाजुक पाय

ती सकाळ कवितेच्या हिरवळीनं भरून गेली.

■

शंतनुराव किर्लोस्करांची भेट

तेरा जानेवारी चौऱ्याण्णव. तीनचा कार्यक्रम तीनलाच सुरू झाला. शिवाजी वर्क्स लि.ला आय.एस.ओ. प्रमाणपत्र देण्यासाठी किर्लोस्कर ग्रुपचे भीष्माचार्य शंतनूराव किर्लोस्कर आले होते. या कंपनीच्या बँक व्यवहारासाठी आमची शिवशाही नामक शाखा त्यांच्या आवारातच कार्यरत होती.

कंपनीचे अधिकारी व्ही.व्ही. काकडे यांनी कार्यक्रमात एक छान गोष्ट सांगितली. जंगलात हरिणाला वाटत असतं की, सर्वांत जास्त वेगाने पळणाऱ्या सिंहापेक्षा मला जास्त वेगानं पळता आलं पाहिजे, तरच मी माझा जीव वाचवू शकेन. त्या वेळी सिंहाला असं वाटत असतं की, या जंगलातील सर्वांत वेगानं पळणाऱ्या हरणापेक्षा मला जास्त वेगानं पळता आलं पाहिजे, तरच मी हरिण पकडू शकेन व उपाशी मरणार नाही. स्पर्धेच्या युगात प्रत्येकालाच आपली कार्यक्षमता वाढवावी लागते हे या उदाहरणानं त्यांनी सर्वांना पटवून दिलं होतं. कंपनीच्या दृष्टीनं आय.एस.ओ. प्रशस्तिपत्रक मिळाल्यानं आता जागतिक बाजारपेठेत उतरणं सुलभ झालं होतं.

शंतनूराव किर्लोस्कर बो लावलेल्या रुबाबदार पोशाखात व्यासपीठावर होते. वय पंचाऐंशीच्या पुढचं, पण भाषण उभं राहूनच केलं. ते म्हणाले, "आय. एस. ओ. प्रमाणपत्र म्हणजे काही मॅट्रिकचे सर्टिफिकेट नाही. एकदा मिळालं की, कायम आपल्या कपाटात राहतं. जर तुमचा माल सातत्यानं चांगल्या दर्जाचा राहिला नाही, तर सर्टिफिकेट ते परत घेऊन जातील. तुमच्या कारखान्यातील स्वच्छतागृह किती स्वच्छ आहे हेही महत्त्वाचं. तिथपासून ते वर्कशॉपपर्यंत सारं टापटीप हवं."

आधी केलं, मग सांगितलं अशा पद्धतीनं शंतनुरावांचा उपदेश होता.

कार्यक्रमानंतर चहापानाच्या वेळी मी शंतनूरावांना म्हणालो, ''मी बँक ऑफ महाराष्ट्रमध्ये आहे. आपण पूर्वी आमच्या बँकेचे अध्यक्ष होतात, याचा मला अभिमान आहे.''

त्यावर ते म्हणाले, ''सर्वोत्कृष्ट सेवेचा ध्यास धरा. बँकेलाही आय.एस.ओ. मिळवा.''

त्यांच्याशी हस्तांदोलन केलं. 'कराग्रे वसती लक्ष्मी, करमध्ये सरस्वती' हा अर्थ सार्थ ठरविणारे ते शंतनूरावांचे हात होते.

मारुती चित्तमपल्ली

स्टाफ ट्रेनिंग कॉलेजला बहुतांश विषय बँकिंगचे होते. आमच्या अधिकाऱ्यांना इतर विषयही थोड्याफार प्रमाणात ऐकवून त्यांच्या विचारांच्या कक्षा रुंद कराव्यात या उद्देशाने मी काही कार्यक्रम आखले. त्यापैकी एक म्हणजे साहित्य संमेलनाचे अध्यक्ष आणि निसर्गप्रेमी मारुती चित्तमपल्ली यांची मी मुलाखत घेतली.

श्रोत्यांनी महाविद्यालयाचे प्रांगण खचाखच भरले होते. मुलाखतीत ते म्हणाले, ''पुण्यात फर्ग्युसन महाविद्यालयात शिकताना एक फलक पाहिला- 'वनपाल नोकरीसाठी तरुण हवा.' त्यासाठी मी अर्ज केला. ४ तासांत १६ मैल चालण्याचा सराव केला. निवड झाली. वनरक्षण शिक्षण घेण्यासाठी कोईमतूरला गेलो. वनपाल म्हणून काम करताना जंगल अनुभवायला मिळालं. हत्ती हा कुशल अभियंता असतो. त्याला चढउतार या सर्व गोष्टी नीट कळतात. हत्ती जातात त्या वाटेने अभियंते रस्ते तयार करतात. हत्तीचे गंडस्थळ कामुक असते. माहुत त्यावर सतत बसल्याने त्याच्यामध्येही कामुक भावना निर्माण होतात. माझ्या माहितीतल्या माहुताला चार बायका होत्या.

''चंदनाच्या झाडाच्या बिया जनावरांच्या विष्ठेतून पेरल्या जातात. सुपीक जमिनीत चंदन वाढल्यास त्यास सुवास येत नाही. खडकाळ जागेतील चंदनाला अधिक सुवास येतो. समृद्धीमध्ये वाढलेल्या माणसात कमी माणुसकी असते तसेच हे आहे!

''कबुतरे सुगीच्या दिवसांत सुरक्षित जागी धान्य आणून ठेवतात. गिरसप्पा धबधब्याखालच्या कड्यामध्ये कबुतरांनी गोळा केलेले ७० क्विंटल धान्य आढळले. या बचत वृत्तीला कपोत (कबुतर) वृत्ती म्हणतात.

''अस्वल आपल्यावर हल्ला करायला लागलं, तर डोंगर उतारावर पळावं. त्याचे केस त्याच्या डोळ्यांवर आल्याने त्याला उतारावर पळता येत नाही.

"झाडावरची माकडे पकडता यावीत म्हणून रानकुत्रा बुंध्याभोवती फेऱ्या मारत राहतो. झाडावरचे माकड सतत त्याच्याकडे पाहते. सतत कुत्र्याकडे पाहिल्याने त्याला भोवळ येते व ते झाडावरून खाली पडते. रानकुत्रा झडप घालतो."

मुलाखत रंगतच होती. श्रोत्यांना जंगल भटकंतीचा आनंद मिळाला. कविवर्य गंगाधर महांबरे यांनी काव्यात्मक असा अध्यक्षीय समारोप केला.

या मुलाखतीच्या तयारीच्या निमित्तानं, 'मी चकवा चांदणं', 'पक्षी जाय दिगंतरा' ही चित्तमपल्लींची पुस्तकं वाचली होती.

हॅटट्रिक कोल्हापूर

राघवन् साहेबांच्या केबिनमध्ये बोलवून त्यांनी मला विचारले, "मार्केटिंगमधून बदली कुठं हवीय?"

"नाशिकला द्या."

"ते तुमचं जन्मगाव आहे?"

"नाही. मी साताराचा आहे."

"उद्या सांगतो. मला भेटा."

"दुसऱ्या दिवशी भेटल्यावर ते म्हणाले, नाशिक किंवा कोल्हापूरला एजीएम म्हणून जायचंय. दुपारी मला भेटायचं. माझ्या इथं कोणी बसले असेल, तर मी फक्त 'एन' किंवा 'के' असं उच्चारीन त्यावरून तुम्हाला कुठं जायचंय ते कळेल."

बदली हा विषय फार गोपनीय असतो, परंतु चेअरमन साहेब विश्वासात घेऊन बोलत होते.

दुपारी मी त्यांना भेटायला गेलो. जनरल मॅनेजर व एक-दोन व्यक्ती बसल्या होत्या. मला तिथंच बसायला सांगितलं. ते स्वत: केबिनबाहेर गेले. त्यांच्या सेक्रेटरीच्या रूममध्ये जाऊन स्वत:च्याच केबिनमध्ये इंटरकॉमवर रिंग दिली. मी फोन उचलला. साहेबांचा आवाज ऐकू आला.

"के."

फोन ठेवला होता.

दोन दिवसांत मला कोल्हापूरची ऑर्डर मिळाली. ऑफिसर, ब्रँच मॅनेजर या पदानंतर तिसरी बदली 'ए.जी.एम.' म्हणून झाली होती.

वैश्यसाहेबांची भेट

पुण्याहून कोल्हापूर बदलीची ऑर्डर हातात पडली. लोकमङ्गलमध्ये वेगळीच धामधूम सुरू झाली. राघवन् साहेबांची बदली चेन्नईला इंडियन बँकेत झाली, तर आमच्या बँकेत वैश्यसाहेब आले. त्यांचे बँकेत जंगी स्वागत झाले.

मी त्यांना कोल्हापूर रिजनला भेट देण्याची विनंती केली. ती त्यांनी त्वरित मान्य केली. ते बँकेत आल्यावर पहिली बाहेरगावी भेट ही कोल्हापूरचीच झाली. मी त्यांच्याबरोबर होतो. सकाळची वेळ होती. गाडीमध्ये भजनांच्या कॅसेट लावल्या होत्या. तेही हळू आवाजात भजन म्हणत होते.

वाटेत सातारा, घुणकी या भागातील लोकांनी त्यांचे स्वागत केले. लक्ष्मीपुरी कोल्हापूर शाखेत उत्साहाचे वातावरण होते. तुतारीच्या ललकारीने वातावरणनिर्मिती केली. ग्राहक मेळावा चांगल्या रीतीने पार पडला.

चेअरमन साहेबांची भेट सर्व कर्मचाऱ्यांना, शाखाधिकाऱ्यांना, ग्राहकांना प्रोत्साहन देत असे. नवीन व्यवसाय मिळविण्याची प्रेरणा मिळत असे. आहे त्या ग्राहकांना सर्वोत्कृष्ट सेवा द्यायला हवी याची जाणीव निर्माण होत असे.

या दृष्टीने मी कार्यक्रमाची आखणी केली. जास्तीत जास्त लोकांपर्यंत चेअरमन साहेब पोहोचतील याची काळजी घेतली.

नवी भव्य वास्तू

बँकेच्या नियमात बसवून नवी इमारत बांधणं हे एवढं अवघड आणि वेळखाऊ काम असायचं! आम्ही मजेनं म्हणायचो की, एखाद्या रिजनल मॅनेजरला पुरा जखडून ठेवायचा असेल, तर एका नव्या वास्तू खरेदी व बांधकामाची परवानगी देऊन ठेवायची.

कोल्हापूर क्षेत्रासाठी स्वत:ची वास्तू बांधायची ठरलं. आम्ही जागा मिळण्यासाठी जिल्हाधिकारी कार्यालयात अर्ज केला. त्या कार्यालयाकडून उत्तर कधीच मिळत नाही. मग आपणच पुन:पुन्हा चौकशी करून ते 'जागा उपलब्ध नाही' किंवा 'देऊ शकत नाही' म्हटल्याची नोंद आपल्याकडे करून ठेवायची. तसे ते म्हटल्याचे एक पत्र आपण त्यांना पाठवायचे. त्यानंतर वृत्तपत्रांत जाहिरात देऊन जागेसाठी प्रस्ताव मागवायचे. वास्तू खरेदीसाठी कार्यालयातील अधिकाऱ्यांची समिती गठण करायची. आलेल्या प्रस्तावित जागांना सर्वांनी भेटी द्यायच्या. एक ना अनेक गोष्टींची पूर्तता करावी लागली.

अखेर रेल्वे स्टेशन रोडवर ताराराणी पुतळा चौकाजवळ तीन मजली वास्तू बँकेच्या मालकीची झाली. आधुनिक पद्धतीचे फर्निचर कोल्हापुरातही होते, हे सिद्ध झाले. खुद्द सुकमल बसूंनी उद्घाटन प्रसंगी प्रशंसोद्गार काढले.

मधल्या काळात वास्तुशांतीचा समारंभ झाला. मी व सौ. पूजेला बसलो. डोक्यावर कलश घेऊन एवढ्या मोठ्या वास्तूला प्रदक्षिणा घालताना खूप आनंद झाला. संपूर्ण कोल्हापूर व सांगली भागातील बँकेच्या व्यवसायाची भरभराट होऊ दे, ही प्रार्थना केली. त्या क्षेत्रातील सर्व कर्मचाऱ्यांना, ग्राहकांना प्रोत्साहित करणारे पॉवर हाउस म्हणून हे केंद्र होऊ दे, अशीही इच्छा प्रकट केली.

आंबोली

कोल्हापूर जिल्ह्यातील थंड हवेच्या ठिकाणांपैकी आंबोली हे एक नयनरम्य ठिकाण! धबधबे, हिरव्यागार वनस्पती यांनी नटलेला निसर्ग सभोवताली दिसतो.

जवळच आमची एक शाखा होती. मी शाखेस भेट दिली. फारसा व्यवसाय नव्हता. शाखेत शुकशुकाट वाटत होता. खातेदारांची ये-जा नव्हती. कारणमीमांसा करताना शाखाधिकारी म्हणाले, ''मुख्य व्यवसाय येथील साखर कारखान्याचा आहे. आता कारखान्याचा गळीत हंगाम संपून गेलाय. जवळपास फारशी वस्ती नाही. कारखाना चालू असतो तेव्हा आजूबाजूच्या वाड्यांवरून लोक येतात.''

त्यावर मी त्यांना म्हटले, ''बँकिंगची गरज सर्वांना असते. ठेवी ठेवायला लोक लांबूनही येतात. बरेच लोक जवळच्या बँकेत पैसे ठेवतात, तर गावात कळू नये म्हणून काही जण दूरच्या ठिकाणी पैसे ठेवतात. कोणतीही शाखा कोणालातरी काही कारणाने का होईना, सोयीची असतेच. कारखान्यांवरील व्यवसाय तर मिळवाच, पण बाकीच्या लोकांना शाखेत बोलवा. त्यासाठी सत्यनारायण पूजेचं आयोजन करा. तसे आमंत्रणाचे फलक दोन-तीन ठिकाणी लावा.''

पुढील शाखाभेटीच्या वेळी शाखाधिकाऱ्याने सांगितले, ''सत्यनारायण पूजेला तीनशेवर लोक आले. नव्या ठेवी मिळाल्या. शाखेला चैतन्य प्राप्त झाले.''

बढत्यांची चढती कमान

रहिमतपूर शाखेत कारकून म्हणून बँकेत लागलो. सी.ए.आय.आय.बी. ही बँकिंगमधील परीक्षा पास झाल्यामुळे दोन वर्षांत अधिकारी बढती परीक्षेस बसलो. पहिल्या प्रयत्नातच अधिकारी झालो.

लक्ष्मीपुरी (कोल्हापूर) येथे झपाटून काम केले. स्केल एकमधून दोनची बढती पहिल्या प्रयत्नातच मिळाली. नागपूर सेंटरला असताना स्केल तीन बढती मिळाली. पुन्हा लक्ष्मीपुरी कोल्हापुरात असताना स्केल चार म्हणजे एक्झिक्युटिव्ह पदासाठी

मुलाखतीस गेलो. सुमारे ९० पेक्षा जास्त अधिकाऱ्यांना मुलाखतीस बोलावलं होतं. फक्त आठ जणांची निवड व्हायची होती.

मुलाखतीमध्ये अमरावती, लक्ष्मीपुरी - कोल्हापूर येथे केलेल्या व्यवसायवृद्धीची नोंद घेतली गेली. हिमालयातील चंद्रखाणी पास ट्रेक पूर्ण केल्याचेही त्यांना समजले. अधिक मोठ्या पदावर जाण्यासाठी माझ्यामध्ये असलेले गुण त्यांनी जाणले. मी दुसऱ्या क्रमांकाने निवडला गेलो.

बाजीराव रोड या मोठ्या शाखेत काम केले. पुणे, ग्रामीण क्षेत्र, सोलापूर क्षेत्र येथे दोन्ही मिळून १३० शाखांचा क्षेत्रीय प्रबंधक म्हणून यशस्वीपणे काम केले. साहजिकच असिस्टंट जनरल मॅनेजर स्केल पाच या पदावर पोहोचलो. कोल्हापूर क्षेत्र, मार्केटिंग विभाग, आयोजन विभाग, मुख्य जनसंपर्क अधिकारी, प्रशिक्षण केंद्रप्रमुख, तीन ग्रामीण बँकांचा संचालक ही कामे यशस्वीपणे केल्यावर डेप्युटी जनरल मॅनेजर स्केल सहा पदासाठी लोकमङ्गल, पुणे येथे मुलाखत झाली.

रिझर्व्ह बँकेचे, अर्थ मंत्रालयाचे प्रतिनिधी मुलाखत घ्यायला आले होते. श्री. एस. सी. बसू हे बँकेचे अध्यक्ष मुलाखत समितीचे प्रमुख होते. या वेळीही मला बढती मिळाली. अभिनंदनाचे फोन घ्यायला, इ-मेल वाचायला, हस्तांदोलन करायला वेळ कमी पडू लागला.

■

सांस्कृतिक कार्यक्रमांची मांदियाळी

देवल क्लब

सातारा येथे शिवाजी महाविद्यालयात मी 'फुलपाखरे', 'सारं कसं शांत शांत' या नाटक व एकांकिकेत काम केलं होतं. अद्वैत रंगभूमी, सातारा यांच्या 'वाजे पाऊल आपुले' या नाटकातही डॉक्टरची भूमिका केली होती. सौ. तर वयाच्या तिसऱ्या वर्षापासून स्टेज करीत होती. या नाटकाच्या आवडीमुळे आम्ही कोल्हापूरच्या सुप्रसिद्ध देवल क्लबमध्ये दाखल झालो.

गो. नी. दांडेकर लिखित 'शितू' नाटकाचे दिग्दर्शक होते जयशंकर दानवे. आपल्या अनेक खलनायकी भूमिकांमुळे ते चांगलेच गाजले होते. एका चित्रपटात त्यांनी आपली खलनायकी नजर नायिकेवर टाकल्यावर ती इतकी घाबरली की, तिला पुढे काम करणंच अशक्य झालं. थोडी विश्रांती घेऊन मग पुढं चित्रीकरण सुरू झालं. अशा नामवंत दिग्दर्शकाच्या मार्गदर्शनामध्ये मला व सौ.ला काम करायला मिळाले हे आमचं भाग्यच!

सौ.नं 'शितू'ची भूमिका केलेली. मी खलनायक कुशाभाऊची. आप्पांच्या भूमिकेत राजाभाऊ धारू होते. मंगल शेटे, डॉ. अविनाश जोशी, माधव नेने, सदावर्ते, गुरव, विजय कालगावकर, सुधीर पोटे यांच्या भूमिका होत्या. सारे जण तालमीला जमल्यावर जयशंकर दानवेंना आणायला गाडी जायची. ते रुबाबदार असे कपडे घालीत. पायात बूट, अगदी ऐटीत येत. तालीम चालू असताना एखादं वाक्य त्यांच्या मनासारखं म्हटलं गेलं नाही, तर ते ते वाक्य वीस-पंचवीस वेळा म्हणायला

लावत. नाटकाच्या सरावाला तालीम का म्हणतात ते मला तिथे कळलं. नाहीतरी तालीम हा शब्द कोल्हापुरात शोभून दिसणारा. गोविंदराव गुणे, बाळासाहेब धोपेश्वरकर ही मंडळी नाटकाची पूर्ण जबाबदारी पेलायचे.

'शितू' नाटक महाराष्ट्र राज्य स्पर्धेत कोल्हापूर केंद्रात प्रथम आले. त्यानंतर अंतिम फेरीसाठी आम्ही मुंबईला रेल्वेने चाललो होतो. बाजूच्याच डब्यात नाटकाचे लेखक गो. नी. दांडेकर बसले होते. त्यांना आम्ही 'शितू'चं यश सांगितलं. ते म्हणाले, ''मला 'शितू' आणि 'कीचक' दाखवा.''

मी सौ.ला आणि डॉ. अविनाश जोशींना त्यांच्याकडे नेले. त्यांनी भरभरून आशीर्वाद दिला. ते म्हणाले, ''मुंबईला प्रयोग चांगला करालच, पण स्पर्धेत नव्या नाटकांना बक्षीस देण्याचा कल आहे. तुम्ही परीक्षकांच्या बक्षिसाचा विचार करू नका. रसिकांची वाहवा हे त्याहून मोठं पारितोषिक असतं.''

मुंबईच्या प्रयोगाला दोन ट्रक भरून नेपथ्याचे साहित्य नेले होते. कोल्हापूर शुगर फॅक्टरीच्या लोहिया साहेबांनी कारखान्यातर्फे वाहतुकीसाठी ट्रक दिले होते. कोकणची पार्श्वभूमी दिसण्यासाठी खरं नारळाचं झाड आणि शितूची झोपडी उभी केलेली. रवींद्र नाट्य मंदिराच्या परिसरात हे सामान बघायलाच काही मंडळी आली. पडदा वर जाताच नेपथ्यालाच रसिकांनी टाळ्यांचा कडकडाट केला. सौ.ची शितू फारच चांगली झाली. अप्रतिम प्रयोग झाला. वृत्तपत्रांनीही कौतुक केलं, पण प्रयोगाला बक्षीस मिळालं नाही. त्याची आम्हाला पर्वा नव्हती. एका अप्रतिम नाट्यानुभवातून आम्ही गेलो होतो.

देवल क्लबमध्ये बसायला खुर्च्या असायच्या. शिवाय संगीत क्लासमुळे गाद्याही असायच्या. चहा करून द्यायला गडी होता. त्याउलट आम्ही सातारला नाटक बसवत असलो, तर काहीच बजेट नसायचं. स्वत: जागा झाडण्यापासून तयारी असायची. पण हे सारं नाटक वेडामुळे आनंदमय व्हायचं.

देवल क्लबतर्फे दुसरं नाटक बसविलं ते 'सुडाने चेतला वन्ही'. महाभारतावरचं हे नाटक अंबादास माडगूळकरांनी लिहून दिलं होतं. या नाटकाचेही दिग्दर्शक जयशंकर दानवेच होते. सौ.नं द्रोणाचार्यांची पत्नी म्हणजेच अश्वत्थाम्याची आई 'कृपी' ही भूमिका केली होती. मी एखादी छोटी भूमिका करावी या हेतूने युधिष्ठिराची भूमिका स्वीकारली. त्यात युधिष्ठिराच्या तोंडी ३२ वाक्ये होती. ते पाहूनच मी तालमीस सुरुवात केली.

युधिष्ठिराची वाक्ये संपल्यावर आपलं काम झालं या भावनेनं मी बाकीच्या नटांची कामं पाहू लागलो.

''उठा भुर्के.'' दानवेसाहेबांचा आवाज.

''माझं आता काम नाही.''

"इथून पुढं तुम्हाला भरपूर काम आहे. धर्मराज असं लिहिलंय तोच युधिष्ठिर होय!"

मला ही कल्पनाच आली नव्हती. भरपूर तालीम केल्यावाचून पर्याय नव्हता!

नाटकात ट्रिक सीनही होते. अश्वत्थामा बाण मारतो तेव्हा संपूर्ण रंगमंचावर अग्निज्वाळा पसरल्याचे लाइट इफेक्टने दाखविले होते.

द्रौपदीची भूमिका स्मिता कोरगावकर यांनी केली होती. मी त्यांच्या खांद्यावर हात ठेवून एक वाक्य बोलतो असा देखावा होता. मी दचकत हात ठेवला. तेव्हा द्रौपदीच म्हणाली, "एवढं घाबरून काय हात ठेवता!"

नाटकात सर्वांची कामे चांगली होत होती. एक-दोन नट हे नेहमी शुगर मिलच्या नाटकात काम करणारे होते. थोडक्यात सांगायचं तर ते नटवर्य होते. ते काही वेळा हजर राहत नसत. त्यामुळे त्यांची तालीम कमी पडत होती.

महाराष्ट्र राज्य स्पर्धेतील प्रत्यक्ष प्रयोगाचा दिवस उजाडला. धर्मराजाचा राजबिंडा पोशाख घालून बरं वाटत होतं; परंतु कृत्रिम मिशांनी थोडी अस्वस्थता वाटत होती. त्या मिशीतील केस तोंडात तर येणार नाहीत ना, अशी भीती वाटायची. नाटक सुरू झालं. आमचे नाट्यनेते गोविंदराव गुणे यांना एकदम आठवलं, नाटकाचे लेखक अंबादास माडगूळकर यांना गाडी पाठवून घरून घेऊन यायचं होतं ते राहिलंच होतं. धावपळ झाली व त्यांना उशिरा आणलं गेलं.

नाटक सुरू झालं तेव्हा रंगत आली; परंतु दोन नटवर्यांना संवाद आठवेनात. श्रोते केशवराव भोसले सभागृहातून खालून ओरडायला लागले, "पाठ करून या."

नाटक अगदीच पडलं नाही, पण स्पर्धेतही आलं नाही.

केशवराव भोसले नाट्यगृहाचं एक वैशिष्ट्य म्हणजे रंगमंचावरील पात्रांना समोर, बाल्कनीजवळ लावलेल्या आरशात रंगमंचावरील सारे दृश्य दिसते. या नाटकात आरशात पाहण्याचे धाडस झाले नाही. कारण नाटक रंगले नाही.

आपल्या पहिल्या-वहिल्या नाटकाचे अपयश पाहून अंबादास माडगूळकर निराश झाले होते. मला व सौ.ला हे नाट्य चांगलं असल्याचं जाणवत होतं. त्या नाटकातील युद्धभूमीवरील पाचव्या दिवसाचा प्रसंग सौ.ने एकपात्री अभिनयाने साकारायचे ठरविले.

द्रौपदी आणि कृपी यांमधील हा संवाद इतका खटकेबाज आहे की, श्रोते तो तल्लीन होऊन पाहतात. एका प्रयोगाला अंबादास माडगूळकर आले होते. प्रवेश पाहून खूश झाले. म्हणाले, "माझं नाटक मेलं असं मी समजलो होतो. या तुमच्या एकपात्री प्रवेशामुळे ते जिवंत राहिलंय. या नाटकाचं सामर्थ्य या प्रवेशावरूनही लक्षात येतं."

नटीजवळ साहेब

देवल क्लबमध्ये आमची शितू नाटकाची तालीम चालू होती. ती पाहायला सुप्रसिद्ध दिग्दर्शक राम गबाले आले. त्यांचं बोलणं जयशंकर दानवे यांच्याशी झालं. महाराष्ट्र शासनानं छत्रपती शिवाजी महाराजांच्या जीवनावर हिंदी व इंग्रजीमध्ये चित्रपट काढण्याचं काम राम गबाले यांच्यावर सोपविलं होतं. शूटिंग पन्हाळा येथे सुरू होतं. हिंदी चित्रपटाचं नाव होतं 'शेर शिवाजी.' त्यांना कल्याणच्या सुभेदाराच्या सुनेची भूमिका करण्यासाठी अभिनेत्री हवी होती. जयशंकर दानवे यांनी सौ. गीताचं नाव सुचविलं. राम गबाले यांनी तिला विचारलं. तिनंही होकार दिला.

कोल्हापूर ते पन्हाळा जाण्यासाठी सिने कंपनीने गाडी पाठविली. सोबत म्हणून मी रजा काढून बरोबर गेलो. पन्हाळ्यावर ऐतिहासिक बांधणी असणाऱ्या ठिकाणी शूटिंग चालू झालं. सौ.ची रंगभूषा, वेशभूषा झाली. ती माझ्याजवळ येऊन बसली. बोलावल्यावर काम सुरू करणार होते. तोपर्यंत आम्ही घोड्यावरून शिवाजी महाराजांच्या भूमिकेत परीक्षित सहानी येतात ते दृश्य पाहत होतो. शूटिंग पाहायला गर्दी झाली होती.

माझ्या शेजारी वेशभूषेत बसलेल्या सौ.ला पाहून गर्दीतून एक आवाज कानावर आला.

"बँकेचा साहेब बघा, कसा नटीजवळ बसलाय." त्याला काय माहीत की, ती माझी सौ. होती.

सौ.ला संवाद सांगण्यात आले. परीक्षित सहानी घोड्यावरून आल्यावर सौ.ला पेटाऱ्यातून बाहेर काढण्यात आले. पुढे संवाद झाले. शॉट ओ. के. झाला. तोच पुन्हा इंग्रजीमधून घेण्यात आला.

संध्याकाळी कारने कोल्हापूरला परत आलो. बरोबर परीक्षित सहानी होते.

पुढे हा चित्रपट पुण्यातल्या प्रभात टॉकीजमध्ये पाहायला मिळाला.

नाटकेच नाटके

महाबँक स्पोर्ट्स क्लब, नागपूर यांच्यातर्फे मी लिहिलेली 'आणखी एक सिंहासन' ही बसविलेली एकांकिका रसिकमान्य ठरली. लेखनाशिवाय मी व सौ.नी त्यात भूमिका केलेल्या. दिलीप वाईकर हे दिग्दर्शक असायचे. मोहन पांडे, शहापूरकर, खरे, रत्नपारखी असे अनेक जण त्यात भाग घ्यायचे. गुंता, मास्क, हौस माझी पुरी करा, वरचा मजला रिकामा अशी अनेक नाटके, एकांकिका बसविल्या.

पावसात दसरा

आमच्या शेजारी खेडुलकर कुटुंब राहत होतं. त्यांच्याकडे भजनी मंडळ जमायचं. मीही त्यात सामील झालो. छान छान गाणी होती –

बीन कपाशीनं उले त्याले बोंड बोलू नये,
नाही वाऱ्यानं हलील त्याले पान बोलू नये.

वाद्यवृंदासह ही गाणी म्हणताना सारे तल्लीन व्हायचे.

एक दिवस खेडुलकरांनी आमंत्रण दिलं – दसरा महोत्सवासाठी राष्ट्रीय स्वयंसेवक संघाच्या कार्यक्रमासाठी चिटणीस पार्क मैदानावर यायचं. सरसंघचालक देवरस यांचं भाषण होणार होतं. सायकलवरून तेवढं दूर गेलो. मैदानात आम्ही शिस्तीत बसलो होतो. काही नागरिक स्टेडियममध्ये बसले होते. वैयक्तिक गीत झालं. प्रास्ताविक झालं. माननीय बाळासाहेब देवरस बोलायला उभे राहिले. इतक्यात धो-धो पाऊस सुरू झाला. त्या पावसाचा वेग वाढतच राहिला. व्यासपीठावरील काहीही दिसेना. बाळासाहेबांचे शब्द कानावर पडत होते, ‘‘आपण आणीबाणीमध्ये एकोणीस महिने तुरुंगात होतो. ते संकट आपण पचविले. त्यापुढे हे पावसाचे आव्हान काहीच नाही.’’

पावसामुळे सारे जण आसरा शोधत पळत सुटतील असा माझा अंदाज होता. उठून पळण्यासाठी मी आजूबाजूस पाहिले. कोणीही हलत नव्हते. आपणच मधून कसे पळणार या भावनेनं मीही बसून राहिलो. सारे जण पावसानं ओले चिंब झाले होते. त्या मैदानात पाणी साठून तळे झाले होते. पाणी वाढत वाढत आता मांडी पूर्ण पाण्याखाली गेली होती. दिसणं आणि स्पष्ट शब्द ऐकू येणंही बंद झालं होतं. बाळासाहेबांचं भाषण चालू आहे, एवढेच ऐकू येत होते. पावसात कपडे ओलेचिंब झाले. रुमाल काढून डोक्यावर ठेवणं इथं उपयोगाचं नव्हतं. व्याख्यान, त्यानंतर प्रार्थना असं ठरल्याप्रमाणं सारं त्या मुसळधार पावसात झालं. आम्ही श्रोते बेडकाप्रमाणे पाण्यात बसलेले दिसत होतो.

कार्यक्रमानंतर भिजलेल्या अवस्थेत सायकलवरून घरी परतलो. सकाळी खेडुलकर घरी हजर. ‘‘त्रास झाला नाही ना? तब्येत ठीक आहे ना?’’ अशी विचारपूस केली.

संध्याकाळी भजन म्हणायला यायचं आमंत्रण केलं.

बोनस

साप्ताहिक सकाळ दर वर्षी कथास्पर्धा आयोजित करते. एके वर्षी माझ्या ‘बँकेतले पगार बंद’ या कथेस बक्षीस मिळाले. बँकेतले कर्मचारी सतत बोनसच्या

सर्क्युलरची वाट पाहत असतात. एक दिवस फतवा येतो, 'बोनस तर नाहीच, पण बँकेतले पगारही बंद केलेत. जेवढ्या ठेवी कर्मचारी मिळवतील त्याप्रमाणे त्यांना कमिशन देण्यात येईल.' त्यानंतर बँकेतील लोक ग्राहकांना आपुलकीनं वागवायला लागतात. मी ट्रेनिंग सेंटरला शिकविणारा असल्याने मला ग्राहक कोठून मिळणार या विवंचनेत असतो. मी घाबरून जाऊन ओरडतो, तर ते मला पडलेलं स्वप्न असतं. मी खरंच बँकेत जाऊन पाहतो, तर क्लार्क पेन्शनरच्या अंगावर ओरडत असतो. अशी ही कथा खूप लोकप्रिय झाली.

अमरावतीस मी कलावेध नाट्य कंपनीतील मित्र डॉ. विजय आगरवाल यांना ही कथा सांगितली. ते म्हणाले, "आपण याची व्हिडीओ फिल्म बनवू या. माझ्याकडे कोऱ्या व्हिडीओ फिल्म कॅसेट्स भरपूर शिल्लक आहेत."

ठरल्याप्रमाणे मी हिंदीमध्ये कथा, पटकथा, संवाद लिहिले. सिनेमा काढण्याचा अनुभव नव्हता. कलावेधमधील बोस, डॉ. आगरवाल, सतीश वाघ, गीता भुर्के, मी असे कलाकार गोळा करून एकांकिकेप्रमाणे बसविली. तासाच्या ऐवजी दोन-तीन तास शूटिंग चालेल व सिनेमा तयार होईल असे वाटले.

प्रत्यक्ष कामाला सुरुवात केली, तर शूटिंगसाठी कॅमेरा धरणाऱ्याला फिरायला खाली रूळ लागतात हे कळलं. उजेडासाठी हातात दिवे धरणारे स्पॉटबॉइज आणले. एका शॉटनंतर सर्व स्पॉट बदलून दुसरा शॉट पहिल्या दिवशी रात्री आठला सुरुवात करून एक वाजेपर्यंत धडपड केली. फक्त पंधरा मिनिटांचा सिनेमाचा भाग तयार झाला. आता या फंदात पडलोय तर पूर्ण करू या, असा विचार केला. तांत्रिक बाजू सांभाळताना पटकथा वरचेवर बदलावी लागत होती. एकाच भागातले शूटिंग एकाच वेळी, पण वेगवेगळ्या प्रसंगाचे घ्यायचे म्हणजे त्याच्या स्वतंत्र नोंदी ठेवाव्या लागत होत्या. ते शॉट एकाच वेळी जरी घ्यायचे होते तरीही नटांचे कपडे बदलणे जरुरीचे होते. चित्रपटाची शीर्षके चित्रीकरण करण्यापूर्वी कागदावर चित्रित करून घ्यावी लागली. त्या वेळी पार्श्वसंगीत काय असावे, त्याचे रेकॉर्डिंग कसे करावे असे अनेक विषय पुढे येऊ लागले.

एक दिवसात पुरे करायचे काम पूर्ण व्हायला दहा दिवस लागले. या दहा दिवसांत फक्त चित्रीकरण झाले. मग ध्यानात आलं की, खरं कष्टाचं काम आहे ते एडिटिंगचं. सर्व शॉट सुसंबद्ध जोडणं फारच अवघड काम. ते पूर्ण व्हायला एक महिना लागला; पण चित्रपट पूर्ण झाला. त्याचं नाव ठेवलं 'बोनस'.

कथा, पटकथा, संवाद माझं असलेली ही व्हिडीओ फिल्म तयार झाली. त्यात अनेक कलाकारांसह माझी व सौ.चीही भूमिका होती. कलाकारांना मानधन नव्हतं. खर्च होता तो स्पॉटबॉईजना द्याव्या लागणाऱ्या मजुरीचा. एकूण खर्च सुमारे रुपये ४००० आला.

रोटरी क्लब, लायन्स क्लब, बँकांचे ग्राहक मेळावे अशा ठिकाणी व्हिडीओ फिल्म दाखविण्यात आली. उत्स्फूर्तपणे स्वागत झाले. वृत्तपत्रांतून छायाचित्रांसह प्रसिद्धी मिळाली.

घर की मुर्गी

लायन्स क्लबची अमरावती येथे होणारी परिषद जवळ येत चालली होती. त्यामध्ये करमणुकीसाठी मी 'घर की मुर्गी' हे नाट्य लिहायला घेतले. दोन दिवसांत पुरं केलं. मी व सौ.ने त्यात भूमिका केल्या.

कसं वागावं हे व्याख्यानातून सांगणारा प्राध्यापक घरात मात्र आज बायकोचा वाढदिवस आहे हेच विसरतो. या प्रहसनातले शेरही खूप दाद मिळवून गेले.

'तुम जब सफेद साडी पेहनके आती हो तो अँब्युलन्स जैसी दिखती हो
वह घायलको ले जाती है, तुम घायल कर जाती हो.'
'मर्दसे औरतकी इज्जत होती है जादा
बन्सी चुमी जाती है, तबला ठोका जाता है.'

लायन्स कॉन्फरन्समध्ये वाक्यावाक्याला हशा आणि टाळ्या देऊन श्रोत्यांनी मनसोक्त आनंद लुटला.

भरत नाट्य मंदिर

नाटक हे वेडच असतं. आर्थिक फायद्याचा विचार न करता कलावंत नाटकाकडे ओढला जातो. मी भरत नाट्य मंदिराचा एक वर्षाचा नाट्य अभ्यासक्रम पूर्ण केला. प्रभात रोडवरच्या ट्रेनिंग कॉलेजमधून चालत निघून भरतला जात असे. अभिनय, आवाज, रंगभूषा, वेशभूषा, रंगमंच भूगोल, जिभेला वळण लावण्याचा सराव, रंगमंचावरील हालचाली, संहिता निवड, प्रकाशयोजना, पार्श्वसंगीत असे अनेक विषय शिकलो.

काही जागा अशा असतात की, तिथं जावंसं वाटतं. भरत हे त्यापैकीच एक आहे. येथील द्वारपालापासून ते अध्यक्षांपर्यंत सर्व परिचयाचे. भरतच्या विजापुरे एकपात्री अभिनय स्पर्धेत सौ.ला तीन वेळा पारितोषिक मिळालं. त्यानंतर तिला परीक्षक या नात्याने बोलवू लागले. जुन्या नामवंत नटांच्या अभिनयाचं चित्रीकरण करून ठेवण्याचा प्रकल्प भरतनं राबवला. त्याची सुरुवात झाली चित्तरंजन

कोल्हटकर यांच्यापासून. त्यांनी ‘एकच प्याला’मधील सुधाकराची भूमिका केली व सौ.ने सिंधूची. वास्तविक सौ.गीता ही बाजूला उभे राहून संवाद म्हणणार होती. चित्रीकरणात फक्त चित्तरंजन उर्फ बापू येणार होते, पण हिचा अभिनय पाहून बापूंनी तिच्यासह चित्रीकरण करण्यास सांगितले. सौ.ला मिळालेले हे खरे अभिनयाचे पारितोषिक!

भरतने सांस्कृतिक कार्यक्रमांतर्गत मी व सौ.ने सादर केलेला ‘पु.ल. एक आनंदयात्रा’ हा कार्यक्रम आयोजित केला. स्वस्त नाटक योजनेत ‘मला तूच हवायंस’ या संजय डोळे लिखित व रघुनाथ माटे दिग्दर्शित नाटकात मी व सौ.ने भूमिका केल्या. भरतमध्ये बालगंधर्वांच्या वेळचा ऑर्गन आहे. बालगंधर्व वापरीत तो पानाचा डबा आहे. वाचनालयात नाट्यविषयक सर्व प्रकारची पुस्तकं आहेत. मराठीतील सर्व नामवंत नट-नट्यांची छायाचित्रे लावलेली आहेत. मुख्य म्हणजे इथली सर्व माणसं आपुलकीनं वागणारी आहेत. म्हणूनच माझ्या भरतला खूप फेऱ्या झाल्या.

केसरी वाड्यात कार्यक्रम

‘खुमासदार अत्रे’, ‘पु. ल. एक आनंदयात्रा’ व ‘विनोद मेजवानी’ हे सौ. व मी करीत असलेले कार्यक्रम लोकप्रिय झाले. सतत प्रयोग होत होते. गणेशोत्सवात ‘विनोद मेजवानी’ हा कार्यक्रम केसरी वाड्यात करावयास मिळाला. लोकमान्य टिळकांनी स्थापन केलेल्या ‘केसरी गणेशोत्सवा’चं ते ११०वं वर्ष होतं.

कार्यक्रमास माजी केंद्रीय मंत्री मोहन धारिया उपस्थित होते. लोकमान्यांचे पणतू दीपक टिळक यांच्या हस्ते आम्हा दोघांचा सत्कार झाला. लोकमान्यांची प्रतिमा असलेले स्मृतिचिन्ह मिळाले.

दुसऱ्या वर्षी हा कार्यक्रम पुणे फेस्टिव्हलतर्फे बालगंधर्व रंगमंदिरात सादर केला गेला.

या कार्यक्रमात श्रीपाद कृष्ण कोल्हटकर, राम गणेश गडकरी, चिं. वि. जोशी, आचार्य अत्रे, पु. ल. देशपांडे, द. मा. मिरासदार, वि. आ. बुवा आदींचे विनोद आम्ही सांगत असू. कार्यक्रम संपल्यावर श्रोते भेटून कार्यक्रम आवडल्याचे सांगत. त्या वेळी ते त्यांना माहिती असलेले विनोद आम्हाला ऐकवित व सांगत, “हे पुढच्या कार्यक्रमात घ्या हं!”

एका दमात कॅसेट

साने गुरुजी वसाहत, कोल्हापूर येथे विकास मोने यांचा झंकार कॅसेट रेकॉर्डिंगचा स्टुडिओ आहे. मी व सौ. सादर करीत असलेल्या साहित्यिक कार्यक्रमाच्या ध्वनिमुद्रिका काढण्याचं त्यांनी ठरविलं. त्या स्टुडिओत ते १२ ते १५ रसिकांना कार्यक्रम ऐकण्यासाठी आमंत्रित करीत. मी व सौ. त्या श्रोत्यांपुढे कार्यक्रम सादर करत असू. प्रत्यक्ष कार्यक्रमच होत असल्यामुळे आवाजात जिवंतपणा यायचा. वाक्यावाक्यातलं अंतर प्रभावी व्हायचं. श्रोत्यांचे प्रतिसादही टिपले जायचे. ऑडिओ रेकॉर्डिंग उच्च प्रतीचं होत असे. कोल्हापूर मुक्कामात मी व सौ.ने सादर केलेल्या 'खुमासदार अत्रे', 'पु. ल. एक आनंदयात्रा', 'नामदार जगन्नाथ शंकरशेठ', 'विनोद मेजवानी', 'सुखी जीवनाची वाटचाल', 'सभेत कसे बोलावे' या कॅसेट्स काढल्या.

पुण्यात अनिता कम्युनिकेशनने आमची 'शरद तळवलकर अर्थात गुदगुल्या' ही कॅसेट काढली. कार्यक्रम करीत कॅसेट काढल्यामुळे त्या न थांबता एका दमात झाल्या.

■

कोलंबो बीचवर हास्यक्लब

हास्य हे गुणकारी औषध आहे. कोल्हापुरात मी सकाळी ताराबाई पार्कजवळच्या हास्यक्लबमध्ये जात असे. मैदानात उभ्या उभ्या व्यायाम करायचे व शेवटची दहा मिनिटं हास्यप्रकार करायचे असा प्रघात होता.

कोल्हापूरला साजेसा पहिला हास्यप्रकार होता मर्दमराठा हास्य! यामध्ये युद्ध जिंकल्याप्रमाणे दोन्ही हात वर करून हसायचे. कबुतराप्रमाणे तोंड न उघडता आवाज करणाऱ्या पिजन लाफ्टरने मजा यायची. बिन आवाजाचे हास्य होते सायलंट लाफ्टर. चहा कपात ओतून तो प्याल्याची नक्कल करत टी हास्य व्हायचे. पक्ष्याच्या पंखाप्रमाणे दोन्ही हात हवेत तरंगत, पदन्यास करीत हसायचे. 'बर्ड लाफ्टर' फार मोहक दिसायचे.

हसण्यामुळे शरीरास चांगला व्यायाम होतो. त्यासाठी एक हास्य दीर्घ काळ ठेवायचा सराव करायचा.

श्रीलंकेच्या दौऱ्यावर असताना तेथील लोकांनी अशा हास्यक्लबचे आयोजन कोलंबो बीचवर केले. मी सर्व माहिती सांगून सुरू करण्यास सांगितले. सहजासहजी कोणी बीचवर हसायला तयार होईनात. मग ह हा हि ही बाराखडीने हास्य घेतले. त्यास सारे तयार झाले. मग सर्व हास्यप्रकार करून त्यांनी आनंद लुटला.

कोलंबो बीच एकदम स्वच्छ आहे. संध्याकाळी बीचवर मोठ्या पडद्यावर क्रिकेट मॅच दाखवित होते. सारे जण वाळूमध्ये बसून मजा लुटत होते. बीचवर थंड पेये, नारळपाणी, तळलेले मासे असे पदार्थ विकणारी छोटी दुकाने होती. ही दुकाने

वेडीवाकडी लावलेली नव्हती. महानगरपालिकेनं समुद्रकिनारी एका रांगेत प्रत्येक दुकानाची फक्त एक भिंत बांधून दिली होती. या भिंतीचा आकार जहाजाच्या शिडाचा होता. त्यामुळे किनाऱ्यावर जहाजे उभी असल्यासारखे वाटत होते. एका भिंतीच्या आधाराने तीन बाजूस ताडपत्री वगैरे लावून दुकाने थाटली होती.

कोल्हापुरात पंचवीसहून अधिक हास्यक्लब होते. त्यांच्या एकत्रित मेळाव्यास दैनिक 'पुढारी'चे संपादक प्रतापराव जाधव आले होते. ते म्हणाले, "हास्य आणि विनोद यांचं फार जवळचं नातं आहे. आमच्या वृत्तपत्र व्यवसायातही विनोद घडत असतात. परवा येथील एका मंत्रिमहोदयांच्या पत्नीचा सकाळीच फोन आला. त्या म्हणाल्या, "तुम्ही आजचा 'पुढारी' वाचलात का?"

"मी म्हटलं, अजून नाही वाचला. त्यांच्या आग्रहावरून मी तो त्वरित पाहिला. मंत्रिमहोदयांचा एका कार्यक्रमातील फोटो छापला होता. त्याखाली लिहिले होते, 'माननीय मंत्री' महोदयांना पाच सुवासिनींनी आवाळले. त्यावर मी म्हणालो, "हा विनोद झाला खरा, पण वहिनीसाहेब तुम्ही तुमच्या मिस्टरांकडे जरा जास्त लक्ष द्या!" "

दुसऱ्या एका ग्राहकाचा प्रतापरावांना फोन आला. तो म्हणाला, "आमची जाहिरात पुढारीमध्ये प्रसिद्ध झाली आणि सकाळपासून फोन येत आहेत."

"मग छानच, तुमचा व्यवसाय वाढेल."

"काय व्यवसाय वाढेल! जाहिरातीत तुम्ही आमच्या गाद्यांबद्दल असं छापलंय - येथे उबदार, मऊ, लुसलुशीत माद्या मिळतील!"

समारंभ खूपच रंगला

हास्य ही प्रवृत्ती आहे. तिचा विकास व्हायला हवा. एकदा हास्यक्लबमधील माझा एक मित्र मला दुपारी भेटला. त्याला व मला दोघांनाही वेळ होता. मी त्याला म्हटलं, एक विनोद ऐक. अगदी ठेवणीतला खास विनोद मी त्याला खुलवून खुलवून सांगितला. मला वाटलं सोडा वॉटरची बाटली फुटल्याप्रमाणे त्याच्या मुखातून हास्य बाहेर पडणार. तर तो शांतच उभा. मी त्याला विचारलं, "अरे विनोद कळला का नाही? हसला नाहीस ते."

"विनोद कळला रे! पण मी हसलो नाही याचं कारण म्हणजे सध्या मी सकाळी हास्य क्लबला जातो ना, तेव्हा फक्त सकाळी हसतो!"

अभिजित कुंटेचे १०१ जणांबरोबर बुद्धिबळ

एक व्यक्ती भारावलेली असली, तर किती मोठं काम उभारू शकते याचं उदाहरण म्हणजे मकरंद वेलणकर. बुद्धिबळ हा खेळ चार भिंतींबाहेर काढून त्यानं

तो चक्क मैदानात आणला.

प्रथम तो प्रायोजकत्व मागायला मार्केटिंग विभागात आला तेव्हा 'बुद्धिबळ जल्लोष' काय असणार असं वाटलं. पण प्रत्यक्ष पाहिले तर खरेच एखाद्या क्रिकेट सामन्याला गर्दी होते तशी माणसे लोटली होती.

बुद्धिबळ खेळायला ४०० जण बसले होते. सतत तीन दिवस सामने चालले होते. एक दिवस तर ग्रँडमास्टर अभिजित कुंटे एका वेळी १०१ खेळाडूंबरोबर खेळला. एक वर्ष ग्रँडमास्टर स्वाती घाटे १०१ खेळाडूंबरोबर बुद्धिबळ खेळली. एवढ्या मोठ्या खेळाडूंचा उत्साह ओसंडून वाहत होता. आपल्या मुलानेही पुढे 'अभिजित' किवा 'स्वाती' व्हावे यासाठी त्यांचे पालकही मोठ्या संख्येनं आले होते. आजूबाजूला खाण्याचे स्टॉल्स, पुस्तकांची दुकानं लागली होती.

दर वर्षी वाढत जाणाऱ्या गर्दीमुळे बिनखांबाचा १००० खेळाडू बसतील एवढा मांडव घातला गेला. सामना पाहायला गॅलरी उभारली. अशा या जल्लोषाच्या शुभारंभात आपण होतो याचा आनंद झाला.

इंग्लंडमधील चुरशीचा सामना जिंकून ग्रँडमास्टर अभिजित कुंटे घरी आला तेव्हा आम्ही सारे शेजारी पहाटे पाच वाजता त्याचे स्वागत करायला त्याच्या घराजवळ उपस्थित होतो. विद्युत्-रोषणाई केली होती. रांगोळ्या घातल्या होत्या. फटाके वाजत होते. नंतर त्याची रथातून मिरवणूक काढण्यात आली. बुद्धिबळ प्रकाशझोतात आले.

बाबासाहेब पुरंदरे

पुणे ते पन्हाळगड हा प्रवास पुण्यातील युवक, युवती घोड्यावरून करणार होते. याचे मार्गदर्शक होते शिवशाहीर बाबासाहेब पुरंदरे! सदर कार्यक्रमास बँकेने प्रायोजकत्व दिले होते. विश्रामबाग वाड्याच्या प्रांगणात नऊवारी साडी नेसलेल्या तरुणी अश्वारूढ झाल्या होत्या. त्या वेळी बाबासाहेबांनी विश्रामबाग वाड्याचा इतिहासही कथन केला. त्यामुळे प्रोत्साहित होऊन मी बाबासाहेबांना त्यांच्या पर्वती पायथ्याजवळील वाड्यात भेटलो.

विश्रामबाग वाड्यातून पेशवे रमणा नावाने विद्वान ब्राह्मणांना देणग्या देत. ब्रिटिशांना त्या जागी इंग्रजी शाळा काढावयाची होती. त्या वेळी ब्रिटिशांनी मुंबईत नामदार जगन्नाथ शंकरशेठ यांचा सल्ला घेतला. त्यांनी यामुळे जनतेत नाराजी निर्माण होईल असे सांगितले. तरीही ब्रिटिश त्यांच्या निर्णयावर ठाम राहिले. मग शंकरशेठ यांनी तिथे संस्कृत अध्ययनाची सोय करण्यास सुचविले. ही सूचना अमलात आणली गेली. हे ध्यानात घेऊन विश्रामबाग वाड्यात ना.

जगन्नाथ शंकरशेठ यांचे तैलचित्र लावण्याची विनंती मी बाबासाहेबांना केली. ती त्यांनी मान्य केली.

महाशिवरात्रीच्या शुभमुहूर्तावर विश्रामबाग वाड्यात कार्यक्रम झाला. अष्टभुजा दुर्गादेवी न्यासाने सहकार्य केले. उदयराव गडकरी व मी तैलचित्र भेट दिले. शंकरशेठ घराण्यातील पद्मिनी शंकरशेठ व अन्य नातेवाईक या प्रसंगी उपस्थित राहिले. बाबासाहेब पुरंदरे यांच्या शुभहस्ते तैलचित्र विश्रामबाग वाड्यात लागले.

भारतात प्रथम रेल्वे सुरू करणारे, शिक्षणाचा पाया रचलेले, प्रथम मुलींची शाळा सुरू करणारे, सतीची चाल बंद करणारे, मुंबई शहराची जडणघडण करणारे भारताचे थोर नेते नामदार जगन्नाथ शंकरशेठ यांचे कार्य या कार्यक्रमाच्या निमित्ताने सर्व जणांपर्यंत पोहोचले.

राजा केळकर संग्रहालयात जगन्नाथ शंकरशेठ यांच्या घरातील पूजेचा देव्हारा आहे. त्या संग्रहालयातील संचालकांना विनंती करून शंकरशेठ पुण्यतिथीचा कार्यक्रम संग्रहालयातही घडवून आणला. शंकरशेठ यांच्यासंबंधीच्या चित्रफिती मी तयार करून दाखविल्या.

साहित्य संमेलनाध्यक्ष

पाचवे दैवज्ञ साहित्य संमेलनाचे अध्यक्षपद गोव्याचे श्रीपादराव मडकईकर, संपादक 'गोमंतकालिका' यांच्याकडून मी स्वीकारले. मुक्तांगण प्रशाला, पुणे येथील प्रांगणात भव्य शामियाना घालण्यात आला होता.

महाराष्ट्र, कर्नाटक, गोवा, दिल्ली येथून साहित्यिक आले होते. प्रमुख पाहुणे होते द. मा. मिरासदार. संमेलनाचे उद्घाटक होते समाजश्रेष्ठी जगन्नाथभाई पेडणेकर सराफ. या संमेलनातील माझे भाषण खूप लोकप्रिय झाले. वसंत मासिकाने त्याचे पुनर्मुद्रण केले.

संमेलनात लहान मुलांसाठी 'ग्रंथहंडी' कार्यक्रम ठेवला होता. मुलांनी हंडी फोडल्यावर त्यांच्या हाती बालसाहित्य आले. जगन्नाथभाई पेडणेकर यांची 'ग्रंथतुला' करण्यात आली. ग्रंथदिंडी, ग्रंथ प्रदर्शन, ग्रंथ प्रकाशन, उत्कृष्ट ग्रंथ पुरस्कार हे होतेच.

'साहित्य विनोद कट्टा' या प्रयोगामुळे संमेलनात आलेल्या प्रत्येकाला प्रत्यक्ष सहभागाची संधी मिळाली. एका माइकपुढे येऊन कोणीही कविता वाचन, विनोद सांगू शकत होता. हा प्रकार फार लोकप्रिय ठरला.

संमेलनात हार-गुच्छाऐवजी पुस्तके भेट म्हणून देण्यात आली.

ग्रेट जी. ए.

यशवंतराव चव्हाण नाट्यगृहातून बाहेर पडून मी घराकडे कारने चाललो होतो. एका बाईंना लिफ्ट दिली. बोलताना कळले त्या थोर साहित्यिक जी. ए. कुलकर्णी यांच्या भगिनी, नंदा पैठणकर होत्या. जी. ए. त्यांच्या अखेरच्या काळात धारवाडहून पुण्यास येऊन त्यांच्याकडे राहिले होते. पुढे नंदा पैठणकर यांच्या अनेक वेळा भेटी झाल्या. त्यांनी व मी बँक ऑफ महाराष्ट्रच्या सहकार्यानं जी. एं.च्या साहित्यावर परिसंवाद घ्यायचा असे ठरविले.

सुप्रसिद्ध साहित्यिक द. मा. मिरासदार व मी प्रमुख वक्ते होतो. जी. एं.वर लिहिलेला प्रबंध मी वाचनालयातून मिळविला. पंधरा दिवस मी सतत जी. एं.चं साहित्य वाचत होतो.

जी. ए. या व्यक्तिमत्त्वाचं वेगळेपण लक्षात आलं होतं.

'लॉर्ड ऑफ फ्लाईज' ह्या गोल्डींग यांच्या पुस्तकाने नोबेल पुरस्कार पटकावला. या पुस्तकाच्या प्रेमात पडल्यानं जी.एं.नी त्याचा मराठीत अनुवाद केला. या अनुवादित पुस्तकाचा प्रकाशन समारंभ पुण्यात होता. गोल्डींग परदेशातून खास या कार्यक्रमासाठी आले. त्या वेळी जी. ए. पुण्यातच होते, पण ते सदर कार्यक्रमास गेले नाहीत. लेखक हा लेखनातून प्रकट होतो. तो राहतो कसा, दिसतो कसा याला काहीही महत्त्व नाही. ताजमहाल पाहायचा असेल तर आग्रा येथे जाऊन तो पाहावा. या जगप्रसिद्ध वास्तूसाठी संगमरवर इराकमधून आणला म्हणून तिथे जाऊनच संगमरवराच्या खाणी शोधण्याच्या फंदात पडू नये ही त्यांची भूमिका होती.

ते लोकांना भेटणं टाळत. त्यांचे संवाद साधण्याचे माध्यम होते पत्रव्यवहार. त्यांचे लिखाण जरी गंभीर असले, तरी त्यांची तरल विनोदबुद्धी वरचेवर प्रकट होई. एकदा त्यांच्या एका सहकारी प्राध्यापकाला दोन मुंगूस मागवायचे होते. त्यासाठी त्याने पत्र लिहायला घेतलं. सेंड टू मुंगूस असे लिहिताना गूसचे अनेकवचन goose का gooses असा प्रश्न पडला. सर्व प्राध्यापकांत चर्चा झाली, पण एकमत होईना. शेवटी त्याने लिहिले - सेंड वन मुंगूस. पत्रातील सहीच्या खाली ताजा कलम म्हणून लिहिले - पी. एस. - सेंड वन मोअर मुंगूस!

टीव्ही या इडियट बॉक्सबद्दल ते म्हणत, "TV sets are always shouting as if they have permanent sound diarrheas!"

काव्याबद्दल त्यांना आदर होता. एकदा एक कवी त्यांना भेटला. त्याच्या कवितासंग्रहाला प्रस्तावना द्यावी, अशी विनंती करू लागला. तेव्हा त्याला नकार देताना जी ए. म्हणाले, "मला जर पद्य येत असतं तर मी गद्याची हमाली कशाला केली असती!"

जी.ए. म्हणत, "ज्ञानाने माणूस जाणीवसंपन्न होतो. दुःखाने तो भावसंपन्न

होतो. सुख माणसाला बहिर्मुख करते. दुःख अंतर्मुख करते. दुःखामुळे जीवनाकडे पाहण्याची कोवळी नजर येते. दुःखामुळे आयुष्यात उत्कटता येते. दुःख ही मानवीपणाची खूण आहे. दुःखाची देणगी मानवाला प्राप्त झाली हे त्याचे थोरपण आहे. दुःखामुळे अस्तित्वाचे भान राहते. दुःख जीवनाच्या गाभ्याला स्पर्श करते. दुःखामुळे जीवनाची अनुभूती येते. दुःख भोगण्यात माणसाचे माणूसपण आहे.''

महाराष्ट्रात बृहन्महाराष्ट्रची शाखा काढा!

बेंगळुरूची महाराष्ट्र मंडळातर्फे भरविण्यात येणारी महाबँक रंगदक्षिणी एकांकिका स्पर्धा लोकप्रिय आहे. मी व सातारचा नाट्यकर्मी तुषार भद्रे परीक्षक म्हणून या स्पर्धेस गेलो.

बँकेच्या जनरल मॅनेजर शुभलक्ष्मी पानसे यांनी स्पर्धेचं उद्घाटन केलं. एकांकिका सादर करणारे बेंगळुरू, गोवा, कर्नाटक, महाराष्ट्र येथील होते. चांगल्या एकांकिका पाहायला मिळाल्या.

बेंगळुरूमधील मराठी मंडळी उत्साहात काम करीत होती. सर्वत्र संक्रांतीचं वातावरण होतं. ललना चंद्रिका साड्यांमध्ये होत्या. दारावर तिळगूळ वाटत होते. आमची व्यवस्था चांगली ठेवली होती. नाश्त्याला डोसा असायचा. जेवणातल्या दहीभातात काजू होते. त्यांचं 'टीमवर्क' सुरेख होतं. मराठी माणसांची एकी परप्रांतात अधिक दिसते त्याचा उल्लेख करून मी समारोपाच्या भाषणात म्हणालो, ''आपल्या या बृहन्महाराष्ट्र मंडळाची शाखा पुण्यात काढा!''

स्पर्धेची बक्षिसे नटवर्य मोहन जोशींच्या हस्ते देण्यात आली.

रिक्षावाले काका

पुण्यातील विविध थरांतील जनतेशी संबंध प्रस्थापित करण्यासाठी आमच्या मार्केटिंग विभागातर्फे पुणे क्षेत्राच्या माध्यमातून विविध कार्यक्रम आयोजित केले. त्यात एक कार्यक्रम होता सर्व रिक्षाचालकांचा मेळावा.

माझ्या प्रास्ताविकानंतर ह. भ. प. बाबा महाराज सातारकर यांचे सुश्राव्य प्रवचन झाले. रिक्षाचालकांना बचतीचा संदेश तर त्यांनी दिलाच; परंतु पुढे सुखी जीवनाची गुरुकिल्लीही सांगितली.

खास रिक्षावाल्यांसाठी बँकेने आयोजित केलेला कार्यक्रम वैशिष्ट्यपूर्ण ठरला.

पुलाव नव्हे; पु. ल.

आय.डी.आर.बी.टी. ही माहिती आणि तंत्रज्ञान क्षेत्रात संशोधन करणारी भारतातील आघाडीची संस्था. भारतातील सर्व बँकांना संगणक क्षेत्रातील प्रशिक्षण देणारी सर्वोच्च संस्था. व्ही-सॅट यंत्रणा भारतभर पसरविण्यात महत्त्वाचे कार्य यांनीच केले.

बँकेतर्फे संगणक प्रशिक्षणासाठी मी या संस्थेत हैदराबादला गेलो. तेव्हा येथील व्ही-सॅट विभागही पाहिला. व्ही-सॅट म्हणजे व्हेरी स्मॉल ॲपरेटस टर्मिनल. एका ठिकाणाहून दुसऱ्या ठिकाणी एका सेकंदाच्या आत संदेश पाठवायची यंत्रणा.

मी कोल्हापूरला असिस्टंट जनरल मॅनेजर असताना तिथे ही यंत्रणा उभी करण्याची जबाबदारी माझ्यावर होती. बँकेच्या सर्व क्षेत्रीय कार्यालयांमध्ये ही यंत्रणा उभी करायची योजना होती. तिसापैकी २९ ठिकाणी ती उभारली होती. फक्त आमच्या येथे कोल्हापूरला काम झाले नव्हते. लीज लाइन टाकण्यामध्ये वृक्ष येत होते. ते वृक्ष तोडण्यास महानगरपालिका तयार नव्हती.

कोणताही प्रकल्प पूर्ण करताना फक्त पैसा आहे म्हणून तो पूर्ण होत नाही. तो पूर्णत्वास नेण्यास विविध क्षेत्रांतील माणसांशी सातत्यानं सुसंवाद साधावा लागतो. तेच मी केलं. फारशी झाडं न तोडता तसेच लीज लाइनचा मार्ग तंत्रज्ञांच्या साहाय्याने बदलून कोल्हापूरचे व्ही-सॅट भारताच्या तंत्रज्ञान नकाशावर आणले! व्ही-सॅट संदेश कोल्हापूरहून अहमदाबादला जायचा असेल तर तो कोल्हापूरहून प्रथम आय.डी.आर.बी.टी हैदराबाद येथे येतो व तिथून तो अहमदाबादला पोहोचतो. हे सारे होते एका सेकंदाच्या आत! हैदराबादमधील आमचं प्रशिक्षण चालू असताना एक कार्यपालक म्हणाले, ''अरे, तू पु.ल. देशपांडे यांच्यावर कार्यक्रम करतोस. इथं बऱ्याच जणांची तो पाहण्याची इच्छा आहे. आज संध्याकाळी कर.''

मी हो म्हटलं. थोड्या वेळानं संगणकाच्या पडद्यावर पाहतो तर या कार्यक्रमाची माहिती त्यावर झळकली होती. ती पाहून मला आनंद झाला; पण क्षणात असाही विचार आला की, मी कार्यक्रम नेहमी मराठीत करतो. आता ही जाहिरात वाचून अमराठी कार्यपालकही कार्यक्रमास आले तर पु.लं.चे विनोद इंग्रजीत खुलतील का? 'बोलून चालून तो पोटचा गोळा' याचं इंग्रजीत भाषांतर करायचं म्हणजे पोटात गोळा उभा राहायचा. मग ठरवलं, आता मनावर दडपण आणायचं नाही. त्या वेळी समोर लोक कोण आहेत पाहून त्याप्रमाणे कार्यक्रम करायचा.

सायंकाळी सभागृहात पाहतो, तर बँक ऑफ महाराष्ट्रमधील मराठी व अमराठी कार्यपालक उपस्थित होते. शिवाय आय.डी.आर.बी.टी.मधील प्रशिक्षक मोठ्या प्रमाणात होते. त्यांना मराठी येत नव्हतं. ते पाहून मी पु. ल. देशपांडे कोण होते

हे प्रथम इंग्रजीत सांगितलं. नंतर पूर्वयोजना न करता इंग्रजी, हिंदी, मराठी अशा भाषांमध्ये बोलत गेलो. शब्दापेक्षा प्रसंगांना महत्त्व दिलं. कार्यक्रम चांगलाच रंगला. दुसरे दिवशी एक दाक्षिणात्य कार्यपालक म्हणाले, ''काल मी घरी न सांगता तुमच्या कार्यक्रमाला बसलो. फार छान झाला. घरी गेल्यावर उशिरा आलो म्हणून बायकोचा अबोला! मुलीनं कुठं गेला होता विचारल्यावर मी 'पु.ल.' असं सांगितलं, तर ते बायकोला पुलाव ऐकू गेलं. तिला वाटलं मी जेवूनच आलो. नंतर खुलासा केला व पु.लं.चे विनोद घरीही ऐकविले व गंभीर वातावरण हसरे झाले!''

■

लेखनाची आवड

शाळेत असताना कवी गिरीश, शाहीर अमर शेख, आचार्य प्र. के. अत्रे, न. वि. तथा काकासाहेब गाडगीळ, द. न. गोखले अशा अनेक साहित्यिकांना जवळून पाहिले. त्यांची उपस्थिती विद्यार्थ्यांमध्ये 'तुम्हीही लिहा' ही प्रेरणा निर्माण करणारी होती.

विद्यार्थी परिषदेचं काम करताना निधी संकलनासाठी 'स्मृती मंजूषा' नावाचा विशेषांक काढला. त्यासाठी लिखाण करावंच लागे. आमचे विद्यार्थी परिषदेतले गुरू प्रा. दा. सी. देसाई हे लिहावं कसं याबाबत माहिती देत. भारतीय एकात्मता कार्यक्रमातून मी अरुणाचल प्रदेशात जाऊन आलो. तेथील अनुभवकथन करणारा लेख – 'मी पाहिलेला नेफा' आमच्या शिवाजी महाविद्यालयाच्या नियतकालिकात प्रसिद्ध झाला. त्या लेखाला उत्कृष्ट लेखनाबद्दलचे प्रथम पारितोषिक मिळाले. नामदार यशवंतराव मोहिते यांच्या शुभहस्ते स्नेहसंमेलनात मला पुरस्कार देण्यात आला.

साताऱ्यातून दैनिक 'ऐक्य' प्रसिद्ध व्हायचा. त्यामध्ये सूर्यफुले नावाचे साहित्यिक सदर होते. महाविद्यालयातील घडामोडींवर त्या सदरातून लिखाण केलं.

सभेत कसे बोलावे

विवेकानंद केंद्राचे काम करताना प्राचार्य शिवाजीराव भोसले यांची व्याख्याने अनेक ठिकाणी आयोजित केली. साताऱ्याने क्रांतिसिंह नाना पाटील, आचार्य अत्रे

यांची व्याख्याने ऐकली. विद्यार्थी परिषदेत प्रा. अशोक खांडेकर, प्रा. यशवंतराव केळकर यांची व्याख्याने ऐकली. विद्यार्थी परिषदेच्या कामासाठी मला तर सारखीच भाषणे द्यावी लागत. पुढे तर लायन्स क्लबच्या पदाधिकाऱ्यांना 'सभेत कसं बोलावं' याचं चार दिवसांचं प्रशिक्षण दिलं. या साऱ्या अनुभवावरून सभेत कसं बोलावं हे पुस्तक सलग पंधरा दिवसांत सासुरवाडीला, गोरेगावला गेलो असताना लिहिलं. तेव्हा मी कोल्हापुरात होतो. मेहता पब्लिशिंग हाऊसच्या अनिल मेहतांकडे गेलो असता त्यांनी जुन्या राजवाड्याजवळच्या त्यांच्या दुकानात खायला भजी मागविली व खाता खाता 'काय लिहिताय' विचारले. त्यांनी हे पुस्तक प्रकाशित केलं.

महाबळेश्वर येथे लायन्स क्लबच्या डिस्ट्रिक्ट कॉन्फरन्सच्या भव्य व्यासपीठावर प्रांतपाल गुलाटी यांच्या हस्ते पुस्तकाचं प्रकाशन झालं. प्रत्येक पालकाला हे पुस्तक आपल्या मुलानं वाचावं असं वाटतं. त्यामुळे त्याचा खप वाढला आहे. या पुस्तकाच्या दहा आवृत्त्या निघाल्या.

आणखी एक सिंहासन

बडोदा येथे एका उद्यानात गेलो होतो. तिथं गुजराथीमध्ये एक एकांकिका सादर होताना पाहिली. त्यामध्ये खेळाच्या माध्यमातून सत्तास्पर्धा दाखविली होती. कबड्डी खेळून एक पक्ष दुसऱ्या पक्षातील आमदार आपल्याकडे खेचत होते. ती एकांकिका गुजराथीमध्ये असूनही मला पूर्णपणे कळत होती. त्याचे कारण म्हणजे त्यामध्ये कृतीला महत्त्व दिले होते.

मी त्या कल्पनेवर आधारित मराठीमध्ये विविध खेळ, दूरदर्शनवरील बातम्या याचा समावेश करीत 'आणखी एक सिंहासन' ही एकांकिका मी लिहिली. या एकांकिकेचे प्रयोग महाबँक स्पोर्ट्स क्लब पुणे आणि नागपूर यांनी केले. प्रयोगांमध्ये खेळाचे दर्शन होताच प्रेक्षक उत्स्फूर्तपणे प्रतिसाद देत.

■

पुणं – एक साठवण

पुण्यात डेक्कन जिमखान्यापासून पायी फिरत निघाल्यावर कोठे काय आढळते ते या पुस्तकात मी रेखाटलंय. त्यात ऐतिहासिक घटना, साहित्यिकांच्या आठवणी, सध्याची प्रसिद्ध ठिकाणे हे सारं मिस्कीलपणे मांडलं आहे. पुण्यातील सर्व भागांत फेरफटका मारला आहे. अप्पा बळवंत चौकाला ते नाव का पडलं, नागनाथ पारातला हा नागनाथ कोण, अशीही माहिती मिळते. पुण्यातल्या जेवढ्या मुली परदेशात दिल्या आहेत, त्यांना भेट म्हणून हे पुस्तक हमखास पाठविले जाते. पुणेकर जेव्हा इंग्लंड, अमेरिकेत मुलीकडे राहायला जातो तेव्हा त्यांच्याकडून हे पुस्तक तिथे वाचून होते.

सन पब्लिकेशननं हे पुस्तक प्रकाशित केलं आणि त्या प्रकाशनाचे प्रमुख नाना जोशी यांनी त्यात सुरेख चित्रे स्वत: काढून समाविष्ट केली. पुणे मराठी ग्रंथालय पुणे यांच्याकडून ह. ना. आपटे स्मृती साहित्य पुरस्कार या पुस्तकास प्राप्त झाला. मा. मदनदास देवी यांचे शुभहस्ते तो मला मिळाल्याने खूप आनंद झाला.

अर्थमैत्री

बँकेतून कर्ज कसं मिळवावं याबाबत विवेचन मी या पुस्तकात केलं आहे. बँकेतल्या माझ्या अनुभवांवरून मी बरीच व्यावहारिक माहितीही या पुस्तकात दिली आहे.

प्रोजेक्ट रिपोर्ट कसा करावा, मॅनेजरना भेटावे कसे, बोलावे कसे, ताळेबंदाचा अर्थ, विविध कर्ज योजना अशी माहिती या पुस्तकात आहे. इनामदार बंधूंनी हे

पुस्तक प्रकाशित केलं. तुमच्या या पुस्तकामुळे आम्हाला कर्ज मिळणं सुलभ झालं, अशा अर्थाची अनेक वाचकांची पत्रे मला मिळाली.

बँकेत शेखर सुमन

'बोनस' या कथेला 'साप्ताहिक सकाळ' कथा स्पर्धेत पुरस्कार प्राप्त झाला, हे मागे आलंच आहे. अशी बँकेची पार्श्वभूमी असलेल्या कथांचा समावेश असलेलं 'बँकेत शेखर सुमन' हे माझं पुस्तक सन पब्लिकेशनने प्रकाशित केलं. प्रकाशन द. मा. मिरासदार यांच्या हस्ते आणि मंगला गोडबोले यांच्या उपस्थितीत झालं.

मुक्काम पोस्ट सोलापूर

सोलापुरात एक दिवस 'केसरी'चे प्रतिनिधी माझ्या ऑफिसमध्ये आले. 'केसरी'चा सोलापूर विशेषांक काढणार होते. जाहिराती जमविल्या होत्या. सोलापूरवर दुसऱ्या दिवशी सकाळपर्यंत लेख द्या असे म्हणाले. मी प्रयत्न करतो असे सांगितले. रात्री एक लेख लिहून दिला. त्या लेखाचे वाचकांकडून स्वागत झाले. आता असेच सोलापूरचे पैलू सांगणारे लेख दर रविवारी देण्यास सांगितले. मी लिहीत गेलो. माझे बँकेतील सहकारी मोरेश्वर जोशी हे विविध स्थळांना भेटी द्यायला मदत करीत होते. कविराय राम जोशी, डॉ. कोटणीसकी अमर कहाणीवाले कोटणीस, असे सुरेख लेख छापले गेले. माझे मित्र विराक्षी यांनी या लेखांचं संकलन असलेलं पुस्तक काढण्यात पुढाकार घेतला. सोलापूर महानगरपालिकेच्या राजेशाही सभागृहात निर्मलकुमार फडकुले यांच्या हस्ते, विवेक घळसासी, महापौर कोठे यांच्या उपस्थितीत प्रकाशन झालं.

वाचक म्हणून साहित्यिक शिरीष पै यांचं कौतुकाचं पत्र आलं. सोलापूर म्हणजे रूक्ष गाव असा काहींचा समज असतो, पण सोलापुरातही किती चांगल्या गोष्टी आहेत हे या पुस्तकावरून कळतं.

खुमासदार अत्रे

सोलापुरातील भटकंतीमध्ये आचार्य अत्रेभक्त गोट्या काटकर भेटले. आचार्य अत्रे यांचं सर्व साहित्य त्यांच्याकडे आहे. 'कऱ्हेचे पाणी' लिहिताना आचार्य अत्रे यांना संदर्भासाठी जुने 'नवयुग'चे अंक हवे होते. ते त्यांना या काटकरांकडे मिळाले. त्यांच्याकडील 'नवयुग'चा गठ्ठा मीही उतावीळपणे वाचला. त्यातील निवडक भागांचं एकत्रीकरण करून 'खुमासदार अत्रे' हे पुस्तक लिहिलं. त्याला शिरीष पै

यांची प्रस्तावना मिळाली. ती आणण्याच्या निमित्तानं शिवाजी पार्क, मुंबई येथील त्यांच्या निवासस्थानी जाऊन आलो.

या पुस्तकाचं प्रकाशन वात्रटिकाकार रामदास फुटाणे यांच्या हस्ते आणि ह. वि. इनामदार यांच्या उपस्थितीत झालं.

पु. ल. एक आनंदयात्रा

मी भाग्यवान म्हणून मला पु. ल. देशपांडे यांना भेटता आले. त्यांच्याशी बोलता आले. त्यांच्यासंबंधीच्या माझ्या आठवणी आणि त्यांच्या आयुष्यातील अन्य रोचक घटनांवर आधारित 'पु.ल. एक आनंदयात्रा' हे पुस्तक मी लिहिलं. सन पब्लिकेशनच्या नाना जोशींनी त्यांच्या व्यंगचित्रांनी हे पुस्तक सजवलं; प्रकाशित केलं.

ज्ञान प्रबोधिनीच्या स्वर्णलता भिशीकर यांच्या शुभहस्ते हे पुस्तक प्रकाशित झालं.

प्रासंगिक व्याख्याने

कर्तृत्वामुळे, श्रीमंतीमुळे प्रतिष्ठित माणसाला समारंभाला प्रमुख पाहुणा म्हणून आमंत्रित केले जाते. आमंत्रणाचा स्वीकार केल्यावर त्याच्यापुढे पहिला प्रश्न निर्माण होतो, तो म्हणजे भाषण कोणतं करायचं. ह्या अडचणीच्या काळात मदत व्हावी यासाठी पुणे विद्यार्थी गृहाचे रामचंद्र शेटे आणि मी यांची एक बैठक झाली. मग मी '१०१ प्रासंगिक व्याख्याने' हे पुस्तक लिहिले. विविध प्रकारची उद्घाटने, विविध सणांचे दिवस, वाढदिवस, लग्न अशा वेळी बोलण्यासाठी काही मुद्दे, उदाहरणे या पुस्तकात दिली आहेत. बँक ऑफ महाराष्ट्रचे एक्झिक्युटिव्ह डायरेक्टर अशोककुमार दुगाडे यांच्या हस्ते या पुस्तकाचं प्रकाशन झालं.

बँकिंगवरील पुस्तके

बँकेतील विविध परीक्षांसाठी अधिकाऱ्यांना पुस्तके लागतात. त्या दृष्टीने 'नो युवर बँक', 'बँकिंग ॲट अ ग्लान्स', 'सक्सेसफुल बँकर', 'क्वीज टाईम बँकिंग', 'कि टू सक्सेस इन बँकिंग' इ. पुस्तके लिहिली. 'बँकिंग ॲट अ ग्लान्स'च्या ५००० प्रती संपल्या. ही पुस्तके बँक ऑफ महाराष्ट्र अधिकारी संघटनेच्या मागणीवरून लिहिली. ही पुस्तकं लिहिताना पुरुषोत्तम कराडकर, मल्लिकार्जुन राव,

आर. श्रीनिवासन् यांचं सहकार्य लाभलं.

बँकिंग क्षेत्रात या पुस्तकांचं चांगलंच स्वागत झालं.

'मंत्र श्रीमंतीचा'

बँकेत काम करताना खूप श्रीमंत माणसं भेटली. ती श्रीमंत कशी झाली याबद्दल त्यातील काही जणांशी बोलायला मिळालं. त्या साऱ्यांचे गुण एका नायकामध्ये एकत्रित करून मी 'मंत्र श्रीमंतीचा' हे पुस्तक लिहिलं. नामवंत उद्योगपती डी. एस. कुलकर्णी यांच्या हस्ते या पुस्तकाचं प्रकाशन झालं. मेहता पब्लिशिंग हाऊसने प्रकाशित केलेल्या या पुस्तकाचं वाचकांकडून जोरदार स्वागत झालं. दर पंधरा दिवसाला मला वाचकांकडून पत्र मिळत राहतं. अमेरिकन काँग्रेस ऑफ लायब्ररीज या वॉशिंग्टन येथील संस्थेने या पुस्तकाचा समावेश त्यांच्या संग्रहालयात करून सन्मान केला.

'माइंड जिम'

शरीराला व्यायाम हवा असतो तसाच मनालाही. मनाला व्यायाम देण्यासाठी या पुस्तकात ३० प्रश्न दिले आहेत. त्यांना वाचकांनी १ ते ५पर्यंत गुण द्यायचे. नंतर त्याच्या एकत्रित परिणामाने आपलं मन कोणत्या क्षेत्रात प्रभावी आहे, मागे आहे, ते समजतं. त्यावर उपाय म्हणून मनाचे व्यायाम सांगणारे ३० धडे दिले आहेत. आपणास उपयुक्त तेवढे धडे वाचायचे.

मेहता पब्लिशिंग हाऊसने हे पुस्तक माझ्याकडून भाषांतरित करवून घेतले. डॉ. ह. वि. सरदेसाई आणि सुरेशचंद्र पाध्ये (संपादक 'कला साहित्य' सकाळ) यांच्या उपस्थितीत प्रकाशन सोहळा झाला.

प्रकाशनानंतर चार दिवसांनी या पुस्तकातील व्यायाम प्रकारावर आधारित एक कार्यशाळा मेहता पब्लिशिंग हाऊस येथे घेतली. नवनवीन कल्पना कशा मनात आणायच्या याच्या तंत्राचं प्रात्यक्षिक उपस्थितांनी अनुभवलं.

विविध संस्थांचे अंक, वृत्तपत्रे, दिवाळी अंक यातून गेली ३० वर्षे सातत्याने लिहीत आलो. कंटाळा केला नाही. हात लिहिता ठेवला. अनंत मनोहर यांनी खास पत्र लिहून कौतुक केलं. दैवज्ञ साहित्य संमेलन सांगली येथे भरलं होतं. त्या वेळी म. द. हातकणंगलेकर यांच्या हस्ते 'नाथमाधव साहित्य पुरस्कार' मला देण्यात आला.

■

योगाची संगत

जनार्दन स्वामी

नागपूरला घराजवळच 'योगासने' असा फलक पाहून ही दुपारी त्या वर्गामध्ये जाऊ लागली. गरोदर असल्याचे लक्षात येताच हिने त्या वर्गाला जाणे थांबविले. तेव्हा वर्ग घेणाऱ्या शेवडेबाई म्हणाल्या, ''माझे पती सकाळी सहा वाजता हा वर्ग पुरुषांसाठी घेतात. त्याला तुमच्या पतीला पाठवा.''

मी सकाळी सहाला त्या वर्गाला जाऊ लागलो. शेवडे हे मध्य प्रदेशात इंजिनियर होते. निवृत्तीनंतर ते नागपुरात स्थायिक झाले होते. बंगल्याच्या आवारात योगासन वर्गासाठी त्यांनी शेड उभारून घेतली होती. काही दिवसांतच मला योगासने नीट जमू लागली. सूर्यनमस्कार, उभ्याने आसने, पोटावर पडून, पाठीवर पडून, बसून आसने झाल्यावर प्राणायाम, शवासन व प्रार्थना असा एक तासाचा कार्यक्रम असायचा. इतर पाच-सहा जण येऊ लागले होते. मी नियमितपणे येतो हे पाहून शेवडे खूश झाले होते. त्यांनी मला पुढे बोलावून तो वर्ग घ्यायला लावला. मग रोजच मी तो वर्ग घेऊ लागलो.

शेवडे सरांना फिरायला जायला आवडायचे. मला वर्ग चालवायला सांगून तेच वर्गाला येईनासे झाले. त्यांचं सकाळी फिरणं सुरू झालं.

मी वर्षभर वर्ग घेतल्यावर त्यांनी मला परीक्षेला बसविले. नागपुरातील योग साधनेतील सर्वोच्च गुरू जनार्दनस्वामींनी मुलाखत घेतली. मी योगशिक्षक झालो.

जनार्दनस्वामी नागपुरात घरोघरी जात. योगासनांचं महत्त्व प्रात्यक्षिकासह

दाखवीत. मिळेल ते प्रसाद म्हणून ग्रहण करून राहत. पुढे त्यांनी नियमितपणे वर्ग चालविले. नागपुरात त्यांच्या २२ शाखा झाल्या. योगविद्येमुळे जनार्दनस्वामींना जनमानसात आदराचे स्थान होते. वर्षाने जनार्दनस्वामी गेले. ही बातमी ऐकून मी त्यांच्या अंत्यदर्शनाला गेलो. ते स्वामी होते. त्यांची समाधी बांधण्यात आली. पद्मासनात त्यांचे शव त्या खोल भागात ठेवण्यात आले. मिठानं संपूर्ण खोली भरण्यात आली. मंत्रोच्चाराच्या स्वरात स्वामी समाधिस्त झाले.

त्यांच्याकडून मला योगविद्येचा प्रसाद मिळाला हे माझे भाग्यच!

सामर्थ्यवान योग

सोलापूरच्या ऑफिसर्स क्लबमध्ये अत्याधुनिक तरणतलाव बांधला म्हणून मी पोहायला गेलो. क्लबमध्ये जाताच क्लबचे अध्यक्ष दिनेशकुमार जैन यांनी विचारलं, "पोहायला का योगासनाला?" तेव्हा कळलं, तिथं सकाळी विवेकानंद केंद्रातर्फे योगासन वर्गही चालू होते. ठरावीक मुदतीचा स्ट्रेस मॅनेजमेंटचा म्हणजेच तणाव मुक्ततेचा कोर्स आहे, म्हटल्यावर त्यातच सामील झालो.

योगशिक्षकांच्या सूचनेप्रमाणे प्रत्येक जण शरीर वळवित होता. मनात आलं, 'अगदी पंतप्रधान असले, तरी योगासन म्हटल्यावर त्यांनीच केलं पाहिजे नाही? 'प्लीज डू द निडफूल' असा नेहमीसारखा शेरा मारून दुसऱ्याला काम करायला सांगायची ही गोष्ट नाही.' जिल्हाधिकारी दिनेशकुमार, त्यांच्या सौभाग्यवती, तसेच मुनीर मुजावर, अतिरिक्त जिल्हाधिकारी असे वरिष्ठ अधिकारी योगासनं स्वत:च करीत होते.

मुळात प्रत्येकाला वाटतं की, ही योगासनं करायला वेळ कुणाला आहे? असं वाटणं अगदी साहजिक आहे. हे जगच धावपळीचं बनलंय. विविध शास्त्रीय शोधांमुळे माणसाच्या गरजा वाढल्या आहेत. त्या भागविण्यासाठी त्याचं मन अधिकाधिक व्यग्र होत चाललं आहे. ऐषारामी वस्तू प्राप्त करण्याची मनाची आकांक्षा पूर्ण करायला ते शरीराची धावपळ करायला लागलं आहे. वाहनं, कारखाने, गर्दी, गोंगाट, जंगलतोड यामुळे पर्यावरणाचे तणाव मानवी मनावर होऊ लागले आहेत. या तणावातून मुक्तता म्हणून योग! मी तर अगदी योगायोगानंच या क्लासला आलेलो, पण योगशिक्षक बसवराज देशमुख, सुहास देशपांडे, राजशेखर विभुते हे सारं समजावून सांगत होते.

व्यक्ती ही पंचकोषांनी बनलेली आहे. पहिला कोष म्हणजे अन्नमय. म्हणजे आपले शरीर. ते चांगलं ठेवायचं म्हणजे योग्य व्यायाम आणि आहार हवा. योगासनानं शरीर लवचीक बनून मनाला स्थिरता मिळण्याची बैठक तयार करतं.

दुसरा म्हणजे प्राणमय कोष. ध्यानात किंवा शवासनात स्थिर असताना मनातील विचार कमी झाले की, खरोखरच अंगाभोवती एक आपलं असं हवेचं वलय जाणवायचं. याला ऑरा म्हणतात. हा ऑरा प्रत्येक माणसाला असतो. आपण जितके ध्यानमग्न असू तेवढा या ऑऱ्याचा थर जाड असेल. बेंगळुरूला विवेकानंद केंद्रात या ऑऱ्याचा दीडशे रुपयात फोटो काढण्याची सोय आहे. या पद्धतीला किर्लीयान्स फोटोग्राफी म्हणतात. आता बेंगळुरूला गेल्यावर केवळ विधान भवन बघून न येता आपल्या ऑऱ्याचं छायाचित्रही काढून आणायचं ठरवलंय. ऑरा असला तर लोकांना सांगायचं. नसला तर पुन्हा ध्यानाची प्रॅक्टिस करायची! बेंगळुरूच्या या संस्थेत एका झाडाच्या पानाचे छायाचित्र काढले, तर त्यात ऑऱ्याचे चित्र दिसले. पान खालून एकचतुर्थांश तोडले, तर आऱ्याची व्याप्ती छायाचित्रात कमी प्रमाणात होती. पान जेव्हा अर्धे कापले तेव्हा काढलेल्या छायाचित्रात ऑरा नाहीसा झालेला होता. आपण जिवंत आहे तोपर्यंत असं छायाचित्र काढलेलं बरं!

तिसरा कोष आहे मनोमय. यात चांगलं-वाईट याची मनाला जाणीव होऊन मनशुद्धी होते. विविध प्रकारचं ज्ञान प्राप्त होतं.

चवथा आहे ज्ञानमय कोष. ज्ञानामुळे अहंकार, आसक्ती, अपेक्षा यांचा नाश होतो. माणूस नम्र होतो.

सर्वात शेवटचा टप्पा म्हणजे आनंदमय कोष. कोणाप्रतीही कोणताही संदेह नाही; द्वंद्व नाही.

शरीर अन् मन अगदी चांगलं होण्यासाठी इथं एक तंत्र अवलंबलंय. ते म्हणजे शरीराला ताण द्यायचा अन् मग ते शिथिल करायचं. पुन्हा ताण द्यायचा, मग आणखी शिथिल करायचं. असं करताना एकूण ताणापेक्षा एकूण शिथिलीकरण जास्त होतं. पहिला प्रकार म्हणजे त्वरित शिथिलता तंत्र. पाठीवर पडलेले असताना दोन्ही पाय जुळलेत. हात शरीराला लागून आहेत आणि पायापासून डोक्यापर्यंत एक-एक भाग स्नायू आखडून ताणून ठेवायचे. मग संपूर्ण शरीर ढिले सोडून शवासन करायचं.

शवासन संपते तेव्हा हात-पाय इतके निश्चल झालेले असतात की, ते हळुवार पुन्हा जागे करावे लागतात. आपण हळूच उठून बसतो. प्रार्थना होते व दिवसभरातले ताण सहन करायला मन तयार होते!

शक्ती वाढविण्याचा मार्ग

''एस.एस.वाय.चा कोर्स तुम्ही कराच,'' रोटरीयन मोहन पासनूर, सोलापूर यांचा प्रेमाचा सल्ला.

"त्यात काय असतं?" मी.

"सिद्ध समाधी योग. प्राणायाम व ध्यान यावर यामध्ये भर आहे. बेंगळुरूची ही संस्था आहे."

रजा न काढता कोर्स होतोय म्हटल्यावर या दोन आठवड्यांच्या वर्गाला मी जायलाही लागलो. शुभराय आर्ट गॅलरीत सकाळी पावणेपाच वाजता जायचं म्हणजे घरी पावणेचारला उठायला लागायचं. कारण तिथे नुसतं जायचं नसायचं, तर अंघोळ करून जायचं असायचं; पण या क्लासमध्ये प्राणायामामुळे आपल्यात अशी काही शक्ती निर्माण होते की, लवकर उठलोय तेव्हा दुपारी झोपावं असं कधी वाटायचं नाही. क्लासच्या काळातच एकदा मी 'ती फुलराणी' नाटक पाहिलं. घरी येऊन रात्री पावणेदोनला झोपलो तरी पुन्हा पहाटे पावणेचारला उठलोच.

पद्धतशीरपणे जाणीवपूर्वक श्वासोच्छ्वास केल्यावर शरीरात किती शक्ती निर्माण होऊ शकते याची जाणीव या क्लासने करून दिली. आपल्या शरीरात बहात्तर हजार नाड्या आहेत. अशा सूक्ष्म शरीरात सर्व भागांत हवेचा पुरवठा करण्याचं तंत्र इथं शिकता आलं. अंगठा व कडेचं बोट याची चिमटी करून मग घेतलेल्या चिन मुद्रेतील श्वासात हवा शरीराच्या खालील भागात पोहोचते. त्याच स्थितीत इतर तीन बोटं मिटून केलेल्या चिन्मय मुद्रेत श्वास शरीराच्या मध्य भागात पोहोचतो, तर मूठ बंद करून घेतलेल्या श्वासाचा परिणामकारक पुरवठा आपल्या डोक्यास होतो. लहान मुलाचा टाळू नाजूक असतो. तो लवकर भरून यावा म्हणून लहान मूल श्वास घेताना हाताच्या मुठी बंद करतं! लहान मुलाला निसर्गनियमानं वागायला आवडतं. माणूस जसजसा मोठा होऊ लागतो तसतसा 'तसं नाही वागलं तर काय होतंय' असं त्याला वाटायला लागतं. हवेचा शरीरात कोणत्या भागात जास्त पुरवठा करायचा याचे या मुद्रांतून ज्ञान मिळाले. मग डोकं दुखतंय तर पूर्वी म्हणायचे, ॲनासिन घ्या; तर आता त्या भागात हवा जाणारी मुद्रा केली की झालं!

रोज सकाळी साडेआठ वाजता आम्ही स्वयंपाकाला लागत असू. इथल्या स्वयंपाकाचं वैशिष्ट्य म्हणजे कुठंही चूल नाही की गॅस नाही. सारंच 'रॉ फूड.' काकडी आणि दही यांची कोशिंबीर, बीट, मध, बदाम यांचा हलवा, मोडाची उसळ, त्यावर ओलं खोबरं, कलिंगड, कोहळा यांचे रस असे विविध पदार्थ होते. स्वत: तयार केल्यामुळे ते अधिक चांगले लागत. किसणी, खवणी, सुऱ्या इ. मुदपाकखान्यातील आयुधांशी प्रथमच संबंध आला. माणूस हा माकडाचा वंशज असल्याने तो मुळातच शाकाहारी प्राणी आहे. मांसाहारी प्राणी लवकर दमतो. वाघ शिकार फस्त केली की, सुस्तावतो. शाकाहारी प्राणी सदैव कार्यक्षम राहतो. घोडा मैलोन्‌मैल रपेट करतो. म्हणूनच यंत्राची क्षमता पाहतानाही कोणी टायगर पॉवर म्हणत नाही तर हॉर्स पॉवर म्हणतो!

शाकाहारी पदार्थ तीन प्रकारचे. एक शक्तिमान, दुसरे शक्तिनाशक व तिसरे निरुपयोगी. शक्तिनाशक म्हणजे कांदा, लसूण, मिरची; निरुपयोगीमध्ये बटाटा, टोमॅटो. शक्तिमानमध्ये सर्व कडधान्ये, फळे, भाज्या. पण हे सारं तळलं, भाजलं, शिजवलं की, त्यातली शक्ती कमी होते. सर्वात शक्तिमान पदार्थ म्हणजे कोहळा. हा हिरवट रंगाचा भोपळा असतो. उडप्याच्या हॉटेलात कधी राइसप्लेट खायची वेळ आली, तर एका वाटीत त्याच्या फोडी असलेलं सांबार असतं आणि बऱ्याच वेळा आपण टाकून देतो ते! या कोहळ्याचा किसून रस घेतला, तर तो स्मरणशक्तीला फार चांगला! दक्षिणेत याचा वापर जास्त. कदाचित म्हणूनच आज आय.ए.एस. अधिकाऱ्यांत दाक्षिणात्य जास्त असावेत!

एका रविवारी सकाळी साडेपाच वाजता आम्ही जमलो ते इंजिनिअरिंग कॉलेजच्या समोरच्या मैदानावर. 'रन रन फायर इन हिमालया', 'ओळखा पाहू लिडर', हत्तीकान पाठशिवणी इ. खेळात रमून गेलो. अगदी पासष्ट वर्षांपर्यंतची मंडळीही होती. बऱ्याच वर्षांनी बालपणात जायला मिळालं. नंतर तिथून जवळच असलेल्या वसाहतीत गेलो. तेलुगू लोकांची वस्ती होती. पॉवरलूम्सचे आवाज येत होते. झोपडपट्टीतही घरोघरी सडे घातलेले. रांगोळ्या काढलेल्या. तिथं आम्ही रस्ते झाडले, गटारात हात घालून गाळ काढला. वसाहत स्वच्छ झाली. झाडणाऱ्यांच्या मनातला अहंकार झाडला गेल्यानं त्यांची मनं अधिकच स्वच्छ झाली.

शेवटचे अडीच दिवस अक्कलकोटजवळच्या शिवपुरी इथं नेलं. गेल्यावर जवळची घड्याळं काढून ठेवायला सांगितलं. त्यामुळे आता किती वाजलेत हे कळायचंच नाही. प्राणायाम, रॉ फूड, ध्यान या ऋषितुल्य जीवनामुळे माणूस किती कार्यक्षम राहतो याचा मला तिथं प्रत्यक्ष अनुभव मिळाला. एक दिवस सकाळी चारच्या दरम्यान उठलो. योगासनं झाली. प्राणायाम, ध्यान झालं. मधूनच स्वयंपाकघरात फळे कापणे, रस काढणे इ. कामात मदत केली. निसर्ग अवलोकन करून त्यावर आपले विचार मांडले. सायंकाळी तर तीन-तीनच्या रांगांनी फिरायला गेलो. त्यात एकाचे डोळे बांधलेले व त्याच्या दोन बाजूला दोघे त्याचे हात धरून गुरुजी पुढून जातील त्या मार्गानं या तिघांनी जायचं. त्या अंधास या दोघांनी तोंडी सूचना देत बरोबर न्यायचं. अंध म्हणजे काय हे मी त्या तासात प्रथमच अनुभवलं. मग करमणुकीचे कार्यक्रम. असं काही ना काही दिवसभर चाललं होतं. असं कधी सांगितले गेलं नाही की, आत विश्रांतीची वेळ आहे, तासभर झोपा. सकाळी पाच वाजता सुरू झालेले कार्यक्रम संपले तेव्हा किती वाजले असावेत? तेव्हा वाजले होते पहाटेचे तीन! जवळ घड्याळ नव्हतंच. वेळ गुरुजींनी सांगितली तेव्हा कळली. पुन्हा दुसऱ्या दिवशी पहाटे पाच वाजता उठून पुढच्या कामाला तयार! एवढी प्रचंड कार्यक्षमता या प्राणायाम ध्यानानं आली.

माणसाच्या हृदयात सतत ठोका चालू असतो. त्यामुळं कुठंही ताल, ठेका असा ऐकू आला की, त्याचं मन नाचायला लागतं. ढोल, ड्रम याचा ठेका ऐकल्यावर जिवंत माणसाला नाचावं वाटतंच. आम्हाला डोळे मिटून नाचायला सांगितलेलं. प्रत्येकानंच डोळे मिटलेले असल्यानं आपण चुकीचं, काहीतरीच नाचतोय असं मनात येत नाही. कारण आपलं नाचणं कोणी पाहतच नाही. ड्रमच्या आवाजाचा वेग जसा वाढत जाई तसा नृत्याला वेगच येई. अंगातून घामाच्या धारा वाहताहेत. साऱ्या हॉलमध्ये मनसोक्त नृत्य चाललंय, असं तासभर नाचलो. नाचणं आणि इतकं? प्रथमच असावं. माणूस नृत्यात भान हरपतो, बेभान होतो. हाही एक ध्यानाचाच प्रकार नव्हे का? पुन्हा शवासन केलं की, एकदम ताजेतवाने! माणसाला मृत्यूची भीती वाटत असली तरी शवासन हे सुखदायी वाटते. हे आसन न आवडणारी व्यक्ती नाही. किंबहुना सर्वांना जास्त आवडणारं आसन म्हणजे शवासन!

इथल्या बौद्धिकात एक दिवस विषय चालला होता. पॉझिटिव्ह व्हिजन. म्हणजे मला यश मिळणारच असं म्हणणारे असतात त्यांना ते मिळतंच. पण जे जमलं तर बघू असं म्हणतात त्यांना जमतंच असं नाही. याचा प्रयोग म्हणून आमच्या इंद्रायणी माँ या गुरूंनी मला पुढं बोलवलं. हात ताठ ठेवायचा प्रयत्न करायला सांगितलं. त्या तो वाकवायचा प्रयत्न करणार होत्या. त्या म्हणत होत्या "हात कोपरात वाकतोच. त्यामुळे मी तो वाकविणार आहे." मी वाकू नये म्हणून शक्ती लावत होतो तरी त्यांनी तो वाकविलाच. पुन्हा तोच प्रयोग केला, पण त्या वेळी त्या म्हणत होत्या, "ही लोखंडी जाड कांब आहे. ही वाकणार नाही." त्या वेळी माझा हात त्या वाकवू शकल्या नाहीत. जमणारच म्हटल्यावर जमते हेच खरे!

दोन आठवड्यांच्या शिबिरात प्राणायाम व ध्यान यांच्या ज्ञानानं मी चांगलाच प्रभावित झालो होतो, पण रोज दीड तास जे बौद्धिक चालायचं त्या वेळी हे अर्ध्या तासातच सांगता आलं असतं, एवढा वेळ वाया जातोय असं वाटायचं. ते कदाचित स्वत:ला हे लवकर कळतं या अहंकारानं असेल. माझा हा अहंकार मला या शिक्षणातलं ८० टक्केच सुख घेऊ देत होता. वीस टक्के जरा नाराजीच होती. शिबिराचा शेवटचा दिवस होता. समारोपाचा कार्यक्रम चाललेला. इतका प्रभावी निरोप समारंभ मी कधी अनुभवला नाही. सारे जण गोलाकार उभे होते. नि:शब्द शांतता होती. तबकामध्ये निरांजने होती. इंद्रायणी माँनी एका विद्यार्थ्याला ओवाळले व त्याच्या पायावर डोकं ठेवलं. आपण साऱ्यांनाच गुरू मानलं. प्रत्येकाला वंदन झालं. नंतर इंद्रायणी माँ व अशोक गुरू यांनी प्रत्येकाच्या पायावर डोकं टेकवून प्रणाम केला. गुरूंनी आपल्या पायावर डोकं ठेवून नमस्कार करायचा यात माझं मन हेलावलं गेलं. वीस टक्के अहंकार मनात होता तो विरघळला. त्याचं पाणी पाणी

झालं. ते डोळ्यांवाटे बाहेर झरू लागलं. प्रत्यक्ष गुरूंनी माझ्या पायावर डोकं टेकवलं तेव्हा मी त्यांना देऊ शकलो ते फक्त कृतज्ञतेचे अश्रू!

बाबा महाराजांनी तुकाराम महाराजांचा सांगितलेला अभंग 'लागोनीया पाया' आठवला. परमेश्वर भक्ताच्या पायावर डोकं ठेवतो व म्हणतो, 'समजावून सांगितलं, तू ऐकलं नाहीस. रागावून सांगितलं, धाक दाखविला, काहीही फरक नाही. तेव्हा आता तरी नीट वाग हे सांगायला तुझ्या पायी मी माझा माथा टेकवतोय.' इथं गुरूंनी तेच केलं. आता सुधारण्याची जबाबदारी माझ्यावर येऊन पडली!

■

शिवथरघळ

पुणे जिल्ह्यात भोरपासून रायगड जिल्ह्यात जायला निघालो की, वरंधा घाट ओलांडल्यावर महाडच्या अलीकडे शिवथरघळ आहे. श्री समर्थ रामदासस्वामींनी इथं घळीत बसून दासबोध लिहिला. सुमारे १९० वर्षे हे स्थळ अज्ञात होतं. धुळ्याचे कै. शंकरराव देव यांच्या वाचनात दासबोधातील वर्णन आले होते –

गिरीचे मस्तकी गंगा । तेथुनी चालली बळे ।
धबाबा लोटती धारा । धबाबा तोय आदळे ।
गर्जता मेघ तो सिंधू । ध्वनीकल्होळ उठीला ।
कड्याशी आदळे धारा । वात आवर्त होतसे ॥

या वर्णनावरून त्यांनी रायगड जिल्ह्यातील ही शिवथरघळ शोधून काढली. तिथे मठ स्थापन केला. मी व सौ.ने तिथे राहून एक आठवड्याचा दासबोध अभ्यासक्रम पूर्ण केला. सकाळी सूर्यनमस्कार, योगासने असत. रोज मनाचे श्लोक, दासबोध यावर चं. प. भिशीकर व मामा गांगल यांची प्रवचने होती. सामाजिक प्रश्नांवर चर्चासत्रे, सायंकाळी डोंगरात भटकंती, रात्री भजन, सांस्कृतिक कार्यक्रम यामध्ये आठवडा अतिशय समाधानात गेला.

संयोजक म्हणतात की, या शिबिराला वयाच्या चाळिशीलाच यावं. अध्यात्म हा विषय म्हातारपणी करण्याचा आहे असा काहींचा गैरसमज असतो. त्या वेळी प्रभू रामचंद्रांचे नाव घ्यायचे झाले, तर तोंडात दात नसल्यामुळे श्लीलांब, जय लांब, जय जय लांब असे उच्चार येण्याची भीती असते. श्रीराम आपल्यापासून लांबच जाईल!

कोल्हापूरच्या गीता मंदिरात दर गुरुवारी सकाळी सहा ते सात या वेळात मी योगासन वर्ग घ्यायला सुरुवात केली. वर्गाची सुरुवात व शेवट सौ. प्रार्थना म्हणून करावयाची. तिच्या पाठोपाठ सारा वर्ग 'कल्याण करी रामराया' या समर्थांच्या ओळी म्हणायचा. तेव्हा वातावरण भारावून जात असे.

योगासने, प्राणायाम आणि ध्यान यांचा सराव मंदिराच्या पवित्र वास्तूत करताना शरीर ताजेतवाने, तर मन प्रसन्न होई.

पुण्यात अष्टभुजा दुर्गादेवी मंदिरात मी आणि मंदिराचे सरपंच उदय गडकरी यांनी योगासन वर्ग सुरू केला. आठवड्यातून तीन दिवस या पद्धतीने सतत दोन वर्षे हा वर्ग चालला. थंडी आणि पावसाच्या मोसमात सकाळी सहा वाजता वर्ग सुरू करणं कठीण वाटे; परंतु आपण हे कार्य मनावर घेतलं असल्यानं वेळेवर वर्ग सुरू होई. सुप्रसिद्ध गायक विजय कोपरकर हे या वर्गात योगासने करायला येत. ते म्हणाले, ''गायनामध्ये श्वासाला महत्त्व आहे. लयीला महत्त्व आहे. योगासनं करवून घेणाऱ्या गुरूलाही श्वासातली लय समजावी लागते. ही लय तुम्हाला चांगली जमलीये. योगासनं, प्राणायाम करायला सांगताना तुम्ही एक रिदम पाळता. त्यामुळे मला इथं योगासनं करताना छान वाटतं.''

विपश्यना

इगतपुरी येथील दहा दिवसांच्या विपश्यना वर्गाला पाठविण्याचे श्रेय माझे स्नेही मदनलाल मुथा यांना आहे. ट्रेकर्स मंडळींचं स्नेहसंमेलन कोल्हापुरात भरलं होतं. तिथं त्यांची प्रथम ओळख झाली. त्यांच्या शिफारशीवरून मी दहा दिवसांच्या शिबिरास इगतपुरी येथे गेलो.

विपश्यना म्हणजे ध्यान. शिबिरात पोहोचताच प्रसन्न वाटले. सर्वत्र झाडे होती. परिसर हिरवागार होता. संध्याकाळी सर्वांना दहा दिवसांतील कार्यक्रम व आचारसंहिता सांगण्यात आली. दहा दिवसांत बोलायचं नाही. रात्रीचं जेवण नाही. सकाळी ४ वाजता उठून ध्यानाला बसायचं, ते सहा वाजेपर्यंत. सकाळी ७ वाजता नाश्ता. पुन्हा ध्यानधारणा. दुपारी ११ वाजता भोजन. पुन्हा ध्यान. सायंकाळी ५ वाजता केळ व दूध. रात्री आठ ते साडेआठ या वेळात पुन्हा ध्यान. विपश्यना पद्धतीचे जागतिक गुरू सत्यनारायणजी गोएंका यांचे व्हिडिओमुद्रित प्रवचन. त्यामध्ये आज दिवसभर काय शिकलो व उद्या काय शिकणार हे सांगितलेले असायचे.

भगवान बुद्धांनी दु:ख म्हणजे काय याचा शोध घेण्यासाठी बोधी वृक्षाखाली तपश्चर्या केली. त्यांनी शोधून काढलेली ही ध्यानपद्धती होय. आपण भूतकाळातील

घटनांमुळे दु:खी होतो. भविष्यकाळामध्ये काय होईल याबाबत काळजीत असतो. वर्तमान जगण्याचा प्रयत्न व्हावा. आपला श्वास हा वर्तमानात असतो. त्यामुळे विपश्यनेची सुरुवात ही श्वासप्रेक्षेने होते.

श्वासप्रेक्षा म्हणजे दिवसभर नाकाद्वारे आत येणारा श्वास आणि बाहेर जाणारा श्वास डोळे मिटून पाहत राहायचं. आत येणारा श्वास गार असतो, तर बाहेर जाणारा श्वास गरम असतो. त्या श्वासाचा आपणास होणारा स्पर्श पाहावयाचा. शरीराची हालचाल करावयाची नाही. चार दिवसांच्या या सरावानंतर डोळे मिटून डोक्यापासून पायापर्यंत प्रत्येक भागातील संवेदनांची अनुभूती आपण घेत राहतो. डोके ते पाय आणि पाय ते डोके हा संवेदनाच्या अनुभवाचा प्रवास चालू राहतो.

सुरुवातीस एक आवर्तन पूर्ण होण्यास वीस मिनिटे लागतात, तर पुढे अर्ध्या मिनिटात ते पुरे होते. सराव झाल्यावर शरीर केवळ हवेच्या लाटांचं बनलं आहे असं जाणवू लागतं. घन शरीराचं अस्तित्वच जाणवेनासं होतं. शरीरातील सर्व पेशी तजेल बनतात. आहे ते स्वीकारण्याची मनाची तयारी होते. ध्यानात आपण पूर्ण जागे नसतो व निद्रिस्तही नसतो. मन अधिक कार्यप्रवण होतं.

रोज संध्याकाळी अर्धा तास 'मैत्रीभावना' हा कार्यक्रम असायचा. आपल्या शरीरातून निघणाऱ्या हवेच्या लाटा आपण आपल्या इच्छित व्यक्तीपर्यंत नेऊन आणू शकतो. एक लाट आपल्या आईपर्यंत, दुसरी वडिलांपर्यंत असे आपण करू शकतो. आपल्या ध्यानाभ्यासाचा लाभ दुसऱ्यापर्यंत पोहोचविण्याचा हा प्रकार होता.

दिवसभर सतत ध्यानास बसणे कष्टाचे असे. तिसऱ्या दिवसापासून शिबिरातून काही जण निघून जातात. खूप चालल्यावर जसे अंग दुखते तसे अंग दुखायचे. परंतु जे पाच दिवस राहत ते दहाही दिवसांचा वर्ग पूर्ण करीत. दहा दिवस बोलायचं नाही, एक वेळ जेवण याची सुरुवातीस भीती वाटे. प्रत्यक्षात मौनातलं समाधान आपणास मिळतं. दिवसभर ध्यानासाठी बसलो असल्याने एक वेळचे जेवण पुरेसे होते.

इगतपुरी वर्गानंतर विपश्यनेचा सराव चालू राहिला. मदनलाल मुथा आणि त्यांच्या पत्नी उषादेवी मुथा या दोघांनीही विपश्यना वर्षानुवर्षे केली आहे. मुथाजी तर विपश्यना शिकविणारे जगविख्यात गुरू आहेत. त्यांच्या घरी त्यांनी ध्यानघर बांधलं आहे. दर शनिवारी सकाळी ६ ते ७ मी व सौ. तिथे ध्यानासाठी जात होतो.

कोल्हापुराजवळ जयसिंगपूर रस्त्यावर एक विपश्यना केंद्र उभारलं आहे. तिथेही एक-एक दिवसाची शिबिरे केली. घरीही रात्री जेवणापूर्वी १५ मिनिटे विपश्यना करत असे.

कोल्हापुरातील केंद्रावर एकदा विपश्यना गुरू सत्यनारायणजी गोएंका आले होते. त्यांच्या हातातील निघणाऱ्या मित्रभावनेच्या लाटा ते आजूबाजूच्या

वनस्पतींकडे पाठवित होते. त्यांचे प्रत्यक्ष प्रवचनही ऐकायला मिळाले.

त्यानंतर विविध ठिकाणच्या ध्यान शिबिरात मी भाग घ्यायला लागलो.

आध्यात्मिक बैल

सोलापूरच्या ज्ञान प्रबोधिनीनं आध्यात्मिक शिबिर भरवलं होतं. त्यामध्ये आनंदानं सहभागी झालो. दहा मिनिटं ध्यानाला बसायचा कार्यक्रम झाला. तेव्हा स्वर्णलता भिशीकरांनी विचारलं, ''तुम्ही कोणत्या पद्धतीनं ध्यान केलं?''

एक-एक जण सांगू लागले –

''विपश्यना पद्धतीनं. सुरुवात आनापानानं केली.''

''सिद्ध समाधी योग पद्धतीनं.''

''सहजध्यान योग पद्धतीत डोळे मिटून अंधार पाहत राहिलो.''

''गोंदवलेकर महाराज जप पद्धतीनं.''

एकूण अठरा प्रकार ऐकायला मिळाले.

अध्यात्म म्हणजे काम सोडून वानप्रस्थाश्रमाला जाणे नव्हे. आपले नित्य कर्म करतानाही अध्यात्म साधता येते. या शिबिरात बारामतीच्या एका बाईंनी छान उदाहरण दिलं.

एक शेतकरी दर वर्षी उत्सवाला गोंदवलेकर महाराजांकडे जायचा. बैलगाडीतून पोतंभर धान्यही घेऊन जायचा. ते परमेश्वर चरणी अर्पण करायचा. वर्षानुवर्षे हा कार्यक्रम चालू होता. एक वर्ष तब्येत बरी नसल्यामुळे त्यानं मुलाला बैलगाडीतून पाठविलं.

गोंदवले इथं आल्यावर त्याने देवदर्शन घेतलं. महाराजांना भेटला. पोतंभर धान्य दिलं.

''उत्सवाला थांब.'' गोंदवलेकर महाराजांनी सांगितलं.

दोन दिवसांनी तो मुलगा महाराजांचा निरोप घ्यायला निघाला. पुन्हा महाराज म्हणाले, ''उद्या महाप्रसाद आहे, थांब.''

त्या मुलाच्या लक्षात आलं, महाराज काही जा सांगत नाहीत. शेवटी त्यानं ठरवलं, आता महाराजांना न सांगताच जायचं.

रात्री बैलगाडीनं प्रवास सुरू केला. थंड वारा सुटला होता. बैलांच्या गळ्यातली घुंगरं वाजत होती. त्या मुलाचा रात्री केव्हातरी डोळा लागला. पहाट झाली. हळुवार तांबडं फुटायला लागलं होतं. मुलाला जाग आली. बैलगाडी थांबली. खाली उतरून पाहतो तो काय आश्चर्य! तो पुन्हा गोंदवल्यालाच आला होता. तो घाबरला. पळत महाराजांकडे येऊन त्याने घडला प्रकार सांगितला.

महाराजांनी स्मितहास्य केलं. ते म्हणाले, ''त्या बैलांना कळतंय, ते तुला कळत नाही!''

दोन लाख रुपयांचा डोळा

मदनलाल मुथा साहेबांमुळे विपश्यना वर्गाला जाऊन आलो. तसेच त्यांच्यामुळे चांगल्या शिबिरांना जाता आले. महाबळेश्वर येथे आयोजित अध्यात्म शिबिरात डॉ. ह. ना. फडणीस म्हणाले, ''काही प्राप्त करायचे असले, साध्य करायचे असले की, शरीर आणि मन एकत्र आणावे लागते. त्यांची बेरीज होते. अध्यात्मामध्ये प्राप्तीचा विषय नसतो. अध्यात्मामध्ये साधना ही वजाबाकी असते. तो जाणण्याचा विषय असतो.''

त्यांच्या व्याख्यानानंतर डॉ. अभय बंग यांचे सत्र झाले.

त्यांनी सर्वांना हसतखेळत ठेवून महत्त्वपूर्ण संदेश उपस्थितांच्या गळी उतरवला. ते म्हणाले, ''मुक्त अर्थव्यवस्था सुरू झाली. जागतिकीकरणाचे वारे वाहू लागले. या प्रकारात अमेरिकेचा व्यापारी भारतात मानवी अवयव विकत घ्यायला आलाय. चला सुरू करू या लिलाव,

उजव्या हाताची करंगळी

दहा हजार रुपये, पंधरा हजार, वीस हजार....''

एक-एक बोट करत कित्येक लाख झाले.

''डावा डोळा,

दोन लाख, तीन लाख''

सर्व अवयव दहा कोटी रुपयांवर गेले.

''एवढ्या किमतीचे आपण आहोत. एवढे मौल्यवान आपले हार्डवेअर आहे. ते नीट ठेवायला आपण किती वेळ देतो? हेल्थ इज वेल्थ!''

झोपेबाबत जागरूकता

पुण्यापासून भूगावकडे जायला लागलं की, एक सुरेख हॉटेल लागतं. ते आहे हॉटेल ॲम्रोशिया. हिरवीगार वनश्री, विविधरंगी फुले, स्वैर फिरणारी बदके, अशा सुखद वातावरणात आम्हाला सेमिनारसाठी बोलवलं होतं. सर्व जनरल मॅनेजर व अन्य कार्यपालक होते. व्यवस्थापन शास्त्रावरील चर्चा चालू असताना प्रजापिता ब्रह्मकुमारीच्या अधिकारी 'झोप' या विषयावर सांगत होत्या.

मनुष्याच्या शरीरातील सर्व पेशींना विश्रांती हवी असते. ती झोपी गेल्यावर

दोन तासांत मिळते. आपल्या झोपेचे एक सत्र दोन तासांचे असते. मनुष्य झोपी जाताना एका विशिष्ट अवस्थेत असतो; परंतु उठताना त्याच स्थितीत नसतो. याचे कारण म्हणजे दोन तासांनी झोपेचे एक सत्र पूर्ण झाले की, तो स्थिती बदलतो. आपल्याला अशी तीन सत्रांची झोप पुरेशी असते. वय जितकं कमी तशी ही सत्रे जादा लागतात.

एखाद्या दिवशी एखादं सत्र कमी झोप झाली तरी चालते, पण किमान दोन सत्रे मिळावीत. ही झोप रात्री असावी. एक सत्र पूर्ण होण्यापूर्वी काही कारणाने जाग आली, तर मन अस्वस्थ होतं. मांजराची म्याँव म्याँव, रिक्षाचा हॉर्न, टेलिफोनची घंटी अशामुळे जर मध्येच जाग आली, तर शवासन किंवा ध्यान पद्धतीने शरीराच्या प्रत्येक भागाचे अवलोकन करावे. थोड्या वेळात झोप येते.

दुपारची झोप अर्ध्या तासावर घेऊ नये.

शिकविणाऱ्या प्राध्यापिकेने विचारले –

''कोणास काही सांगावयाचे आहे?''

''As far as sleep is concerned, you have awakened us.''

(झोपेबाबत आपण आमचे चांगलेच डोळे उघडलेत.) - मी.

त्या तासाला कोणीही झोपलं नाही!

रामदेवबाबांच्या सहवासात

स्नेहसेवामधील स्नेही मोहनभाई गुजराथी यांचा भुकूमला सुरेख बंगला आहे. संपूर्ण टेकडीचा भाग त्यांनी निसर्गरम्य केलाय. तरणतलाव आहे, बगीचा आहे. शेती संशोधनातलं मार्गदर्शन इथं केलं जातं. या ठिकाणी भेटायला मिळालं ते प्रख्यात योगप्रचारक रामदेवबाबा यांना.

ते तेजस्वी दिसत होते. प्रसन्न होते. भगवी वस्त्रे परिधान केलेली. सर्व केस काळे कुळकुळीत. ज्ञान प्रबोधिनी निगडीच्या मुलींनी चित्तथरारक योगासने प्रात्यक्षिके दाखविली. रामदेवबाबांनी त्यांचे कौतुक केले. त्यांच्या मनोगतात ते म्हणाले, ''मोहन गुजराथींनी बोलावले. मलाही गुजराथी येते. सध्याचं जग धावपळीचं आहे. सर्वकाही लवकर प्राप्त व्हावं यासाठी खटपट चाललीये. 'नॅनो' म्हणजे 'छोटा'. आता नॅनो टेक्नॉलॉजी आलीये. माणूस श्वासही नॅनो घेतोय. या श्वासाची शक्ती माणसाला पूर्ण कळली नाही. या श्वासावर माणूस तंदुरुस्त राहू शकतो.

''मनुष्याच्या शरीराचा ८०% भाग पाण्यानं व्यापला आहे. एक ऋषी ४११ दिवस केवळ पाण्यावर राहिल्याचे उदाहरण आहे.

''आपल्या देशातील ११० कोटी लोक हवा तेवढा आहार घेत नाहीत. ते

कुपोषित तरी आहेत, नाहीतर अतिपोषित आहेत. सरासरी काढली, तर प्रत्येक जण हवं त्याच्या चौपट खातो! हाच माणूस श्वास मात्र कमी घेतो. त्यामुळे देशात ८ कोटी लोक अपंग आहेत.

''पण आता लोक प्राणायामाकडे वळू लागलेत. शिबिरांना गर्दी होते. पहाटे दूरदर्शनवर लोक प्राणायाम प्रात्यक्षिके पाहून करू लागलेत. भारतात १० कोटी लोक रोज प्राणायाम करतात.''

प्रश्नोत्तराचा तास रंगतच गेला. तेव्हा ते म्हणाले,

''मी सकाळी ३.३० वाजता उठतो. त्यानंतर पहाटे शिबिर. आता रात्रीचे नऊ वाजून गेलेत. सकाळी लवकर उठण्यासाठी मला लवकर झोपले पाहिजे.''

त्यावर आम्ही म्हटलं, ''होय. राहिलेल्या १०० कोटी भारतीयांना प्राणायामाच्या परिघात आणण्यासाठी!''

■

सफरींची मजा

मराठीतलं पहिलं वाक्य

एखाद्या मख्ख माणसाला थोडं हलवायचं असलं तर म्हणतात, 'का रे दगडासारखं बसलास?' पण दगड, शिलालेख, शिल्पाकृती वाचता येण्याचे, जाणून घेण्याचे ज्ञान असेल तर दगडही बोलके बनतात. सोलापूर भागातील काही प्राचीन शिल्पं पाहायला गेलो होतो. दगडांनी आपल्याशी बोलावे म्हणून बरोबर होते सोलापूरच्या एम.एस.ई.बी.मध्ये कार्यरत असलेले आनंद कुंभार.

वास्तविक, आडनाव व व्यवसाय यांचा नेहमी संबंध असतोच, असे नाही. या कुंभारांनी कधी मूर्ती घडविल्या नसतील, पण दगडी मूर्तीतला अर्थ मात्र जनसामान्यांपर्यंत पोहोचवलाय. जवळ आर्थिक सुबत्ता नसताना प्रबळ इच्छाशक्तीने त्यांनी जुन्या शिलालेखांसाठी एकेक गाव पालथा घातला. बऱ्याच ठिकाणी तर ते सायकलवरून गेले.

''मराठीतलं ते पहिलं वाक्य बघायला चला'' कुंभार म्हणाले आणि आम्ही विजापूर रोडने कुंडल गाठले. मुख्य रस्त्यापासून आत आठ-दहा किलोमीटरवर सीना आणि भीमा नदीच्या संगमावर हेमाडपंती बांधणीचे सुरेख असे संगमेश्वर मंदिर आहे. प्रथमदर्शनी एखादी मोठी भाताची मूद असावी अशी चार फूट उंचीची दगडी शिळा आहे. त्यावर सर्व बाजूंनी छायाचित्रे कोरलेली आहेत. एकावर एक अशा चार पङ्क्त्यांमध्ये सुमारे शंभर मुखे कोरलेली असावीत, अशी शिळा अन्यत्र नसावी. मंदिराच्या गर्भगृहामध्ये शंकराची पिंडी आहे. तीन भक्तांची चित्रे रंगशाळेच्या दगडी

फरशीवर कोरली आहेत. देवदर्शनाला येणाऱ्या भक्तांचे पाय आपणाला लागावेत, या विनम्रतेतून त्या काळी त्यांनी ही चित्रे कोरून घेतली असावीत. तिथेच छताजवळ असलेल्या दगडी तुळईवर एक शिलालेख कोरलेला आहे. त्या काळी आलेल्या साधूमहाराजांचे त्यावर नाव असून जो कोणी हा लेख वाचेल तो यशस्वी होईल, असे सांगणारे शब्द 'वांछितो विजयी होईबा' कोरलेत. केव्हा कोरलेत ते कळावे म्हणून 'शके ९४०' असंही लिहिलंय. त्यात ७८ वर्षे मिळविली म्हणजे इंग्रजी वर्ष होते. इ. स. १०१८. त्या वेळी हे मराठीतलं वाक्य कोरलं गेलं. ७२ साली हे मंदिर पाहत असताना कुंभार यांना हे वाक्य सापडल्यावर केवढा आनंद झाला असेल! त्यांनी शिलालेखाची प्रत कागदावर उतरावयाची कला आत्मसात केलेली होतीच.

त्या शिळेपर्यंत हात पोहोचत नव्हते. पुजाऱ्याच्या मदतीनं त्यांनी शिलालेख पाण्यानं धुऊन काढला. मोठा, पांढराशुभ्र, जरासा खडबडीत असा कागद पाण्यात भिजवून घेतला. तो त्या शिलालेखावर धरून हळूहळू ठोकून चिकटविला. कागदाचा काही भाग अक्षराच्या खोलीत विरला. अन्य भाग वरच राहिला. कागद ओला असेपर्यंतच वरून काळी शाई लावली. अक्षराच्या भागात खोली असल्याने शाई गेली नाही. तो भाग पांढरा राहिला. बाकीचा भाग काळा झाला. कागदांवर पांढरीशुभ्र अक्षरे उमटली. शिलालेखाची प्रत हाती आली. ती प्रत काढायला दोन तास लागले. इ. स. १०१८ सालचे मराठी वाक्य हाती आले. नंतर त्यांना कळले की, पुरातत्व खात्याने याची तत्पूर्वी नोंद घेतली होती; पण त्यांच्यापुरते पाहायचे तर ही माहिती प्रथमच हाती लागली होती. कर्नाटकात श्रवणबेळगोळ येथे भगवान महावीरांच्या मूर्तीच्या पायाशी 'श्री चामुंडराय करविले' असे मराठी वाक्य आढळते. ते मराठीतले पहिले वाक्य असेही काही जण म्हणतात; परंतु त्याचा काळ पाहिला, तर कुंडलच्या वाक्यानंतर ते सुमारे शंभर वर्षांनी पुढे लिहिलेले असावे.

सोलापूरला परतताना वाटेत नांदणीला गेलो. तिथे मारुती मंदिराबाहेर दगडी शिळेवर सतीचा हात आहे. कोपरात वाकलेला पूर्ण हात त्यावर दिसतो. त्याखाली घोड्यावर बसलेली व्यक्ती दाखवलीये. पूर्वी इथे कोणीतरी सती गेली असली पाहिजे. बाजूलाच सप्तमातृका आहेत. त्यावर सहा देवी व एक गणपती आहे. एका शिळेवर नवमातृका आहेत. प्रत्येक देवी ही तिच्या वाहनावर बसली असल्याने वाहनावरून देवी ओळखता येते. इथे एक वैशिष्ट्यपूर्ण शिळा आहे. ती म्हणजे वीरगळ. पूर्वी गावाच्या संरक्षणाकरिता युद्धात मृत झालेल्या सैनिकांच्या शिळा तयार करीत. त्यावर तळात युद्धाचे कारण दाखवीत. समजा स्त्री दाखविली तर स्त्रियांना पळवून नेत होते, म्हणून युद्ध झाले. गाई दाखविल्या, तर त्या पळवून नेत होते. त्यावरील भागात मृत सैनिक स्वर्गात गेल्याचे दाखविले आहे. अगदी वरच्या भागात शिवपिंड, बाजूलाच गजलक्ष्मी

शिल्प आहे. दोन हत्तींच्या मध्ये देवी आहे. पूर्वी गावात गरोदर बाई बाळंतपणाच्या वेळी अडून राहिल्यास तिची लवकर सुटका व्हावी, म्हणून ही गजलक्ष्मी शिळा पालथी ठेवत. त्यामुळे बाळंतपण सुखरूप होई असा एक समज.

औरादला एका शिल्पात शब्द आहे 'प्राणाधिकारी'. याचा अर्थ वैद्य. किती अर्थपूर्ण शब्द आहे! तितकाच समस्त वैद्यांना कर्तव्याची जाणीव करून देणारा!

सोलापुरातील साखर पेठ विहिरीजवळ १६८०च्या सुमारास लिहिलेला शिलालेख आहे. त्यावर कूल येथून आलेल्या व्यापाऱ्याचे नाव आहे. म्हणजे त्या काळी इथे व्यापारासाठी इतक्या दूरवरून व्यापारी येत होते. सोलापूरच्या किल्ल्याच्या प्रवेशद्वाराजवळ उठावदार असा पर्शियन शिलालेख आहे. एखादी मूर्तीच शिलालेखासाठी वापरलीये, असे उदाहरण म्हणजे सोलापूरची उभ्या मारुतीची मूर्ती. या मूर्तीच्या मागे कन्नडमधील षटपदी काव्य आहे. या लेखावरून कर्नाटकात परिसंवाद झाले.

पंढरपूरला देवदर्शनाला रांगेत उभे राहण्याचा एक फायदा होतो. तो म्हणजे आजूबाजूची कोरीव चित्रे न्याहाळता येतात. असंच एकदा श्रावण बाळ कावडीतून मातापित्यांना काशीला नेतानाचे दुर्मीळ शिल्प पाहिलं अन् अचानक आनंदाचा लाभ झाला.

उस्मानाबाद जिल्ह्यात 'तेर' या गावी जायचा योग आला. तिथल्या वस्तू संग्रहालयातल्या वस्तू पाहिल्या म्हणजे प्राचीन काळी या भागाचा युरोपियन राष्ट्रांशी व्यापार होता, हे लक्षात येते. संग्रहालयाला वस्तू देणाऱ्या लामतुरे यांनी त्यांच्याकडची हस्तिदंती बाहुली दाखविली. या बाहुलीमुळे तत्कालीन वेशभूषा, अलंकार इत्यादींची कल्पना येते.

सोलापूर परिसरातली ही शिल्पे कोणत्याही कारणांनी निर्माण झाली असोत, ती शिल्पे आपल्याशी हितगुज करायला आसुसलीत, हे ध्यानी येते. आपण त्यांना प्रतिसाद दिला, तर आपण 'वांछितो विजयी होईबा' या प्रथम मराठी वाक्याच्या आशीर्वादाला पात्र होऊ!

पक्षी – एक गुरू

सोलापुरातील कंबर तलावावरच्या पक्ष्यांकडून काही शिकायला मिळालं.

सत्तर एकरात पहुडलेला हा नयनरम्य तलाव आहे. काठावर शरपुंखा नावाची हरभऱ्याच्या झाडासारखी दिसणारी असंख्य रोपटी होती. त्याचा उपयोग काविळीवर होतो. ह्या झाडाचं पान हातात घेऊन एका बाजूनं ओढलं तर पानाचा जो आकार

शिल्लक राहतो तो बाणाच्या शेपटासारखा दिसतो म्हणून त्याचं नाव शरपुंखा.

तलावात पांढऱ्या पाकळ्यांची व तपकिरी देठांची कमळे होती. शंभर कमळे काढून ती बाजारात दहा पैशाला एक याप्रमाणे विकणारा कष्टकरी येथे भेटला.

तलावावर पक्षी पाहायचे, तर ते सकाळी. प्रत्येक गोष्टीसाठी विशिष्ट वेळा असतात. भेळ खायची असेल, तर दुपारनंतर. राजकीय सभा असेल, तर संध्याकाळनंतर. श्रोत्यांची तर्कबुद्धी संध्याकाळी कमी असते. त्यामुळे 'हे असं कसं शक्य आहे' असा विचार ते सायंकाळी करणार नाहीत.

गिधाडापेक्षा कमी आकाराचा आवीस पक्षी इथं सैबेरियातून आला होता. तो एका पल्ल्यात साडेतीनशे किलोमीटर्स अंतर कापू शकतो. कावळ्याच्या आकाराचा काळा पक्षी 'कूटस'ही सैबेरियातूनच आला होता.

पक्षी स्थलांतर करण्यापूर्वी आदल्या दिवशी एकत्र येतात. त्यांच्या मानेखालील हालचालीनं ते केव्हा निघायचं हे ठरवितात व भल्या पहाटे प्रयाण करतात. पक्ष्यांच्या स्थलांतराचा अभ्यास करण्यासाठी पक्ष्यांच्या पायांना ॲल्युमिनियमचं वेढणं घातलं जातं. त्यावर 'नॅचरल हिस्टरी सोसायटी, मुंबई येथे कळवावे' अशा अर्थाचं वाक्य इंग्रजीत लिहिलेलं असतं. याला 'रिंगिंग' असे म्हणतात. काही वेळा या रिंगा प्लॅस्टिकच्याही असतात. अशी रिंग कोणास मिळाली, तर ती फोर्ट मुंबई येथे नॅचरल हिस्टरी सोसायटीला पाठवावी. त्या नोंदीवरून असं लक्षात आलं आहे की, भारतात येणारे पक्षी सैबेरिया अफगाणिस्तान, रशिया इथपासून येतात. भारतातील पक्षी तिकडे जातात.

तुरीच्या शेकोटीसारखे पाय असणारा शेकाट्या इथं दिसला. उडताना एवढे लांबडे पाय तो अंगात ओढून घेतो. पक्ष्यांची हाडे पोकळ असतात. त्याचा त्याला उडताना उपयोग होतो. कमळाच्या पानावर राहणारा कमळपक्षी होता. त्याला जसाना म्हणतात. त्यांचं ऐकणं आणि पाहणं शक्तिमान असतं.

इथं हमखास दिसणारा पक्षी म्हणजे खंड्या. त्यालाच नीलकंठ किंवा किंगफिशर म्हणतात. पक्ष्यांच्या अंगावरची पिसं ही उष्णतेची कमी वाहक असतात. त्यांचा थर्माससारखा तापमान कायम राखायला त्यांना उपयोग होतो. माणसाला मोठं व्हायचं असेल, तर पक्ष्याला गुरू मानलं पाहिजे. पक्षी माणसाशिवाय राहू शकतात, पण माणूस पक्ष्यांशिवाय राहू शकत नाही!

■

हिमालयात ट्रेक

'दुरून डोंगर साजरे' अशी म्हण असली, तरी हिमालयात मनसोक्त भटकून यावं असं प्रत्येकालाच वाटत असतं. ही इच्छा 'यूथ होस्टेल असोसिएशन ऑफ इंडिया' या संस्थेच्या ट्रेकिंग प्रोग्रॅममुळे पुरी झाली. १८ मे १९८६ रोजी मी व सौ. दिल्ली, चंदिगड, कुलूमार्गे एमसन या बेसकँपवर पोहोचलो.

एमसन कँप हा अत्यंत आखीव व देखणा आहे. बियास नदीच्या काठावर हा डौलाने उभारला आहे. श्री व्यास ऋषींवरून बियास हा शब्द तयार झाला. तेथे ३०० गिर्यारोहक राहतील असे तंबू व लाल छपराच्या हट्स आहेत. रॅक पाठीवर घेऊन आम्ही पहिल्या ट्रेकसाठी निघालो.

देवदार वृक्षांच्या जंगलातून पुढे आलो. पुढच्या कँपजवळ पाऊस सुरू झाल्याने टेंटमध्ये घोंगड्यावर पडून राहिलो. रात्रीचे जेवण प्लॅस्टिक शीटचा आसरा घेऊन पावसातच कसेबसे उरकून तंबूत झोपी गेलो. दुसऱ्या दिवशी जाना सोडले व मातीकोचरकडे प्रयाण केले. देवदार वृक्ष तोडण्याचा तेथील लोकांनी सपाटा लावल्याचे दृश्य वाटेत दिसले. सफरचंद पाठविण्यासाठी पेट्या बनवायला ही झाडे तोडली जातात. तेथील लोकांना घर बांधायला फक्त रु. २ मध्ये झाड मिळते असे कळले. मातीकोचरवरून जारीकडे निघालो. ब्रिंगलटॉप या १००३२ फुटावर एकानं दगडाची चूल करून चहा करून दिला. पुढील १५ कि.मी.चा उतार पार करायला निघालो. वाट एकदम अरुंद. एकीकडे पर्वत तर दुसरीकडे खोल दरी. फार सावधतेनं चालावं लागत होतं. प्रत्येक वेळी वाटायचं पुढील वळण गेलं की, जारी

कँप येईल; पण वाट संपता संपेना. सततच्या उतारामुळं पाय पुढे सरकून बोटाला फोड आले होते. पर्वताची एक-एक वळणं उतरत संध्याकाळी झुलता पूल पार केल्यावर जारी कँप आला.

बाजूने पार्वती नदी वाहत होती. पुढे मनीकरण तीर्थक्षेत्र पाहायला गेलो. हा शिखांचा गुरुद्वारा आहे. इथं गरम पाण्याच्या कुंडात स्नान केलं. पाणी अति गरम असल्यानं ते सुसह्य व्हावं म्हणून गार पाण्याचा एक पाइप त्यात सोडला होता. कारण उष्ण पाण्यात फार वेळ राहिल्यास चक्कर येण्याची शक्यता असते. लंगरमध्ये शीख बांधवांनी अगत्याने प्रसाद दिला. मनीकरण म्हणजे कानातील मणी. पार्वतीच्या कानातील फुले पडली. तिने ती शोधून देण्यास शंकरांना सांगितले. कर्णफुले न सापडल्याने शंकर रागावले व त्यांच्या क्रोधामुळे गरम पाण्याचे कुंड तयार झाल्याची कथा आहे.

कशोळ ते इशोळ हा ८ कि.मी.चा प्रवास म्हणजे सतत चढण होती. प्रत्येक पाऊल वर चढण्यासाठीच पडायचे. लेमनच्या गोळ्या, इलेक्ट्रॉल पाणी पीत चढ पुरा केला. पुढे मलाना लागले. मलाना हे ८७०० फुटांवरील जगातील जुन्या लोकशाही पद्धतीने चालणारे राज्य आहे. तो भारताचाच भाग असला तरी तेथील लोक स्वतंत्र राज्य समजतात. मलाना लोक इतरांना शिवत नाहीत. गावात सूर्यशक्तीवरील विजेचे दिवे दिसत होते. पुरुष चिलीम-हुक्का ओढत गप्पा मारत होते. जुगार खेळत होते. बायका मात्र कष्टाची कामे करीत होत्या. तेथील लोकांना चरसचे उत्पन्न आहे. शेती आहे व मेंढपाळ हाही उद्योग आहे. त्यांचे अन्य जगाशी फारसे संबंध नाहीत. सिकंदर उर्फ अलेक्झांडर भारतात आल्यावर त्यांचे काही सैनिक येथेच राहिले. त्यांचे म्हणे हे वंशज. तेथील मंदिरावर लाकडी कोरीव काम आहे. त्यावर फ्रॉकसदृश झगे घातलेले शिपाई दिसतात. त्यांच्या हातातील तलवारी वक्र नसून सरळ आहेत. टेबलाभोवती बसून मद्यप्राशन करतानाची दृश्ये आहेत. या सर्वांवरून वरील विधानाला दुजोरा मिळतो.

येथील प्रथा वेगळ्याच आहेत. १ रु. दिला की मुलीचे लग्न होते. काडीमोड घ्यायला रु. २१ द्यायचे. घटस्फोटित बाईची समाजात अप्रतिष्ठा होत नाही. कारण लगेच दुसरा कोणी रु. १ देऊन मागणी घालतो. स्त्रियाच भरपूर कामे करीत असल्याने मागणी आहे. त्यांच्यात फारशी भांडणे होत नाहीत. त्यांची स्वतंत्र न्यायपद्धती आहे. गुरव हा गावचा प्रमुख असतो व अन्य लोकांची पंचकमिटी असते.

येथील लाकडी घरांना कठडे नाहीत. मुले गच्चीत डोकावतात, पण पडत नाहीत. एक आगळेवेगळे गाव पाहिले. बरीच पायपीट करून शेवटी चंद्रखाणी पास करण्याचा क्षण जवळ आला. १३,००० फुटांवरील बर्फाच्छादित

चंद्रखाणीमधून जायचे होते. सकाळी ४ वाजताच चहा घेतला. सहा वाजता भरपूर न्याहारी झाली. तिघांच्या अंगावर गोचीड चिकटलेली होती. ती काढण्यात थोडा वेळ गेला. जेवणाचे पॅक घेऊन मार्गदर्शकाबरोबर निघालो. त्याच्या हातात कुऱ्हाड होती. तो बर्फाचा अंदाज घ्यायचा. त्याच्यामागे आम्ही रांगेत जात होतो. खाली खोल बर्फाचे उतार दिसत होते. वाटत होतं, एक पाय घसरला तर आपण कोठे गेलो याचा मागमूसही लागायचा नाही. पाय बर्फात खोलवर रुतायचा. सकाळी निघतानाच पायमोज्यांवर पॉलिथिन बॅग घातली होती व वर हंटर शूज घातले होते. मार्गदर्शकाने आमची भीती मोडली.

बर्फाच्या उतारावर त्याने योग्य जागा निवडून प्रत्येकाला २०० फूट खालपर्यंत घसरत सोडले. घसरताना दोन पायांत अंतर ठेवायचे. हाताचे कोपरे बर्फाला घासणार नाहीत इतके वर ठेवायचे. पाठीवर सॅक तशीच. खाली घसरत जात होतो. आनंदाने आरोळ्या ठोकत होतो. गात होतो. या वेळी हिमालयातील परमोच्च आनंद अनुभवला.

सफर दार्जिलिंगची

माझ्याजवळ फक्त सहाच दिवस होते. त्या अवधीत सौ. सह एखाद्या सहलीस जाऊन यायचे होते. वृत्तपत्रांतील जाहिराती पाहिल्या, तर सहलदर्शन उत्तरेचे असो किंवा दक्षिणेचे, कालावधी दहा ते अठरा दिवसांचा होता. मग पर्याय होता – एकाच ठिकाणी जायचे, जवळपास फिरायचे अन् परत यायचे असा. जून महिन्यात कोठे जावे याचा विचार करत मी दार्जिलिंग, गंगटोक या सहलीची आखणी केली.

मुंबईहून सकाळी विमानाने आकाशात झेप घेतली.

लगेच एक तासात पुढचं बागडोगरा येथे जाणारं विमान होतं. बोर्डिंग पास घेऊन सिक्युरिटी चेक करून चेकइन झालो.

"अहो, तो डॅनी नट पाहा!" सौ.चे आनंदाने भरलेले उद्‌गार.

"खरंच की!" असे म्हणून मी त्याला गाठलेही. तेव्हा त्याने कोणताही भाव न खाता मोकळेपणानं गप्पा मारल्या. तो सिक्किमची राजधानी गंगटोक येथे राहणारा. सिनेसृष्टीत वावरताना तो मुंबईत अधिक काळ असतो, पण वर्षातून एकदोन वेळा तरी गंगटोकला येतो. दार्जिलिंगला पाऊस असण्याची शक्यता आहे असं त्यानं सांगितलं व पुढे तो म्हणाला, "तरीही फिरायला मजा येईल!"

बागडोगरा ते दार्जिलिंग अंतर फक्त शंभर किलोमीटर, पण पोहोचायला लागतात चार-पाच तास. सारा प्रवास पर्वतराजींमधून. सर्वत्र चहाचे मळे.

मुंबईहून निघालेल्याच दिवशी सायंकाळी मी दार्जिलिंगमध्ये भटकत होतो.

दार्जिलिंग म्हणजे देवाचे गाव. लिंग या शब्दाचा अर्थ गाव. इथे सायंकाळी सातलाच पूर्ण अंधार पडतो. सकाळी तीनला उजाडायला सुरुवात होते. हॉटेल-मॅनेजरने सूचना दिली, ''सकाळी तीन वाजता अलार्म बेल देतो. टॅक्सी येईल. साडेतीनला टायगर हिल येथील सूर्योदय पाहा.''

खरोखरच सकाळी साडेतीनला आम्ही टायगर हिलकडे चाललो होतो. वाटेत थोड्या थोड्या अंतरावर लिफ्ट मागणाऱ्या सुंदर तरुणी दिसत होत्या. या एवढ्या पहाटे का उभ्या होत्या हे जाणून घ्यायला मी ड्रायव्हरला विचारले. टायगर हिलवर येणाऱ्या प्रवाशांना थर्मासमधून आणलेली चहा-कॉफी विकायला त्या चालल्या होत्या.

टायगर हिल पॉइंटजवळ आल्यावर मारुती व्हॅनमधून उतरून हिल स्टेशनवर प्रवेशपत्रिका भरून दिली व टायगर हिलवर पोहोचलो. आता उजेड पडायला सुरुवात झाली होती. दोनशेवर पर्यटक पर्वतराजीच्या रांगांतून वर येणाऱ्या सूर्याची वाट पाहत होते. सूर्योदय पाहिला. डोळ्यांचे पारणे फिटले. सूर्योदय रोजच होतो. अनेक ठिकाणांवरून दिसतो, पण टायगर हिलवर सूर्योदय पाहायला मिळणे हे भाग्यच!

एवढ्यात माझा मोबाइल वाजला. सकाळी पावणेचारला कोणी फोन केला असावा? मी मोबाइल कानाला लावला.

''आप श्यामजी भुर्के है?''

''जी हाँ!''

''आपका क्रेडिट कार्ड मुझे मिला है. आप कहाँ है?''

''मै टायगर हिल पे हूँ.''

''मै भी टायगर हिल पे हूँ। मगर आप यहाँ कहाँ है? आप हाथ उपर किजिये।''

मी हात वर केला. तो शंभर फुटांवर होता. त्यानं येऊन माझे क्रेडिट कार्ड दिले. प्रवेश पास घेताना प्रवासवर्णन पुस्तक गाडीतून खाली पडलं होतं. त्या पुस्तकात क्रेडिट कार्ड होतं. अंधारामुळे ते पुस्तक पडलेलं लक्षात आलं नव्हतं. ते एका ड्रायव्हरला सापडलं. क्रेडिट कार्डाच्या आवरणामध्ये माझा फोटो आणि व्हिजिटिंग कार्ड होतं. त्यावर माझा मोबाइल क्रमांक होता व एवढ्या पहाटेही मोबाइल बरोबर ठेवायला मी विसरलो नव्हतो व मोबाइल लागला होता.

मी त्या ड्रायव्हरला देऊ केलेली बक्षिसी त्याने नाकारली. कॉफीसुद्धा घेण्यास सविनय नकार दिला. त्याच्या प्रामाणिकपणाला दाद द्यावी तेवढी थोडीच!

श्रीनगर विमानतळ

सुटीमध्ये आम्ही सहकुटुंब काश्मीरला गेलो होतो. परतीच्या प्रवासाचं दिल्लीच्या एअरबसचं तिकीट कन्फर्म व्हायचं होतं. प्रवासाचं रिझर्व्हेशन कन्फर्म

होईपर्यंतचा काळ किती बेचैनीचा असतो! इकडं तिकिटाचं भवितव्य कळायचं होतं तर तिकडे श्रीनगरमध्ये आमच्या ओळखीचे झालेले प्रीतमसिंग यांनाही एकाच टॅक्सीनं एअरपोर्टवर जाऊ म्हणून बोलवून ठेवलं होतं. या दोन्ही गोष्टी जमायला हव्या होत्या अन् रिपोर्टिंग टाईममध्ये एअरपोर्टवर पोहोचायला हवं होतं. या विवंचनेत असतानाच प्रीतमसिंग टॅक्सी घेऊन आला अन् इकडं तिकीटही कन्फर्म झालं. लगेच गडबडीत टॅक्सीत बसलो. आता मनाला निवांतपणा लाभला. सौ., मुलगी, मुलगा, प्रीतमसिंग, त्याची बायको यांच्या गप्पांत एअरपोर्ट आलंसुद्धा!

रिपोर्टिंग टाइमला बरोबर आम्ही पोहोचलो होतो. टॅक्सीवाल्याचे पैसे चुकते करून एअरपोर्टमध्ये प्रवेश केला. 'चेक इन'ची अनाउन्समेंटही ऐकू आली अन् पाहतो तर काय शबनम बॅग जवळ नव्हती. त्यातच तर प्लेनची तिकिटं होती. आता ही बॅग टॅक्सीत राहिली की इंडियन एअरलाइन्सच्या श्रीनगरच्या ऑफिसमध्ये? आता ही तिकिटे मिळाली नसती तर प्रवास रद्द! हॉटेल तर सोडून आलो होतो. शीख बंधूंच्या असंतोषामुळे श्रीनगर-दिल्ली ही रस्त्यावरचीही वाहतूक पूर्ण बंद होती. अन् इकडे प्रीतमसिंग – एक शीखच मला मदत करीत होता. आता हे प्लेन चुकलं तर एक आठवडा तरी पुढचं प्लेनचं तिकीट मिळणार नव्हतं. 'म्हणजे आठवडाभर श्रीनगरमध्येच राहायचं? चौघांनी राहायचं म्हणजे किती खर्च येईल? तेवढे पैसे आहेत का? श्रीनगरची बँक ऑफ महाराष्ट्रची शाखा कोठे असेल? तेथील मॅनेजर मला विथड्रॉवल स्लीप घेऊन बिल पर्चेस करून पैसे देतील का? तेवढे पैसे आपल्या बचत खात्यात असतील का? नाहीतर तारेने मित्राला तिथे पैशाची व्यवस्था करायला सांगायला हवे. रजा वाढवावी लागेल. पुढचे दिल्लीहून नागपूर ट्रेनचे काढलेले रिझर्वेशनही वाया जाईल.' त्या गडबडीत काही क्षणातच केवढे विचार माझ्या मनात येऊन गेले.

आम्ही सारं सामान एनक्वायरी काउंटरजवळ आणलं. प्रीतमसिंग टॅक्सीत शबनम राहिली का पाहायला धावला. मी एन्क्वायरी इन्चार्जना झाला प्रकार सांगितला. श्रीनगरमध्ये ऑफिसमध्ये फोन करून अशा अशा प्रकारची बॅग आहे का विचारलं. तिकडून 'होल्ड ऑन प्लीज' असं सांगितलं होतं. एक माणूस बाहेर सोफ्यावर तशी बॅग आहे का पाहायला गेला होता. इन्चार्ज फोन धरून बसले होते. सौ. आणि मुलंही काळजीनं फोनकडेच पाहत होती.

इतक्यात प्रीतमसिंग धावत आला. "टॅक्सीमे बॅग नही है।" तो सांगत असतानाच तिकडे ऑफिसमध्ये बॅग असल्याचे फोनवरून कळले. आमची नावे सांगून आम्ही त्यात तिकिटे आहेत ना पाहायला सांगितले. तर होती ती. "आता तिकडून ती कोणी टॅक्सीनं आणेल का? टॅक्सीचे पैसे देऊ." मी. नकारार्थी उत्तर आल्यावर सौ.ला तिथंच थांब सांगून मी वेगानं दाराशी गेलो. टॅक्सीसाठी विचारू

लागलो, पण टॅक्सी नंबरप्रमाणेच घेण्याचा तिथला नियम होता. पहिली टॅक्सी अर्ध्या फर्लांगावर होती. पळत सुटलो. टॅक्सी श्रीनगरकडे वेगाने जाऊ लागली. सुमारे वीस किलोमीटर अंतर कापायचे होते. प्लेन सुटण्यापूर्वी पुन्हा एअरपोर्टवर येणे जमेल ना या काळजीतच मी होतो. ऑफिसमध्ये तिकिटे असलेली शबनम ताब्यात घेतली. आभार मानले. आता काळजी होती प्लेन गाठण्याची! बाहेर तीच टॅक्सी उभी ठेवली होती. इतक्यात एक पायलट म्हणाले, ''मलाही आता एअरपोर्टवर यायचंय. इंडियन एअरलाइन्सची माझी बस चुकलीय. मीच हे प्लेन दिल्लीला नेणार आहे. मी पोहोचल्याशिवाय प्लेन जाणार नाही. मी तुमच्याच टॅक्सीतून येतो.'' 'काळजीमुक्त', 'निश्चिंत' या शब्दांचा मी अनुभव घेतला. आम्ही त्याच प्लेनमध्ये आल्याचा आनंद प्रीतमसिंगलाही झाला.

■

व्याख्यानातील आनंद

विद्यार्थी परिषदेच्या कामामुळे व्याख्यानं देण्याची सवय झाली. बँक ऑफ महाराष्ट्र ट्रेनिंग सेंटरमध्ये सहा वर्षं शिकवत होतो. त्यामुळे इंग्रजीमध्ये व्याख्यान देण्याचा सराव झाला. मी आणि सौ. गीता मिळून साहित्यिक कार्यक्रम करीत होतो. त्यामुळे माझी माहिती अनेक संस्थांपर्यंत पोहोचली. महाविद्यालयात असताना १९६५मध्ये व्याख्यानांना सुरुवात केली. सरासरीनं प्रत्येक आठवड्यात कोठे ना कोठे व्याख्यान झाले.

सातारा या माझ्या जन्मगावातून व्याख्यानाची आलेली आमंत्रणे मी आनंदानं स्वीकारली. मी ज्या शाळेत शिकलो त्या न्यू इंग्लिश स्कूलच्या वार्षिक स्नेहसंमेलनास प्रमुख पाहुणा म्हणून गेलो. सकाळी ९ ते रात्री ९ असा कार्यक्रम होता. सकाळी संस्थापक देवधर यांच्या पुतळ्यास पुष्पहार अर्पण करणे, शिक्षकांसमवेत चहापान, चित्रकला, हस्तव्यवसाय, विज्ञान या विषयांवरील स्वतंत्र प्रदर्शनाची उद्घाटने, असे कार्यक्रम दिवसभर चालले होते. संध्याकाळी मैदान विद्यार्थ्यांनी फुलून गेले होते. पताकांनी आसमंत सुशोभित केला होता. शाळेच्या बँड पथकाच्या स्वागताने माझे भव्य व्यासपीठावर आगमन झाले. विविध नैपुण्याबद्दल विद्यार्थ्यांना बक्षिसे दिली गेली.

त्यानंतर माझं व्याख्यान झालं. हसरं वातावरण ठेवत मी विद्यार्थ्यांशी हितगुज केलं. मुलं कुठंही कंटाळली नाहीत. अधूनमधून हशा आणि टाळ्यांनी ती योग्य तो प्रतिसाद देत होती. प्राचार्य निकम खूश होत्या. त्यांना दर वर्षी एक काळजी

असायची. ती म्हणजे "स्नेहसंमेलनात मुलं पाहुण्यांची भाषणं ऐकून घेतील ना?" त्या काळजीतून त्या मुक्त झालेल्या दिसल्या.

ज्या शाळेत मी वक्त्यांच्या सह्या गोळा करीत असे त्याच शाळेतील मुलांनी व्याख्यानानंतर माझ्या सह्या घेतल्या. व्याख्यानासाठी साताऱ्यात पाठक हॉल प्रसिद्ध होता. त्या वाचनालयात माझा मित्र अजित कुबेर पदाधिकारी होता. त्याच्या आमंत्रणावरून 'मराठी विनोद परंपरा' हे व्याख्यान दिले. याच सभागृहात छत्रपती उदयनराजे भोसले यांच्या हस्ते मला दैवज्ञ समाजातर्फे 'सातारा श्री' हा पुरस्कार दिला.

साताऱ्यात ज्या महाविद्यालयात मी शिकलो, त्या शिवाजी महाविद्यालयाचे कॉमर्स विभागाचे धनंजयराव गाडगीळ कॉलेज झाले. त्यांच्या वार्षिक पारितोषिक वितरण समारंभास प्राचार्य एम. ए. शेख यांनी मला आमंत्रित केले. रोटरी क्लब, कन्या शाळा, कोयना सोसायटी, इंजिनिअरिंग कॉलेज, महिला मंडळ अशा अनेक संस्थांतून मी व्याख्याने दिली.

कुसुमाग्रजांचा वाढदिवस

कवी कुसुमग्रजांचा जन्मदिन जागतिक मराठी अकादमीतर्फे दर वर्षी २७ फेब्रुवारी रोजी साजरा केला जातो. कोल्हापूर शाखेच्या वतीने मी व सौ.ने या कार्यक्रमाचे आयोजन शाहू स्मारक मंदिरात केले. मराठी भाषा या विषयावर मी व्याख्यान दिलं.

संत ज्ञानेश्वरांनी संस्कृत ज्ञान मराठीत आणले. 'जी सर्वांना गोवी ती ओवी' अशी ओवीबद्ध भावार्थदीपिका त्यांनी वयाच्या केवळ १५व्या वर्षी लिहिली. सन ११०० ते १७४० पर्यंत ७०० संत कवींनी मराठी समृद्ध केली.

"सृष्टीतील ध्वनीचं अनुकरण करीत मराठी शब्द आले. उदा. – चिवचिव, कावकाव, म्याँव म्याँव, माऊ, भो भो, धो धो, झिमझिम, मुळुमुळु, हळूहळू, धबधबा, थाडदिशी, किरकिर, सटकन. संस्कृतने खूप शब्द दिले. उदा. देवदर्शन, मंदिर, राजा, मेघ. शेजारच्या कानडी भाषेने दिलेले शब्द पाहा. गड्डा, बांबू, नथ, बांगडी, अक्का, आप्पा, अम्मा, ओगर (जेवण), रजई, गादी, गाडगे, झारा, ताम्हण, पेला, अडकित्ता, गच्ची, तागडी, खिडकी. तेलुगूतूनही शब्द आले – अनारसा, च्याऊ माऊ, गजगा. अरबी-फारसी शब्द मराठीत मिसळून गेले. इमला, इमान, इमारत, इरसाल, कनात, करार, कर्ज, कलम, कायदा, किंमत, कारकीर्द, मिळकत, दानत, सरकार, तारीख, मजकूर, जिन्नस. पोर्तुगीज भाषेतूनही शब्द आले – काजू, फालतू, फीत, घमेले, पगार, बिस्किट, चावी, कोबी, पपई, पेरू, भोपळा,

हापूस. इंग्रजीतून आलेले शब्द मराठीत चांगलेच रुळले – टेबल, पेन, डॉक्टर, फी, बिल, नर्स, कॉलेज, स्कूल.

मराठीने इंग्रजीला काही शब्द दिले - घेराव, बंद, ऐश, खलास.

''मराठी भाषा बहुगुणी आहे. बहुगुणी म्हणजे भगुलं.
जैसी दीपामाजी दिवटी
का तिथीमाजी पूर्णिमा गोमटी
तैसी भाषांमध्ये मराठी
सर्वोत्तम.''

आई या शब्दाची फोड आहे आपला ईश्वर. मराठी ही आपली मायबोली तीही आपल्याला देवाप्रमाणेच.

त्या दिवशीच्या कार्यक्रमाचे मुख्य आकर्षण होते, मंगला खाडिलकर, विनीता आपटे आणि मोहनदास सुखटणकर यांनी सादर केलेला कार्यक्रम – 'मोगरा फुलला.'

कराड-कोल्हापूर रस्त्यावर टोप संभापूर येथे चिन्मय सांदिपनी आश्रम आहे. त्यांनी युवकांसाठी 'व्यक्तिमत्त्व विकास' या विषयावर माझे व्याख्यान ठेवले होते. नयनरम्य व शांत असा सात एकराचा परिसर होता. ध्यानसाधनेची व्यवस्था होती. येथील मंदिरावरील गणेशमूर्ती ही जगातील सर्वात मोठी आहे. २४ फूट उंचीच्या मंदिरावर कळसाप्रमाणे ६१ फूट उंचीची सिमेंट काँक्रीटमध्ये बनविलेली मूर्ती आहे. दूरवरून ही मूर्ती दिसते. तेथील सभागृहात व्याख्यान देताना आपण एका भव्य वास्तूत बोलत आहोत याची जाणीव झाली.

मी ह. भ. प. झालो

श्रीराम जन्मोत्सव मंडळी एक दिवस बँकेत आली. रामजयंतीच्या उत्सवास व्याख्यान देण्याचं आमंत्रण देऊन गेले. रामकथेवरील अगदी प्राथमिक पुस्तक मी बाजारातून आणलं. सर्व नावे व नाती पाहून ठेवली. कथा तर वक्त्याला व श्रोत्यांनाही माहिती होती. व्याख्यानस्थळी योग्य वेळी पोहोचलो. पाहतो तो काय, आयोजकांनी मला ह. भ. प. म्हणजे हरिभक्त परायणकार करून टाकलं होतं. मला भारतीय बैठकीवर आसन ठेवून त्यावर बसवलं होतं. माझ्या गळ्यात हार घातला. कपाळाला गंध लावलं. डोक्यावर टोपी घातली.

मांडी घालून मी प्रवचन सुरू केलं. चांगले म्हणून जेवढे गुण आहेत ते प्रभू

रामचंद्राच्या अंगी होते, हे लक्षात घेऊन मी एक-एक सद्‌गुण घेऊन त्यावर बोलत राहिलो. रामजन्म बारा वाजता होता. तोपर्यंतचा वेळ निघायला हवा होता. बोलणं जमत होतं, पण मांडी घातलेली असल्यानं पायाला चांगलीच रग लागली. काहीही करून पाय हलवणं आवश्यक होतं. प्रवचनात मी उठलेलो बरं दिसलं नसतं. मग मी एक युक्ती केली. प्रवचनात सांगत गेलो -

"प्रभू रामचंद्रांना वसिष्ठ ऋषींनी साऱ्या विद्या शिकविल्या होत्या. युद्धशास्त्राबरोबरच प्राणायाम ध्यानधारणाही शिकविली होती. आपण आता तीन मिनिटं डोळे मिटून ध्यानधारणा करू या."

ध्यान कसं करायचं हे मी सांगितलं. त्यानंतर श्रीराम जयजयकार केला व खरोखर तीन मिनिटे ध्यान करवून घेतलं. त्या वेळी साऱ्यांनी डोळे मिटलेले होते. मी थोडं चालून पाय हलवून घेतले होते. पुन्हा जागेवर मांडी घालून बसलो. मग साऱ्यांना डोळे उघडावयास सांगितले!

आकाशवाणीवर व्याख्याने

कोल्हापूर, सांगली, सोलापूर, नागपूर, पुणे येथील आकाशवाणी केंद्रांवरून अनेक व्याख्याने दिली. चेकच्या कायद्याला शंभर वर्षे पूर्ण झाली तेव्हा १९८१ मध्ये नागपूर आकाशवाणीवरून व्याख्यान दिले. आचार्य अत्रे पुण्यतिथीला सांगली आकाशवाणीवर व्याख्यान दिले.

आकाशवाणीवरील व्याख्यान हे दूरदर्शनपेक्षाही अधिक श्रोत्यांपर्यंत पोहोचते.

■

आळंदीत लता मंगेशकर

"आजचं विनोदी साहित्य खरोखरच विनोदी आहे काय?" असा अ. भा. मराठी साहित्य संमेलनात आळंदी येथे परिसंवाद होता. त्यात वक्ता म्हणून मला निमंत्रण मिळाल्यामुळे मी खूश होतो. परिसंवादाचे अध्यक्ष होते द. मा. मिरासदार. विनोदावरील परिसंवाद होता; परंतु एक-दोन वक्ते खूपसं तात्त्विक बोलत असल्यामुळे परिसंवादात रंगत येत नव्हती. समोर २५ हजाराचा लोकसमुदाय उपस्थित होता.

भव्य सभामंडपातील सर्व जागा श्रोत्यांनी व्यापून गेल्या होता. तेव्हा द. मा. मिरासदार माझ्या कानात म्हणाले, "लोकांना जरा हलवायला पाहिजे. त्या मानानं बोल."

माझं नाव जाहीर होताच मी ध्वनिक्षेपकाजवळ गेलो. पहिल्या मिनिटातच एक किस्सा सांगून साऱ्या श्रोतृवर्गाला भरभरून हसायला लावले. एवढ्या मोठ्या जनसमुदायाकडून मिळालेली दाद मी कधीही विसरणार नाही. हास्याच्या लाटांवर लाटा येत होत्या. दोन वाक्यांमध्ये मला बराच वेळ थांबून पुढच्या वाक्यांची फेक करावी लागत होती.

व्यासपीठावरील अशोक जैन, मुकुंद टांकसाळे व सारे वक्तेही दाद देत होते. मी उदाहरण व विचार असे दोन्ही सांगत असल्यामुळे व्याख्यान खुसखुशीत झाले.

श्रोत्यांमध्ये संमेलनाध्यक्ष शांता शेळके उपस्थित होत्या. या संमेलनाचे उद्‌घाटन झाले होते गानकोकिळा लता मंगेशकर यांच्या शुभहस्ते. त्या संमेलनास

आमंत्रित असल्यामुळे मला त्यांना नीट बघता आले व ऐकताही आले.

अशा अखिल भारतीय मराठी साहित्य संमेलनात वक्ता म्हणून मला चार वेळा भाग घेता आला.

करा‍ड साहित्य संमेलन

दहा जानेवारी दोन हजार तीन. कराड नगरी साहित्य संमेलनासाठी सजली होती. एका परिसंवादात वक्ता म्हणून मला बोलावल्यामुळे मी उत्साहात होतो. संतसाहित्यावरील परिसंवादास बँक ऑफ महाराष्ट्रने प्रायोजकत्व दिले होते. सकाळी हॉटेलवर लवकर उरकावं म्हणून स्नानगृहात गेलो. थंडीचे दिवस होते. 'हॉट' शब्द लिहिलेला पाण्याचा नळ सोडला. बादली भरली तरी गरम तर सोडाच कोमट पाणीही आले नाही. मनाचा हिय्या करून गार पाण्यानं अंघोळ केली. पवित्र स्थानी व पवित्र कार्याच्या वेळी गार पाण्यानं स्नान करायची आपल्याकडे प्रथा आहेच. त्यातून कृष्णा-कोयनेच्या संगमावर वसलेलं हे गाव. ते गार पाणी या नद्यांचंच तर असणार. त्यामुळे त्याचा त्रास वाटून घेतला नाही. सहज म्हणून लॉजच्या मॅनेजरला गरम पाण्याबद्दल विचारलं. तो म्हणाला, "हॉट लिहिलंय त्या नळातून गार पाणी येतं. कोल्ड लिहिलंय त्या नळातून गरम पाणी येतं. पेंटरनं रंगविताना चूक केलीये. सगळे ग्राहक हीच तक्रार करतात!"

एक चांगला विनोद अनुभवायला मिळाल्यामुळे मी खुशीत बाहेर पडलो, ते ग्रंथदिंडीत सामील झालो. मी अनेक साहित्य संमेलनांना गेलो, पण इथली ग्रंथदिंडी अतिप्रचंड होती. त्यात कवी विठ्ठल वाघ, अशोक नायगावकर भेटले. भोजनाचे वेळीही अगत्याने वाढत होते. तिथे स्वागतासाठी समाज कार्यकर्ते विनायकराव व सौ. विद्या पावसकर उपस्थित होते. साहित्यिक आणि माजी पंतप्रधान नरसिंहराव यांचं उद्घाटनपर भाषण छान झालं. संमेलनातील एका परिसंवादात मी वक्ता होतो. विषय होता 'आजचे सांस्कृतिक जीवन असहिष्णू बनले आहे का?' लालन सारंग, डॉ. विश्वास मेहेंदळे, डॉ. वसुंधरा पेंडसे-नाईक यांच्यासमवेत मला विचार मांडायला मिळाले.

मोरोपंतांची बारामती

शाळेत मोरोपंतांची केकावली शिकविली होती. त्यांच्या काव्यपंक्तीही पाठ असायच्या –

'कृतांतकटकामलध्वजजरा दिसो लागली. '

त्या वेळी दमछाक न होता ते शब्द उच्चारता येत.

पुढे एकदा ज्येष्ठ नागरिक संघाच्या आमंत्रणावरून पुन्हा बारामतीस गेलो. ज्यांच्याकडे उतरलो त्यांना म्हटले, ''सोलापूरचे कविराय रामजोशी हे उत्कृष्ट लावणीकार होते. त्यांची वहिनी सती गेल्यावर ते फार दु:खी झाले. ते बारामतीस आले. मोरोपंतांना भेटले. त्यांच्या मार्गदर्शनाप्रमाणे आध्यात्मिक काव्य लिहू लागले. या मोरोपंतांचं घर मला पाहायला मिळेल का?''

''अहो, आपण बसलोय हा मोरोपंतांचाच वाडा आहे. या समोरच्या खोलीत त्यांचं साहित्य मांडलंय.''

त्यांनी ती खोली उघडून मला सारं दाखवलं.

विराक्षी

जाहिरात क्षेत्रात नावाजलेले विलास रामचंद्र क्षीरसागर उर्फ विराक्षी हेही बँकेचे सन्माननीय ग्राहक होते. मी सोलापुरात आल्यावर पदभार स्वीकारला तो एम.एल. मानकर साहेबांकडून. विराक्षींच्या नव्या कार्यालयाच्या उद्‌घाटन समारंभास प्रमुख पाहुणे म्हणून आम्हा दोघांनाही बोलवले होते. उद्‌घाटक होते चित्रकला क्षेत्रातले भीष्माचार्य बाबुराव सडवेलकर. चित्र काढून उद्‌घाटन करा असं त्यांना सांगण्यात आलं. ऐन वेळी ते चित्र कसं काढतील असं माझ्या मनात आलं. बाबुरावांनी ब्रश हातात घेतला, रंगात बुडवला; काही क्षणातच सूर्योदयाचे चित्र कागदावर साकारले. तो प्रसंग अनपेक्षित, पण अगदी यशस्वी असल्यानं माझ्या मनात चांगलाच बिंबला गेला आहे. बाबुराव सडवेलकर यांनी सोलापूरच्या शुभराय महाराजांच्या चित्रकृतींची मुक्तकंठाने प्रशंसा केली.

विराक्षींनी व्यवसायात कलेला महत्त्व दिलं. जाहिरात तयार करायची तर किती मजकूर लिहिला यापेक्षा ती कलात्मक झाली ना हे त्यांनी पाहिलं. एकूण जाहिरातीच्या जागेत मोकळी जागा सोडणं हेही प्रभावी असतं. ते त्यांनी ग्राहकांना पटवून दिलं.

जाहिरात हाही एक कलाविष्कारच आहे. ग्राहकाप्रति असलेली भक्ती प्रकट करण्यासाठी एका जाहिरातीत केवळ एक मंदिरातील घंटा दाखविली होती. शब्द होते –'आमचे दैवत -चोखंदळ ग्राहक'. गृहप्रकल्पाच्या जाहिरातीत म्हटलं होतं, - 'नजर लागावी इतकी सुंदर वास्तू!' अन् चित्र होतं दृष्ट लागू नये म्हणून नव्या घरावर बांधतात त्या कापडी बाहुलीचं! आरशात पाहायला कोणाला नाही आवडत? त्यातून स्त्रियांना तर जास्तच. या मानसशास्त्राचा वापर करून परिणामकारक जाहिरात विराक्षींनी केलेली. स्त्री आरशापुढे उभी आहे आणि म्हणते – 'सांग दर्पणा कशी मी दिसते'. शिंपल्यामध्ये मोती दाखवून बाजूला फक्त शब्द होते – आमचा

प्रत्येक ग्राहक मोत्यासारखा!

या उद्‌घाटन समारंभातील माझं भाषण चांगलंच गाजलं. समारंभाला संपूर्ण जिल्ह्यातून सर्व प्रकारची माणसं होती. पत्रकार मोठ्या प्रमाणावर होते. माझ्या भाषणाला त्यांनी भरपूर प्रसिद्धी दिली. माझी सोलापूरकरांना ओळख झाली.

पोलीस दारात

सिद्ध समाधी योगवर्गाचा शेवट शिवपुरी येथील अडीच दिवसांच्या शिबिरानं झाला. मी शिवपुरी येथे जात आहे हे शिबिराच्या नियमाप्रमाणे कोणासही सांगितले नव्हते. घरी वा बँकेत कोणालाच माहिती नव्हतं. घरची मंडळी तर पुण्यात होती.

शिवपुरीहून सोलापूरला घराजवळ आलो, तर दारात तीन पोलीस बसलेले. 'काय झालं असेल? चोरी झाली असेल का?' असे विचार मनात घेत मी बंगल्याच्या गेटमधून आत आलो.

पोलिसांनी विचारले, "तुम्ही भुर्केसाहेब का?"

"हो."

"कुठं गेला होतात? आम्ही दोन दिवस इथं तुमच्या दारात बसलोय."

"काय झालं?"

"थांबा. आता कुठं जाऊ नका. साहेबांना तुम्ही आल्याचं सांगून येतो."

मला पोलीस येण्याचे कारण तर कळलेच नाही आणि ते पोलीस पळत सुटले.

एवढ्यात त्यांच्या साहेबांचा फोन आला. – "नमस्कार भुर्केसाहेब! अहो, मी आमच्या पोलिसांना तुमची भेट घ्यायची म्हणून पाठविलं होतं. आमचे पोलीस कमिशनर बारावकर साहेब पुण्याहून येताहेत. येत्या रविवारी मोठा कार्यक्रम आहे. विषय आहे – 'आपला शेजारी, खरा पहारेकरी'. तुम्ही प्रमुख वक्ते म्हणून यावं ही विनंती. मोठ्या साहेबांनीही तुमचंच नाव सांगितलंय. कार्यक्रम फायनल करण्यासाठी मी दोन दिवस पोलिसांना पाठवतोय. ते बँकेत बघून आले. घराला कुलूप. शेवटी मी त्यांना म्हटलं, "ते मिळाल्याशिवाय परत यायचं नाही. त्यांच्या दारात बसून राहा!""

"मी रविवारी पुण्यास एका व्याख्यानाचे निमंत्रण स्वीकारलेय. तेव्हा मी आपल्या कार्यक्रमाला येऊ शकत नाही. कृपया मला माफ करा."

"ते काही नाही. कार्यक्रम सकाळचा आहे. तुमचं भाषण झालं की, तुम्ही पुण्याला जा. तुम्हाला आमची पोलीस जीप देतो लवकर पोहोचायला. पुढं एक सायरनची गाडी ठेवतो!"

"बरंय येतो, पण सायरन गाडीची गरज नाही."

“धन्यवाद! तुम्हाला कार्यक्रमाच्या येथे नेण्यासाठी गाडी पाठवतो.”

“नको नको! दारात पोलीस बसले होते तेवढं पुरं आहे. आता पोलीस गाडी नको. लोकांमध्ये गैरसमज व्हायचा.”

पुरं हुतात्मा स्मारक श्रोत्यांनी भरलं होतं. बारावकर साहेबांचं भाषण झालं. माझ्या व्याख्यानानं बहुतांश श्रोते पोलीस असूनही त्यांनी मनापासून हसून दाद दिली!

पोलीस अधिकाऱ्यांपुढे

पोलीस कमिशनरसाहेबांनी सोलापूर जिल्ह्यातील अतिवरिष्ठ पंचवीस पोलीस अधिकाऱ्यांसाठी माझं व्याख्यान ठेवलं होतं. मुख्य पोलीस मुख्यालयात गेलो. कोणताही कार्यक्रम वेळेत सुरू व्हावा यासाठी मी दहा मिनिटे आधीच पोहोचत असे. लोकांशी कसे वागावे – ‘डिलींग वुइथ पीपल’ असा विषय होता.

कॉन्फरन्स हॉलमध्ये टापटीप होती. शोभेच्या पितळी कुंड्या ब्रासो लावल्यामुळे चकाकत होत्या. भलंमोठं कॉन्फरन्स टेबल होतं. गणवेशधारी अधिकारी टेबलाभोवती ताठ बसले होते. खुर्चीत टेकून कोणीही बसले नव्हते. मला त्यांचे साहेब घेऊन आले तेव्हा ते उभे राहिले. त्यांच्या साहेबांनी सांगितल्यावर बसले. साऱ्यांच्या पोशाखाला कडक इस्त्री केली होती. तशीच चेहऱ्यालाही! गंभीर चेहऱ्यानं सारे बसले होते.

माझी ओळख करून दिल्यावर मी भाषणाला सुरुवात केली. सवयीप्रमाणे मी व्याख्यान खुलण्यासाठी सुरुवातीस उदाहरण सांगितल, परंतु प्रतिसाद अजिबात नाही. नंतर मी भाषण करत होतो. सारे अधिकारी शांत चित्तानं ऐकत होते. कोणाच्याही चेहऱ्यावर हास्य विलसत नव्हते.

व्याख्यान झाल्यावर साहेबांनी आणि दोन अधिकाऱ्यांनी माझं उत्कृष्ट भाषणाबद्दल कौतुक केलं. श्रोते अजिबात दाद का देत नव्हते ते मी विचारलं.

“मी सर्व अधिकाऱ्यांचा प्रमुख पुढ्यात असताना त्यातील कोणी हसण्याचे धाडस करणार नाही. काय बिशाद लागली त्यांची हसण्याची!”

फायदा एकच झाला.

सोलापुरात मी चाललो की, काही पोलीस हास्यवदनानं नमस्कार करू लागले!

बस कंडक्टर्सना ट्रेनिंग

एक दिवस एस. टी. कंट्रोलरचा फोन आला –

“आमच्या कंडक्टर्ससाठी ट्रेनिंग प्रोग्रॅम ठेवलाय. त्यात आपण ‘ग्राहक सेवा’

या विषयावर व्याख्यान द्यावं.''

"येतो."

मी त्यांच्या कार्यालयात गेलो. कंडक्टर्स समोर बसलेले. गणवेशात नव्हते. शांतपणे बसले होते. त्यामुळे मला ते एस. टी. कंडक्टर्स आहेत असेच वाटेना. मी भाषण दिलं. अशा प्रसंगी मी बँकेची माहितीही सांगत असे. जनसंपर्काचा लाभ बँक व्यवसायवृद्धीसाठी होत असे. एकंदरीत कंडक्टर मंडळी खूश झाल्याचे लक्षात येत होते. माझ्या व्याख्यानाचा समारोप करताना मी म्हटले -

"एस.टी. फलाटाला लागलीये. आतले प्रवासी बाहेर उतरू पाहताहेत, तर बाहेरचे प्रवासी जागा पकडायला आत घुसू पाहताहेत. या परिस्थितीत मी गाडीत चढत असेन, तर माझा प्रवेश तिथेच थांबवू नका. मला आत घ्या ही विनंती!''

ग्राहकाला सौजन्यपूर्ण सेवा हवी हेच मी त्यांना अप्रत्यक्षरीत्या सांगितलं होतं.

रोटरी

मी १९८३ पासून लायन्स क्लबचा सदस्य आहे. तसेच व्याख्यानाच्या निमित्तानं दर महिन्याला कोणत्या ना कोणत्या रोटरी क्लबमध्ये जात आलो आहे. त्यामुळे ओळख करून देताना मला लायन हार्टेड रोटरीयन असंही काही जण म्हणायचे. शाळेत असताना दिवाळी किल्ला स्पर्धेत साताऱ्यात मला व माझे बंधू मोहन यांना संयुक्तपणे पुरस्कार रोटरीने दिला होता.

सोलापुरात एक दिवस रोटरीयन ॲड. जे. जे. कुलकर्णी यांचा रात्री दहा वाजता फोन आला –

"उद्या रोटरी डिस्ट्रिक्ट कॉन्फरन्सचं उद्घाटन सकाळी ९ वाजता आहे. नागपूरहून न्यायमूर्ती येणार होते. ते येऊ शकत नाहीत. तुम्ही उद्घाटक म्हणून या.''

"येतो. त्यांना बोलण्याचा विषय काय दिलाय?''

"समाज सुधारण्याची नवी दिशा. वेळ वीस मिनिटे.''

"तोच विषय ठेवा.''

दुसऱ्या दिवशी अनेक जिल्ह्यांतून आलेल्या रोटरीयन्सनं हुतात्मा स्मारक भरून गेलं होतं.

त्या दिवशी माझ्या भाषणाला श्रोत्यांचा एवढा प्रतिसाद मिळत होता की, रोटरीयन्सचे बाहेर असलेले ड्रायव्हर्सही दाराशी उभं राहून ऐकू लागले.

व्याख्यान संपल्यावर अडतीस रोटरी क्लबची व्याख्यानाची आमंत्रणे मिळाली. ती मी पुढे दीड वर्षात पुरी केली.

जैन साध्वींपुढे व्याख्यान

सोलापुरात मी इतकी व्याख्याने दिली की, मला आमंत्रित न केलेली संस्था विरळाच! गणेशोत्सवातील एका संध्याकाळी मी तीन व्याख्याने दिली. पहिले व्याख्यान झाले की, तिथे पुढील व्याख्यानाचे संयोजक मला नेण्यासाठी येऊन बसलेले असत. रात्री तिसरे व्याख्यान दिले.

एक व्याख्यान तर जैन साध्वींपुढे झाले. जैन समाजाने व्याख्यानाचे आयोजन केले होते. प्रसन्न वातावरण होते. वेळ सकाळची होती. सर्व आयोजक पांढऱ्याशुभ्र पोशाखात होते. आध्यात्मिक वृत्तीच्या साध्वींनी धवल वस्त्रे परिधान केली होती. त्यांच्या मुखावर सफेद कापडाच्या पट्ट्या होत्या.

मी आध्यात्मिक विषय मांडला, तरी त्याला विनोदाची झालर होती.

''परमेश्वराचं चिंतन करावयाचे असेल तरी ते आत्ताच सुरू करावे. काहींना वाटते देवाचे नाव घेणे या वृद्धापकाळातल्या गोष्टी आहेत, पण तसे नाही. म्हातारपणी श्रीरामाचे नाव घेताना ''श्ली लांब जय लांब जय जय लांब'' असं दात पडल्यावर म्हणतो. मग राम आपल्यापासून लांब लांबच नाही का जाणार?''

सद्‌वर्तन या विषयावर मी बोलत होतो खरा, पण हास्याचे आवाज ऐकू येऊ लागले. व्याख्यानाला प्रतिसाद म्हणून श्रोते हसत होते; परंतु हसणारी मुखे दिसत नव्हती. सर्व साध्वींच्या मुखावर धवल कापडी आवरणे होती! हा अविस्मरणीय अनुभव होता.

फायर ब्रिगेडच्या कर्मचाऱ्यांसाठीही व्याख्यान

'' 'आग रामेश्वरी बंब सोमेश्वरी' असा प्रकार न करणारे कर्तव्यदक्ष जवान हो'' अशा संबोधनानं व्याख्यान सुरू केलं.

'' 'तक्रार नोंदविण्याची वेळ', 'कामाच्या वेळा', 'रविवारी सुट्टी' असले फलक आपण लावत नाही. त्यामुळे तुम्ही आदरणीय आहात. एका फायर ब्रिगेडच्या कार्यालयात नावनोंदणी 'वेटिंग लिस्ट'मध्ये करीत होते. तीन दिवसांपूर्वीच्या तक्रारीसाठी पथक गेलंय असं सांगण्यात आलं. हे होता कामा नये....'' असं मनोरंजक व्याख्यान देणं मला आवडायचं. एकदा वातावरण हलकं झालं की, मग वैचारिक, बोधप्रद भाग मी मांडत असे.

हीरो होंडा

सोलापुरातील लक्ष्मी एजन्सीज हे आमच्या बँकेचे नामवंत ग्राहक! त्यांनी दोन

वर्षांत १२०० हीरो होंडा मोटारसायकली विकल्या होत्या. या खरेदीदारांच्या पावती-क्रमांकांमधून भाग्यवान क्रमांक काढण्याचा कार्यक्रम हुतात्मा स्मारकात आयोजित केला होता. वाद्यवृंदाचा कार्यक्रम होता. मध्यंतरात भाग्यवान क्रमांकांच्या सत्काराचा कार्यक्रम होता. सदर कार्यक्रमास मी प्रमुख वक्ता या नात्याने उपस्थित होतो. नाट्यगृह श्रोत्यांनी खचाखच भरलं होतं.

मध्यंतरात मी व्याख्यानास उभा राहिलो.

''व्यासपीठावरील सर्व सन्माननीय महोदय आणि वेगवान श्रोते हो!''

मी असं संबोधल्यावर श्रोते अधीर होऊन ऐकू लागले.

''वेगवान म्हणण्याचं कारण हीरो होंडा चालविणारा हळूहळू जाताना मी कधीच पाहिला नाही. तो वेगानेच जातो.'' (टाळ्या)

''वेगानं जाणारी माणसं ही प्रगतीशील असतात. (टाळ्या) माणसाच्या आयुष्यात वेगानं जाण्याचे विविध टप्पे असतात.''

''मुलगा शाळेत जायला लागला की, आई त्याला हाताला धरून घेऊन जाते. सातवी-आठवीत गेला की, त्याला सायकल मिळते. महाविद्यालयात गेला की हीरो होंडा मिळते.'' (टाळ्या).

''उसाचं बिल साखर कारखान्याकडून आलं की, 'हीरो होंडा'ची खरेदी ठरलेलीच.'' (हशा)

''हीरो होंडा चालविणाऱ्या युवकाचं आणखी एक वैशिष्ट्य आहे. तो नुसताच वेगात जातो असं नाही. तो हॉर्न वाजवित जातो. (हशा) आता गर्दी असली तर हॉर्न वाजवावा लागतो. परंतु पुढे कोणीही नसताना हा युवक का हॉर्न वाजवितो असा मला प्रश्न पडला होता. पण त्याचे कारण लवकरच लक्षात आले. आपली खास मैत्रीण जवळच्याच घरात राहतेय. आपण चालल्याचं तिला कळावं यासाठी तो हॉर्न होता.'' (प्रचंड हशा).

''थोड्याच दिवसांत तिच्याशी या युवकाचा विवाह थाटामाटात झाला. बायकोला घेऊन युवराज हीरो होंडावरून मनमुराद फिरले. काही वेळा मुद्दाम ब्रेक लावले! काही दिवसांनी बायको माहेरी गेली. हे महाराज निघाले तिकडं हीरो होंडा घेऊन.''

''वडिलांनी विचारलं,

'' 'कुठं चालला?''

'' ''कारखान्यावर जाऊन उसाच्या बिलाचं काम कुठंवर आलंय बघतो.''

''हे सांगून महाराज बायकोच्या माहेरी हजर!

''काही दिवसांत मुलगा नवरा-बायकोच्या मध्ये होंडावर बसायला लागला. (हशा) हीरो होंडाचा हॉर्न वाजविणं बंद झालं अन् मुलाचा हॉर्न सुरू झाला.''

(प्रचंड हशा)

त्या दिवशीचं हे भाषण श्रोत्यांना इतकं आवडलं की, ते संपल्यावर कितीतरी वेळ टाळ्यांचा कडकडाट होत होता. हीरो होंडाचे अधिकारी हिंदी भाषिक होते. तरीही त्यांना त्या उत्स्फूर्त प्रतिसादामुळे भाषण समजले. ते म्हणाले, ''हीरो होंडाचं इतकं जिवंत व वास्तववादी चित्रण कधी कुणी केलं नव्हतं. या व्याख्यानाची फिल्म हीरो होंडाच्या ट्रेनिंग कॉलेजमध्ये दाखविली जाईल!''

जयकुमार पाटलांचा एवढा स्नेह वाढला की, त्यांनी बँकेस कितीतरी व्यवसाय मिळवून दिला.

■

वसंत व्याख्यानमाला

शंभर वर्षांहून अधिक काळ वक्तृत्तेजक सभेतर्फे पुण्यात चाललेली ही व्याख्यानमाला. टिळक स्मारक मंदिराच्या प्रांगणात आंब्याच्या झाडाखाली व्यासपीठ आहे. उघड्यावर बसून श्रोते विद्वानांची व्याख्याने ऐकतात. वसंत व्याख्यानमालेत व्याख्यान देणं हे प्रतिष्ठेचं मानलं जातं. मी व्याख्यानमालेच्या संयोजकांना दोन महिने आधी भेटून बँक ऑफ महाराष्ट्रचं हीरकमहोत्सवी वर्ष असल्यामुळे एक व्याख्यान बँकेचे अध्यक्ष शांताराम कामत यांचं ठेवण्याविषयी विनंती केली. ती मान्य झाली.

आता प्रश्न होता प्रत्यक्ष भाषणाचा. संयोजकांना व श्रोत्यांना व्याख्यान मराठीत हवं होतं. कामतसाहेबांना व्याख्यान इंग्रजीत देणं सोईचं होतं. मी संयोजकांशी पुन्हा चर्चा करून मध्यम मार्ग काढला. मी मराठीमध्ये पंधरा मिनिटे बोललो. कामतसाहेबांच्या इंग्रजी भाषणाची सुरुवातीची सहा वाक्ये मराठीत भाषांतरित केली. हा भाग मराठीत वाचावयाचा होता, तरी तो वाचणं त्यांना सोपं जावं यासाठी इंग्रजीमध्ये लिहिला. याचप्रमाणे भाषणाच्या शेवटच्या दोन वाक्यांचं केलं. अतिशय सुरेख कार्यक्रम झाला.

कामतसाहेबांना मराठी भाषा समजायची, बोलताही यायचा; पण व्याख्यान मराठीत देणं अवघड वाटायचं. पण त्याच्या सरावासाठी ते कधीच कंटाळायचे नाहीत. पत्रकारांच्या, दूरदर्शन, आकाशवाणीच्या कार्यक्रमासाठी मी त्यांच्याकडे सतत जात असे. ते सरावानं दोन-तीन वाक्यं छान बोलायचे. मग इंग्रजीत बोलायचे.

त्या वेळी टी.व्ही.वर त्यांचा आवाज सायलंटवर घेऊन "ते असं म्हणाले...." अशा निवेदनानं मी त्यांच्या भाषणाचा गोषवारा सांगत असे. एक दिवस तर त्यांच्या कार्यक्रमांच्या तीन बातम्या टी.व्ही.वर दाखविण्यात आल्या. माझ्याकडे दोन बँकांचे जनसंपर्क अधिकारी आले. त्यांच्या अध्यक्षांनी त्यांना पाठविलं होतं. टी.व्ही.वर बँकेच्या एवढ्या बातम्या कशा आणता असे ते विचारत होते.

मी त्यांना सांगितलं की, समाजासाठी बँक काय देते हा बातमीचा गाभा असावा लागतो. अशा बातम्या असल्यावर त्या प्रसारमाध्यमातून आणणं सोपं जातं. त्याशिवाय त्या माध्यमातील लोकांशी प्रभावी जनसंपर्क हवा.

वसंत व्याख्यानमालेच्या कार्यक्रमादिवशी रात्री 'प्रेस रिलीज' वगैरे देऊन झोपायला बारा वाजले. सकाळी नऊ वाजता ए.जी.एम. म्हणजेच सहायक महाप्रबंधक पदासाठी माझा इंटरव्ह्यू होता. कामतसाहेब व व्ही. लीलाधरसाहेब, जे पुढे रिझर्व्ह बँकेचे डेप्युटी गव्हर्नर झाले ते मुलाखत मंडळावर होते. मुलाखत चांगली झाली. मी ए.जी.एम. झालो.

■

देणे समाजाचे

अंत्यविधी शिक्षण

अवेळी फोन वाजला की, मन चरकते. झाले तसेच. रात्री उशिरा माझ्या भाचीचा फोन आला. तिच्या आईचं म्हणजेच माझ्या मावस बहिणीचं पुणे मुक्कामी निधन झाल्याचं समजलं. खूप वाईट वाटले. लगेच बाहेर पडू या असे वाटले. पण भाचीने सांगितले, "आत्ता इकडे साळुंके विहार भागात येऊ नका. सकाळी ८ वाजता अंत्यविधी करायचा आहे. आमच्या लष्कर भागातील स्मशानातील कार्यालयातील पास काढला आहे. पण वेगळाच प्रश्न निर्माण झालाय. उद्या गणेशचतुर्थी असल्यामुळे अंत्यसंस्काराचे धार्मिक विधी करण्यासाठी गुरुजी मिळत नाहीत. पुण्यातील वैकुंठभूमी या मुख्य स्मशानभूमीत मोघे गुरुजी आहेत; परंतु ते या स्मशानभूमीत येऊ शकत नाहीत. आता स्मशानभूमी बदलायची म्हटले, तर पोलीस परवानगी लागेल. कँप स्मशानभूमीतील झालेली नोंद बदलणे सोपे नाही. तेव्हा या कामासाठी गुरुजी घेऊन ये."

मी पुन्हा मोघे गुरुजींशी संपर्क साधला. त्यांना सर्व परिस्थिती समजावून सांगितली. त्यांनी या बाबतीत दैनिक 'सकाळ'चे श्री. चं. ह. जोशी अंत्यसंस्कार विधीसाठी सहकार्य करत असल्याचे सांगितले. मी त्यांच्याशी फोनवर संपर्क साधला. एव्हाना रात्रीचे बारा वाजले होते. त्यांनी सर्व परिस्थिती समजून घेतली. ते म्हणाले, "गणेशचतुर्थी असल्यामुळे मी येऊ शकणार नाही. पण 'पुणं-एक साठवण' या पुस्तकाचे तुम्हीच लेखक का?"

"हो."

"मग तुम्ही हुशार आहात. तुम्ही सकाळी ७ वाजता माझ्या घरी या. मी तुम्हाला अर्ध्या तासात अंत्यसंस्कार विधी कसे करायचे ते शिकवतो. त्यातील मंत्रांची पुस्तिका देतो. तुम्ही हे काम स्वत: करू शकाल."

मी सकाळी सारं समजून घेतलं. त्यांना त्याबद्दल दक्षिणा काय द्यायची हे विचारलं. त्यांनी सांगितलं, "तुम्ही 'पुणं- एक साठवण' पुस्तकाची प्रत सवडीनं आणून द्या. माझी प्रत कोणीतरी वाचायला नेली. ती परत आलीच नाही."

मी बहिणीचे अंत्यदर्शन घेतले. साऱ्यांनी उत्सुकतेनं विचारले, "गुरुजी मिळाले का?"

मी होकारार्थी उत्तर देऊन ते स्मशानात येत असल्याचे सांगितले.

स्मशानात मी धार्मिक विधीसाठी बरोबर नेलेले साहित्य मांडले.

अशा भावनिक वेळी लोक सूचना करीत राहतात.

"अहो, काळे तीळ कोठे आहेत?" एकाने मला विचारलं. मी पूर्ण आत्मविश्वासानं कामाला लागलो होतो. या प्रश्नानं मी अजिबात डगमगलो नाही. द्रोणात पांढरे तीळ होते.

त्या विचारणाऱ्यालाच मी सांगितले, "तो बुक्का त्या पांढऱ्या तिळांना लवकर लावा." ते काम त्यांच्याकडून करवून घेऊन पुढील विधी सुरू केले.

या वेळी यमाची प्रार्थना असते. तू आता लवकर आमच्या घरी येऊ नको, अशी विनवणी असते. हे सारं मी नव्यानंच शिकलो.

या अनुभवाचा उपयोग पुन्हा झाला. आमचे शेजारी भडभडे यांच्या पत्नीच्या निधनानंतरही असेच अंत्यसंस्काराचे विधी सांगण्याचे काम मी केले.

रिंग मारना, रिंग मारना

सेव्ह इंडिया असोसिएशनने पत्रलेखन या विषयावर व्याख्यान देण्यासाठी मला बोलवले होते. या संस्थेचे अध्यक्ष होते आमच्या बँकेचे माजी अध्यक्ष पी. बी. कुलकर्णी. त्या वेळी मी म्हणालो, "माहिती देणे, संदेश पाठविणे यासाठी प्राचीन काळापासून विविध माध्यमे वापरली गेलीत. वीर हनुमानाने आपण दूत आहोत हे सीतामाईंना पटवून देण्यासाठी अंगठीचा उपयोग केला. मेघदूत काव्यामध्ये यक्षाचा निरोप त्याच्या प्रियेला पाठविण्यासाठी कालिदासाने ढगांचा वापर केला."

"सध्या गरज आहे ती पत्रलेखनाची. आपली पत्रपेटी उघडली, तर त्यात असते लग्नपत्रिका, समारंभाची निमंत्रणपत्रिका, महानगरपालिकेचे करांचे बिल, टेलिफोन एक्सचेंजचे टेलिफोन बिल, सारंकाही छापील असतं. हातानं लिहिलेलं ममतेचं

पत्रचं नसतं. हे चित्र बदलण्यासाठी आपल्या नातेवाइकांना, मित्रांना हस्तलिखित पत्रे पाठवा. तुम्ही आईला पत्र लिहिलंत तर ती फार उत्सुकतेनं वाचते. कौतुकाने पत्र आल्याचं इतरांना सांगते. कधीमधी पुन्हा ते पत्र हाती घेऊन वाचते. पुन्हा मुलगा भेटल्यासारखं वाटतं.

"हे पत्र न पाठविता केवळ फोनवर बोललं तर तेवढा आनंद मिळू शकत नाही. मी एकदा अकोला रेल्वे स्टेशनवर होतो. आगगाडी सुटली. एक मारवाडी कुटुंब नागपूरला चालले होते. स्टेशनवर पोहोचवायला आलेले पाहुणे हात करून म्हणत होते -

"रिंग मारना, रिंग मारना!"

त्याऐवजी पत्र पाठवा. आनंद साठवा!"

■

सिंहगडावर नाथमाधव

एक काळ असा होता की, नाथमाधवांच्या कादंबऱ्यांनी मराठी वाचकांना झपाटून टाकले होते. नाथमाधव हे मूळचे मुंबईचे. गन फॅक्टरीमध्ये नोकरीस होते. नेमबाजी आणि शिकार यात त्यांनी लौकिक मिळविला होता. ब्रिटिश अधिकारी त्यांच्यावर खूश होते. त्यांनी नाथमाधवांना आग्रह करून शिकारीसाठी सिंहगडावर नेले. साहेबांनी आणि नाथमाधवांनी सिंहगडावर मोक्याच्या जागा पकडल्या. वेळ संध्याकाळची. धुकं दाटून आलेलं... आणि वाघाची डरकाळी ऐकू आली! शिकारी एक-एक पाऊल पुढे टाकू लागले आणि आता बार टाकायचा तोच नाथमाधवांचा पाय घसरला आणि कड्यावरून ते ८० फूट खोल खाली पडले. हा हा म्हणता गडावर बातमी पसरली. धावाधाव झाली. त्यांना बाहेर काढले, पण त्यांचा कमरेखालील भाग कायमचा लुळा पडला.

आता काय करायचे? त्यांनी लिखाणास सुरुवात केली. द्वारकानाथ माधवराव पितळे या नावानं लिहीत होते. मागणी येईना. तेव्हा 'नाथमाधव' हे नाव धारण करून ते लिहू लागले. वाचकप्रिय लेखक झाले. चौतीस कादंबऱ्या व आठ नाटके प्रसिद्ध झाली. त्यांच्या कादंबऱ्यांनी वाचकांना झपाटून टाकलं होतं.

अशा नाथमाधवांची माहिती सिंहगडावर येणाऱ्या निसर्गप्रेमींना व्हावी यासाठी मी उदयराव गडकरी यांना विनंती केली. आम्ही फलक तयार केला. तो घेऊन सिंहगडावर गेलो. गाडीतून फलक, त्याचे खांब, वाळू, सिमेंट, कुदळी इ. साहित्य घेऊन पायऱ्या चढून त्या जागी पोहोचलो. सकाळी सात वाजता गेलो. दुपारी १ वाजता फलक लागला. सिंहगडावर नाथमाधवांचं स्मारक झालं.

एक इच्छा पूर्ण झाल्याचा आनंद घेतला.

लिम्का बुक

राजा केळकर वस्तू संग्रहालयाचे व बँक ऑफ महाराष्ट्रचे असे संयुक्त पत्र मी नागपूरला असताना मिळाले होते. वस्तूसंग्रह म्हणजे केवळ जुन्या व दुर्मीळ वस्तू नव्हेत. बदलत्या वस्तूंचा संग्रह हे महत्त्वाचे! त्यासाठी बँक ऑफ महाराष्ट्रच्या माध्यमातून गावोगावी वापरात असलेले मातीचे दिवे पाठविण्याचे आवाहन त्या पत्राद्वारे केले होते. नागपूर भागात मला दिवाळीसाठी वापरतात ते वैशिष्ट्यपूर्ण दिवे मिळाले. ते मी खास खोक्यातून केळकर संग्रहालयास पाठविले. पुढे दिनकरराव केळकरांना प्रत्यक्ष भेटलो. त्यांच्या 'बदलत्या वस्तूंचे संग्रहालय' या सल्ल्याप्रमाणे माझ्या दोन्ही मुलांना खोडरबर जमविण्यास सांगितले. सुप्रिया व सचिन यांनी शंभरवर खोडरबरं गोळा केली. असे लक्षात आले की, बाजारात जे प्रसिद्ध व लोकप्रिय असेल त्याची रबर्स बाजारात येतात. दूरदर्शनवर रामायण मालिका लोकप्रिय होती. त्यातील पात्रांची रबरे बाजारात येत होती. लोकप्रियता संपताच ती रबरं पुन्हा मिळायची नाहीत. ती दुर्मीळ व्हायची.

ज्या ज्या गावी जाऊ तिथे दुकानात नवी रबरं मिळतात का हे आम्ही पाहत असू. नातेवाईकही रबर्स पाठवू लागले. कॅमलीन कंपनीनेही कौतुक म्हणून रबर पाठविले. रबरांची गावोगावी प्रदर्शने झाली. अमरावतीस शर्मिला मेढेकर या अभिनेत्रीने प्रदर्शनाचे उद्घाटन केले. सातशेवर रबरे गोळा झाली. या संग्रहाबद्दल दूरदर्शनने माझ्या दोन्ही मुलांची मुलाखत घेतली. लोकाग्रहास्तव ती पुन्हा प्रक्षेपित करण्यात आली. त्यांची नावे लिम्का बुक ऑफ रेकॉर्ड्समध्ये झळकली.

जनतेला मनोरंजनाचा नवा ठेवा दिला.

सारसबागेत ५५० गणपती

माझे लायन्स क्लबमधील स्नेही गोविंदराव मदाने यांना गणेशमूर्ती जमविण्याचा छंद होता. त्यांच्याकडे विविध प्रांतांतले ५५० गणपती होते. त्यांनी ते सारसबागेतील खास गणेश दालनात ठेवण्यासाठी देवदेवेश्वर संस्थानकडे सुपूर्त केले.

त्यासाठी खास समारंभाचे आयोजन केले होते. मी सूत्रसंचालन करताना एक प्रश्न विचारला, ''महाभारत व्यासांनी सांगितलं. लिहिलं कोणी?''

उत्तर आले - गणपतीनं.

व्यासांनी श्री गजाननाला कथा लिहून घेण्यास सांगितले. त्यावर श्री गणेशांनी सशर्त होकार दिला. मी लिहीन; परंतु सलग सांगायचं, मध्ये थांबायचं नाही. श्री व्यासांनी अट मान्य केली व महाभारत कथाकथन केले. त्यातील पात्रे इतकी चमत्कारिक वागायची की, श्री गणेश अवाक होऊन मध्येच थांबायचे. तेच थांबलेत म्हटल्यावर व्यासांना पुढील कथानकाच्या आराखड्यासाठी वेळ मिळायचा.

अशा या सुखकर्ता दु:खहर्ता गजाननाच्या इथं असलेल्या मूर्तीमध्ये म्हैसूरचा रंगीत छत्रीधारी गणपती आहे. जपानचा (त्रिमितीचा), कंबोडियाचा लाकडी, कोरियाचा शस्त्रधारी, ओरिसाचा उभा पितळी, नेपाळचा दोघांच्या भेटीचा असे गणपती आहेत.

प्रास्ताविक 'प्रसाद' मासिकाचे संपादक मनोहर तथा बापूसाहेब जोशी यांनी केलं. उद्‌घाटन साहित्य संमेलनाचे माजी अध्यक्ष प्रा. राम शेवाळकर यांनी केलं.

सार्वजनिक काका

पुण्याचे गणेश वासुदेव जोशी उर्फ सार्वजनिक काका यांच्या १२६व्या स्मृतिदिनास मी प्रमुख पाहुणा होतो. सार्वजनिक काका वकिली करीत. एका गरीब माणसाची केस काकांनी लढविली. त्या वेळी असे ठरले की, जर केस जिंकली तर निम्मी मालमत्ता काकांना द्यायची. ही केस काकांनी जिंकली. त्यांनी त्या पैशातून बेलबागेत विष्णू मंदिर बांधले. या मंदिरात स्त्रियांना सर्रास प्रवेश दिला. हळदीकुंकू समारंभ केला. त्यावरून या मंदिराला बायक्या विष्णू असे नाव पडले.

काकांनी १८७०मध्ये पुणे सार्वजनिक सभेची स्थापना केली. न्यायमूर्ती गोविंद रानडे सार्वजनिक सभेचे डोके, तर काका हात होते.

क्रांतिवीर वासुदेव बळवंत फडके यांची केस चालविण्यासाठी काकाजींनी वकीलपत्र घेतले होते. स्वदेशी तत्त्वाचे आचरण करणारे काका वयाच्या ५२ व्या वर्षी निधन पावले.

त्यांच्या नावानं दिल्या जाणाऱ्या पुरस्काराचे मानकरी होते, डॉ. विलास चाफेकर. परित्यक्ता स्त्रियांच्या विकासासाठी ते काम करतात. वंचित विकास व निहार संस्था आज मोलाचे सामाजिक कार्य करीत आहेत.

लिहायला लागा, बोलायला लागा

नवोदितांना साहित्यात रस निर्माण व्हावा व सभेत कसे बोलावे हे समजावे यासाठी मी ''लिहायला लागा, बोलायला लागा'' ही शिबिरे घेऊ लागलो. अष्टभुजा

दुर्गादेवी मंदिर, पुणे येथील शिबिरात डॉ. मनीषा पोतदार यांनी कथा कशी लिहावी हे सांगितले. कविवर्य गंगाधर महांबरे यांनी कविता प्रभावी होण्यासाठी काय करावं हे सोदाहरण सांगितलं. कवितेचा विषय मनात ठरल्यावर तो काव्यमय रीतीने कागदावर उतरवावा. प्रत्येक ओळीतील अक्षरांची संख्या पुढे लिहावी. ही संख्या सारखी होण्यासाठी अक्षरांमध्ये वा शब्दामध्ये बदल करावेत. मग यमक जुळण्यासाठी शब्दबदल करावेत. शब्दासाठी प्रतिशब्द आठवत नसेल, तर त्या अर्थाचा इंग्रजी शब्द मनात आणून त्या इंग्रजी शब्दाला दिलेले प्रतिशब्द शब्दकोषात पाहावेत. आपली कविता आपण वरचेवर वाचली की, त्यात बदल करता येतात.

मी 'सभेत कसे बोलावे' शिकविताना 'सभेत काय करू नये' हेही सांगितले.

असंच शिबिर 'मडगाव' येथे 'गोमंतकालिका'ने आयोजित केलं. रात्री पुण्याहून निघून सकाळी ९ वाजता पोहोचलो. दहा वाजल्यापासून पाच वाजेपर्यंत शिबिरात शिकविले. सायंकाळी ६ला निघून सकाळी पुण्यात बँकेत कामाला हजर! मडगावला डॉ. हरिश्चंद्र नागवेकर, श्रीपादराव मडकईकर, कृष्णी वाळके यांनी आयोजनात सहकार्य केले.

अष्टभुजा दुर्गादेवी मंदिर

मुठा नदीकिनारी डौलदारपणे उभे असलेले हे मंदिर म्हणजे एक ऐतिहासिक वास्तू. पेशवे काळात नानासाहेब फडणवीस यांच्या आदेशामुळे हे मंदिर बांधले गेले.

संगमरवरी अष्टभुजा देवीची मूर्ती पाहिली की, भाविकाचे मन प्रसन्न होते. त्याला 'आपल्यामागे आधार देणारी ही शक्ती आहे' याची जाणीव होते. ही मूर्ती या मंदिरात सुमारे २०० वर्षे आहे. या मंदिराच्या देखभालीसाठी ट्रस्ट निर्माण झाला. या ट्रस्टला १०० वर्षे झाली म्हणून भव्य समारंभ उदयराव गडकरी यांच्या नेतृत्वाखाली आयोजित केला गेला. या समारंभाचा मी स्वागताध्यक्ष होतो.

आदल्या दिवशी मी व सौ.ने शरद तळवलकर यांच्या जीवनावर आधारित कार्यक्रम 'गुदगुल्या' सादर केला. श्रोत्यांनी हशा आणि टाळ्यांनी कार्यक्रमाचं स्वागत केलं.

शतक महोत्सव समारंभाच्या दिवशी भव्य शोभायात्रा निघाली. रथाचं सारथ्य मी केलं. भाविकांचा उत्साह ओसंडून वाहत होता. घोषणा, गाणी, फुगड्या सारंकाही जोशात होतं. बालगंधर्व रंगमंदिरात महोत्सव समारंभ झाला. उद्घाटक होते समाजश्रेष्ठी जगन्नाथभाई पेडणेकर.

मी स्वागतपर भाषणात म्हणालो, "माणसाला अनेक तणाव असतात. या तणावातून मुक्तता मिळण्यासाठी देवीवरील श्रद्धा व भक्तिभाव साहाय्यभूत ठरतो.

मनामधील इतर गोष्टी बाहेर ठेवून देवीला नमन करावे. रोमारोमांत सामर्थ्य येते.''

पृथ्वीवरी जितुके शरीरे,
ती भगवंताची घरे.

कवयित्री बहिणाबाई लिहितात -

माझं दु:ख माझं दु:ख । तय घरात कोंडले
माझं सुख माझं सुख । हंड्या झुंबर टांगले.

आपण दु:खाचा भागाकार करावा, सुखाचा गुणाकार करावा.

इंदिरा संत म्हणतात –

हवा फुलांचा शेजार । बाई हसत रहावे
काळजाच्या कुपीमध्ये । हवाबंद दु:ख व्हावे

''यासाठी हवं निर्मल मन. ते देण्याचे काम शतकांहून अधिक वर्षे आमची देवी करीत आहे.''

■

कॅलिडोस्कोप फिरतच आहे

आठवणींच्या विविध मनमोहक आकृत्या मी पाहतच आहे. तो छंदच जडलाय. त्या आठवणी वाढतच आहेत. त्या सांगून संपणं शक्यच नाही. हा कॅलिडोस्कोप असाच फिरवत राहण्यात खरा आनंद आहे. नवनवीन घडत राहणं हे जीवन आहे.

“आता माझं वय झालं. मी नवीन काहीही करणार नाही, ” हा विचार मनात कधीही येता कामा नये. आमचे जनरल मॅनेजर भूमकरसाहेब म्हणाले, “लाइफ स्टार्टस ॲट सिक्स्टी!”

खरं आयुष्य साठ वर्षे झाल्यावरच सुरू होतं. आपण अनुभवसंपन्न झालेलो असतो. दुसऱ्यांना आनंद देण्यातला आनंद आता आपण मोठ्या प्रमाणावर घेऊ शकतो. त्यामुळे आपल्याला अधिकच आनंद मिळतो.

आठवणींच्या पासबुकातल्या जमा नोंदी वाढू लागतात. आता मी माझं पासबुक पाहतोय तर अधिक नोंदी जमेच्या आहेत. काही कटू अनुभवाच्या डेबिट अर्थात नावे नोंदी आल्या, पण त्या विसरून गेलो. जमा नोंदीच्या भरधाव वेगापुढे त्या नावे नोंदी फार मागे पडल्या. आपलं आयुष्य हे क्रेडिट व डेबिट आठवणींचं पासबुक आहे.

माझ्या पासबुकातल्या या क्रेडिट नोंदींमुळे ते आनंदाचं पासबुक झालंय!

■

www.ingramcontent.com/pod-product-compliance
Ingram Content Group UK Ltd.
Pitfield, Milton Keynes, MK11 3LW, UK
UKHW021708190726
13853UKWH00001B/455

9 788184 982022